நான் பூலான்தேவி

நான் பூலான்தேவி

மரியே தெரஸ்கூன்
பால் ராம்பாலி

தமிழில்
மு.ந. புகழேந்தி

எதிர் வெளியீடு

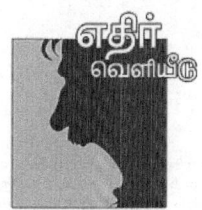

நான் பூலான்தேவி
மரியே தெரஸ்கூன்
பால் ராம்பாலி
தமிழில்: மு. ந. புகழேந்தி

முதல் பதிப்பு: ஆகஸ்ட் 2015
இரண்டாம் பதிப்பு: ஜூன் 2018

எதிர் வெளியீடு,
96, நியூ ஸ்கீம் ரோடு, பொள்ளாச்சி - 642002
தொலைபேசி: 04259 - 226012, 99425 11302

விலை: ரூ. 450

I, Phoolan Devi
Marie-Therese Cuny
Paul Rambali
Translated by M.N. Pugazhenthi

First Edition: August 2015
Second Edition: June 2018

Published by
Ethir Veliyeedu, 96, New Scheme Road, Pollachi - 642002
email: ethirveliyedu@gmail.com
www.ethirveliyeedu.com

ISBN: 978-93-84646-36-3
Cover Design: Vijayan
Printed at Jothy Enterprises, Chennai.

All rights reserved. No part of this book may be reprinted or reproduced or utilised in any form or by any electronic, mechanical or other means, now known or hereafter invented, including photocopying and recording, or in any information storage or retrieval system, without permission in writing from the Publisher.

பூலான் தேவி
(1963 - 2001)

முன்னுரை

என் மாமனார் என்னை இருட்டறைக்குள் தள்ளிக் கதவை மூடினார். கதவிடுக்கின் வழியாக வீழ்ந்த ஒரு இலேசான வெளிச்சம் மட்டும்தான் இருந்தது. எலிப்புழுக்கைகளுக்கிடையில் சிதறிக் கிடந்த துருப்பிடித்த இரும்புப் பொருட்களையும் சமையல் பாத்திரங்களையும் மட்டுமே என்னால் காண முடிந்தது. கைகளால் முகத்தைப் பொத்திக் குனிந்து உட்கார்ந்து கொண்டிருந்தேன். கோபத்தால் குமுறிக் கொண்டிருந்தேன். என் கன்னங்கள் மிகவும் வலித்துக் கொண்டிருந்தன...

நான் என் பெற்றோரை வாய்விட்டு அழைத்தவாறே அழுதேன். என்னை அடிக்கப் போவதாகக் கணவன் மிரட்டியதை மாமனாரிடம் சொல்லியிருந்ததால், நான் எங்காவது ஓடிப்போய் விடுவேனோ என்று அவர் பயப்பட்டிருக்க வேண்டும். அதனால் என்னை இருட்டறைக்குள் அடைத்து வைத்திருக்கிறார். நான்தான் ஏதோ தவறு செய்திருப்பேன் என்று அவர் நினைத்திருக்கக் கூடும்.

என்னை என் கணவர் ஏன் மிரட்டினார் என்று மாமனார் என்னிடம் வினவினார். நடந்ததைவெளிச் சொல்ல எனக்குள் ஓர் இனம் புரியா பயம். அவர், கட்டாயப்படுத்திக் கேட்ட பொழுது

“அவன் என்னைத் தொட வந்தான்! என்னுடைய ஜாக்கெட் பட்டன்களை அவிழ்த்தான்” என்று பதிலளித்தேன்.

நான் உதவி வேண்டிக் கூச்சலிட்டேன். ஆண்கள் என் நிர்வாண உடம்பைப் பார்க்கக்கூடாது என்று எனக்குத் தெரியும். வசந்த காலம் முடிந்ததிலிருந்து எனக்குப் பத்துவயது ஆகிவிட்டது என்றும், இனிமேல் ஜாக்கெட்டைத் திறந்து விட்டபடி நான் வெளியில் போகக்கூடாது என்றும் என் அம்மா அடிக்கடி சொல்லிக் கொண்டிருப்பாள்.

“அவன் உன்னைத் தொந்தரவு செய்தானா?” என் மாமனார் என்னிடம் மிகவும் கனிவுடன் கேட்டார். “அழுவதை நிறுத்தி விட்டு அவன் என்ன செய்தான் என்று சொல்.”

“என்னை செல்லப்புறாவே என்று சொன்னான்... நான் எப்பொழுது வயதுக்கு வருவேன் என்று தெரியவில்லை என்றும் சொன்னான்... என் உடல் முழுவதும் அவன் விரல்களால் தடவினான்...”

என்னை என் அம்மாவிடம் கொண்டு போய்விட்டு விடும்படி அவரிடம் கெஞ்சினேன். அதற்கு அவர் என்னை அமைதியாக இருக்கும்படியும், தான் போய்க் கொஞ்சம் பால் கொண்டு வருவதாகவும் சொன்னார். என்னால் அழுகையை அடக்க முடியவில்லை. அப்பொழுது அவர் என்னைத் தொழுவத்தில் அடைத்துக் கதவை மூடினார். கதவைத் திறக்கும்படி நான் அழுது புலம்பியும் பயனில்லை. என்னை அப்படியே விட்டுவிட்டு அவர் வெளியே எங்கேயோ போனார்.

கடந்த மூன்று நாட்களாக, நான் என் கணவனுடனும் மாமனாருடனும் தனித்திருந்தேன். வீட்டு வேலைகள் செய்வதற்கு ஆள் வேண்டும் என்றுதான் அவர்கள் என் பெற்றோர்களிடம் சொல்லியிருந்தனர்.அதற்காகத்தான் திருமணத்திற்குப் பிறகு நான் என் கணவனின் வீட்டுக்கு வந்திருந்தேன். அவர்கள் சொன்ன வேலைகளையெல்லாம் செய்து கொடுத்தேன். நான் கிணற்றில் விழுந்து விடுவேனோ என்று பயந்து என்னைக் கிணற்றருகில் செல்ல அனுமதிக்கவில்லை. கையைச் சுட்டுக் கொள்வேனோ என்று பயந்து கிழவன் என்னைச் சமையல் செய்யவும் அனுமதிக்கவில்லை. அங்கிருந்த ஒரே ஒரு நல்ல காரியம் நல்ல உணவுதான். ஒவ்வொரு வேளைக்கும் நாலு சப்பாத்திகள் சாப்பிட எனக்கு அனுமதி உண்டு. அவற்றிலிருந்து என் தங்கைகளுக்கும்

என் தம்பிக்கும் மிச்சப்படுத்த முடிந்தால் நன்றாயிருக்குமே என்று நான் ஆசைப்பட்டேன். மற்ற குழந்தைகளுடன் சேர்ந்து விளையாட ஆசைப்பட்டபொழுது என் கணவன் அதைத்தடுத்து விட்டான்.

"உன் வீட்டிற்கு ஒருநாள் உன்னை அழைத்துச் செல்கிறேன். இங்கே உனக்கு எல்லா வசதிகளும் இருக்கின்றன. ஆனால், அழுதாலோ, இங்கிருந்து போக முயன்றாலோ நான் உன்னை அடிப்பேன். புரிந்ததா?" என்று அவன் என்னிடம் கூறினான்.

அதற்குப் பிறகு அவன் என் ஜாக்கெட்டின் பட்டன்களை அவிழ்க்கவும் என் மார்பகங்களைத் தடவவும் செய்தான். அவனுடைய பார்வை என்னைப் பயப்படுத்தியது. அவனுடைய இரும்புப் பிடியிலிருந்து தப்பிக்க நான் மிகவும் முயற்சி செய்தேன். அப்பொழுது என் மாமனார் அங்கு வராமலிருந்தால் அவன் என்னைப் பிய்த்துக் கீறி....

என் அக்கா திருமணத்திற்குப் பின் சிலநாட்கள் கழித்துத்தான் தன் கணவன் வீட்டிற்குப் போனாள். அவளுடைய கணவன் ஒருநாள்கூட அவளை அடித்துவிடுவேன் என்று மிரட்டியதில்லை. மாறாக, அன்புடன் அவளைக் காப்பாற்றத்தான் செய்தார். அக்கா, அவருக்காக எல்லா வேலைகளையும் செய்து கொடுத்தாள். என் கணவனிடம் எப்பொழுதும் வியர்வை நாற்றம். என்னைப் பார்க்கும் பொழுதெல்லாம் அவன் வாயால் ஒருவித ஒலி எழுப்புவான்.

கண்ணீரைத் துடைத்துத் துடைத்து என் பாவாடை நனைந் திருந்தது. சற்று நேரம் கழித்து வெளியில் என் கணவனும் மாமனாரும் பேசிக் கொண்டிருப்பது என் காதில் விழுந்தது.

"பாவம், அவள் ஒரு குழந்தை. அவளருகில் நீ போகக் கூடாது!" கிழவன் கத்திக் கொண்டிருந்தான்.

"நான் வேறென்ன செய்வது? நீங்கள் தானே எனக்கு இந்தப் பெண்ணைத் தேர்ந்தெடுத்தது!"

அதற்குப் பிறகு என் காதில் எதுவும் விழவில்லை.. இருட்டில் அந்த மாட்டுத் தொழுவத்தில் என்னை அடைத்து வைத்து விட்டு அவர்கள் போய்விட்டார்கள்.

அவர்கள் திரும்பி வந்தவுடன் எப்பொழுதும் மாமனாரின்

அருகிலேயே இருக்க வேண்டும் என்று தீர்மானித்துக் கொண்டேன். மறுபடியும் அவன் என்னைத் தொட்டுவிடாமல் இருப்பதற்காக நான் மாமனாருடன் கிணற்றின் அருகில் போய் விடுவேன். உள்பாவாடை ஜாக்கெட்டுடன் பாவாடையும் அணிந்து கொள்வேன். அதற்கு மேல் புடவையை வாரிச் சுற்றிக் கொள்வேன். இத்தனையும் அணிந்து கொண்டால் அவனால் எளிதில் அவிழ்க்க முடியாதல்லவா...

"பூலான், என் செல்லப்புறாவே! எங்கே நீ ஒளிந்து கொண்டிருக் கிறாய்?"

அது புட்டிலாலினுடைய குரல்!

"நாம் இப்பொழுது திருமணமானவர்கள். தம்பதிகள் என்ன வெல்லாம் செய்வார்கள் என்று உனக்குச் சொல்லித் தருகிறேன். பயப்படக்கூடாது."

1

அம்மா ஒரு சாணிக்குவியலின் அருகே உட்கார்ந்து கொண்டிருந்தாள். கைகளில் சாணி. குழந்தைப் பருவத்திலிருந்தே நான் பார்த்துக் கொண்டிருப்பதைப் போல, கை நிறைய சாணியை எடுத்து, நொடியில் அதை ஒரு வரட்டியாக மாற்றினாள்.

வயலினுடைய அடுத்த மூலையில் கடந்த சில நாட்களாக அம்மா தட்டியிருந்த வரட்டிகள் காய்ந்து கொண்டிருந்தன. இது ஒரு கடினமான வேலை.

தலையில் ஒரு வைக்கோல் கூடை நிறைய வரட்டிகளுடன் நான் வயலிலிருந்து வீட்டிற்கு வந்து கொண்டிருந்தேன். அருகில் தங்கை சோட்டி. அவளுடைய தலையிலும் ஒரு கூடை வரட்டி இருந்தது. எங்களுடைய கிராமம் மண்ணைப் போலவே சிவப்பாயிருந்தது. வீட்டினுடைய மண் சுவர்கள் கிராமத்தினரின் கைகளால் கட்டப் பட்டி ருந்தன.

வீட்டின் முற்றத்தில், தன் உணவுக்காக அப்பா காத்துக் கொண்டிருந்தார். மூத்தவள் என்பதனால்

ருக்மிணிதான் சப்பாத்தி செய்ய வேண்டியிருந்தது. அடுப்பு வெளிச்சத்தில் அவளுடைய முகம் பளிச்சென்று தெரிந்தது. அவளுக்குப் பதிமூன்று வயது. அழகி. விரைவில் அவளுக்குத் திருமணம் செய்து வைக்கப் போவதாக அப்பா எங்களிடம் சொல்லியிருந்தார்.

"பூலான், அந்தத் தடியுடன் நீ எங்கே போகிறாய்?" அப்பா கேட்டார்.

நான் பதில் சொல்லவில்லை. மேற்கில் மறைந்து கொண்டிருந்த சூரியன் எங்களுடைய சிறு முற்றத்தில் நீண்ட நிழல்களைத் தோற்றுவித்துக் கொண்டிருந்தது. அன்று முழுவதும் நான் ஒரு நீண்ட யோசனையில் ஆழ்ந்திருந்தேன்.

நான் கேட்டேன்: "அப்பா, கடவுள் எங்கே குடியிருக்கிறார்?"

அவருடைய முகத்தில் நீண்ட சுருக்கங்கள் விரிந்தன. அப்பாவும் என்னைப் போலவே கருநிறமானவர். அவர் எப்பொழுதும் வேதனையுடன் இருக்கிறார் என்று எனக்குத் தோன்றியது. சிந்தனைகளில் இருந்து விடுதலை தேடுபவரைப் போலச் சிலசமயம் அவர் மணிக்கணக்கில் தலையைத் தடவிக் கொண்டிருப்பார். அவர் என் மீது பார்வையைத் திருப்பிய பொழுது அந்த முகத்திலிருந்து வேதனை வடிந்து விட்டதைப் போலத் தோன்றியது.

"தெய்வம் எங்கே குடியிருக்கிறார் என்று நீ நினைக்கிறாய், பூலான்!" என்று அவர் திருப்பிக் கேட்டார்.

"காட்டில், நான் சோட்டியுடன் அங்கே போகப் போகிறேன் அப்பா. பாம்புகளைத் துரத்துவதற்காக என் கையில் தடியிருக் கிறது."

"பூலான், போய்க் கொஞ்சம் தண்ணீர் கொண்டு வா!" அது அம்மாவினுடைய சத்தம்.

அப்பா புன்னகை புரிந்தார். அவருடைய பற்கள் தேய்ந்து கருத்திருந்தன. அவைகளில் சில விழுந்துவிட்டிருந்தன. அப்பாவிற்கு என்ன வயதிருக்கும் என்று நான் ஆச்சரியப்படுவதுண்டு. அப்போது எனக்கு ஏறக்குறைய ஒன்பது வயது இருக்கும். எவருக்கும், ஆம், என் பெற்றோருக்குக் கூட நான் எந்த ஆண்டு பிறந்தேன் என்பது தெளிவாய்த் தெரிந்திருக்கவில்லை. ஆனால்

அது ஒரு 'பூக்களின் திருவிழா' நாள் என்பது மட்டும் தெரியும்; அதனால்தான் அவர்கள் எனக்குப் பூ என்னும் பொருளில் 'பூலான்' என்று பெயரிட்டிருந்தனர். என் பெற்றோர்க்கு மூன்று பெண் குழந்தைகள். ருக்மிணி மூத்தவள்; அடுத்தது நான்; மூன்றாவது ராங்காளி. அவள் கடைக்குட்டியாக இருந்ததினால் நாங்கள் அவளை 'சோட்டி' என்று அழைத்தோம். சோட்டிக்குப் பிறகு ஓர் ஆண் குழந்தை சிவநாராயணன் - அவன் பச்சிளம் குழந்தையாய் இருந்தான். மீண்டும் அம்மா கருவுற்றிருந்தாள். வயிற்றில் ஓர் இரகசியம் வளர்ந்து கொண்டிருந்தது!...

"காட்டில் மட்டுமல்ல. தெய்வம் எல்லா இடத்திலும் இருக்கிறது, பூலான்" என்று மறுமொழி கூறினார் அப்பா. "சரி, இனிப் போய் தண்ணீர் கொண்டு வா; வழியில் யாருடனும் பேசிக் கொண்டு நிற்கக்கூடாது......."

சில கேள்விகள் கேட்பதற்காகத் தெய்வத்தைப் பார்க்க வேண்டும் என்று நான் ஆசைப்பட்டேன். மாடு மேய்க்கும் பொழுதும், தண்ணீர் கொண்டு வரும் பொழுதும், காலைக்கடன்களுக்காக வயலுக்குப் போகும் பொழுதும் என எப்போதும் இதைப் பற்றிய சிந்தனை எனக்குள் இருந்தது. யமுனை நதிக்கரையிலுள்ள இந்த ஊரில்தான் நான் வாழ வேண்டும் என்று நிச்சயித்த தெய்வத்தைப் பார்ப்பதற்கு ஆவலாய் இருந்தேன்.

எங்கள் ஊரில் எல்லோரும் ஒருவருக்கொருவர் திட்டிக் கொள்வார்கள்; விவசாய வேலைகள் இல்லாத காலங்களில் ஒருவருக்கொருவர் சண்டை போட்டுக் கொள்வார்கள். அதற்கு முக்கியக் காரணம் வறுமை தான் என்பதை நான் பின்னர் புரிந்து கொண்டிருந்தேன்.

வயலுக்குப் போவதற்காகக் குறுக்குவழியிலும் பீஹாரியினுடைய பெரிய வீட்டின் வழியாகவும்தான் நான் போவது வழக்கம். அவன் எப்பொழுதும் என்னை அடிப்பதற்காக வருவான், குரூரமும் அகம்பாவமும் பிடித்த கிழவன். நான் அந்த வழியாக நடந்து போகும்பொழுது, ஒரு போக்கிரியின் குறும்புச் சிரிப்புடன் அவன் என்னைக் கூப்பிடுவான்: "வா, குழந்தே, வா பூலான், வந்து உன்னுடைய பெரியப்பா பீஹாரியைப் பார்." பெரியவர்கள் சொல்வதைக் கேட்க வேண்டும் என்று எனக்குச் சொல்லிக் கொடுத்திருக்கிறார்கள் என்றாலும், அந்த முற்றத்தில் காலெடுத்து வைத்தவுடனே அந்த ஆள் என்னைப் பிடித்து அடிப்பான் என்பது

தமிழில்: மு.ந. புகழேந்தி

எனக்குத் தெரியும். அந்த ஆள் சோட்டியையும் அடித்திருக்கிறான். என் அக்கா ருக்மிணி, அந்த வீட்டின் அருகில் நடப்பது என்னும் முட்டாள்தனத்தைச் செய்தால் அவளையும் அந்த ஆள் அடிப்பான். அவன் எங்கள் அம்மாவையும் அடித்திருக்கிறான். நாங்கள் அவனுக்கு எதிராக வேவு பார்க்கிறோமென்றோ, வேண்டாத வேலை ஏதோ செய்து கொண்டிருக்கிறோம் என்றோ அவன் நினைத்துக் கொண்டிருக்கிறான். முற்றத்தில், அவனுடைய வீட்டுத் தலை வாசலில், கயிற்றுக் கட்டிலில் சுகமாய்ப் படுத்தபடி எப்பொழுதும் வேவு பார்த்துக் கொண்டிருந்தது உண்மையில் அவன்தான்!

என் அப்பா கடின உழைப்பாளி, பீஹாரி எந்த வேலையும் செய்வதில்லை. மாறாக, தன் வேலைக்காரர்கள் வேலை செய்வதைப் பார்த்துக் கொண்டும், நாங்கள் வருவதை எதிர்பார்த்தும் நாட்களைக் கழித்துக் கொண்டிருந்தான்.

கயிற்றுக் கட்டிலில் இருந்து அந்த ஆள் எப்பொழுதாவது எழுந்தான் என்றால், அது சுவருக்கு மேலாக என் அம்மாவிடம் இப்படி சண்டை போடுவதற்காகத்தான் இருக்கும்: "உன் அசிங்கமான பெண்களை வீட்டிற்குள்ளேயே வைத்து உன்னால் வளர்க்க முடியாதா?"

எங்களுடைய இடைவழிக்கு அருகிலுள்ள வரிசையான வீடுகளுக்கு அடுத்த மூலையில்தான் பீஹாரி என்னும் இந்தக் காட்டெருமை வாழ்ந்து கொண்டிருந்தது. அவனுடைய வீடு காங்கிரீட்டால் கட்டப்பட்டது. பால்கனியுடன் கூடிய ஓர் இரட்டை மாடி வீடு. கதவுகளெல்லாம் அரண்மனைக் கதவுகள் போல சித்திர வேலைப்பாடுகள் நிறைந்தவை. முற்றத்தில் கிணறும் இருந்ததால் அவனுடைய மனைவிகள் பொதுக் கிணற்றில் நீர் எடுக்க நீண்ட வரிசையில் காத்துக் கொண்டு நிற்க வேண்டிய தேவையில்லை.

மண்சுவர்களாலான எங்கள் வீட்டின் மேற்கூரை வைக்கோலால் வேயப்பட்டிருந்தது. சிற்ப வேலைப்பாடுகள் அற்ற மரக்கதவுகள். சிறு முற்றமும், இரண்டு அறைகளும் மட்டுமே இருந்தன. உறங்குவதற்கு ஓர் அறை; மற்றொன்று சமையலறை; சன்னல்களோ கதவுகளோ கிடையாது; தவிர, ஒரு மாட்டுத் தொழுவம். அதனால், அறைகளில் எப்பொழுதும் இருட்டும் குளிர்ச்சியும் நிறைந்திருந்தது. இரவில் எரிய ஒருவிளக்கு மட்டுமே

உண்டு. எங்கள் வீட்டிலிருந்த ஒரே அலங்காரம் சிறு பூசை மாடம் மட்டும்தான். படுக்கையறையிலும் முற்றத்திலும் போடப்பட்டிருந்த நான்கு கயிற்றுக் கட்டில்களைத் தவிர வீட்டிற்குள் வேறு எந்த விதப் பொருட்களும் இல்லை. வெய்யில் காலத்தில் முற்றத்தில் படுத்துத் தூங்குவதுதான் அப்பாவிற்குப் பிடிக்கும். பசுக்கள் தொழுவத்திலேயே கட்டப்பட்டிருந்தன. எங்களுக்கு இரண்டு பசுக்கள் இருந்தன. வெளியில் மேயவிட்டால் அவைகளை யாராவது திருடிக் கொண்டு போய் விடுவார்கள். எங்களுக்கு இருந்த ஒரே சொத்து அவைகள் மட்டும்தான். நதி எதைக் கொடுக்கின்றதோ அதைத் தின்று வாழ விதிக்கப்பட்ட ஏழை 'மல்லா'க்கள் நாங்கள்.

பீஹாரியைத் தவிர்ப்பதற்காக நான் வயலைச் சுற்றிக் கொண்டு செல்வது வழக்கம். இருந்தாலும் அந்த ஆள் வம்புக்கு வருவான். "பூலான்; இங்கே பார்! நீ எங்கே போகிறாய்? நீ நின்று கொண்டிருப்பது என் நிலத்தில்!" இப்படித் திட்டும் பொழுது கிழவியும் வக்ர புத்தியுள்ளவளுமான அவனுடைய மனைவி முற்றத்திலுள்ள கயிற்றுக் கட்டிலில் உட்கார்ந்து கொண்டு கணவனின் தாளத்துக்கு ஒத்து ஊதுவாள்.

யமுனையில்தான் நாங்கள் துணி துவைப்பது வழக்கம். ஈரம் காயும்வரை துணியில்லாமல் காத்திருக்க வேண்டும். என்னிடம் ஒரேயொரு உடைதான் இருந்தது; காலுக்குச் செருப்பு கிடையாது. எனக்கு மட்டுமல்ல, எங்கள் வீட்டில் எல்லோர் நிலையும் இதுதான்.

பீஹாரியிடம் திட்டு வாங்குவதற்கும் அடி வாங்குவதற்கும் நாங்கள் என்ன தப்பு செய்தோம் என்று எனக்குப் புரியவில்லை. ஒருநாள், நானும் சோட்டியும் பீஹாரி வீட்டு வழியாகச் சென்றோம். கயிற்றுக் கட்டிலில் படுத்துத் தன் கிளிமூக்கினால் குறட்டை விட்டபடி தூங்கிக் கொண்டிருந்த பீஹாரியின் தலைமேல் கல்லைத் தூக்கிப் போடுவது போல் பாவனை செய்தேன். எங்கள் மீது காட்டும் கொடுமைக்குப் பழிக்குப் பழி! அந்த கிராமத்தில் நான் வாழக் கூடாது என்பதைப் போலவும், மிருகத்தை விட நாங்கள் கேவலமானவர்கள் என்பதைப் போலவும் அவனது நடவடிக்கைகள் இருந்தன. நாங்கள் ஏழைகளாய் இருந்ததுதான் அதற்குக் காரணமா? அதனால்தான் நான் இறைவனைப் பார்க்க ஆசைப்பட்டேன்.

இறைவனைப் பார்க்க விரும்பியதற்கு இன்னொரு காரணமும் இருந்தது. ஏன் எங்களுக்குப் போதுமான அளவு சாப்பிடுவதற்குக் கொடுக்கவில்லை? எங்களை தரித்திரர்களாகப் படைத்த இறைவனைப் பற்றி நானும் சோட்டியும் அடிக்கடி பேசிக்கொள்வோம். இறைவனைப் பார்த்தால் "எங்களுக்கு அவசியமானவைகளை எல்லாம் தர வேண்டும்: பீஹாரியினுடையதைப் போல ஓர் இரட்டை மாடி வீடு, ஒரு மாமரம், வேண்டிய அளவு பசுக்கள், ஓர் எருமை, ஒரு காளை வண்டி, சோட்டிக்குப் 'பட்டாசு', இனிப்பு, பலகாரக் குவியல், அப்பாவிற்குக் கொஞ்சம் பணம்" இப்படிக் கேட்க வேண்டும் என்று நினைத்திருந்தோம்.

போதுமான உணவு இல்லாததால், எப்பொழுதும் பசிதான். நிலக் கடலையும் மாம்பழமும் சாப்பிட எனக்கு மிகவும் ஆவல். ஆனால், எங்களுக்கு என்றிருந்தது உருளைக் கிழங்கு மட்டுந்தான். கோதுமை இருந்தால் ருக்மணி அதை வைத்துச் சப்பாத்தி சுடுவாள். சில சமயங்களில் அம்மா, சப்பாத்தியை மணக்க மணக்க நெய்யில் புரட்டி எடுப்பாள். கொஞ்சம் கோதுமைக்காகவும், ஒரு சிறு பாட்டில் நெய்யிற்காகவும் வேண்டி, அப்பா ஏதாவது ஒரு பணக்காரனின் வீட்டில் பொழுது சாயும் வரை வேலை செய்ய வேண்டியிருந்தது. வயல் வேலையின் போது எங்களுக்குப் பகல் உணவு வெறும் உப்புப் புரட்டிய பட்டாணிப் பயறு மட்டுந்தான். வேலை முடிந்த பிறகுதான் உணவு. எப்பொழுதும் அப்பா தான் முதலில் சாப்பிடுவார். அதன் பிறகு மீதமுள்ளது எல்லோருக்கும் வழங்கப்படும். சமையல் செய்தவர்தான் கடைசியில் சாப்பிட வேண்டும். ருக்மணி உணவு சமைப்பதையும், எப்பொழுதும் கடைசியாய்ச் சாப்பிடுவதையும் நான் பார்த்திருக்கிறேன். கடைசியில் சாப்பிடுவது சிரமமான ஒன்று. அவளைத் திருமணம் செய்து அனுப்பி வைத்த பின் சமையல் செய்யும் பொறுப்பு என் தலையில்தான் விழப் போகிறது என்று எனக்குத் தெரியும்.

வீட்டிலும் வயலிலும் எனக்கென்றுள்ள வேலைகளைச் செய்து முடித்த பிறகு, கிராமத்தில் உள்ளவர்களில் யாராவது சொல்லும் வீட்டு வேலைகளையும் செய்தாக வேண்டும். அது என் கடமை என்று அப்பா சொல்லியிருந்தார். ஆடுமாடுகளை மேய்ப்பது, விளைச்சலை வீட்டிற்குக் கொண்டு வந்து சேர்ப்பது, தலையில் பேன் பார்ப்பது போன்றவை. அதற்குக் கூலியாக சாப்பிடுவதற்கு ஏதாவது கிடைக்கும்.

ஒருநாள் கிராமத் தலைவன் என்னைக் கூப்பிட்டு அவனுடைய

தலையைக் கோதிவிடச் சொன்னான். அங்கே கான்க்ரீட் தரையின் முற்றம் நிறைய அப்பொழுதுதான் பறிக்கப்பட்ட மாம்பழங்கள் குவித்து வைக்கப்பட்டிருந்தன.

சாதாரணமாய், நான் அந்த ஆளின் முகத்தைப் பார்த்துப் பேசுவதில்லை. அவனிடம் எதையும் கேட்டதுமில்லை. அந்த வட்டாரத்திலுள்ள எல்லா கிராமங்களுக்கும் தலைவன் என்னும் நிலையில் அவன் ஒரு முக்கிய மனிதனாக இருந்தான். எனவே, அவனிடம் பேசுவதற்குக் கூட நான் பயப்பட்டேன். ஆனால், அப்பொழுதுதான் பறித்த, சிவந்து சதைப்பற்றுடன் இருந்த, அந்த மாம்பழங்கள் என் ஆவலைத் தூண்டின. வாடிப் போனதும், புளிப்பானதும் சாறில்லாததுமான மாம்பழங்கள் தான் எங்களுக்குக் கிடைக்கும். நான் இதுவரை நாக்கில் நீர் ஊற வைக்கும்படியான, இப்படிப்பட்ட மாம்பழங்களைப் பார்த்தது கூடக் கிடையாது. அந்த மாம்பழத் துண்டுகளை ருசி பார்ப்பதும், அதன் சுவையான சாறு என் தொண்டையின் வழியே உட் செல்வதையும் கற்பனை செய்து பார்த்தேன். அவை என்னை அடிமையாக்கின.

“எனக்கு ஒரு மாம்பழம் தருவீர்களா?” நான் தயங்கித் தயங்கிக் கேட்டேன்.

அடி அவ்வளவு பயங்கரமாய் இருந்ததினால் அதனுடைய சத்தம் என் தலைக்குள் ரீங்காரமிட்டது. நான் உணர்விழந்து விட்டேன். என் கண்கள் இருண்டன. சுற்றிலுமிருந்த பொருட்கள் எல்லாம் சுற்றுவது போலிருந்தன. நான் சரிந்து கீழே விழுந்தேன்.

தலைவன் கோபத்தில் துடித்துக் கொண்டிருந்தான் “என்னிடம் மாம்பழம் கேட்கும் அளவு உனக்கு எப்படித் தைரியம் வந்தது?” இன்றைக்கு மாம்பழம் கேட்பாய், நாளைக்கு வேறு ஏதாவது கேட்பாய்.”

வலி அதிகம்; பயம் அதைவிட அதிகம், நான் மூத்திரம் பெய்து விட்டேன்.

அம்மாவின் கண்ணில் பட்டுவிடக் கூடாது என்ற பிரார்த்தனை செய்தபடியே நான் வீட்டிற்குப் போனேன். ஆனால் அம்மாதான் முன்னால் நின்று கொண்டிருந்தாள்.

“என்ன ஆச்சு?” என்று அம்மா கேட்டாள்.

“நான் அந்த ஆள் வீட்டிற்கு இனிமேல் போகமாட்டேன்,

எனக்கு அவனுடைய வேலையும் வேண்டாம். அவன் புழுப்பிடித்து சாகட்டும்." என்று நான் சாபமிட்டேன்.

அம்மா என்னை அடிப்பாள் என்று தெரிந்திருந்தும் நடந்ததை யெல்லாம் ஒன்றுவிடாமல் சொன்னேன். அம்மாவின் கண்கள் கோபத்தால் மின்னுவதைப் பார்த்தேன். அவள் எட்டி என் கையைப் பிடித்தாள்; ஆனால் அடிக்கவில்லை. அதற்குப் பதி லாக என்னை இழுத்துக் கொண்டு தலைவனுடைய வீட்டிற்குப் போனாள்.

தெருவில் நின்று கொண்டு அவனைப் பார்த்து அம்மா சத்தம் போட்டாள்: "நாங்கள் குழந்தைகளைப் பெறுவது, உங்களுக்கு அடிமைகளாக்க என்றா நினைத்துக் கொண்டிருக்கிறீர்கள்? இப்படி அடிப்பதற்குப் பதில் அவளைக் கொன்று போடுங்கள். அதற்குப் பிறகு அவள் உங்களிடம் மாம்பழம் கேட்க மாட்டாளில்லையா?...."

அப்பா வீட்டிற்கு வந்தார். நடந்தவைகளை எல்லாம் கேட்டு வெட்கப்பட்டார். கிராமத் தலைவருக்குப் பணிவிடை செய்வது நம் கடமை என்று சொன்னார். இதுதான் உலகம். அவர்கள் சொல்வதை ஏனென்று கேட்காமல் செய்து கொடுப்பதும், அவர்கள் முன்னால் தலைகுனிந்து நிற்கவும், மரியாதையுடன் அவர்கள் கால்களைத் தொட்டுக் கும்பிடவும் செய்தால் அவர்கள் நமக்கு ஏதாவது சாப்பிடக் கொடுப்பார்கள். கடவுள் அப்படித்தான் முடிவு செய்துள்ளார் என்று அப்பா கூறினார்.

"அப்பா, கடவுள் எப்படி இருப்பார்?" நான் கேட்டேன்.

"கடவுளுக்குப் பல உருவங்கள் இருக்கின்றன, பூலான்".

"அவர் என்னைப் போல இருப்பாரா?"

நான் ருக்மணியைப் போல அழகானவள் இல்லை என்று எனக்குத் தெரியும். மூக்கும் மிகப் பெரியது. ஓர் அழகி என்று சொல்ல முடியாதவாறு மெலிந்தும் களைத்தும் இருந்தேன். ருக்மணி அழகான நிறம். என் பெற்றோர் அவள் மேல் மிகுந்த பாசம் வைத்திருந்தனர். அப்பா, வேலை செய்ததற்குக் கூலியாக மற்றவர்கள் கொடுக்கும் உணவில் அவளுக்கு என்று ஒரு பங்கை எடுத்து வைத்திருப்பார். அவளுக்கு விரைவில் திருமணம் செய்து அனுப்ப வேண்டும். அதனால் அவள் அழகும் ஆரோக்கியமும்

பெற்றிருக்க வேண்டும் என்று அப்பா சொல்வார். எனக்கு, மற்ற பெண்களைவிட நன்றாக மரம் ஏறத் தெரியும். அவர்களை விட வேகமாகவும் ஓடுவேன். ஆற்றில் நீந்துவதிலும் நான் திறமை சாலியாய் இருந்தேன். வீட்டு வேலைகள் எல்லாமே எனக்குச் செய்யத் தெரியும். அரிவாளால் புல்லறுக்கவும், அதைப் பசுக்களுக்குப் போடவும் தெரியும். தண்ணீர்க் குடங்களைத் தலையில் சுமக்கத் தெரியும்.

ஒரு போதும் நாங்கள் வயிறாரச் சாப்பிட்டதில்லை. அதனால், எனக்கு சக்தி வந்தது பகையின் காரணத்தினால் இருக்கும்.

நான் அம்மாவை மிகவும் துன்புறுத்தி விட்டுத்தான் பிறந்தேன்.

"நீ என் வயிற்றில் இருக்கும்பொழுது சாப்பிட்டதையெல்லாம் வாந்தி எடுத்தேன்" அம்மா ஒரு நாள் சொன்னாள்.

"உங்களுக்கு மிகவும் தொந்தரவு கொடுத்திருந்தேன் என்றால் ஏன் நான் பிறந்த பொழுதே கழுத்தை நெரித்து என்னைக் கொன்றிருக்கக் கூடாது?" என்று நான் கேட்டேன்.

நான் பெண்ணாகப் பிறந்து விட்டேன், இல்லையென்றால் நான் அவளுக்குத் தொந்தரவு கொடுக்கிறேன், அதுவுமில்லை என்றால் நான் அவளுக்கு வேதனைகளைக் கொடுக்கிறேன் என்று எப்பொழுதும் அம்மா புலம்பிக் கொண்டே இருப்பாள்.

அம்மாவின் வயிற்றில் இப்பொழுது வளர்ந்து வருவது ஆண் குழந்தையோ பெண்குழந்தையோ? எங்களுக்கு ஆச்சரியமாக இருந்தது. இவ்வளவு மெலிந்த உடலாக இருந்தும் அம்மாவின் வயிறு இவ்வளவு பெரியதாக ஆனது எதனால் என்று முதலில் எங்களுக்குப் புரியவில்லை.

நாள் முழுவதும் அம்மா அடிவயிற்றைத் தாங்கிப் பிடித்துக் கொண்டிருந்தாள். அவளுக்கு மிகவும் வலிப்பது போலத் தோன்றியது, கண்கள் கலங்கியிருந்தன. "கடவுளே, இதுவாவது ஆண்குழந்தையாய் இருக்க வேண்டும்" அவள் மனமுருகி வேண்டிக் கொண்டாள். எனக்குத் தெரிந்தவரை அவள் கடவுளிடம் வேண்டிக் கொண்டது இது மட்டுந்தான்.

கடவுள் எங்கும் நிறைந்திருப்பார், நம்மால் அவரைப் பார்க்க முடியாது என்றாலும் அவர் நம்மை கவனித்துக் கொண்டுதான்

தமிழில்: மு.ந. புகழேந்தி

இருப்பார் என்றும் அப்பா சொல்லியிருந்தார். கடவுள் சந்நிதியை அடைய வேண்டும் என்றால் நாம் மிகவும் பொறுமையாக இருக்க வேண்டும் என்றும், நாம் மிகவும் முயற்சி செய்ய வேண்டும் என்றும் சொல்லியிருக்கிறார். "நாம் நாள்தோறும் கடவுளை வழிபடவேண்டும்."

"பூலான், நீ கடவுளைப் பார்க்க வேண்டும் என்றால் காட்டிற்குப் போக வேண்டியதில்லை, அதற்குப் பதில் கோவிலுக்குப் போ" அப்பா உபதேசித்தார்.

ஆனால், அதனால் எந்தப் பலனும் உண்டாகவில்லை. நான் கோவிலில் தேடினேன். அங்கே கடவுள்களல்ல, அவர்களின் சிலைகள் தான் இருந்தன. நாம் மனம் உருகிப் பிரார்த்தனை செய்தால் அந்தச் சிலைகள் உயிர் பெற்று நம்முடைய குறைகளைத் தீர்த்து வைக்கும் என்று அப்பா சொன்னார்.

சிலைகளைப் பார்ப்பதற்காக நான் சோட்டியுடன் கிராமத்தி லிருந்த கோயில்களுக்குப் போயிருக்கிறேன். நான் அவைகளுக்கு எதிரில் நின்று, அந்தக் கண்களை உற்று நோக்கியிருக்கிறேன். இருந்தாலும் ஒன்றும் நடக்கவில்லை. அவைகள் உயிர் பெற்று எழுந்து வரவேயில்லை. அதிலிருந்து கடவுளைப் பார்க்க வேண்டும் என்னும் என் ஆசையை விட்டு விட்டேன்.

அன்று இரவு அம்மாவினுடைய வயிறு கிழிந்தது....

ஒரு குழந்தை பிறக்கப்போகிறது என்று நாங்கள் புரிந்து கொண் டோம். நானும் சோட்டியும் அந்த நிகழ்ச்சியைக் குறித்து நிறையப் பேசினோம். அம்மாவின் ஒட்டிக் கிடந்த வயிறு பெரிதாகியதும் அதற்குள் ஒரு குழந்தை இருக்கிறது என்பதும் எங்களுக்கு வியப்பாக இருந்தது. எங்களுக்கு அனுமதி மறுக்கப்பட்ட ஓர் அறைக்குள் நுழைந்த அம்மா, ஒரு குழந்தையை எடுத்தபடி அறையை விட்டு வெளியில் வந்தாள்.

அம்மா மிகவும் வேதனைப்பட்டாள். களைத்துப் போன அவள் முகம், கண்கள் பிதுங்கியும், இருண்டும் காணப்பட்டன. ஏனெனில் அதுவும் பெண் குழந்தை, இன்னுமோர் பெண் குழந்தை, சீராட்டிப் பாராட்டி வளர்க்க, நாலாவதாய் ஒரு பெண் குழந்தை! அவளுடைய பெயர் பூரி.

பூரிக்குத் தாய்ப்பால் கொடுக்க மாட்டேன், தண்ணீர் மட்டுந்தான்

என்று அம்மா ஒரு தீர்மானம் செய்தாள். அப்பொழுது, நாங்கள், அவளை வளர்க்க வேண்டி வந்தது. வயலில் தனக்கு நிறைய வேலைகள் இருப்பதாக அம்மா சொன்னாள். பிறரது ஆடுகளில் இருந்து பாலைத் திருடிக் கொண்டு வந்து அதில் தண்ணீர் கலந்து பூரிக்குக் கொடுத்தோம்.

திருடுவது தவறு என்று எனக்குத் தெரியும். இருந்தாலும் குழந்தை பட்டினி கிடப்பதை ஒரு பொழுதும் கடவுள் விரும்ப மாட்டார் இல்லையா.

கடவுளைப் பார்த்தால் இதைப்பற்றிக் கண்டிப்பாகக் கேட்க வேண்டும் என்று நான் உறுதி செய்து கொண்டேன்.

பூரி எந்த ஆண்டு பிறந்தாள் என்று எனக்குத் தெரிய வில்லை...

யமுனையின் தண்ணீர் வசந்த காலத்தில் தூய்மையாகவும், தெளிவாகவும் இருக்கும். முதுவேனிற்காலத்தில் நீல வண்ணமாகக் காட்சியளிக்கும். தண்ணீருக்கும் மேல் மீன்கள் துள்ளிக் குதித்துக் கொண்டிருக்கும்.

கார்காலம் முடிந்தவுடன் ஆற்றில் சேறு நிறைந்து, தவிட்டு நிறமாயும் பயங்கரமாயும் இருக்கும். மழை வெள்ளம் மலையடி வாரங்களில் இருந்து சேற்றையும், வண்டலையும் கொண்டு வரும். அப்பொழுது நுரை பொங்க, சுழல்களுடன் ஆறு ஓடிக் கொண்டிருக்கும். சில சமயங்களில் தூரத்திலிருந்த குடிசை வீடுகள் ஆற்றுப் பெருக்கில் சிக்கி அடித்துச் செல்வது கூட உண்டு. கடவுள்கள் வாழ்கின்ற மலைக் கோயில்களில் இருந்து தான் யமுனை உற்பத்தியாகின்றது.

அம்மா ஓர் ஆண்குழந்தையைப் பெற்றெடுப்பது நல்லதுதான், அவனது திருமணத்தின்போது நாங்கள் சீதனம் கொடுக்க வேண்டிய தேவையிருக்காது.

நான் அறிந்திருந்தவைகள் இவ்வளவுதான், நான் படித்தது பாடப் புத்தகங்களில் இருந்தல்ல, என் கண்களாலும் காதுகளாலும் தான்.

"மகளே! நீ, பீஹாரியிடம் மரியாதையாய் நடந்து கொள்ள வேண்டும். அவன் உன் பெரியப்பா!" என்று அப்பா ஒருநாள் என்னிடம் சொன்னார்.

தமிழில்: மு.ந. புகழேந்தி

அப்பா சொன்னதில் எனக்கு நம்பிக்கையில்லை. இவ்வளவு பணக்காரனாக இருக்கும் ஒருவன், வேலைக்காரர்களும், இரட்டை மாடி வீடும் மற்ற வசதிகளும் கொண்ட ஒருவன் எப்படி என் பெரியப்பாவாக இருக்க முடியும்?

உண்மையிலேயே அவன் எங்கள் பெரியப்பாவாக இருந்தால் கண்டிப்பாக எங்களுக்கு உதவி செய்திருந்திருப்பான். இப்படித் திட்டவும் அடிக்கவும், எங்களிடம் மரியாதைக் குறைவாய் நடந்து கொள்ளவும் மாட்டான். நான் குழந்தையாயிருந்த பொழுது அவன் என்னையும், துணிகள் எதுவும் அணியாமல் விளையாடிக் கொண்டிருந்த குட்டித் தங்கையையும் பார்த்து "இந்தப் பெண்களைப் பார், கொஞ்சம் கூட வெட்கமே இல்லை!" என ஏளனமாகப் பேசியிருக்க மாட்டான்.

அவன் என் அம்மாவைப் பார்த்து "ஓ! அருவருப்பாய் இருக்கிறது!" என்று கத்துவான்.

ஊரில் ஏற்படும் எல்லாக் குழப்பங்களுக்கும் நாங்கள்தான் காரணம் என்று ஊர் முழுவதும் சொல்லிக் கொண்டிருந்தான்.

பீஹாரியும் என் அப்பாவும் சகோதரர்கள்தான். என் தாத்தாவுக்கு இரண்டு மனைவிகள். சொத்தில் என் அப்பாவிற்கு எந்தவித உரிமையும் இல்லை என்று அவன் சொன்னான். என் அப்பாவின் பங்குக்குச் சேர வேண்டிய நிலத்தையும் தர மறுத்து அவன் எங்களை ஏமாற்றிக் கொண்டிருந்தான். வளமாக வாழ்ந்து வந்தான். உடுக்க எங்களுக்குத் துணி கூட எடுக்க முடியாமல் போனது. அம்மாவின் புடவையிலிருந்து கிழித்த ஒரு துண்டுத் துணியில்தான் முதல் முதலாய் எனக்கு உடை தைத்தது.

அப்பா, தச்சு வேலை செய்து சம்பாதித்த பணம் முழுவதும் பீஹாரியுடனான வழக்கு நடத்துவதற்கே செலவாகிவிட்டது. கல்ப்பியில் உள்ள நீதிமன்றத்தில் அப்பாவின் பக்கம் தீர்ப்பு கிடைத்தது. அதற்காக, நாங்களெல்லோரும் சேர்ந்து கடவுள்களின் பாதங்களில் பூமாலைகள் அணிவிப்பதற்காகக் கோயிலுக்குப் போனோம். பீஹாரி தந்திரசாலி. அவன் வெகு தூரத்தில் உள்ள ஒராயிலுள்ள மேல்நீதிமன்றத்திற்குச் சென்றான். அந்த நீதிமன்றத்திற்குப் போவதற்காக அப்பா ஒரு நாள் முழுவதும் நடந்தே செல்வார். நிராசையால், பெருமூச்சு விட்டுக் கொண்டும் வக்கீலுக்குக் கொடுக்க நிறையப் பணம் வேண்டியிருக்கிறது என்றும் புலம்பிக் கொண்டு அப்பா திரும்பி வருவார்.

மலையிடுக்குகளின் மேல் சுற்றிப் பறந்து கொண்டுள்ள கழுகைப் போன்ற என் பெரியப்பாவை நான் கொஞ்சம் கொஞ்சமாக வெறுக்கத் தொடங்கினேன். அவன் ஒரு தாக்கூரைப் போலப் பேசுவான். மரியாதையும் அதிகாரமும் உள்ள, வயலிலிறங்கி வேலை செய்ய வேண்டிய அவசியமில்லாத, பெரிய மனிதனைப் போல, பணக்காரனாக இருப்பதால் தனக்கு ஒரு தாக்கூரினுடைய அதிகாரம் இருப்பதாக அவன் நினைத்துக் கொண்டிருந்தான். உண்மையில், அவனும் எங்களைப் போல ஒரு மல்லாதான்.

ஊர்ப் பஞ்சாயத்திற்கு வரும்படி அப்பாவிற்கு ஒருநாள் அழைப்பு வந்தது. "நீங்கள் என்ன செய்ய வேண்டும் என்று தெரியுமா, தேவிதின்?" ஊரில் முக்கியமானவனான சர்பஞ்ச் அப்பாவிடம் கேட்டான்.

"பீஹாரிக்கு எதிராக உள்ள வழக்குகளை நீங்கள் திருப்பி வாங்கிக் கொள்ள வேண்டும். உங்களுடைய பெண் குழந்தைகளினுடைய காரியங்களை நினைத்துப் பார்க்க வேண்டுமில்லையா? அவர்களுடைய திருமணத்தைப் பற்றி நீங்கள் யோசனை செய்து கொண்டிருப்பீர்கள் இல்லையா? இப்படியே வழக்கு நடத்திக் கொண்டிருந்தால் அவர்களுக்குக் கொடுக்க வேண்டிய சீதனத்திற்கு என்ன செய்வீர்கள்?"

அப்பா அவரிடம் மிகவும் பணிவாக வேண்டிக் கொண்டார். "நீங்களே நியாயம் சொல்லுங்கள்!" யாரும் அதைக் கண்டு கொள்ளவில்லை. கண்ணீர் விட்டுக் கெஞ்சியழுத பொழுதுங்கூட பஞ்சாயத்தார் உதாசீனப்படுத்தினர். அந்தப் பஞ்சாயத்தில் கூடியிருந்த அனைவரும் செல்வந்தர்களும் பீஹாரியினுடைய நண்பர்களுமாய் இருந்தனர்.

வீட்டிற்கு வந்து நடந்தவைகளை எல்லாம் அப்பா விவரித்த பொழுது நான் கோபத்தால் துடித்தேன். என் பாவப்பட்ட அப்பா கோழையாகவும், தயாள குணம் உடையவராகவும் இருந்தார். அவருடைய மனதில் வெறுப்பின் சாயல் கூட இருக்கவில்லை. எங்களை ஒருமுறை கூட அவர் அடித்ததில்லை. கூன் விழுந்திருந்ததால் தடி அவருக்கு ஊன்றுகோலாக மட்டுமே இருந்தது. ஊரில் இருப்பவர்களிடம் அவர் கெஞ்சினார். "நீங்கள் என் சகோதர மல்லாக்கள். எனக்கு உதவி செய்யுங்கள்! நானும் பீஹாரியின் அப்பாவிற்குப் பிறந்தவனா இல்லையா என்பதை நீதிமன்றத்தில் சொல்லுங்கள்! உண்மையைச் சொன்னால்

போதும்!" கிராமத்தினருக்குப் பீஹாரியிடம் பயமிருந்தது. அவன் செய்தவை எல்லாம் அவர்களுக்குத் தெரியும். அப்பாவிற்கு ஆதரவாக ஒரு வார்த்தை கூடச் சொல்லவில்லை. அவர்களும் எங்களைப் போல ஏழைகள். பஞ்சாயத்துத் தலைவர் என்ன முடிவு எடுக்கிறாரோ அதற்கு அவர்கள் கட்டுப்படுவார்கள். கிராமத்தில் உள்ள யாராவது அப்பாவிற்கு உதவி செய்ய முதற்பட்டால் பீஹாரியின் ஆட்கள் அவனை அடித்துக் கொன்று விடுவார்கள்.

அப்பா நீதிமன்றத்திற்குப் போக வேண்டிய நாள் நெருங்கிய வுடன், பீஹாரி அப்பாவிடம் பேசுவதற்காக வீட்டிற்கு வந்தான். வழக்குகளைத் திரும்பப் பெற்றுக் கொள்வதாக இருந்தால் அறுபது சென்ட் நிலத்தை அப்பாவிற்குத் தரத் தயாராக இருப்பதாகச் சொன்னான். அப்பாவும் சம்மதித்தார். ஆனால் அது ஒரு ஏமாற்று வேலையாக இருந்தது. அப்பா, அவனிடம் சென்ற பொழுது அவன் ஏளனமாய்ச் சொன்னான்: "வழக்கு விசாரணைக்கு வந்த பொழுது நீ நீதிமன்றத்திற்கு வரவில்லை! வந்திருந்தாலும் உனக்கு நிலத்தைத் தரச் சொல்லி அவர்கள் என்னை நிர்பந்திக்க முடியாது. ஏனெனில் எனக்கு எந்த நிலமும் கிடையாது."

எண்பது சென்ட் நிலத்தை விற்றுத்தான் அவன் பெரிய காங்கிரீட் கட்டிடமும், முற்றத்திலேயே கிணறும் வெட்டிக் கொண்டான். மற்றொரு வயலை அவன் தன் மகன் மாயாதீனுக்குக் கொடுத்து விட்டிருந்தான். தன் பெயரில் இருந்த நிலத்தை, மகளுடைய பெயருக்கு மாற்றிவிட்டிருந்தான்!

என் அப்பா எப்பொழுதும் சோகத்துடன் இருந்தது இதனால் தான். வேப்ப மரம் நட்டு வைத்திருந்த ஒரு துண்டு நிலத்தைத் தவிர எங்களுக்கு என்று வயல்கள் எதுவும் இல்லை. பருவமழை முடிந்து ஆற்றில் வெள்ளம் வற்றி வறண்டு போகும், தூரத்தில் யமுனைக்கரையிலுள்ள நிலத்தை மட்டுமே நம்பி நாங்கள் வாழ்ந்து கொண்டிருந்தோம். அந்த நிலம் யாருக்கும் சொந்தமில்லை. ஆண்டிற்கோரு முறை ஆறு மாத காலத்திற்கு இந்த யமுனை எங்களுக்கு அளிக்கும் வரப் பிரசாதம்!

தோணி எடுப்பதாக இருந்தால் படகோட்டிக்கு ஒரு நாள் வாடகையாக ஐந்து ரூபாய் தரவேண்டும். தர்பூசணியும் வெள்ளரியும் பயிரிடுவதற்கு வேண்டிய விதைகளும் உரமும்

நிறைந்த கூடைகளை ஏற்றிக் கொண்டு தோணியை நாங்களே துழாவ வேண்டும். உரம் கொண்டு செல்வதற்காக ஒரே நாளில் பல முறை சென்று வருவதுமுண்டு. வெள்ளப்போக்கு அதிகமாக இருந்தால் அடுத்த கரைக்குச் செல்ல பல மணி நேரங்கள் துடுப்புப்போட வேண்டி வரும். சுமை நிறைந்த படகை, வெள்ளப் போக்கிற்கு எதிராக அக்கரைக்குக் கொண்டு போய்ச் சேர்க்க நான் சிறு வயதிலேயே பழகி விட்டேன். நான்கைந்து வயதிருக்கும் பொழுதே நான் நீச்சலடிக்கவும் பழகியிருந்தேன். உரம் சேகரிக்கவும், தலையில் சுமந்தபடி கரைக்குப் போகவும், படகைத் துழாவவும் நான் பழகியிருந்தேன். ருக்மிணியும் அம்மாவும் நிலத்தை உழுது கொண்டிருக்கும் பொழுது நானும் அவர்களுக்கு உதவி செய்வேன். விதை விதைப்பேன். விளைச்சல் முழுவதும் எங்களுக்குத்தான். அவற்றை எங்கள் சொந்தப் பயன்பாட்டுக்கோ, விற்பதற்காகச் சந்தைக்கோ கொண்டு போவோம். எங்களுக்கு என்று கடவுள் கொடுத்த ஒரே வருமானம் அதுதான். அதைக் கொண்டு திருப்திப்பட்டுக் கொள்ள வேண்டும் என்று அப்பா சொல்வார்.

"மகிழ்ச்சியுடனிருக்கும் பொழுது கடவுள் பல ஆசிகளை வழங்குகின்றார்" என்று அப்பா சொல்வார். ஆனால், அம்மா அதை ஒப்புக் கொள்ள மாட்டாள். "கடவுளைத் தேடிப் போவதில் எந்தப் பயனும் இல்லை, பூலான், செல்வந்தர்களுக்கு மட்டுமே அருள் புரிவார் கடவுள். பீஹாரிக்கு எல்லா வசதிகளையும் கொடுத்த கடவுள் உன் அப்பாவிற்கு ஒன்றும் கொடுக்கவில்லையே."

குழந்தைகளை முத்தமிடவும், செல்லம் காட்டவும், அவர்களுக்கு நல்ல பொருட்களைத் தின்பதற்குக் கொடுக்கவும் செய்கின்ற தாய்மார்களும் ஊரில் இருந்தனர். ஆனால், தங்கள் குழந்தைகளை அவர்கள் நேசிப்பதைப் போல அம்மாவால் எங்களை நேசிக்க முடியவில்லை. "நம் அம்மா ஓர் இராட்சசி! எப்பொழுதும் நம்மேல் கோபப்பட்டுக் கொண்டேயிருக்கிறார்" என்பாள் சோட்டி. "இந்தப் பெண்களுக்கு என்ன நடக்கும்? யார் இவர்களைத் திருமணம் செய்து கொள்ளப் போகிறார்கள்?" என்று இப்படி அம்மா புலம்பிக் கொண்டிருக்கும் பொழுதெல்லாம் நாங்கள் பயப்படுவோம். சில சமயங்களில் அந்த முகம் விசித்திரமாகவும் பயங்கரமாகவும் இருக்கும். கண்கள் பிதுங்கி ஒரு எருமையினுடையதை விடப் பெரிதாகும். அம்மா உறுமுவாள். "வேண்டிய அளவு உணவு கொடுக்க முடியவில்லை... இத்தனை பெண் குழந்தைகள் ஏன் பிறந்தன என்று எனக்குத் தெரியவில்லை.." எங்களுடைய கைகள்

தமிழில்: மு.ந. புகழேந்தி

உடலில் இருந்து பிய்ந்து விடும்படியான சக்தியுடன் பிடித்து இழுத்துக்கொண்டும் அப்பாவிடம் அலறி அழுது கொண்டும் அம்மா ஒரு நாள் சொன்னாள்: "நான் கிணற்றில் விழுந்து சாகப் போகிறேன்! முதலில் இவர்களைக் கிணற்றில் வீசிவிட்டு நானும் குதிக்கப் போகிறேன்!" அதைக் கேட்டு நான் மிகவும் பயந்து விட்டேன். சோட்டி பயத்தில் நடுங்கிக் கொண்டிருந்தாள். "அம்மா, என்னைக் கிணற்றில் போட்டு விடாதே, தயவு செய்து போட்டு விடாதே! என்னைக் கிணற்றில் போட்டால் நான் செத்துப் போவேன்!" அவள் கதறியழுதாள்.

அது குளிர்காலம். எங்களுக்குச் சாப்பிட எதுவுமில்லாததால் அம்மா மிகவும் கோபமாக இருந்தாள். பெரியப்பா பீஹாரிக்கோ, எல்லா வசதிகளும் இருந்தன. அவருடன் வழக்கு நடத்தவோ, சண்டை போடவோ அப்பா விரும்பாததும் அம்மாவிற்குக் கோபத்தை ஏற்படுத்தியது. ஓர் அடிமையைப் போல அப்பா வேலை செய்தார். பிரார்த்தனை செய்தார். அவர் ஒரு கோழை என்று அம்மா சொன்னாள். பீஹாரி என்னை அடித்த பொழுதெல்லாம் அப்பா மௌனமாகவே இருந்தார். என் அருகில், வந்து என்னைத்தான் சமாதானப்படுத்துவார். என்னை மடியில் உட்கார வைத்துக் கொண்டு சொல்வார் "உன் பெரியப்பா, ஓர் இராட்சசன், மனிதனில்லை."

பீஹாரி, இல்லை எனில் தலைவனாக இருப்பவர், அதுவு மில்லை என்றால் அம்மா, எனப் பிறந்ததிலிருந்து யாராவது ஒருவரிடம் நான் அடி வாங்கிக் கொண்டிருக்கிறேன். நானும் தங்கை சோட்டியும் அடிவாங்கியதால் உண்டான தழும்புகளை ஒருவருக்கொருவர் தொட்டுப் பார்த்துக் கொள்வோம். எல்லாக் குழந்தைகளுக்குமே இப்படித்தான் அடி கிடைக்குமா? நானே என்னைக் கேட்டுக் கொள்வேன்.

கிராமத்தில் இரண்டு விதமான ஆட்கள் இருக்கிறார்கள் என்று அப்பா சொல்வார். நிலச் சொந்தக்காரர்களான செல்வந்தர்கள். எங்களைப் போல ஆற்றினுடைய தயவில் காலம் வரும்வரை காத்திருந்து விவசாயம் செய்ய விதிக்கப்பட்ட ஏழைகள்.

"ஒரு பணக்காரன் உங்களுக்குக் கட்டளையிடலாம், உங்களை அடிக்கலாம், தண்டிக்கலாம். ஏனெனில் அவன் ஒரு பணக்காரன். கொலை செய்வதற்குக் கூட அதிகாரமிருக்கிறது. அவனிடம் நிலம் இருப்பதால் நமக்கு வேலை கொடுக்கிறான். அவன் வேலை

கொடுக்கவில்லையென்றால் நாம் பட்டினி கிடக்க வேண்டும்."

"ஏழைகளுக்கு ஒன்றுமில்லை. நிலம் இல்லை, பணமில்லை, அதிகாரமில்லை, அடிமைத் தொழில் செய்வதற்காக மட்டுமே அவன் பிறந்திருக்கிறான்!"

"இதுதான் உண்மை நிலை, பூலான்". அப்பா சொன்னார். "நாம் தலை வணங்கி நம்மை விட உயர்ந்த சாதிக்காரர்களுடைய கால்களை வணங்க வேண்டும், ஏனெனில் அவர்கள் நம்மைக் காப்பாற்றுபவர்கள்."

அப்பாவின் பயம் கலந்த முகம், அதில் விழும் நீண்ட சுருக்கங்கள், அணிந்துள்ள பழைய பருத்திச் சட்டை, அந்த மெலிந்த கைகள், அழுக்குப் படிந்த உடல், இவற்றுடன் கூடிய அப்பாவின் தோற்றத்தையும் நீண்ட வெள்ளையான குர்த்தா அணிந்து, கையில் சப்பாத்தியும் வாய் நிறையக் கடலையுமாய்க் காணப்படும் பெரியப்பாவையும் நினைத்துப் பார்த்தேன்.

பீஹாரியினுடைய உருவத்தில் அப்பாவை நினைத்துப் பார்த்தேன். அவன் பணக்காரனாகவும் நாங்கள் ஏழையாகவும் ஆன விதம் எனக்குப் புரியவில்லை. "ஏழையின் வயிற்றில் பசியின் கூக்குரல் பயத்தையும், கீழ்ப்படிதலையும் உண்டாக்குகின்றது" என்று அப்பா சொன்னார். அப்பா சொன்னதைப் போல நடந்து கொள்ள நான் முயற்சி செய்தேன், ஆனால், என்னால் அது முடியவில்லை. நான் என் அம்மாவைப் போல இருந்தேன். எனக்குள் நிறைய பகைமை உண்டாகியிருந்தது.....

2

பள்ளிக் கூடத்தைப் பற்றிப் பேச மறுபடியும் பிராமணன் வந்தான். சிறுமியாய் இருக்கும்பொழுது, தலைவரின் வீட்டிலுள்ள பள்ளிக் கூடத்திற்கு அப்பா ஒருமுறை என்னைக் கூட்டிச் சென்றிருந்தார். அப்பொழுது எனக்கு வயது நாலோ ஐந்தோ இருக்கும். முற்றத்தில் தன் கயிற்றுக் கட்டிலில் உட்கார்ந்து கொண்டு அப்பா சொன்னார் " நீ பேசிப் பழகும் நேரம் வந்து விட்டது, பூலான். நீ ஏன் எதுவுமே பேச மாட்டேன் என்கிறாய்? நீ சிரிப்பதுகூட இல்லை, யாரைப் பார்த்தாலும் வெட்கம். என்னைப் பார்த்துப் பயப்படுகிறாயா."

நான் இல்லையென்று தலையாட்டினேன். எனக்கு அம்மாவிடம் தான் பயம். அப்பா எப்பொழுதும் என்னைப் பாசத்துடன் தான் பார்ப்பார். ஒரு விதத்தில் அவர் சொன்னது சரியாகத்தான் இருந்தது. அந்த வயதில் நான் ஒரு வார்த்தை கூடப் பேச மாட்டேன். "நான் உன்னைப் பள்ளிக் கூடத்திற்குக் கூட்டிக் கொண்டு போகிறேன். அந்த பிராமணன் உனக்குப் பேசக் கற்றுக் கொடுப்பான். நீ கவனத்துடன்

அவர் சொல்வதைக் கேட்கவும் அவரை அனுசரித்துப் போகவும் வேண் டும்" அப்பா தீர்மானமாகச் சொன்னார்.

அப்பா என் கையைப் பிடித்துக் கொண்டு வரிசையாக இருந்த வீடுகளுக்குக் கடைசியில் இருந்த வழியில் நடந்தார். நாங்கள் அதுவரை பார்த்திருக்காத கமலேஷின் ஆளில்லாத வீட்டையும் மற்றும் ராம்சேவக்கின் வீட்டையும் கடந்து, பெரியப்பா பீஹாரி தன் மகள் பிதோளிக்காகக் கட்டிக் கொடுத்துள்ள பெரிய வீட்டின் வழியாகப் போனோம். நாங்கள் பீஹாரியினுடைய வீட்டையும் கடந்து சென்றோம்.

இரண்டு பாதைகள் பிரிந்தன. ஒன்று பள்ளிக்கும் இன்னொன்று குன்றின்மேல் உள்ள கோயிலுக்கும். எங்கள் கிராமத்தில் இரண்டு கோயில்கள் இருந்தன. ஒன்று, அப்பாவும் பிற ஏழை மல்லாக்களும் அடிக்கடி வழிபடும் காளிகோயில், மற்றொன்று தங்களுக்கு அருளிய அனைத்து வித சுகங்களுக்கும் நன்றி சொல்வதற்காகப் பணக்காரர்கள் வழிபடும் இன்னும் சற்று அழகான சிவன் கோயில். பிராமணன் தான் கிராமப் பூசாரி.

தலைவருடைய வீட்டிற்கு அப்பா என்னை அழைத்துச் சென்றார். வீட்டின் முன் இருந்த பலகையின் முன் நின்று "பார், 'துவக்கப்பள்ளி' என்று எழுதியிருக்கிறது. இங்கே தான் நீ கற்றுக் கொள்ளப் போகிறாய் பூலான்" என்று கூறினார்.

தலைவருடைய வீட்டில் காங்கிரீட் முற்றம் இருந்தது, அங்கேதான் நாங்கள் உட்கார வைக்கப்பட்டோம். எங்கள் ஒவ்வொருவருக்கும் படங்களுள்ள ஒரு சிறு புத்தகம் கொடுக்கப்பட்டது. புத்தகத்தின் பக்கங்களைப் புரட்டிப் பார்த்தோம். பிராமணன் கரும்பலகையில் இருந்த எழுத்துக்களைத் தன் கையிலிருந்த குச்சியால் தொட்டுக் காண்பித்தான். ஆனால் குழந்தைகளை தயவு தாட்சண்யம் இன்றித் தண்டிக்கும் ஆசிரியராக இருந்தார். குச்சியால் அடித்து எங்களுக்கு எழுத்துக்களைக் கற்பிக்க முயன்றார்.

சொல்லிக் கொடுத்ததை நாங்கள் அதேபோல் திருப்பிச் சொல்லாததால் அவர் எங்களைத் திட்டினார். கோபம் அதிகமான பொழுது எங்கள் மொட்டைத் தலையில் கொட்டினார். "ஏக்.. தோ... தீன்... சார்... பாஞ்ச்..." மறுபடியும் "ஏக்.. தோ... தீன்... சார்... பாஞ்ச்..."

எனது பள்ளி வாழ்க்கை மிகக் குறுகிய காலமே நீடித்தது.

நாங்கள் பரம ஏழைகள். குடும்பத்தில் எல்லோரும் உழைக்க வேண்டிய சூழ்நிலை. எனவே நானும் வேலை செய்தாக வேண்டிய கட்டாயம். எனக்கு எழுதவோ படிக்கவோ தெரியாமல் இருக்கிறது. சில ஆண்டுகளுக்குள் நான் சுயமாகவே பேசத் தொடங்கிவிட்டேன்.

மரத்தால் செய்யப்பட்ட பெரிய தோணிகள். எங்களுடையதைப் போன்ற கிராமங்களுக்கு இடையில் உள்ள ஆற்றில் நுழைந்து போய் வருவதை நான் கவனித்துக் கொண்டிருப்பேன். திரிகளோ அதைப் பற்ற வைக்க எவருமோ இன்றி மின்சார விளக்குகள் எரிவது வியப்பாக இருந்தது. அவை ஓராயிற்கு வந்த விதத்தைப் பற்றி அப்பா சொன்னார். ஓராயில் இருந்து கான்பூர் வரை செல்லும் புகை வண்டியைப் பற்றியும் அவர் சொன்னார். ஆனால், அப்பொழுது எங்கள் கிராமத்திற்கு மின்சார விளக்குகள் வந்திருக்கவில்லை.

பள்ளிக்கு என்னை அனுப்பி வைக்குமாறு கேட்க வந்த பிராமணனை அம்மா திருப்பி அனுப்பி விட்டாள். நானோ, என் சகோதரிகளோ பள்ளிக்கூடம் போகக் கூடாது என்று முடிவு செய்யப்பட்டது. அதற்குப் பதிலாக என் தம்பி சிவநாராயணனைப் பள்ளிக்கூடத்திற்கு அனுப்பினோம். கோதுமை அரைப்பது, சப்பாத்தி சுடுவது, களையெடுப்பது, பசுக்களுக்குத் தீவனம் போட புல் வெட்டுவது, கிணற்றிலிருந்து தண்ணீர் எடுத்துக் கொண்டு வருவது போன்ற வேலைகளைத் தவிர பெண் குழந்தைகளான நாங்கள் வேறு எதையும் படிக்கத் தேவையில்லை என்று அம்மா சொன்னாள்.

ஒரு மாம்பழம் கேட்டதற்காக என்னை அடித்ததிலிருந்து நான் தலைவருடைய வீட்டு வேலைகளைச் செய்வதற்குப் போவதில்லை. பணக்காரனான அவன் பெயர் கிஷ்ண். பீஹாரியைப் போல அவனும் வேலை எதுவும் செய்யாமலிருந்தான். பெண்கள், ஆற்றில் குளிக்கப் போவதைப் பார்க்கும்படியாக முற்றத்தில் ஒரு கயிற்றுக் கட்டிலில் எப்பொழுதும் உட்கார்ந்து கொண்டிருப்பான். தடித்த கழுத்தும், பெட்டைக் கோழியினுடையது போன்ற கூர்மையான கண்களையும் உடைய கொடியவன்.

கிஷ்ணைப் போலவே அவனது மகன்களும். நாள்முழுவதும் அங்கேயே இருப்பார்கள். எப்பொழுதாவது ஒரு பெண் அந்த வழியாகப் போகும் பொழுது அவர்கள் "ஆ, என்ன அழகான

பெண் இங்கே வா! எங்களிடம் வா!" என்று கிண்டல் செய்து கொண்டிருப்பார்கள்.

பெண்களைத் தன் வீட்டின் பின்னாலேயோ, யமுனையின் கரைக்கோ கடத்திக் கொண்டு போவதற்குத் தலைவன் முயற்சி செய்வான். இதனால் தான் அம்மா எங்களைத் தனியாக ஆற்றில் குளிக்க அந்த வயல் வழியாகப் போக வேண்டாம் என்று சொல்லியிருந்தாள். என்றைக்காவது ஒரு நாள் அவன் பெண்களைக் கற்பழித்து விடுவான் என்றும் அதனால் ஆபத்து வரும் என்றும் எப்பொழுதுமே அம்மா பயந்து கொண்டிருந்தாள். ருக்மிணிக்கு உடனே திருமணம் செய்ய எண்ணியிருந்ததால் அம்மா மிகவும் எச்சரிக்கையாக இருந்தாள்.. "ஒரு பெண் அவளுடைய அப்பாவிடமோ, கணவனிடமோ தவிர வேறு ஆண்களுடன் பேசக்கூடாது, பூலான். திருமணத்திற்கு முன் அவள் கற்பிழந்து விட்டால் அவள் எல்லோருக்கும் பொதுவாகி (தாசி) விடுவாள். அதற்குப் பிறகு அவளைத் திருமணம் செய்ய யாரும் முன்வர மாட்டார்கள்." அம்மா இதை அடிக்கடி சொல்லிக் கொண்டிருப்பாள். எனக்குத் தெரியாத காரியங்கள் எல்லாம் ருக்மிணி தெரிந்து வைத்திருந்தாள். அவள் பருவமெய்தி வெகு நாட்கள் ஆகிவிட்டன. அவளுக்குப் பதினான்கோ பதினைந்தோ வயதானதிலிருந்து அப்பா அவள் மேல் கூடுதல் கவனம் செலுத்தினார். ஏனெனில், அந்த வயதிற்குப் பிறகு ஆண்களிடம் நெருங்கிப் பழகுவதைத் தடுத்தாக வேண்டும். வீட்டில் இருக்கும் பொழுதும், வயலில் வேலை செய்து கொண்டிருக்கும் பொழுதும் அவள் அந்த வயதுள்ள மற்ற பெண்களைப் போலவே அம்மாவின் அருகிலேயே இருந்தாள். இப்போதெல்லாம் அம்மா அவளை அடிப்பதில்லை அவளுக்கு சமையல் வேலையே சரியாக இருக்கும். எனவே நாங்கள் அதிகமாய்ப் பேசிக் கொள்ள முடியவில்லை. நான் சோட்டியுடன் விளையாடவும் குழந்தை பூரியைப் பார்த்துக் கொள்ளவும் செய்தேன்.

ஒரு வீட்டில் நான்கு பெண் குழந்தைகள் இருப்பது என்பது மிக துர்பாக்கியமானதுதான். ஊரில் "நான்கு ஆண்குழந்தைகளும் ஓர் பெண் குழந்தையும் சேர்ந்தால் மகிழ்ச்சியான குடும்பமாக இருக்கும்! ஆண் குழந்தைகளுக்குத் திருமணம் ஆகும்பொழுது மனைவியினுடைய வீட்டிலிருந்து பணம் கொண்டு வருவார்கள். பெண் குழந்தைகள் இருந்தால், பசிக்கின்ற வயிறுகள் மட்டுந்தான் இருக்கும்!" என்று ஒரு பேச்சு இருந்தது.

தமிழில்: மு.ந. புகழேந்தி

சோட்டியும், நானும், மற்ற தோழிகளும் குளிக்கப் போகும் விடியற் காலைப் பொழுதை நான் மிகவும் விரும்பினேன். சமவெளிகளுக்கு அந்தப் பக்கம் கிழக்கு அடிவானத்தில் செம்மை நிறத்தை வாரித் தெளித்து உதய கிரணங்கள் கடந்து வரும். மிகவும் அழகான நீலவானமும், சுற்றிலும் தூய்மையான காற்றும் என் மனதுக்குப் பிடித்தவை.

சோட்டியுடனும், என் நெருங்கிய தோழி ராம்தகேலியுடனும் சேர்ந்து நாள் முழுவதும் ஆற்று வெள்ளத்தில் குளிப்பது எனக்கு மிகவும் பிடிக்கும். என்னை விடச் சற்று நிறம் கூடுதலாய் இருந்த அவளுக்கும் என் வயதுதான். அவளுடைய அப்பா தச்சு வேலை செய்து கொண்டிருந்தார். அவர் இறந்த பிறகு வயல்வேலைக்கு வந்த அவள் என் மிக நெருங்கிய தோழியாகி விட்டாள். அவளுக்கு அப்பொழுது எட்டோ ஒன்பதோ வயதுதான் இருக்கும்.

ஒரு நாள் காலை வெயில் காய்வதற்காக நாங்கள் மணற் பரப்பில் படுத்துக் கொண்டிருந்தோம். அப்பொழுது ராம் தகேலி சொன்னாள்: "அந்தத் தந்தையில்லாத தலைவன் தான் என் அப்பாவைக் கொலை செய்தது!"

ராம்தகேலியின் அம்மா மிகவும் அழகானவளாயிருந்தாள். வெள்ளை நிறம். அந்த நிறம் ஆண்களுக்கு மிகவும் பிடிக்கு மில்லையா! தலைவனின் கழுகுக் கண்கள் அவள் மேல் பதிந்தன. அவன் வெகு நாட்களாக அவளைக் கவனித்துக் கொண்டி ருந்தான். ஒரு நாள் அவள் காளையை ஆற்றுக்கு ஓட்டிக் கொண்டு போய்க் கொண்டிருக்கும் பொழுது அந்த ஆபத்து ஏற்பட்டது. காளை, தலைவனுடைய வயலுக்குள் நுழைந்து விட்டது. எதையும் நாசப்படுத்துவதற்கும், விளைச்சலைத் தின்பதற்கும் முன்ன தாகவே காளையை வெளியே ஓட்டி வந்து விட்டாள். ஆனால் தலைவனுடைய வேலைக்காரர்களின் வேவுப் பார்வையிலிருந்து அவை தப்பவில்லை.

"எஜமானே, எஜமானே, பாருங்கள்!" அவர்கள் சத்தம் போட் டார்கள்.

தலைவன் காளையுடன் தச்சனின் மனைவியைப் பார்த்தான். வழக்கத்திற்கு மாறாக அவள் தனியாக வந்திருப்பதைப் புரிந்து கொண்டான். அவனுக்கு, அவளைக் கவர்ந்து தன் வீட்டிற்குள் கொண்டு போவதற்கு அதுவரையிலும் ஒரு வழி கிடைக்கா மலிருந்தது. பலத்தை உபயோகித்துத் தன் இச்சைக்கு வசப்படுத்த

நான் பூலான்தேவி

முடியுமில்லையா?

தலைவன் ஓடி வந்து தன்னுடைய மீசையைத் தடவிக் கொண்டு அவள் மிகவும் அழகாய் இருப்பதாய்க் கூறினான். காளையைத் தன் வயலில் மேயவிட்டதற்கு இழப்பீடு கொடுக்க வேண்டுமென்று கேட்டான். அன்று ராம்தகேலி வீட்டில் இருந்தாள். வீட்டிற்கு வந்து, அம்மா நடந்தவற்றைக் கூறியபொழுது தன் அப்பா கோபம் கொண்டு துடித்ததாக அவள் சொன்னாள். தலைவனுடைய வீட்டிற்குப் போய்க் கேட்கும் அளவு அவருக்குத் தைரியம் இருந்தது. ராம்தகேலியும் அவளுடைய அம்மாவும் உடன் சென்றனர். தலைவன் தன்னுடைய வேலைக்காரர்களை ஏவினான். அவர்கள் தடிகளால் தச்சனை அடித்தார்கள். முகம் மணலில் புதைந்தது: நீளமான வெள்ளை குர்தா இரத்தத்தில் நனைந்தது.

அவர்கள் அவனை அங்கேயே போட்டுவிட்டுப் போய் விட்டார்கள். பயந்து நடுங்கிய ராம்தகேலி வீட்டிற்கு ஓடி விட்டாள். அவளுடைய அப்பா அசைவற்றுக் கிடந்தார். அவனுடைய உறவினர்கள் வந்து ஒரு கயிற்றுக் கட்டிலில் படுக்க வைத்து அவனை வீட்டிற்குக் கொண்டு வந்தார்கள். அடுத்த நாள் அவன் இறந்து விட்டான். அவளுடைய அப்பா இப்பொழுது உயிருடன் இருந்திருந்தார் என்றால் அவள் இப்படி வயலில் வேலை செய்ய வேண்டி வந்திருக்காது. அவனுக்கு நல்ல வருமானம் வந்து கொண்டிருந்தது.

"இப்பொழுது என் அம்மா மறுமணம் செய்துகொள்ளும் வரை என் மாமாவின் வீட்டில் அடைந்து கிடக்க வேண்டும். நானும் வயல் வேலை செய்தாக வேண்டும்."

ராம்தகேலி தேங்கியபடி சொன்னாள்.

அவள் அப்பாவுக்கு நிகழ்ந்த கொடுமையைக் கேட்டதும் என் இரத்தம் கொதித்தது.

மீனவன் ஒருவனைத் தலைவன் அடித்ததை முன்பொருமுறை நான் பார்த்திருக்கிறேன். அந்த ஏழை மீனவன் இரவு முழுவதும் வலை விரித்திருந்தும் ஒரு மீன் மட்டுமே கிடைத்திருந்தது. அவன் அம்மீனுடன் வீட்டிற்குத் திரும்பி வந்து கொண்டிருக்கும் பொழுது தலைவன் அந்த வழியாக வந்தான்.

தமிழில்: மு.ந. புகழேந்தி

மீனை மறைக்க முயன்றதில் பலனில்லாமல் அது தலைவனின் கண்களில் பட்டுவிட்டது.

"நீ ஏதாவது பிடித்தாயென்றால் அது எனக்குச் சேர வேண்டிய தாகும்!" தலைவன் சொன்னான்.

"தயவு செய்து அப்படிச் சொல்லாதீர்கள்" மீனவன் மிகவும் பணிவுடன் சொன்னான். "எனக்கு இந்த ஒரே மீன்தான் கிடைத்தது. அது என் குடும்பத்தினர் சாப்பிடுவதற்கு வேண்டும். எனக்குக் குழந்தை குட்டிகள் உள்ளன."

கோபப்பட்ட தலைவன் மீனவனை அடிக்கத் தொடங்கினான். நாங்கள் எல்லோரும் ஓடி ஒளிந்து கொண்டோம். அவன் யாரை யாவது அடிக்கத் தொடங்கினால், மற்றவர்கள் ஓடிப்போய் ஒளிந்து கொள்வது தான் நல்லது. அவனுடைய அடிஉதைக்குப் பயந்து யாருமே எதிர்ப்புத் தெரிவிக்கவோ குறுக்கிடவோ தைரியப் படவில்லை...

தலையைத் துவட்டும்பொழுதும், தலை வாரும்பொழுதும் நான் ராம்தகேலியைக் கவனித்தேன். அவளுடைய கைகள் இளம் வெயிலில் பொன்போல மின்னின. என் கைகளோ, மெலிந்தும், நட்சத்திரங்கள் இல்லாத இரவைப் போலவும் இருந்தன. அவளைக் காப்பாற்ற ஒரு நாள் ஒரு கணவன் வருவானென்று அவளை சமாதானப்படுத்தினேன்.

"பூலான், உன் அப்பா இல்லாமலிருந்து, உனக்குத் திருமணம் ஏற்பாடானால் அச்சமயத்தில் சீதனம் கொடுக்க நீங்கள் சிரமப் பட வேண்டியிருக்கும். என் அம்மாவின் மறுமணத்திற்குச் சீதனம் கொடுக்க என் மாமாமார்கள் இப்பொழுது சிரமப்பட்டுக் கொண்டிருக்கிறார்கள்." என்று அவள் சங்கடத்துடன் சொன்னாள்.

எங்கள் ஊரை விட்டுப் போய்விட விரும்புவதாக நான் ராம் தகேலியிடம் சொன்னேன். ஏனெனில், எங்களைப் பொருத்தவரை இந்த ஊர் சபிக்கப்பட்டது.

"நீ எங்கே போவாய் பூலான்?" அவள் கேட்டாள்.

யமுனையின் இருமருங்கிலும் வேறு பல ஊர்கள் உள்ளன. என் அப்பா அங்கெல்லாம் வேலை செய்திருக்கிறார். அவர் கயிற்றுக் கட்டில்களோ, ஸ்டூல்களோ செய்தால், விற்பதற்கு வேண்டி அவை களை வேறு கிராமங்களுக்குக் கொண்டு செல்வார்.

“அங்கு நாம் வாழ முடியாது” எனும் பொருளில் தலையாட்டிக் கொண்டு ராம்தகேலி சொன்னாள் : “என் அம்மா அவளுடைய அப்பாவின் கிராமத்திலிருந்து வந்தவள். நீ ஒரு நாள் உன் கணவனுடைய கிராமத்திற்குப் போகவேண்டியிருக்கும். எல்லா இடங்களும் ஒரே போலத்தான். உன்னால் தனியாக வேறொரு ஊருக்குப் போக முடியாது. ஒரு பெண் தனியாக எங்கும் போக முடியாது, பூலான்.”

சோட்டி நாங்கள் பேசுவதைக் கவனித்துக் கொண்டிருந்தாள். அவள் கேட்டாள்: “அப்படியென்றால் ருக்மிணி சீக்கிரம் வேறொரு ஊருக்குப் போய்விடுவாளா?”

“அவள் போய் விடுவாள் என்று அம்மா சொல்கிறாள். அவளுடைய திருமணத்திற்கு ஒரு விழா நடக்கும். மாப்பிள்ளை அவனுடைய குடும்பத்தாருடன் குதிரைமேல் ஏறிவருவான். ஆட்டம் இருக்கும். மாப்பிள்ளைக்கு சன்மானங்கள் கொடுக்கப் படும். அதற்குப் பிறகு அவன் அவனுடைய ஊருக்குத் திரும்பிப் போவான்.”

அவள் கவனமாய்க் கேட்டுக் கொண்டிருந்தாள்.

எனக்கு பத்து வயதாகப் போகிறது. சோட்டிக்கு ஏழு. இருந்தாலும் அவள் குழந்தையைப் போலவே இருந்தாள்.

எங்களுடைய வெள்ளரி விவசாயத்திற்காக உரத்தைச் சேகரித்து நிறைத்து ஆற்றங்கரைக்குக் கொண்டுபோய்ச் சேர்க்க வேண்டும் என்று அம்மா சொல்லியிருந்தாள். அம்மாவும் ருக்மிணியும், பயரிடும் இடத்திற்கு முன்னமே போய் விட்டிருந்தார்கள்.

அது குடும்பத்துடன் செய்ய வேண்டிய வேலை. வேலை செய்யும்பொழுது நாங்கள் பாடினோம்:

கடினமாய் வேலை செய்தால்
விளைச்சல் நன்றாக இருக்கும்
கடினமாய் வேலை செய்தால்
செழிப்பாக விளையும்!

நாங்கள் கடினமாய் வேலை செய்தால், அப்பா ஓராயிக்குப் போய் வழக்கை நடத்தவும் வெற்றி பெறவும் முடியுமில்லையா என்பதுதான் என் எண்ணம். அப்பொழுது எங்களுக்கு நிலம் கிடைக்கும். ஒரு வயல் நிறைய நிலக்கடலை பயிரிடலாம்.

வாழ்க்கை முழுவதும் உணவுக்குப் பஞ்சமில்லை!

நாங்கள் பயிரிடும் நிலத்தைச் சுற்றிலும் அப்பா வேலி கட்டினார். தர்பூசணியும் வெள்ளரிக்காயும் விளைந்து விட்டால் நாங்கள் அவைகளைப் பறித்து விற்பனை செய்து, பஞ்சகாலத்திற்குத் தேவையான தானியங்களை சேகரித்து வைப்போம். வரிசையாகக் கூடைகளைத் தலையில் சுமந்தபடி நடந்து கொண்டு செல்லும் எம் பெற்றோர்களுக்குப் பின்னால் நானும் ருக்மிணியும் பெரிய பாதை வரை போவோம். கால்நடைகள் புகுந்து விளைச்சலை நாசமாக்காமல் இருப்பதற்காக சோட்டியைக் காவலுக்கு விட்டுச் செல்வோம். அறுவடைக் காலத்தில் திருட்டுப் போகாமலிருக்க நாங்கள் அங்கே காவல் காத்திருக்கிறோம்.

விவசாயம் இல்லாத பொழுது நானும் சோட்டியும் கால் நடைகளை மேய்ப்போம். எங்களுடையவைகளை மட்டுமின்றி, மற்றவர்களுடையவைகளையும். நான் குழந்தையாக இருந்த பொழுது எங்களுக்கு இரண்டு பசுக்கள் மட்டுமே இருந்தன. இப் பொழுது ஐந்து பசுக்களும் ஆடுகளும் இருந்தன. எருமைகள் இல்லை. ஏனெனில் அவைகள் பசுக்களை விட விலை மிகுந் தவை. ஒரு கன்றுக்குட்டி பிறந்து அதற்கு இரண்டோ மூன்றோ வயதாகும்பொழுது ஆயிரத்திற்கும் அதிகமான ரூபாய்க்கு விற்கமுடியும், பூரி பிறந்த ஆண்டு நடந்ததைப் போல, பீஹாரி அதைத் திருடாமலிருந்தால்! அன்று சிறு கொம்புள்ள ஒரு பெரிய கன்றுக் குட்டியைப் பார்த்தீர்களா? என்று ஊரிலிருந்த ஒவ்வொருவரிடமும் கேட்டபடி இரவு முழுவதும் நாங்கள் அலைந்து திரிந்தும் பலனில்லை ஏனெனில் யார் அதைத் திருடி யிருப்பார்கள் என்பது அனைவருக்கும் தெரியும். ஆனால், பயத்தின் காரணமாக வெளியில் சொல்ல யாரும் முன்வரவில்லை.

கறவைகள் மூலம் கிடைக்கும் பாலில் சிறிதளவை நாங்கள், எங்கள் தேவைக்காக எடுத்துக் கொள்வோம். மிகவும் கெட்டியான பாலை, கோதுமை வாங்குவதற்காக அம்மா சந்தையில் விற்று விடுவாள். நிறையப் பால் கிடைக்கும் என்பதற்காக அப்பா எருமைகளை வளர்க்க வேண்டும் என்று நினைத்திருந்தார்.

நாங்கள் பயிர் செய்திருந்த இடத்தில் இரவும் பகலும் பாடுபட்டோம். வேலை முடிந்து வீட்டிற்கு வந்தவுடன் அப்பா கோயிலுக்குப் போய் நல்ல விளைச்சல் கிடைக்க வேண்டும் என்று பிரார்த்தனை செய்வார்.

ருக்மிணி சப்பாத்தி செய்திருந்தாள். குளிர் காலத்தில் நாங்கள் வீட்டிற்குள்தான் தூங்குவோம். ருக்மிணிக்கு என்று தனியாக ஒரு கம்பளிப் போர்வை இருந்தது. நானும் சோட்டியும் ஒரு கயிற்றுக் கட்டிலில் படுத்துக் கொள்வோம். கதகதப்பிற்காக கீழே வைக்கோலைப் பரப்பி வைத்துக் கொள்வோம். சோட்டி தூக்கத்தில் உருண்டு புரண்டு என்னை உதைப்பாள். சில சமயங்களில் நான் கீழே விழுந்து விடுவேன். அப்படி ஒரு நாள் கீழே விழுந்தபொழுது என் உடம்பில் ஒரு தேள் கொட்டிவிட்டது. நான் சத்தமாய் அலறினேன். ஒரு பிராமணனைக் கூட்டிக் கொண்டு வந்து நஞ்சின் சக்தி குறைவதற்கு வேண்டி மந்திரம் சொல்ல வைத்தார்கள்.

அப்பாவிடம் நான் ஒரே ஒருமுறைதான் அடி வாங்கியிருக்கிறேன். அது பூரி பிறந்த பொழுது நடந்தது. நான் புல்லை நிலக் கடலையுடன் சேர்த்து கால்நடைகளுக்குத் தீவனம் தயாரித்துக் கொண்டிருந்தேன். கலவையை நான் பாத்திரங்களில் போட்டேன். முதலில் கூடைகளில் நிறைத்து விட்டு பாத்திரங்களில் போட்டால் போதுமென்று அப்பா சொன்னார். அவ் வேலையை முதலிலிருந்து செய்ய எனக்குக் களைப்பாய் இருந்தது. கூடைகளை கீழே வைத்து விட்டு நான் அப்பாவை முறைத்துப் பார்த்தேன்.

"நீங்களே செய்து கொள்ளுங்கள்!" என்று கூறிவிட்டு நான் அங்கிருந்து போய்விட்டேன்.

அவ்வாறு ஒருமுறை கூட அப்பாவிடம் தைரியமாய் பேசிய தில்லை. அதைப் போல கண்களை உற்றுப் பார்த்ததும் இல்லை. கோபத்தில் அப்படிச் செய்துவிட்டேன். "என்னால் அவ்வளவையும் சுமக்க முடியாது. என்னை என்ன மாடென்று நினைத்துக் கொண்டீர்களா?" நான் கேட்டேன்.

அப்பொழுதுதான் அப்பா என்னை அடித்தார். நான் சத்தமாய் அழுதேன். அழுகைச் சத்தம் கேட்டு அம்மா ஓடி வந்தாள்: "நீங்கள் எதற்கு என் குழந்தையை அடித்தீர்கள்? என் குழந்தையை அடிப் பதற்கு நீங்கள் யார்?" கோபத்துடன் கேட்டாள்.

"நான் அவளுடைய அப்பா? நீ அவளுடைய அம்மா. நீ எந்தக் காரணமுமில்லாமல் தினமும் அவளை அடிப்பதில்லையா! இன்றுதான் முதல்முதலாக நான் அவளை அடிக்கிறேன். விடு, அடித்திருக்க வேண்டியதில்லை."

தமிழில்: மு.ந. புகழேந்தி

நான் இன்னும் சத்தமாய் அழுதபொழுது அப்பாவும் அம்மாவும் வாதப்பிரதிவாதம் நடத்தத் தொடங்கினார்கள். அடுத்த மூன்று நாட்கள் அப்பா என்னருகில் வந்த பொழுதெல்லாம் நான் விலகிப் போனேன். ஆனால், அப்பா என்மேல் இன்னும் அதிகமாக அன்பு காட்டினார். ஒருநாள் பலகாரங்கள் கொண்டு வந்து அதைப் பங்கிட என்னை அருகில் உட்கார வைத்துக் கொண்டார்.

“வா மகளே, பயப்படாமல் வந்து உட்கார்ந்து இதைச் சாப்பிடு!”

நன்கு கெட்டியாய் மணம் மிகுந்த பாலும் முதல்தரமான கோதுமையில் செய்த சப்பாத்தியும் அப்பா எனக்குக் கொடுத்தார். நான் தலையை உயர்த்தாமல் அது முழுவதையும் சாப்பிட்டு முடித்தேன். என் வேகத்தைப் பார்த்து அப்பா சிரித்துக் கொண்டு சொன்னார்.

“இத்தனை வேகமாக சாப்பிடக்கூடாது.” அதற்குப் பிறகு கால்நடைகளுக்குத் தீவனம் போடும் பொழுதெல்லாம் நான் முதலில் கூடைகளை நிறைக்கத் தொடங்கினேன்.

இரவு படுக்கும்பொழுது பெரியப்பா பீஹாரி, தலைவன் தொடங்கி கெட்டவர்களுடைய முகங்கள் என் மனதில் கடந்து போகும். நான் அந்த முகங்களில் காறித் துப்புவேன். எங்கள் குடும்பத்தின் வறுமை என்னைக் கோபக்காரியாக்கியது. தலைவன் பெண்களிடம் கொஞ்சுவதற்காக நின்று கொண்டிருக்கும் காரணத்தால் நாங்கள் ஆற்றிற்குப் போக வேண்டிய குறுக்கு வழியை விட வேண்டி வந்தது. பீஹாரியும் தலைவனும் நெருங்கிய கூட்டாளிகள் என்பதால் நாங்கள் காலைக்கடன்களை முடித்துக் கொள்ள வெகுதூரம் போகவேண்டி வந்தது. அவர்களுடைய கால்நடைகளைக் கழுவி விட வேண்டியிருந்தது. கிராமத்திலுள்ள நடைபாதைகள் கூட நாங்கள் சுதந்திரமாக நடமாடமுடியாதவையாய் இருந்தன. மிருகங்களை விடக் கேவலமானவர்கள் என்பது போலிருந்தது எங்களிடம் நடந்து கொண்ட முறை.

பெண்கள் அதிகத் துன்பங்களை அனுபவிக்க வேண்டி வந்தது. ஆண் துணையின்றி ஒரு பெண்ணால் தனியாக வாழமுடியாது. அவளால் ஊருக்கும் ஆற்றிற்கும் பயமில்லாமல் போய்வரக் கூட முடியவில்லை.

பீஹாரி, அவனுடைய துப்புக் கெட்ட மனைவி, மகன் மாயாதீன் எல்லோரும் எங்களை விட உயர்ந்தவர்கள் என்று கருதினார்கள். அவர்கள் எங்கள் நிலத்தை அபகரித்துக்கொண்டது மட்டுமின்றி, பாம்புகளைப் போல எங்கள் வாழ்க்கையில் நஞ்சைப் பாய்ச்சினார்கள். இரவு முழுவதும் அப்பாவைப் போல, நானும் மகிசாசுர மர்த்தினியாகிய காளிதேவியை பிரார்த்தித்தேன். காளிதேவி காப்பாற்றுவாள் என நம்பினேன். புலி வாகனத்தில் பவனி வரும் அந்த தேவி செய்ததைப் போல, இராட்சசர்களை எப்படிப் பழிவாங்குவது என்று எனக்குச் சொல்லித் தரும்படி நான் வேண்டிக் கொண்டேன்.

3

வீட்டிலிருந்து கிளம்பும்பொழுது "எங்கே போகிறீர்கள்" என்று அப்பாவை நான் கேட்பதில்லை. அது கெட்ட சகுனம்.

அப்பா ஓய்வொழிச்சலின்றி வேலை செய்வார். சில சமயங்களில் பணக்காரர்களுடைய வயல்களைக் குத்தகைக்கு எடுப்பார். நிலத்தைப் பக்குவப் படுத்தவும், விதைக்கவும் செய்தால் விளைச்சலை அறுவடை செய்யும்பொழுது ஒரு பங்கு கிடைக்கும். ஆனால், ஒரு முறை கூட எதிர்பார்த்த அளவு கிடைத்ததில்லை. விளைச்சல் மோசமாக இருந்தது என்றால் பின்னதைப் பற்றிச் சொல்ல வேண்டியதே யில்லை. விவசாயி என்பதுடன் அப்பா கல்கொத்து பவராகவும், தச்சனாகவும் இருந்தார். தான் செய்த ஒரு மர ஸ்டூலை எடுத்துக் கொண்டு அப்பா வெளியில் போனார் என்றால், அதைச் செய்யச் சொன்ன யாருக்கோ கொடுப்பதற்காகப் போகிறார் என்று எனக்குத் தெரியும். மரப்பலகையில் அழகான சிற்பங்கள், கட்டில்கள், கதவுகள், தோணிகள் என எல்லாவிதமான வேலைகளும் அப்பா அறிந்திருந்தார்.

நுட்பமாக அவற்றைச் செய்வார் என்றாலும் பலசமயங்களிலும் அவற்றுக்குக் கூலியாய்க் கிடைத்தது ஒரு கோப்பைத் தானியம் மட்டுந்தான்!

வீட்டிலிருந்து அப்பா அன்று வெளியே கிளம்பியபொழுது புல்மேடுகளில் இருந்து பலமான காற்று வீசவும், சுற்றுப்புறம் முழுவதும் தூசுகள் படியவும் செய்தன. அது பருவமழை வரப் போவதற்கான அறிகுறி. அப்பா எங்களிடம் எதுவும் சொல்ல வில்லை என்றாலும், ருக்மிணியின் வருங்காலக் கணவனின் பெற்றோர்களைப் பார்த்து சீதனத்தைப் பற்றிப் பேசுவதற்காக யமுனையைக் கடந்து டியோகா என்னும் ஊருக்குத்தான் பயணப் படுகிறார் என்று எங்களுக்குத் தெரியும்.

எனக்கொரு மச்சினன் வரப் போகிறார்!

ஊரில் பல திருமணங்களை நான் பார்த்திருக்கிறேன். அப்பா தருவதாகச் சொன்ன சீதனம் சம்மதம் என்றால், மாப்பிள்ளை ஒரு பெண் குதிரையின் மேல் நிறையப் பரிசுப் பொருட்களுடன் வந்து சேர்வார்.

நாங்கள் ஆற்றில் குளிப்பதற்காகப் புறப்படும்பொழுது அம்மா எங்களைப் பிடித்துக் கொண்டாள். "பூலான், நீ எங்கே போகிறாய்? நீ போதுமான சாணியை எடுத்து வைக்கவில்லை! இதை யார் செய்வது? ருக்மிணி கோதுமை அரைக்க வேண்டியுள்ளது. சீக்கிரமாய்க் கூடையை எடுத்துக் கொண்டு வா" என்று அம்மா சொன்னாள்.

குளிர்காலம் முழுவதும் எரிப்பதற்கான சாணியை நான் குன்றுபோல் குவித்து வைத்திருந்தேன்.

"நான் என் வேலைகளை எல்லாம் செய்து முடித்து விட்டேன்! தயவு செய்து என்னை விடு அம்மா" நான் சொன்னேன்.

அன்று ஆற்றில் போய்க் குளிப்பதற்காக அம்மாவிடம் சொல்ல முடியாத இன்னொரு காரணமும் இருந்தது. சோட்டியும் நானும் ஒரு கிடைத்தற்கரிய பொருளைக் கண்டெடுத்து வைத்திருந்தோம். ஒரு துண்டு சோப்! அந்த வழியாகப் போன ஒரு காக்கையின் வாயிலிருந்து விழுந்தது. நான் அதை எடுத்துச் சட்டைப் பாக்கெட்டில் பாதுகாத்து வைத்திருந்தேன்.

"நாங்கள் இன்றைக்குக் கோயிலுக்குப் போகப் போகிறோம்.

தமிழில்: மு.ந. புகழேந்தி 41

சோட்டியின் மேல் அழுக்குப் படிந்திருக்கிறது. அவளுடைய தலை முடியைப் பார்! எங்களை விடு, அம்மா விடு!" எனக் கெஞ்சினோம்.

நான் ஏதாவது செய்வதற்கு அம்மாவிடம் அனுமதி பெற பத்து முறையாவது கெஞ்ச வேண்டும். அவள் சொல்கின்ற வேலைகளை எல்லாம் செய்து முடிக்க வேண்டும். நிறைய வாக்குறுதிகளையும் தரவேண்டும். தெரியாதவர்களிடம் பேசக் கூடாது. தலைவன் இருக்கும் இடத்திற்குப் போகக் கூடாது. அதைச் செய்யக்கூடாது, இதைச் செய்யக்கூடாது, என்று அம்மா, எப்பொழுதும் ஒரே கதையைத் திரும்பத் திரும்பச் சொல்லிக் கொண்டிருப்பாள்.

"நீ ஓர் ஆணைப் பார்க்கவோ, அவன் உன்னைத் தொடவோ, அவனுடன் வரும்படி கட்டாயப்படுத்தவோ செய்தால், அதை நீ அனுமதிக்கக்கூடாது! ஓர் ஆண் உனக்குப் பணம் தர முயன்றால், நீ அவனுடன் பேசக் கூடாது! உடனே என்னிடம் விவரத்தைச் சொல்ல வேண்டும். யார் ஏதாவது வேண்டாத வார்த்தைகளைப் பேசினாலும் என்னிடம் வந்து சொல்ல வேண்டும். நான் சொன்னபடி கேட்டு நடக்கவில்லையென்றால், உன்னைத் துண்டு துண்டாய் வெட்டி ஆற்றில் எறிந்து விடுவேன்...!"

நான் சம்மதித்தேன். ஓர் ஆணால் பிடிக்கப்படுவது என்றால் பெரிய மானக்கேடு என்பது அப்பொழுதே என் மனதில் பதிந்திருந்தது. ஊரிலிருந்து ஒரு பெண்ணை இருபது பேர் கொண்ட ஒரு கும்பல் கடத்திச் சென்றிருந்ததாக அம்மா சொன்னாள். அவளுக்குத் திருமணம் நிச்சயிக்கப்பட்டிருந்தது என்றாலும், அவளுடைய வருங்காலக் கணவனை அவள் பார்த்திருக்கவில்லை. அதற்குப் பிறகு, அவள் கருவுற்றிருந்ததை அறிந்து ஊர் பஞ்சாயத்துக் கூட்டப்பட்டது. அதற்குக் காரணம் யார் என்று வினவினர். அவள் கெட்டவள் என்றும் அவளுடைய தவறால்தான் அப்படி நடந்திருக்கிறது என்று பஞ்சாயத்தில் குற்றம் சுமத்தப்பட்டது. அவள்மேல் பாசம் வைத்திருந்த அவளுடைய அப்பா துணைக்கு வந்தார். "இந்தக் குற்றத்தைச் செய்தது உங்களுடைய மகன்தான். வேறு யாருமில்லை" என்றும் ஒரு பஞ் சாயத்து உறுப்பினரிடம் தைரியமாகச் சொல்லவும் முன்வந்தார்.

கடைசியில் அவளை அவள் கணவன் வீட்டிற்கு அனுப்பி வைத்தார்கள். மாமியார் அவளுடைய கர்ப்பத்தைக் கலைத்து விடும்படிக் கட்டாயப்படுத்தினாள். அதற்குப் பிறகு யாரும்

அவளைப் பார்த்ததில்லை. பெற்றோர்களைப் பார்க்க வீட்டிற்கு அனுப்பவில்லை. அவளுடைய அப்பாவிற்கு அதில் மிகுந்த வருத்தம். அவர், அன்புள்ளமும், கருணையுள்ளமும் கொண்டவராக இருந்தார். நான் சிறு பெண்ணாய் இருக்கும்பொழுது, நீச்சல் தெரியாத என்னை ஆற்றில் மூழ்கிச் சாவதிலிருந்து காப்பாற்றியவர் அவர்தான். தன் மகளுக்கு நடந்த மானக்கேட்டைப் பற்றியும், அவளை ஒருமுறையாவது பார்ப்பதற்குத் தனக்கு எவ்வளவு ஆவலாய் இருக்கிறது என்பதைப் பற்றியுமெல்லாம் அவர் என் அப்பாவுடன் தாங்கமுடியாத வேதனையுடன் சொல்லிக் கொண்டிருப்பார்.

அதுபோல யாரும் என்னைக் கடத்திச் செல்லாமல் எச்சரிக்கை யாக இருந்து கொள்வேன் என்றும், சோட்டியை என் கண் பார்வையிலிருந்து போகாமல் பார்த்துக் கொள்வேன் என்றும் அம்மாவிடம் உறுதியளித்தேன்.

சோப்புத் துண்டு, கல் போலக் கெட்டியாக இருந்தது. நான் அதற்கு முன் சோப்பை உபயோகித்ததில்லை. அதனால், என் பலம் முழுவதையும் கொடுத்து அதை உடலில் தேய்த்தேன். பின்னர் அதை சோட்டிக்குக் கொடுத்தேன். அவளும் அதேபோலச் செய்தாள். எவ்வளவு தேய்த்தும் நுரை வரவேயில்லை. மற்ற பெண்கள் சோப் தேய்ப்பதை நான் பார்த்திருக்கிறேன். அப்பொழுது பால்போல வெளுத்த நுரை நிறைய வந்தது. ஆனால் இந்த சோப்பைத் தேய்த்தபொழுது என் உடலில் கீறல் விழுந்தது! ஒருவேளை மிகவும் பழையதாக இருக்கும் என எண்ணி, அந்த சோப்பால் என் துணிகளைத் துவைக்கத் தொடங்கினேன். நாங்கள் செய்வதையெல்லாம் இரண்டு பெண்கள் பார்த்துக் கொண்டிருந்தனர். அவர்களில் ஒருத்தி எங்கள் அருகில் வந்து கேட்டாள்.

"நீங்கள் என்ன செய்து கொண்டிருக்கிறீர்கள், பூலான்?"

"தெரியலியா? நான் இந்தத் துண்டு சோப்பைக் கொண்டு துணி துவைத்துக் கொண்டிருக்கிறேன்!" என்று நான் சொன்னேன்.

"என்ன சோப் அது? காட்டு பார்க்கலாம்."

அந்தத் துண்டுக்கட்டியை நான் அவளிடம் கொடுத்தேன். அவள் அதைப் பார்த்து விட்டு சிரிக்கத் தொடங்கினாள். "நீ இனிப்புப் பலகாரத்தில்தான் துணி துவைப்பாயா?" அவள்

தமிழில்: மு.ந. புகழேந்தி 43

கேட்டாள்.

நான் சோப் என்று நினைத்திருந்த பொருளை அவள் திருப்பிக் கொடுத்தாள். நான் அதைக் கடித்துப் பார்த்தேன். ஏதோவொரு பழத்தின் சுவை தெரிந்தது! அந்தப் பெண் சிரித்ததற்குக் காரணமிருந்தது....

தீபாவளியன்று நான் வீட்டில் தனியாக இருந்தேன். தீபோற்சவ நாளன்று மாலை நேரம் கோயில்களிலும் கிராமத்திலிருந்த அனைத்து வீடுகளிலும் அழகு மற்றும் செல்வத்தின் தேவதையான லட்சுமி தேவியை மகிழ்ச்சிப்படுத்துவதற்காக எண்ணெய் விளக்குகளை ஏற்றி வைப்பார்கள். லட்சுமி தேவியால் துக்கத்தையோ தரித்திரத்தையோ பொறுத்துக் கொள்ளமுடியாது. தீபோற்சவம் கொண்டாடுவது இலட்சுமி தேவி தீயசக்திகளை வெற்றி கொண்டதன் நினைவாகத்தான். நான் மௌனமாய் இலட்சுமி தேவியிடம் எனக்குக் கருணை காட்ட வேண்டும் என்று பிரார்த்தித்தேன்.

எங்களுடைய வீடு பண்டிகைக்காக அலங்கரிக்கப்பட்டது. அப்பா, சுவரில் புதிய மண் தேய்த்து சாணி போட்டு மெழுகினார். அம்மா தரையைக் கூட்டி சுத்தப்படுத்தினாள்.

அம்மாதான் முதலில் வீட்டிற்குத் திரும்பி வந்தாள். நான் தூங்கிக் கொண்டிருந்த அறையிலிருந்து இரத்தம் ஒழுகிக் கொண்டிருந்தது அம்மாவினுடைய கண்ணில் பட்டது. அவ்விடங்களில் சாதா ரணமாய் நடமாடிக் கொண்டிருக்கும் கழுதைப்புலி என்னைக் கொன்று விட்டிருக்கும் என்று பயந்து அம்மா அழுது கூச்சல் போட்டாள். நான் படுக்கையில் நினைவின்றிப் படுத்துக் கிடப் பதைப் பார்த்தாள். என் இடுப்புக்குக் கீழ்ப்பகுதி இரத்தத்தால் நனைந்திருந்தது. கடுமையான கெட்ட நாற்றம் அம்மாவின் மூக்கில் நுழைந்தது. என்னைத் திருப்பிப் படுக்க வைக்கும்பொழுது, என் இடுப்பிலிருந்த கட்டி உடைந்து ரத்தமும் நீரும் வந்திருக்கிறது என்று அம்மா தெரிந்து கொண்டாள். அம்மா, இரத்தத்தையும் நீரையும் துடைத்து சுத்தப்படுத்தினாள். என்னுடைய இடுப்பில் பெரிதாய் ஒரு குழியிருப்பது தெரிந்தது. என் கால்களும் வலித்தன. அதற்குப் பிறகு சிறிது நாட்கள் என்னால் வேலைக்குப் போக முடியவில்லை. அப்பொழுது நான் குடும்பத்திற்குச் சுமையாய் இருந்தேன்...

அருகிலுள்ள வீட்டில் இருந்த குசுமி என் நெருங்கிய தோழி.

44 நான் பூலான்தேவி

நான் சாகாமல் தப்பிப் பிழைத்ததில் தனக்கு மகிழ்ச்சியாக இருப்பதாக அவள் சொன்னாள். நாங்கள் அடிக்கடி ஒன்றாக விளையாடுவோம். அவளுக்கும் என் வயதுதான் ஆகிறது. ஆனால், என்னைவிட உயரம். என்னைப் போலவே அவளும் கருப்புதான். அவள் மிகவும் ஒல்லியாக இருந்தாள். மற்ற தோழிகள் மரம் ஏறுவதற்கு சிரமப்பட்டு முயன்று முடியாமல் இருக்கும்பொழுது நான் அதில் எந்தவித சிரமுமின்றி எளிதாக ஏறிவிடுவேன். விளையாட்டுக்களில் நான் எப்பொழுதும் வெற்றி பெறுபவளாய் இருந்ததனால் தோழிகள் எப்பொழுதும் என்னைத் தலைவியாக்குவார்கள்...

4

*ச*மீப காலமாக பெரியப்பா பீஹாரி உடல்நிலை சரியில்லாமல் படுத்த படுக்கையாய் இருக்கிறான். எங்களைப் பார்த்து அலற முயற்சிக்கும் பொழுது தொண்டையில் இருந்து 'கரகர' சத்தம்தான் வெளியில் வந்தது. வேப்பிலைத் தண்ணீர் குடித்தும் சுகமாகவில்லை. ஒரு வேளை, கடவுள்தான் அவனை குணப்படுத்த விரும்பவில்லையோ !....

அழகான ஆடைகள் அணிந்து, நெற்றியில் குங்குமப் பொட்டும் கையில் வாளும், அலங்காரமான இளஞ் சிவப்புத் தலைப்பாகையுடன் ஒரு பெண்குதிரையின் மீது ஏறி ருக்மிணியின் மாப்பிள்ளை வந்தார். இன்றுதான் ருக்மிணி முதன்முதலாய் அவரைப் பார்க்கப் போகிறாள். அவருக்குப் பின்னால் மேளதாளத்திற்கு ஏற்றபடி நடனம் ஆடிக் கொண்டு அவருடைய உறவினர்களும் நண்பர்களும் வந்து கொண்டிருந்தனர். அவர்கள் எங்கள் வீட்டிற்கு வருவதற்கு முன் கோயிலுக்குச் சென்று தரிசனம் செய்து வழிபட்டனர்.

அழகானதோர் புடவையால் தலையை மூடியபடி ருக்மிணி மாப்பிள்ளைக்காகக் காத்திருந்தாள். அவள் நகைகள் அணிந்திருந்தாள். அம்மா, மாப்பிள்ளையை ஆரத்தி எடுத்து நெற்றியில் குங்குமம் வைத்தாள். அதன் பின் அரிசியும் பூவிதழ்களையும் கொண்டு மாப்பிள்ளையின் தலையில் தூவினாள்.

அன்று மாலை, மலர்ச்சரங்கள், மாவிலைகள், வண்ண வண்ணத் துண்டுத் துணிகளால் அலங்கரிக்கப்பட்ட பந்தலுக்குக் கீழ் மாப்பிள்ளையும் பெண்ணும் உட்கார்ந்தார்கள். பிராமணன் ஓம குண்டத்தைப் பற்ற வைத்தான். புரோகிதன் மந்திரம் சொல்லிய பொழுது மாப்பிள்ளையும் பெண்ணும் ஏழுமுறை ஓம குண்டத்தை வலம் வந்தார்கள். ஒவ்வொரு சுற்றிலும் மாப்பிள்ளை தன் மனைவியை நேசிக்கவும் மரியாதையாய் நடத்தவும் செய்வேன் என்று உறுதிமொழி எடுத்துக் கொண்டான். உறவினர்கள் ஒவ்வொருவராய் ருக்மிணிக்குத் திருமணப் பரிசுகளைக் கொடுத்தார்கள். பல மணி நேரம் நடந்த சடங்குகள் மகிழ்ச்சியைக் கொடுத்தன. என் கண்களில் ஆனந்தக் கண்ணீர் வடிந்தது. ருக்மிணி அப்பொழுதுங்கூட புடவையும் முக்காடும் போட்டிருந்தாள். அவள் கைகளை மட்டுமே பார்த்துக் கொண்டிருந்தாள். என் பெற்றோர் மாப்பிள்ளை பெண்ணுடைய கைகளில் மஞ்சள் தடவி, மகளுடைய கையைப் பிடித்து மாப்பிள்ளையிடம் கொடுத்து கன்னிகாதானம் செய்தார்கள். ருக்மிணியின் நெற்றியில் மாப்பிள்ளை குங்குமப் பொட்டு வைத்ததுடன் சடங்குகள் முடிவடைந்தன.

கணவனுடைய கிராமத்திற்குச் செல்ல சில காலம் பிடிக்கும் என்றும் அதுவரை எங்களுடன் இருக்கப் போவதாக ருக்மிணி சொன்னாள். அவள் அன்று மிகவும் மகிழ்ச்சியாக இருந்தாள். அவளுக்காகக் கொண்டு வந்த மூன்று மாப்பிள்ளைகளை பீஹாரி தடுத்து விட்டிருந்தான். சென்ற முறை, மாப்பிள்ளை வர நிச்சயித்திருந்த நாளன்று பீஹாரி போலீசை வரவழைத்திருந்தான். மாப்பிள்ளையும் அவருடைய உறவினர்களும் கான்பூர் வரையுள்ள தூரம் முழுவதும் நடந்து வந்துள்ளார்கள். முன்னால், மாப்பிள்ளை குதிரைமேல் அமர்ந்தபடி வந்து கொண்டிருந்தார். ஆனால், அவர்கள் எங்கள் வீட்டை அடையவில்லை. பெரிய சாலையிலிருந்து எங்கள் கிராமத்திற்குத் திரும்பும் இடத்தில், கல்ப்பியில் வைத்து பீஹாரி அவர்களைத் தடுத்தான். "அந்தப் பெண் இன்னும் வயதுக்கு வரவில்லை. அவளுக்குப் பதினான்கு வயதுதான் ஆகிறது, இருந்தாலும் அவளுடைய அப்பா அவளை

தமிழில்: மு.ந. புகழேந்தி

விற்க முயற்சி செய்கின்றார்! இது சட்டப்படி குற்றம்!"

அவன் அவர்களை அச்சுறுத்தினான். போலீஸ் வர கிராமத் தலைவன் பீஹாரிக்கு உதவியிருந்தான். நல்ல கண்ணியமான குடும்பத்தைச் சேர்ந்த அவர்கள் மிகவும் பயந்து விட்டனர். அப்பாவிடம் ஒரு வார்த்தை கூடப் பேசாமல் அவர்கள் திரும்பிச் சென்று விட்டனர். என் அக்கா மிக அதிர்ச்சியடைந்தாள். தீக்குளித்துத் தற்கொலை செய்து கொள்ளப் போவதாக அழுது கொண்டே சொன்னாள்.

சீதனம் கொடுப்பதற்காகக் கடன் வாங்கும் பணத்தை என் அப்பா திரும்பித் தரவே மாட்டார் என்று சொல்லி, கிராமத் தினர்கள் எங்களுக்கு உதவி செய்ய விடாமல் தடுத்து விட்டான். முதல்முறை பெண் பார்க்க வந்திருந்த மாப்பிள்ளை வீட்டாரிடம் ருக்மிணி தத்தெடுக்கப்பட்டவள் என்று பொய் சொல்லியிருந்தான். ருக்மிணி பிறப்பதற்கு முன் அம்மா மூன்று குழந்தைகளைப் பறிகொடுத்திருந்தாள். ருக்மிணி நாலாவது குழந்தையும் உயிருடன் இருந்த முதல் குழந்தையும் ஆவாள்.

ருக்மிணி வசதியான குடும்பத்தில் திருமணம் செய்து கொண்டு போனால் தனக்கு அது இழுக்கு என்று பீஹாரி கருதுவதாக அப்பா சொன்னார். எப்படியோ, இப்பொழுது ருக்மிணிக்குத் திருமணம் ஆகி விட்டது. அவளுடைய கணவனின் பெற்றோர்களும் சகோதரர்களும் எங்களுக்குப் பாரம்பரியமாய்க் கிடைக்க வேண்டிய நிலத்தைத் திரும்பப் பெற உதவி செய்வதாகச் சொல்லி எங்கள் பெற்றோர்களைச் சமாதானப்படுத்தினார்கள். ராம்பாலின் குடும்பம் பீஹாரிக்குப் பயப்படவில்லை. இந்த முறையும் தடுத்து நிறுத்த முயற்சித்தால் பீஹாரிக்குப் பிரச்சினைகள் வரும் என்று அவர்கள் எச்சரித்திருந்தனர்.

பொழுது சாய்ந்தவுடன் எனக்கும் சோட்டிக்கும் வெளியில் போக வேண்டும் போல் இருந்தது.

"பெரியப்பாவின் வீட்டு வழியாக நாம் வேகமாய்ப் போய் விடலாம். எனக்கு அவசரம்." அவள் சொன்னாள்.

நாங்கள் பெரியப்பாவின் வீட்டைக் கடக்கும்பொழுது பீஹாரி யினுடைய மெதுவான குரல் கேட்டது: "பூலான், இங்கே வா!"

நான் மூச்சை இறுக்கிப் பிடித்தபடி நின்றேன். நாங்கள்,

எங்களுக்குள் பேசிக் கொண்டது அவன் காதில் விழுந்திருக்குமோ? அந்தக் குரலில் இருந்த ஏதோ ஒன்று என்னைத் தடுத்தது. மழையால் அவனுடைய நோய் அதிகமாகி விட்டதாக எனக்குத் தோன்றியது.

"பெரியப்பாவின் குரலில் ஏதோ ஒரு மாறுதல் இருப்பதாகத் தோன்றுகிறது." நான் சோட்டியிடம் சொன்னேன்.

"நான் உள்ளே வரமாட்டேன். பூலான்." அவள் சொன்னாள்.

"பெரியப்பா நோயால் களைத்துப் படுத்திருப்பதுபோல் தோன்றுகிறது. வா."

இருந்தாலும் அவள் உள்ளே வரவில்லை.

"பெரியப்பா இப்பொழுது நம்மை ஒன்றும் செய்யமாட்டான். ருக்மிணியின் உறவினர்கள் இப்பொழுது நமக்கு உதவியாக இருக்கிறார்கள் இல்லையா. அதோ, மறுபடியும் கூப்பிடுகிறான்!"

"என்ன வேண்டும் என்று இங்கிருந்தே கேள்."

"நான் உள்ளே போய்ப் பார்த்து வருகிறேன். நீ இங்கேயே இரு. அவன் என்னை அடித்தான் என்றால் நீ ஓடிப்போய் வீட்டில் சொல்."

பீஹாரி நடுங்கிக் கொண்டே சொன்னான். "பூலான், என் மகளே, எனக்குத் தாகமாயிருக்கிறது!"

நான் தயங்கித் தயங்கி உள்ளே போனேன். முற்றத்தில் ஒருவரும் இல்லை. அறைக்குள் ஒரு கயிற்றுக் கட்டிலில் காய்ச்சல் வந்து பீஹாரி படுத்துக் கிடந்தான். தயக்கத்துடன் அருகில் சென்றேன். பெரியப்பா என்னை "மகளே!" என்று மறுபடியும் அழைத்தான், நான் வந்ததற்கு தொழுதபடி நன்றி சொன்னான். அப்பொழுது நான் அவன் கால்களைத் தொட்டேன்.

"என்னாச்சு பெரியப்பா, உடம்பு சரியில்லையா?"

மிகவும் களைத்துப் போயிருந்தான். கிணற்றுக்குள்ளிருந்து அழைப்பது போல் மெல்லிய சத்தம். ஏனென்று தெரியவில்லை. அந்த அடர்ந்த புருவங்கள் என்னைப் பயப்படுத்தவில்லை.

"உனக்குத் தெரிகிறதா பூலான், ஆஸ்த்மா அதிகமாகியிருக்கிறது.

தமிழில்: மு.ந. புகழேந்தி

இந்த மழைக்காலம் என்னைக் கொண்டுபோய்விடும். எனக்குக் கொஞ்சம் தண்ணீர் கொடு." உடம்பை சுத்தப்படுத்துவதற்கான தண்ணீர் கொண்டு வந்த பாத்திரத்தை உயர்த்திக் காட்டியபடி நான் சொன்னேன்: "இந்தத் தண்ணீர் வேண்டாம். நல்லதில்லை. ஏன் வீட்டிலிருந்து வேறு தண்ணீர் கொண்டுவரச் சொல்லக் கூடாதா? இங்கே யாருமில்லையா?" நான் கேட்டேன்.

"தயவு செய்து உன் அப்பாவை இங்கே கூட்டிக் கொண்டு வா!"

வாழ்க்கையில் முதன்முறையாக, இந்த மனிதன் இவ்வளவு பணிவாய் என்னுடன் பேசுகிறான். அது மட்டுமில்லாமல் முன் எப்பொழுதும் இல்லாத விதமாக அப்பாவை அழைத்துக் கொண்டு வரச் சொல்கிறான்! நான் வீட்டுக்கு ஓடினேன்.

"அப்பா, பெரியப்பா மிகவும் முடியாமல் படுத்திருக்கிறார். உடனே வாருங்கள்."

"உன் அப்பா இப்பொழுது எங்கும் வரமாட்டார்!" அம்மா குறுக்கிட்டாள்.

எப்பொழுதும் அப்பாவிற்காக முடிவெடுப்பவள் அம்மாதானே. ஆனால் இம்முறை அப்பா சொன்னார்: "பீஹாரி கொஞ்ச நாட்களாகவே படுத்த படுக்கையாகத்தான் இருக்கிறான். யாருக்குத் தெரியும்? ஒரு வேளை அவன் எனக்குக் கொஞ்சம் நிலம் கொடுக்கலாம்."

அம்மா "திருடன், நயவஞ்சகன், பொய்யன்" என்று முணு முணுத்தாள் வழக்கம்போல.

"அப்பா, ஒரு நூறு செண்ட் நிலத்தையாவது கேட்க வேண்டும்!"

"நமக்குரியதைக் கடவுள் முடிவு செய்வான் பூலான். அளவுக்கு மேல் ஆசைப்படக் கூடாது. கடவுள் எதைக் கொடுக்கிறானோ அதை ஏற்றுக் கொள்ள வேண்டும்!"

நாங்கள் போனபொழுது வீட்டுக் கான்க்ரீட் தரையில் பீஹாரி மல்லாந்து படுத்துக் கொண்டிருந்தான். கண்கள் மூடியிருந்தன. அப்பா முட்டிக்கால் போட்டு உட்கார்ந்து அழத் தொடங்கினார்.

“அப்பா, ஏன் அழுகிறீர்கள்?” நான் கேட்டேன்.

“என் அண்ணன் இறந்து விட்டான் மகளே.”

என்னால் அதை நம்ப முடியவில்லை. சில நிமிடங்களுக்கு முன்புதானே பெரியப்பா என்னிடம் தண்ணீர் வேண்டுமென்று கேட்டான். அவன் இதற்குள் இறந்து விட்டானா? அப்பா சொன்னது உண்மைதான். பீஹாரி இறந்து விட்டான். இனிமேல் அவன் எங்களை அடிக்க மாட்டான்!

சோட்டி அருவருப்புடன் அந்த உடலைப் பார்த்தாள். “இனிமேல் நமக்கு எந்த பயமும் இல்லை!”

திடீரென்று, பெரியப்பாவினுடைய மகன் மாயாதீன் அலறியபடி அறைக்குள் நுழைந்தான். அவன், தலையில் கைகளை வைத்தபடி உடலின் அருகில் முட்டிபோட்டு உட்கார்ந்தான்.

“அப்பா என்ன சொன்னார்? யாரெல்லாம் இங்கேயிருந்தார்கள்? மாலைநேரம் அவரருகில் யாரிருந்தார்கள்?”

“நான்தான் இருந்தேன். பெரியப்பா என்னிடம் தான் கடைசியாகப் பேசியது!” என்று நான் சொன்னேன்.

“அப்பா, என்ன சொன்னார், சகோதரியே?”

‘சகோதரி’ என்ற அவனது அழைப்பு கேட்டு நான் ஆச்சரியப்பட்டேன்!

“பெரியப்பா தண்ணீர் கேட்டார்.” மாயாதீன் சத்தம் போட்டு அழத் தொடங்கினான். “கடைசியாக அப்பாவிற்குத் தண்ணீர் கொடுக்கக் கூட நான் இங்கே இல்லையே, கடவுளே!” இதற்குள் சிலர் கூடிவிட்டார்கள். சாகப் போகும் ஒரு மனிதனுக்கு யாரும் தண்ணீர் கொடுக்காமல் இருக்கக்கூடாது என்று யாரோ சொல்வது என் காதில் விழுந்தது. என் கையில் இருந்த அசுத்தமான தண்ணீரை நான் கொடுத்திருக்க வேண்டும்.

மறுநாள் காலையில் உடல் சுடுகாட்டிற்கு எடுத்துச் செல்லப்பட்டது. அந்த இறுதி ஊர்வலத்தில் ஊரில் இருந்தவர்கள் அனைவரும் கலந்து கொண்டார்கள். பீஹாரியின் சாம்பலைக் குடங்களில் நிறைத்தார்கள். கங்கையில் கரைப்பதற்காக மாயாதீன் அதைக் கான்பூருக்குக் கொண்டு போக வேண்டும். அவன்

கங்கைநீர் கொண்டு வரவேண்டும். மரணத்தின் பதிமூன்றாம் நாள் நாங்களெல்லோரும் அதனைப் பருக வேண்டும்.

இறுதிச் சடங்குகள் எல்லாம் முடிந்த பிறகு மாயாதீன், என் தந்தையை மரியாதையுடன் சித்தப்பா என்று அழைத்தான். "சித்தப்பா, இப்பொழுது நீங்கள்தான் குடும்பத்தில் மூத்தவர். என் அப்பா எப்படி நடந்து கொண்டிருந்தாலும் நாம் அவற்றை மறந்து விடுவோம். நான் அப்படி நடக்க மாட்டேன். இப்பொழுதி லிருந்து நாம் அனைவரும் ஒரே குடும்பம்." இதைக் கேட்ட என் பெற்றோர்கள் மிகவும் மகிழ்ச்சியடைந்தனர். அம்மா புன்னகை புரிந்தாள். அவள் சமாதானமாகி விட்டாள் போல் தோன்றியது. எங்களுக்குச் சேர வேண்டிய நிலத்தைத் திருப்பித் தரப்போகின்ற நீதிமான் மாயாதீன் என்று கருதினார்கள். அப்பா ஒரு கயிற்றுக் கட்டிலில் உட்கார்ந்து மாயாதீனுடன் பேசிக் கொண்டிருப்பதை நான் கண் குளிரப் பார்த்துக் கொண்டிருந்தேன். அப்படியொரு காட்சியைக் காண்பேன் என்று நான் ஒருபொழுதும் கருதிய தில்லை.

எங்களுக்கு என்று உள்ள மூன்று சென்ட் வீட்டின் அருகில் அழகாய் வளர்ந்திருக்கும் வேப்ப மரத்தை விற்றுவிடலாம் என்று யோசித்துக் கொண்டிருப்பதாக அப்பா மாயாதீனிடம் சொன்னார். அது அப்பா நட்டு வைத்த மரம். சோட்டி, ருக்மிணி, நான் மூன்று பேரும் சேர்ந்து கைகோர்த்துப் பிடித்தால் கூட எட்டாத அளவு பெரிதாக இருந்தது அதன் அடிமரம். அது ஆயிரம் ரூபாய்க்கும் மேல் விலைபோகும். என் திருமணச் செலவுக்கு உதவியாக இருக்கும் என்று அப்பா சொன்னார்.

"மரத்தை விற்றுக் கொள்ளுங்கள் சித்தப்பா." மாயாதீன் சொன் னான். ஆற்றுப்பகுதியில் தற்காலிக விவசாயம் செய்வதற்கும், மற்றவர்களின் நிலத்தைக் குத்தகைக்கும் எடுப்பதற்குப் பதிலாக நீங்கள் எனக்காக வேலை செய்யுங்கள். மாதாமாதம் சம்பளமாக தான்யம் கொடுத்து விடுகிறேன். நாம் சரியாகக் கணக்குகளைப் பார்த்துக் கொள்ளவும் அடுத்த பருவமழைக்கு கணக்குகளைத் தீர்த்துக் கொள்ளவும் செய்யலாம்."

அப்பாவிற்கு நிம்மதியாக இருந்தது. நாங்கள் ஆண்டு முழுவதும் உணவு உண்பதற்கான வழி கிடைக்கப் போகிறதில்லையா!

"மிகவும் நன்றி, மாயாதீன்..." அப்பா பணிவுடன் சொன் னார்.

நான் பூலான்தேவி

“என் மனைவியின் உறவினர்கள் பூலானுக்காக ஒரு திருமண ஆலோசனை கொண்டு வந்திருக்கிறார்கள். மஹேஷ்பூரில் இருந்து ஒரு மாப்பிள்ளை. முதல் மனைவி இறந்து விட்டாள். பூலானைத் திருமணம் செய்து வைக்கத் தகுந்த நல்ல குடும்பம்.”

அப்பா என்ன சொன்னாலும் அதற்குச் சம்மதம் என்று தலையாட்டும் எண்ணத்தில் இருந்தான் மாயாதீன். “திருமணத்திற்கு வேண்டிய உதவிகளை நான் செய்கிறேன். கன்னிகாதானத்தை நான் செய்து தருகிறேன். பூலானுக்கு ஒரு நல்ல ‘மாங்கல்யம்’ கிடைக்கும்!”

ஓ! எனக்குத் திருமணம் நடக்கப் போகிறது. ருக்மிணியின் திருமணம் போல விருந்து நடக்கும் என்று நான் கற்பனை செய்தேன். நான் அழகான உடைகளையும், நகைகளையும் அணிந்து அலங்கரித்துக் கொள்வேன். சுவையான பல உணவு வகைகள் கொண்ட விருந்து இருக்கும். ருக்மிணியின் கணவரைப் போலவே என் கணவரும் தனியாக ஊருக்குத் திரும்பிப் போவார்....

பெரியப்பா பீஹாரியின் திருமண ஊர்வலத்தில் பதினாறு யானைகள் இருந்தனவென்று ஒருமுறை அம்மா சொல்லியிருக் கிறாள். தான் அவ்வளவு பெரிய பணக்காரன் என்று ஊரிலுள்ள வர்கள் தெரிந்து கொள்ள வேண்டும் என்று பீஹாரி ஆசைப் பட்டான். அவன் செல்வந்தனாக இருந்தான். இருப்பினும், அப்பாவினுடைய பங்கைத் தட்டிப் பறித்தவன் அவன்! இப்பொழுது அவனுடைய மகன் தவறைச் சரி செய்ய நினைக் கிறான்...

அப்பா வேப்ப மரத்தை வெட்டி விற்கவும், குடும்ப நிலத்தில் விளைச்சலில் ஒரு பங்கிற்காக வேலை செய்யவும் போகிறார். மாயாதீன் எங்களுக்குச் செய்யப் போகிற எல்லா நல்ல காரியங் களுக்கும் நன்றி செலுத்துவதற்காகக் கோயிலுக்குப் போக வேண்டும் என்று எனக்குத் தோன்றியது. என் அப்பாவை வணங்கிய பொழுது அவன் பக்தியுடன், கூப்பிய கரங்களுடன் நின்றான். “இப்பொழுது சித்தப்பாதான் குடும்பத் தலைவர்” என்று சொன் னான். குடும்பத் தலைவருக்குள்ள அனைத்து மரியாதைகளையும் அவன் இப்பொழுது அப்பாவிற்கு அளித்தான்.

“வரன் மனைவியை இழந்தவன் என்பதால் சீதனமும் கொஞ் சமாகக் கொடுத்தால் போதும் சித்தப்பா. எவ்வளவு இருந்தாலும் பரவாயில்லை.” மாயாதீன் அவன் கருத்தைச் சொன்னான்.

அப்பா தலையாட்டினார். “அவன் பெயர் புட்டிலால். அவனது முதல் மனைவி என் மனைவி மூலாவின் உறவுப் பெண். மாப்பிள்ளை ஊர்வலத்திற்கு ஏற்பாடு செய்வதற்காக மூலா அவளுடைய சகோதரர்களைப் பார்க்கப் போகிறாள். சோதிடனிடம் முகூர்த்த நாள் குறிக்கச் சொல்லியிருக்கிறேன்.”

எங்களுடைய பிரியமான வேப்ப மரத்தின் அடிமரத்தில் முத்து மணிகள் போல முண்டுகள் உருண்டு நிறைந்திருப்பதை நான் நினைத்துப் பார்த்தேன். கிராமத்தில் பல வேப்பமரங்கள் இருந்தன. ஆனால் எங்களுக்கு என்றிருந்தது இது ஒன்றுதான். என்னுடைய திருமணத்திற்காக எங்களுடைய வேப்பமரத்தை விற்கப் போகிறார்கள்! அதொரு ராஜவிருட்சம். என்னை விட மூத்தது.

பொழுது புலரப் போகிறது. வானத்திலிருந்து நட்சத்திரங்கள் முழுவதுமாய் மறைந்து விட்டிருக்கவில்லை. முற்றத்தில் கயிற்றுக் கட்டிலில் சோட்டியுடன் தூங்கிக் கொண்டிருந்த நான் திடீரென்று விழித்துக் கொண்டேன். ஏதோ ஒரு சத்தம் என் தூக்கத்தைக் கலைத்தது. அந்த ஒலி தொடர்ந்து கேட்டுக் கொண்டிருந்தது. உற்றுக் கவனித்தேன். கோடாலியால் மரத்தை வெட்டும் சத்தம்.

என் இதயம் மிக வேதனையடைந்து பலமாய்த் துடிக்கத் தொடங்கியது. நான் தங்கையைத் தட்டி எழுப்பினேன்.

“சோட்டி, எழுந்திரு, யாரோ நம் மரத்தை வெட்டுகிறார்கள்!”

“எந்த மரம்?”

“வேப்பமரம். நம்முடைய மரத்தை அவர்கள் வெட்டுகிறார்கள்!”

“அப்பா மரம் வெட்டுபவர்களிடம் சொல்லியிருந்திருப்பார்.”

“வா. பார்க்கலாம்.”

“வேண்டாம்! உனக்கென்ன பைத்தியமா, பூலான்? நாம் இந்த விடியற்கால இருட்டில் தனியாகப் போனால் ஏதாவது நடந்து விடும்!”

நானும், சோட்டியும் மட்டுமே வீட்டில் இருந்தோம். மாமாவின் ஊருக்குப் போன அம்மா இன்னும் திரும்பிவரவில்லை.

ருக்மிணியையும் அழைத்துக் கொண்டு என் திருமண வேலையாகப் போயிருக்கிறாள். ஆற்றுக்கு மறுகரையில் உள்ள ஊருக்கு அப்பா வேலைக்குப் போயிருக்கிறார், ஆறு நாட்களுக்குத் திரும்ப வர மாட்டேன் என்று சொல்லிவிட்டுப் போயிருக்கிறார்.

வெட்டுவது எங்கள் மரமாக இருக்காது என்று என்னை நானே சமாதானப்படுத்திக் கொண்டு மறுபடியும் தூங்கலாம் என்று படுத்தேன். உயர்ந்த கிளைகளைப் பரப்பி நிற்கின்ற அழகான அந்த ராஜவிருட்சமும் அதன்மேல் வந்து விழுகின்ற கோடாலி ஒலிகளும் என் உறக்கத்தைக் கெடுத்தன.

எங்கள் வீட்டின் மேற்கூரையில் சூரியக் கதிர்கள் படிவதைக் கண்டவுடனே நான் குதித்தெழுந்தேன். உள்பாவாடைக்கு மேல் பச்சை நிறச் சட்டை அணிந்து கொண்டு நான் சோட்டியிடம் சொன்னேன் “வா சோட்டி, நாம் போய்ப் பார்க்கலாம்.”

குண்டுங்குழியுமான பாதையில் வேப்ப மரம் இருக்கும் இடத்திற்கு ஓடினோம். அங்கே மரம் இல்லை! ஒரு டிராக்டரை இழுக்கும் வேகனில் மரத் துண்டுகளை ஏற்றுவதில் பல தொழிலாளிகள் ஈடுபட்டிருந்ததைப் பார்த்தோம். அருகில் ஓர் இரட்டை மாட்டு வண்டியும் நின்று கொண்டிருந்தது. ஆடம்பரமாய் வண்ணம் பூசப்பட்டிருந்த வண்டி. காளைகளினுடைய கழுத்தில் விலை உயர்ந்த வெள்ளிமணிகள், அந்தக் காளை வண்டி மாயாதீனுடையது என்று நான் புரிந்து கொண்டேன்.

என் வேப்ப மரம் எங்கே? அந்த ராஜ விருட்சம் எங்கே?

சிதைக்கப்பட்டு அது மாயாதீனுடைய வண்டியில் கிடக் கின்றது!

கோபத்தால் என் இதயம் பலமாய்த் துடித்தது. மாயாதீன் வஞ் சித்து விட்டான்! கபடம் நிறைந்த பெரியப்பாவின் வக்ரபுத்தியுள்ள மகன் எங்களுக்கு உதவ நினைக்கவில்லை. அதனால் தான் அப்பா இல்லாத நேரமாய்ப் பார்த்து மரத்தை வெட்டுவதற்கு திருட்டுத்தனமாக ஏற்பாடு செய்துள்ளான். அவன் அப்பாவிடம் “மரத்தை வெட்டிக் கொள்ளுங்கள், சித்தப்பா” என்று சிரித்துக் கொண்டே சொன்னது என் நினைவுக்கு வந்தது. உண்மையில் ஒரு குள்ளநரியின் திருட்டுச்சிரிப்பு அது!

எங்களுக்குச் சொந்தமாயிருந்தது அந்தச் சிறுதுண்டு நிலந்தான்.

அதில் வளர்ந்த மரம் எங்களுடையது. எங்களுக்கு மட்டுந்தான் சொந்தம். டிராக்டர் போவதைப் பார்த்த பொழுது நான் திகைத்து நின்று விட்டேன். வெள்ளை வேட்டியும் சில்க் குர்த்தாவும் அணிந்து தன் அலங்கரிக்கப்பட்ட வண்டியில் இருக்கும் மாயாதீனைப் பார்த்து பொழுது என் இரத்தம் கொதித்தது. அவன் தன் கைகளை கறைப்படுத்திக் கொள்ளவில்லை என்றாலும் எங்கள் மரத்தின் இரத்தத்தால் அவைகள் பாவத்தைப் பங்கு போட்டுக் கொண்டுள்ளன. நான் வண்டியின் அருகில் சென்று ஒரு காளையினுடைய மூக்கணாங் கயிறைப் பிடித்தேன்...

"வஞ்சகா!" நான் அலறினேன். "எங்களுடைய மரத்தைத் திருப்பிக் கொடு."

மாயாதீன் என்னை சாட்டைவாரால் அடித்தான். நான் அசையாமல், பிடித்திருந்த கயிறை மேலும் முறுக்கி மூக்கணாங் கயிறை முறுக்கவும் காளையினுடைய காலில் உதைக்கவும் செய்த தால் அதனுடைய கண்கள் பிதுங்கின.

"நீங்கள் இந்த மரத்தை எடுத்துக் கொண்டு போக முடியாது! இப்படி ஒரு கொள்ளை நடத்த நான் விட மாட்டேன்!" கோபத்துடன் நான் அலறினேன்.

அவன் தொடர்ந்து என்னைச் சாட்டைவாரால் அடித்தான்.

நான் காளையின் மூக்கைக் கீறி விடுவேன் என்றும் அத்துடன் காளை மிரண்டு ஓடும் என்றும் அவன் பயப்பட்டிருக்க வேண்டும். சாட்டைவார் விடாமல் என் உடலில் பட்டது. இருந்தாலும் வாழ்வா சாவா என்ற போராட்டத்திலிருந்து நான் பின்வாங்க வில்லை.

நான் மூக்கணாங்கயிறைப் பிடிக்கும்பொழுதே சோட்டி ஓடிப் போயிருந்தாள். ஊருக்குள் போய் அவள் தொண்டை கிழியும் படியான சத்தத்தில் உதவி கேட்டுக் கத்தினாள்.

"என் அக்காவைக் காப்பாற்றுங்கள்! எல்லோரும் ஓடி வாருங்கள்!" ஆட்கள் ஓடி வந்தார்கள், ஆனால் அந்தக் காட்சியைப் பார்த்து எல்லோரும் மௌன சாட்சிகளாய் வேடிக்கை பார்த்துக் கொண்டு நின்றனர்.

"இந்தப் பொடிப்பெண் மாயாதீனின் காளை வண்டியைத் தைரியமாய்த் தடுக்கிறாள்!" என யாரோ ஒருவர் சொல்வது

கேட்டது.

எவ்வளவு அடித்தாலும் நான் பிடியை விடப் போவதில்லை என்பதைப் புரிந்து கொண்ட மாயாதீன் தன் ஆட்களைக் கூப்பிட்டான். நாலு தடியர்கள் என்னைப் பிடித்தார்கள். வேதனையால் காளை துடித்ததைக் கண்ட நான் கயிறை விட்டேன். ஒரு தடியன் என் கைகால்களைப் பிடித்தான். ஒரு வைக்கோல் கட்டைப் போல என்னைத் தரையில் வீசினான்....

மாயாதீன் கிளம்பும் முன், நான் உருண்டு எழுந்து அந்தப் பெரிய காளை வண்டியின் சக்கரத்தில் ஏறி நின்று கொண்டேன். சக்கரத்தால் நசுக்கி என்னைக் கொல்லாமல் ஓரடி கூட நகரமுடியாது என்று கத்தினேன். அவன் தயங்கினான். இதற்குள் நூற்றுக்கணக்கான ஆட்கள் ஏறக்குறைய ஊரில் பாதிப் பேர் திரண்டு இதைப் பார்த்துக் கொண்டிருந்தனர்.

"இது எங்களுடைய மரம், நீங்கள் திருடர்கள்!" நான் கத்தினேன். மாயாதீனின் சில்க் குர்த்தாவை நான் இழுத்துக் கிழித்த பொழுது அவன் கண்கள் கோபத்தால் சிவந்தன. அவனது ஆட்கள் சக்கரத்தில் இருந்து என்னை வெளியே இழுத்துப் பிடித்து வைத்துக் கொண்டனர்.

எங்களுக்குச் சொந்தமான மரத்துடன் காளை வண்டியில் போகின்ற மாயாதீனை முறைத்துப் பார்ப்பதைத் தவிர என்னால் வேறு ஒன்றும் செய்ய முடியவில்லை. என் சீதனம் பறி போகிறது!

அந்த வண்டி ஊர்ந்து, கண்ணில் இருந்து மறைந்தது. அழகான வேப்பமரம் இனிமேல் எங்களுக்குக் குளிர்ச்சியும் நிழலும் தராது... அப்பாவிற்கு மேலும் சிறிது மானக்கேடு...

ஊர்மக்கள் வேடிக்கை பார்த்துக் கொண்டிருந்தார்கள். நான் வாழ்வா சாவா எனப் போராடிக் கொண்டிருந்தபோது அவர்களில் ஒருவர்கூட உதவிக் கரம் நீட்டவில்லை. சம்பவத்திற்குப் பின்னர் அவரவர் வீடுகளில் போய் ஒளிந்து கொண்டனர். மாயாதீனின் ஆட்களில் பலர் என் ஊரைச் சேர்ந்தவர்கள். அவர்களில் எனக்குத் தெரிந்த ஒருவரிடம் "நீ ஏன் இப்படிச் செய்தாய்? இது என் அப்பாவிற்குச் சொந்தமானது என்று உனக்குத் தெரியாதா?" எனக் கோபத்துடன் கேட்டேன்.

"மாயாதீன் எங்களுக்குக் கூலி தருவார். எனக்கு ஒரு மூட்டை நிலக்கடலை தருவதாகச் சொல்லியிருக்கிறார்." அவன் சொன்னான்.

பீஹாரியின் திருட்டுக் குணம் கொண்டவன் மாயாதீன். தன் சக்தியைப் பயன்படுத்திப் பார்த்திருக்கிறான். ஊரிலுள்ள கோழைகளான வாலாட்டும் நாய்களெல்லாம் அவனை அனுசரித்துப் போகின்றன.

என் உடல் வலித்தது. உடல் முழுவதும் காயங்கள். நானும் சோட்டியும் ஆற்றுக்குப் போகும் குறுக்கு வழியில் நடந்தோம். அங்கே எங்களுடைய காயங்களுக்கு ஆறுதல் கிடைக்கும். இரத்தம், மூத்திரம், கண்ணீர் எல்லாம் அந்தப் புண்ணிய தீர்த்தத்தில் கழுவிக் கொள்ளலாம்.

சூரியன் மறைந்த பொழுது குழந்தை பூரியுடன் அம்மா திரும்பி வந்தாள். மேலே ஒரு முத்துப் போல சந்திரன் உதித்தான். நடந்தவற்றை நான் விவரித்தேன். அடிபட்டிருக்கின்றதா என்று அம்மா என் கைகால்களைத் தடவிப் பார்த்தாள். பின்னர் கைகளால் தலையைப் பிடித்தபடி, கயிற்றுக் கட்டிலில் உட்கார்ந்து அழத் தொடங்கினாள்.

"பூலான், நீ செய்பவைகளெல்லாம் நமக்கு வினையாக வருகின்றன!"

எனக்கு சக்தி தரும்படி நான் துர்கையை வேண்டி அழுதேன்.

"துர்கையா? நீ துர்கையிடம் பிரார்த்திக்கிறாயா?" அம்மாவின் குரல் வரண்டு கம்மியிருந்தது. "இனி உனக்கு எப்படி நாங்கள் திருமணம் செய்து வைப்பது? தேவியிடம் கேள்."

ருக்மிணியின் திருமணத்திற்குப் பிறகு பல மாதங்கள் உருளைக் கிழங்குதான் பெரும்பாலும் எங்கள் உணவாயிருந்தது. பெரியவளானதும் அப்பாவைப் போலக் கல் கொத்துவதோ மரவேலையோ செய்ய வேண்டும் என்று முதலிலேயே நான் தீர்மானித்திருந்தேன். அப்படிச் செய்தால் எல்லோரும் உண்பதற்குத் தேவையான அளவு கோதுமை வாங்க முடியுமில்லையா. ஒரு ஆணைப் போல என்னால் வேலை செய்ய முடியும், அப்பாவை ஏமாற்றுவதைப் போல அவ்வளவு சுலபமாய் என்னை யாரும்

ஏமாற்றிவிட முடியாது.

நடந்தவற்றை அப்பாவிடம் சொல்ல ஊரிலிருந்து யாரோ போயிருந்தனர். மறுநாள், வெகுதொலைவு நடந்து அப்பா களைப்புடன் வந்து சேர்ந்தார். அழுதழுது அம்மாவின் கண்ணீர் உலர்ந்து விட்டது. கோபத்துடன் அம்மா சொன்னாள் "புகார் கொடுப்பதற்காக நான் நாளை காவல் நிலையம் போகப் போகிறேன்!"

"மரத்தை இழந்து விட்டோம், இனி நாம் என்ன செய்ய முடியும்?"

"நீங்கள் எதிர்க்கப் போவதில்லையா தேவிதின்! உங்களைவிடப் பூலான் எவ்வளவோ பரவாயில்லை!"

அடுத்தநாள் கல்ப்பியிலுள்ள காவல் நிலையத்திற்குத் தன்னுடன் வரும்படி அம்மா, அப்பாவைக் கட்டாயப்படுத்தினாள். சம்பவ இடத்திற்கு வந்து பரிசோதனை நடத்த வேண்டி அதிகாரிகளின் கால்களைப் பிடித்துக் கெஞ்சினார்கள். அவர்கள் வந்து பார்த்தபோது வேப்ப மரம் இருந்த அடையாளம் சிறிது கூட இல்லை!

இலைகள் எரிக்கப்பட்டு விட்டன. மண்ணைப் போட்டு குழி மூடப்பட்டிருந்தது!

"மாயாதீன் மேல் குற்றம் சொல்ல உங்களுக்கு எப்படி தைரியம் வந்தது?" காவலர் கேட்டார். "பணக்காரனான அவன் உங்கள் மரத்தை எடுத்து என்ன செய்யப் போகிறான்?"

தொடர்ந்து அவனைக் குற்றம் சொன்னால் என் பெற்றோருக்கு எதிராக வழக்குப் போடப் போவதாக காவலர்கள் மிரட்டினர்....

என் திருமணத்திற்கான சீதனத்திற்கு உதவி செய்யும்படி தன் சகோதரர்களிடம் கேட்பதற்காக அம்மா மறுபடியும் அவளுடைய கிராமத்திற்குப் போனாள். எந்த வேலையாக இருந்தாலும், கொத்தனார் வேலை உட்பட செய்வதற்கு அப்பா தயாரானார். கிடைத்த கூலியை வேட்டியின் நுனியில் பத்திரமாய் முடிந்து வைத்தார்.

மாயாதீனை, அவனுடைய உடம்பிலிருந்து இரத்தம்

சொட்டும் வரை, நான் சாட்டைவாரால் அடிப்பதாயும், அவன் எங்களுடைய மரத்தின் கிளைகளை வெட்டியதைப் போல ஒரு கோடாலியால் அவனுடைய கைகளை வெட்டுவதைப் போலவும் நான் கனவு கண்டேன்.... பகை என்னுடைய மனதில் குவிந்து கொண்டிருந்தது....

5

ருக்மிணி தன் கணவன் வீட்டிற்குப் போனபொழுது எனக்குப் பதினொன்று வயது இருக்கலாம் என்று அம்மா சொன்னாள். அவளுக்கு உறுதியாகத் தெரிய வில்லை. அப்போது, அந்த வயதுக்கேற்ப நான் வளரவில்லை. வளர்ச்சியில் சோட்டி என்னை விடப் பெரியவளாகி விடுவாளோ என்று சொல்லும் அளவு சிறியவளாக இருந்தேன். மழைக்காலத்தில் 'பாத்ர' மாதத்தில் பூக்களின் திருவிழா அன்று நான் பிறந்தது மட்டும் அம்மாவுக்குத் தெரியும். தன் குழந்தைகள் எவர் வயதும் அம்மாவுக்குச் சரியாகத் தெரியாது. ஆனால் எங்கள் குட்டித்தம்பி சிவநாராயணனின் வயது மட்டும் அம்மாவிற்குச் சரியாகத் தெரியும். ஒரு நாள் அவனைப் பள்ளிக்கூடத்தில் சேர்க்க வேண்டும் எனும் அவளுடைய ஆவல்தான் அதற்குக் காரணம்.

ருக்மிணி புகுந்த வீடு சென்றுவிட்டாள். இப்போது வீட்டில் நான்தான் மூத்தவள். அதனால் வீட்டு வேலைகள் அனைத்தும் என் தலையில் விழுந்தன. சப்பாத்திக்கு வேண்டிய கோதுமை, அரைக்க

வேண்டி இருந்தது. இந்த வேலை என் கைகளில் கொப்புளங்களை உண்டாக்கியது. எருவைச் சேகரித்து, அக்கரைக்குக் கொண்டு போய்ச் சேர்ப்பது, மாடுகளுக்குத் தீவனம் வைப்பது, பழுதான பகுதிகளைச் சரிசெய்ய சேறு கொண்டு வருவது, தண்ணீர் சுமப்பது, அடுப்பைப் பற்ற வைப்பது, தொழுவத்தை சுத்தப்படுத்துவது, இவைகளெல்லாம் என் அன்றாட வேலைகள்.

சோட்டி அடிக்கடி கேட்பாள்: "உன் திருமணம் எப்பொழுது? அதற்குப் பிறகு நானா? ருக்மிணியைப் போல நீயும் போய் விடுவாயா? உன் கணவன் நல்லவராயிருப்பாரா? திருமணம் நடக்கும்பொழுது உனக்கு என்ன வயது இருக்கும்?..."

மேற்சொன்ன கேள்விகளுக்குள்ள பதில்களைத் தெரிந்து கொள்ள எனக்கும் ஆவலாய் இருந்தது. ருக்மிணிக்குக் கிடைத்ததைப் போன்ற சன்மானங்களைப் பெற நானும் காத்துக் கொண்டிருந்தேன். எங்களுடைய கிராமத்தில் இருந்து ஒரு நாள் நடக்க வேண்டிய தூரத்தில் இருக்கும் மகேஷ்பூரில் இருந்துதான் என் கணவன் வருகிறான் என்றும், அவனுக்கு அது இரண்டாவது திருமணம் என்றும், எங்களுடைய குடும்பத்திற்கு உதவியாக இருப்பான் என்றெல்லாம் என்னிடம் சொல்லியிருந்தார்கள். பருவம் அடைந்ததற்குப் பிறகு, அதாவது மூன்று நான்கு ஆண்டு களுக்குப் பிறகு, கணவனுடைய கிராமத்திற்கு நான் போக வேண்டியிருக்கும்.

"அதற்கு இன்னும் நீண்ட நாளிருக்கின்றன, பூலான். அதுவரை கவலைப்படாமல் இரு!" அப்பா சொன்னார்.

அதற்குப் பிறகு அதை நான் பெரிதாக எடுத்துக் கொள்ளவில்லை.

விடியற்காலை. கதவு தட்டப்பட்டது. "பூலான்! எங்களுடைய வயலில் கொஞ்சம் புல் அறுக்கப் போகிறேன்... நீயும் வருகிறாயா என்று அம்மாவிடம் கேள். உன் பசுக்களுக்கும் தீவனம் வேண்டு மில்லையா?" என் தோழி சுக்தேவியினுடைய குரல்.

சுக்தேவி என் உயரம் உள்ளவள், அழகானவளும் கூட. வளர்ந்த பெண்ணைப்போல மஞ்சள் புடவை உடுத்தியும் நீளமான தலை முடியைப் பின்னி ஒரு ரிப்பனால் கட்டியும் இருந்தாள். திருமண மானவள் என்றாலும் அவளுடைய கணவனின் ஊருக்கு இன்னும் செல்லவில்லை சுக்தேவி.... ஒரு தங்கையிடம் பழகுவதைப் போல

என்னிடம் பழகினாள்.

“நீ வருவதாக இருந்தால் சீக்கிரம் வா.” அவள் அவசரப் படுத்தினாள்.

ஆற்றைக் கடக்கும் பொழுது மிகவும் கவனமாய் இருக்க வேண்டும் என்று அம்மா சத்தமாய்ச் சொன்னாள். வசந்த காலம் என்பதால் ஆற்றில் தண்ணீர் கொஞ்சமாகவே இருந்தது. ஆனால், ஆங்காங்கே சில ஆழமான குழிகள் உள்ளன.

ஆற்றைக் கடக்கும் பொழுது நான் சுக்தேவியைக் கவனித்தேன். உருண்ட பின்புறம். அவள் எப்பொழுதோ ஒரு பெண்ணாகி விட்டிருந்தாள்! நானோ மரப்பாச்சி பொம்மை போல உலர்ந்தும்....

அவளுடைய வயலை அடைய வேறொரு வயலைத் தாண்டிப் போக வேண்டும். வரிசை வரிசையாக நின்று கொண்டிருந்த கடலைச் செடிகள் என் இடுப்பு உயரம் வளர்ந்திருந்தன. அறுவடைப் பருவத்தில் இருந்தன. எனக்குத் திடீரென்று பசி எடுத்தது. நான் கொஞ்சம் கடலையைத் தோல் நீக்கி விட்டு வாயில் போட்டேன். நிறையத் தின்ன வேண்டும் போலிருந்தது.

“மாயாதீன் பார்த்து விட்டால்? இது அவனுடைய வயல்” சுக்தேவி பயத்துடன் சொன்னாள்.

“அந்த சோம்பேறி நாய் இன்னும் தூங்கிக் கொண்டிருப்பான்!” விளைந்து கிடக்கின்ற வயலில் குனிந்து நின்று கொண்டு நாங்கள் சில கதிர்க்குலைகளைப் பறித்தோம். என்னளவு இருந்த ஒரு கட்டுக் கதிர்க்குலைகளை நான் சுலபமாகப் பிடுங்கிவிட்டேன். ஏதாவது இந்திர ஜாலத்தைச் செய்து முழு விளைச்சலையும் கொய்து எடுத்துக் கொண்டு போய் விட்டேன் என்றால் மாயாதீனினுடைய முகபாவம் எப்படியிருக்கும் என்று நினைத்துப் பார்த்தேன்! இன்னுங் கொஞ்சம் கதிர்க் குலைகளைத் தோளிலிருந்த சாக்கில் நிறைக்க நான் பின்னால் திரும்பிய பொழுது, விடியற்காலை மங்கலான வெளிச்சத்தில் தூரத்தில் ஓர் உருவம் அசைவது கண்ணில் பட்டது. நன்றாக உடை உடுத்திருந்த ஓர் ஆளின் உருவம். அது மாயாதீனைத் தவிர வேறு யாராகவும் இருக்க முடியாது!

சுக்தேவி பயந்து என்னுடன் சேர்ந்து நின்றாள். “உன் வீட்டிற்குப்

பின்புறம் நடந்து வரும் பொழுது அவனுடைய மனைவி ஒருத்தியைப் பார்த்தேன்" அவள் என் காதில் முணுமுணுத்தாள். "நாம் வயலுக்குத்தான் போகிறோம் என்று அவள் அவனிடம் சொல்லியிருப்பாள். கோபத்துடன் வந்து கொண்டிருப்பான்."

ஒளிவதற்கு ஓர் இடங்கூட இல்லை. நிமிடத்திற்குள் அவன் எங்கள் அருகில் வந்து விட்டான். ஒவ்வொரு கையினாலும் எங்களுடைய தலைமுடியைப் பிடித்து இழுத்துக் கொண்டு ஊருக்குள் போனான். சுக்தேவி அழுது கொண்டிருந்தாள். ஆனால் நான் அழுகவில்லை. "மானங்கெட்ட திருடிகளே! நான் உங்களைப் போலீசில் ஒப்படைக்கப் போகிறேன்!" அவன் சத்தமாய்ச் சொன்னான்.

அவன் என் பெற்றோர்களைப் பஞ்சாயத்தில் குத்தம் கட்ட வைக்கப் போகிறான் என்று புரிந்து கொண்டேன்.

அவன் எங்களைப் பஞ்சாயத்துக் கட்டடத்திற்கு இழுத்துக் கொண்டு போனான். ஆட்கள் கூடத் தொடங்கினார்கன். நான் சேற்றில் குளித்திருந்தேன். சுக்தேவி பயந்து நடுங்கிக் கொண்டிருந்தாள்.

அவன் ஆள் கூட்டத்தில் சொன்னான்:

"சிறு திருடிகளைப் பாருங்கள். இவர்கள் என் வயலில் இருந்து கடலை திருடியிருக்கிறார்கள்!"

அவன் எங்களைத் தரையில் உட்கார வைத்தான். அப்பொழுது ஊர்ப் பெரிய மனிதர்கள் வந்தார்கள். தலைவன் கிஷ்ணா தன் கழுகுக் கண்களுடன் வந்தான். அவன் மாயாதீனின் நெருங்கிய நண்பன். பஞ்சாயத்துக் கூடுகிறது என்று துடும்பு அடித்து அறிவிக்க ஆள் கூப்பிட ஒருவன் போனான். பஞ்சாயத்து முற்றத்தில் ஒரு தீக்குண்டம் போடும்படி சர்பஞ்ச் ஒரு கிராம வாசியிடம் சொன்னான்.

குளிராலும் பயத்தாலும் நடுங்கிக் கொண்டிருந்த எங்களைத் தீயின் அருகில் உட்கார யாரும் அனுமதிக்கவில்லை. தண்ணீர் எடுக்க வந்த பெண்களும் வேலைக்காரர்களும் எங்களைப் பார்த்து குசுகுசுத்தனர். "பூலான்தேவி ஒரு திருடி! அவள் பெற்றோர் களுக்குக் கெட்ட பெயர் ஏற்படுத்தி விட்டாள்! ஒரு நாள் அவள் சிறைக்குப் போவாள்!"

அதற்கு மாறாகச் சொல்லவும் ஆட்கள் இருந்தார்கள்: "இந்த மாயாதீனுக்கு வெட்கம் இல்லை! ஒரு சிறு பெண் கொறிப்பதற்குக் கொஞ்சம் கடலை பறிப்பதில் என்ன தவறு? அதனால் அவன் ஏழையாகி விடுவானா? துடும்பு அறிவிக்கப்பட்டதைக் கேட்டு என் அம்மா பரிதவிப்புடன் ஓடிவந்தாள். தலைகுனிந்தபடி அவள் பின்னால் அப்பாவும் வந்தார். அம்மா என் கழுத்தைப் பிடித்துக் கொண்டு கத்தினாள்: "நீ வீட்டிற்கு வா, வாழ்க்கையில் எப்பொழுதும் மறக்க முடியாத ஒரு பாடம் புகட்டுகிறேன்!" அவளுக்கு மூச்சு வாங்கியது. நல்ல வெய்யில். பஞ்சாயத்துக் கூடியிருந்த ஆலமர நிழலில் முகத்தை இரண்டு கைகளிலும் தாங்கியபடி பிரார்த்தனை செய்வதைப் போல அப்பா உட்கார்ந் திருந்தார். பாவம்.. அழுது கொண்டிருந்தார்.

பஞ்சாயத்து உறுப்பினர்கள் எல்லோரும் வந்து சேர்ந்த பொழுது மதியம் ஆகிவிட்டது. நிலப்பிரபுக்கள் எல்லோரும் சர்பஞ்சின் வீட்டில் கூடி என்ன செய்யலாம் என்று ஆலோசனை செய்து கொண்டிருந்த பொழுது மாயாதீனினுடைய அட்டகாசம் வெளியில் கேட்டது. "இந்தப் பெண் என் தோட்டத்திலிருந்து எதற்காக நிலக்கடலை பறித்தாள்? அவளுடைய பெற்றோர்கள் தான் தூண்டிவிட்டிருக்கிறார்கள்! தேவிதின் குத்தம் கட்ட வேண்டும்!"

சுக்தேவியைக் காப்பாற்ற அவளுடைய அப்பா, கணவன், சகோதரர்கள் இருந்தார்கள். என்னை எப்படிக் காப்பாற்றுவது என்று பாவப்பட்ட என் அப்பாவிற்குத் தெரியவில்லை. பஞ் சாயத்து ஒரு முடிவு எடுக்கும்பொழுது மதியம் தாண்டிவிட்டது. சர்பஞ்ச் வெளியில் வந்து ஆலமரத்தின் கீழிருந்த திட்டில் ஏறி நின்றான். நல்ல உயரமும் அடர்ந்த தலைமுடியுமுள்ள அவருடைய பெயர் பிரிஜ் பீகாரி. தலைவன் கிஷ்ணாவுக்கும் மாயாதீனுக்கும் அவர் நெருக்கமானவர். முதலில் அவர் சுக்தேவியின் வீட்டினர் நூறு ரூபாய் குத்தம் கட்ட வேண்டும் என்று அறிவித்தார். ஒரு பிடி நிலக்கடலைக்கு நூறு ரூபாய்! எனக்களிக்கப்பட்ட தீர்ப்பு வேறுவிதமாயிருந்தது. கிராமத்தினர் எல்லோர் முன்னிலையிலும் நின்று கொண்டு சர்பஞ்ச் "என்னுடைய அப்பாவிற்கு மாயாதீனினுடைய நிலத்தில் பங்கு இருக்கிறது என்றும், இது வரையில் அந்தப் பங்கு தரப்படாமல் இருக்கிறதென்றும் அறிவித்தபொழுது என் கண்கள் ஆச்சரியத்தால் மலர்ந்தன! தேவிதினின் குடும்பம் விவசாயம் செய்ய வேறு நிலம் எதுவும் இல்லாத காரணத்தினால், அவருடைய மகள் கடலை பறிப்பதற்கு

மாயாதீனுடைய தோட்டத்திற்குப் போகாமல் வேறு எங்கு போவாள்!"

நான் வெற்றிபெற்று விட்டேன்! நான் திருடியல்லவென்று பஞ்சாயத்து தீர்மானித்திருக்கிறது. மாயாதீனும் அவனுடைய குடும்பத்தினரும் தான் நான் தவறு செய்யக்காரணம்.

துள்ளிக் குதித்தவாறே அப்பாவிடம் ஓடினேன். "மாயாதீனின் நிலத்தில் நமக்குப் பங்கு இருக்கின்றது. பஞ்சாயத்து அதை ஒத்துக் கொண்டுள்ளது. இன்னும் எதற்கு அழுது கொண்டிருக்கிறீர்கள்? அந்த நிலம் இப்பொழுது நம்முடையது!"

அவர் கண்ணீரைத் துடைத்துக் கொண்டார். "எதற்காக மகளே! நீ அப்படிச் செய்தாய்?"

என்ன சொல்வது என்று எனக்குத் தெரியவில்லை. இனிமேல் நான் யாருக்கும் பயப்பட வேண்டியதில்லை. மாயாதீன் உட்பட!

மாயாதீன் அருகில் வந்தபொழுது அப்பா குனிந்த தலையுடனும் திகைப்படைந்த கண்களுடனும் எழுந்து நின்றார். கோபத்தில் மாயாதீனின் மூக்கு எருதின் மூக்கைப் போல விரிந்தது. கோபத்தால் மூச்சடைக்க அவன் சொன்னான்: "தேவிதின்! இது அக்கிரமம்! நீங்கள் இவளுக்குத் திருட்டுத்தனத்தைச் சொல்லிக் கொடுத்திருக்கிறீர்கள். என் நிலத்திலிருந்து கடலை பறிக்கச் சொல்லி அவளுக்குச் சொல்லிக் கொடுத்திருக்கிறீர்கள்! உங்களுக்குக் குத்தம் போட்டிருக்க வேண்டும். பஞ்சாயத்தினர் எனக்கு அநீதி இழைத்து விட்டார்கள். நான் சொல்வதைக் கவனமாய்க் கேட்டுக் கொள்ளுங்கள். நான் உங்கள் வாழ்க்கையை நாசமாக்கப் போகிறேன்."

அவனை நான் கேலி செய்தேன். ஆலமரத் திட்டில் வைத்திருந்த கதிர்க்குலைகளை எடுக்க நான் அங்கே ஓடினேன்.

கட்டு மிகவும் கனமாய் இருந்தது. என்றாலும் புது வாழ்க்கை கிடைத்ததைப் போல அதை எடுத்துக் கொண்டு நான் வீட்டிற்கு ஓடினேன். பசுக்களின் அருகில் போனேன். என் வாழ்க்கையில் மிகவும் மகிழ்ச்சியான நிமிடங்கள் அவை! கதிர்க்குலைகளை நான் வாயில்லாப் பிராணிகளுக்குப் பிரித்துக் கொடுத்தேன்.

"நீங்கள் தின்று கொள்ளுங்கள்! நம் வயலில் விளைந்தவை"

என்று நான் சொன்னேன்.

இருந்தாலும் என் மீது குற்றம் சுமத்திக் கொண்டிருந்த ஒரே ஆள் அம்மாதான்.

"எதற்காக நீ பஞ்சாயத்து உறுப்பினர்கள் முன் குலுங்கிச் சிரித்தாய்?"

அவர்கள் சொன்னதை அம்மாவும் கேட்டிருந்தாள் இல்லையா? "அப்பாவிற்கு அந்த நிலத்தில் பங்கிருக்கிறது. நாம் நினைத்த பொழுதெல்லாம் மாயாதீனின் வயலுக்குப் போய் பசுக்களுக்குத் தேவைப்படும் தீவனத்தை அறுத்தெடுத்துக் கொண்டு வரலாம்!"

அம்மா சிரித்து விட்டாள்.

அதற்குப் பிறகு மாயாதீன் என்னை ஒன்றும் செய்யவில்லை. என்னை அடிக்கக் கை ஓங்குவதற்கு அவனுக்கு தைரியம் வரவில்லை.

என் இந்த வெற்றிக்குப் பிறகு மூன்று மாதம் கழித்துத் திடீரென்று எங்கள் வீட்டில் ஒரு மாற்றம் ஏற்பட்டது. எங்களுடைய கிராமத்தி லிருந்தவர்களும் வேறு கிராமத்தினர்களும் வருவதும் போவதுமாக இருந்தனர். வயலில் வேலைகளில் ஈடுபட்டுக் கொண்டிருந்த நான், ஒரு நாள் மாலை நேரம் உரம் அள்ளிக் கொண்டிருந்த பொழுது அம்மா என்னருகில் வந்தாள். என்னை ஆற்றுக்குக் கூட்டிக் கொண்டு போய்க் குளிக்க வைத்து, தலைவாரி உடல் முழுவதும் மஞ்சள் பொடி கலந்த எண்ணெயைப் பூசினாள். அப்பொழுது நான் ஒரு தேவி சிலையைப் போல் மின்னினேன்.

இரண்டு பெரிய வெள்ளைக் காளைகள் பூட்டப்பட்ட வண்டி யுடன் ஒரு சிறு கூட்டம் எங்கள் ஊருக்கு வந்தது. அதில் ஆண்கள் மட்டுமே இருப்பதைத் தூரத்தில் வரும்பொழுதே நான் கவனித்தேன். அவர்கள் எங்கள் வீட்டிற்குத் தான் வருகிறார்கள் என்பதை அறிந்த நான் பின்புறம் இருந்த படுக்கை அறையில் போய் ஒளிந்து கொண்டேன்.

காளை வண்டியில் வந்தவர்கள் வீட்டின் முற்றத்தில் இருந்த கயிற்றுக் கட்டில்களில் உட்கார்ந்திருந்தார்கள். "பூலான், இங்கே வா!"

அம்மா என்னை அழைத்தாள்.

தமிழில்: மு.ந. புகழேந்தி

என்ன நடக்கிறது என்று பார்ப்பதற்காக கிராமத்திலிருந்த எல்லாப் பெண்களும் வீட்டின் முன் கூடிவிட்டார்கள். எனக்கு முன்னால் இருந்த ஆள் ஆஜானுபாகுவாய், வெள்ளையாய் இருந்தான். அவனுக்கு மாயாதீனினுடைய வயது இருக்கும் என்று தோன்றியது. எனக்குக் கணவனாக வரக்கூடியவனுடைய அப்பாவாக இருக்கும் என்று நினைத்தேன். அவனை விட வயதான இன்னொரு ஆளும் அக்கூட்டத்தில் இருந்தான்.

"அவள் இன்னும் வயதுக்கு வரவில்லை. முப்பது வயதுள்ள ஒருத்தருக்குக் குறைந்தது பதினைந்து வயதாவது உள்ள பெண் வேண்டுமில்லையா" அம்மா சொன்னாள்.

"கொஞ்ச நாட்களுக்கு நீங்கள் அவளை கூட்டிக் கொண்டு போக முடியாது" அப்பா சொன்னார்.

எதுவும் பேசாமல், வாட்டசாட்டமான அந்த ஆள் என்னைப் பார்த்துக் கொண்டு உட்கார்ந்திருந்தான். எதையோ எடை போட்டுப் பார்ப்பதைப் போல இருந்தது அவன் முகபாவம். நான் நிலை கொள்ளாமல் இருந்தேன்... அப்பொழுது வயதில் மூத்தவன் சொன்னான்:

"இவள் பொருத்தமாக இருப்பாள்."

அவர்கள் சென்று விட்டனர். அவற்றை எல்லாம் நான் மறந்தும் விட்டேன்.

"நீ புட்டிலாலுடன் போகப் போகிறாயா?"

சோட்டியின் குரல் என்னை ஆச்சரியத்தில் ஆழ்த்தியது. "இல்லை" நான் சொன்னேன்.

"ருக்மிணி ராம்பாலின் வீட்டிற்குப் போய்விட்டாள் இல்லையா?"

"அவள் வயதுக்கு வரும் வரை இருந்தாள். பதினாறு வயது முடிந்த பிறகுதான் போனாள்."

"திருமணம் என்றால் என்ன, பூலான்?"

"எனக்குத் தெரியாது, சோட்டி."

எனக்குத் தெரிந்ததெல்லாம், பெற்றோர்கள் தங்களுடைய

68 நான் பூலான்தேவி

பெண்களுக்குக் கொடுக்கும் பலவிதப்பட்ட சுவையான உணவு வகைகள் கொண்ட ஒரு விருந்து அது. ஊரிலிருந்த இளம் பெண்களில் பெரும்பாலோர் திருமணமானவர்கள் என்றும், திருமணத்திற்குப் பிறகும் அவர்கள் பெற்றோர்களுடனேயே வாழ்ந்து வருகிறார்கள் என்றும் நான் அவளிடம் கூறினேன்.

புட்டிலாலைப் பற்றி எனக்கு எதுவும் தெரியாது. அவன் ஓர் இராட்சசன் என்பதோ, என் பெற்றோர்களுக்குக் கொடுத்த வாக்குகளை மீறி திருமணமான மறுநாளே, என்னைக் கட்டாயப்படுத்தி அவன் கிராமத்திற்குக் கூட்டிக் கொண்டு போய் விடுவான் என்றோ நான் எதிர்பார்க்கவில்லை.

தமிழில்: மு.ந. புகழேந்தி

6

முதுவேனிற் காலத்தில் மிக வெப்பமுள்ள ஒரு நாள். அன்றுதான் என் திருமணம்.

அறிமுகமற்ற பலர் வீட்டிற்கு வந்திருந்தனர். சங்கீதமும் பாட்டும் விழாவில் களை கட்டின. விருந்தினர்கள் வழக்கத்திற்கு மாறாக என்னிடம் என்னென்னவோ பேசினார்கள். முதல் நாளைப் போலவே நான் என் நீலப்பாவாடையையும் சட்டையையும் அணிந்தேன்.

நிலத்தில் வேலை செய்து கொண்டிருந்ததால் திருமண ஊர்வலம் வந்ததைக் கூட நான் பார்க்கவில்லை. வேலை முடிந்ததும் நானும் சோட்டியும் யமுனையின் இளஞ்சூடான தண்ணீரில் குதித்தோம்.

நீண்ட நேரம் நீரில் விளையாடிக் கொண்டிருந்த நாங்கள் தூரத்தில் அம்மா நடந்து வருவதைப் பார்த்தோம். அம்மா என்னைக் கூட்டிக்கொண்டு போனாள். வீடு முழுவதும் புதியவர்கள் நிறைந்திருந்தார்கள். சன்மானங்களை பரிசோதித்தபடி கிராமத்தில் உள்ள

எல்லாப் பெண்களும் அங்கே இருந்தார்கள்.

எங்கே ஒளிந்து கொள்வது என்றும், பழக்கமில்லாத அவர்களுக் கிடையில் என்ன செய்வது என்றும் புரியவில்லை.

முற்றத்தில் ஒரு பந்தல் போடப்பட்டிருந்தது. மாவிலைத் தோரணம் கட்டப்பட்டிருந்தது. ஆட்கள் உட்கார்வதற்காகப் பெரிய வாழை இலைகள் கீழே விரிக்கப்பட்டிருந்தன.

“பார், அழகாயிருக்கிறதில்லையா?” நான் சோட்டியிடம் சொன்னேன்.

“ருக்மிணியின் திருமணத்தன்று இன்னும் நிறைய அலங்காரமாய் இருந்தது, கூட்டமும் அதிகம். பரிசுகளும் அதிகம்.” சோட்டி சொன்னாள்.

ஆமாம் என்று சொன்னேன். சீதனம் கொடுப்பதற்காக என் பெற்றோர் கடன் வாங்க வேண்டியதிருக்கும் என்று எனக்குப் புரிந்தது, சோட்டியின் திருமணத்திற்கு அவர்கள் என்ன செய்வார்கள்? பெண்ணாய்ப் பிறப்பதே சாபக்கேடுதான். சந்தேகமேயில்லை.

நான் வீட்டிற்கு ஓடினேன்.

“அம்மா, எனக்கொரு சப்பாத்தி தருவாயா? மிகவும் பசிக்கிறது.” நான் சொன்னேன். “சப்பாத்தி கிடைத்து விட்டால் நீ ஓடிப்போய் ஒளிந்து கொள்வாய். நீ அப்புறமாய் சப்பாத்தி சாப்பிட்டால் போதும். முதலில் உன்னைக் குளிக்க வைக்கிறேன்!”

பலவித எண்ணெய்களும் நறுமணப் பொருட்களும் தேய்த்து ஐந்து முறை குளிக்க வைத்தார்கள். பிறகு என் கைகால்களில் மஞ் சள் தேய்த்தனர். என் முடி குட்டையாகவும் அடர்த்தியில்லாமலும் இருந்தது. ருக்மிணியின் திருமணத்தின்பொழுது அவளுடைய முடி அடர்த்தியாகவும் நீளமாகவும் இருந்தது.

என் மாமா ஒருவர் கொண்டு வந்திருந்த வளையல்களையும் கொலுசையும் அணிந்து கொண்டேன். பெண்கள், எனக்கு ஒரு புதிய ஜாக்கெட்டும் புடவையும் அணிவித்தார்கள். புடவையின் நுனியை நீளமாய் எடுத்து என் தலை முழுவதையும் மூடினார்கள். அதன்பிறகு என்னால் எதையும் பார்க்க முடியவில்லை.

பந்தலில் கொண்டுபோய் என்னை உட்கார வைத்தனர். நான் என்னவெல்லாம் செய்யக்கூடாது என்று காதில் முணு முணுத்தார்கள். அசையக்கூடாது, தேவையில்லாமல் எதையும் செய்யக்கூடாது, கோபப்படக் கூடாது, ஒரு வார்த்தை கூட பேசக்கூடாது!....

"தாகமெடுத்தால் என்ன செய்வது?" என்று நான் கேட்டேன்.

"இல்லை! உனக்குத் திருமணம் என்பதைப் புரிந்து கொள்! சடங்கு முடியும்வரை நீ அசையாமல் இருக்க வேண்டும்." அம்மா திட்டினாள்.

என்ன நடக்கிறது என்று எதையும் தெரிந்து கொள்ளாமல், எதனையும் பார்க்க இயலாமல் சிலை போல அங்கே உட்கார்ந்திருக்க வேண்டியிருந்தது.

"எங்கள் மானத்தை வாங்கி விடாதே!" அம்மா சொன்னாள்.

பசியின் குரல் கேட்டதைத் தவிர எனக்கு வேறு எதுவும் தோன்றவில்லை. சோட்டி என்னருகில் உட்கார்ந்திருப்பாள் என்று நான் நினைத்தேன். ஆனால் அவளுக்கு அதற்கு அனுமதி இல்லை. ஆயுள் முழுக்க இங்கே இப்படியே தனியாக உட்கார்ந்து கொண்டிருக்க வேண்டுமோ என்று நான் பயப்பட்டேன்! என் அருகில் பல குரல்கள் கேட்டன. யாரெல்லாமோ என்னைப் பற்றிப் பேசிக் கொண்டிருந்தார்கள்.

அசையாமல் சிறிது நேரம் உட்கார்ந்ததில் என் முதுகு வலித்தது. வளையல்களின் இனிமையான ஓசையைக் கேட்பதற்காக நான் அடிக்கடி கைகளை அசைத்துக் கொண்டிருந்தேன். கழுத்தில் அணிந்திருந்த நகைகளைப் பார்க்க முடியாதது எனக்கு வருத்தமாக இருந்தது.

சலித்து விட்டது. நான் சேலைத் தலைப்பை எடுத்து விட்டேன். எனக்குத் தாகம் எடுத்தது. "சோட்டி! அவள் எங்கே? அவளை வரச் சொல்லுங்கள்!" நான் சொன்னேன்.

புடவைத் தலைப்பால் மறுபடியும் முகத்தை மூடிக் கொள்ள வேண்டும் என்றும் அசையாமல் உட்கார்ந்து கொண்டிருக்க வேண்டும் என்றும் சுரகனின் மனைவி கண்டித்தாள்.

இறுதியில் என்னை எழுந்திருக்கச் சொன்னார்கள். ஊதுபத்தி

எரியும் மணம் என் மூக்கில் நுழைந்தது. என்னால் எதையும் பார்க்க முடியவில்லை. அப்பொழுது ஒரு கை என்னைப் பிடித்தது. என் அருகில் ஓர் ஆண் இருப்பது எனக்குப் புரிந்தது. புரோகிதன் மந்திரத்தைச் சொல்லிக் கொண்டிருக்க, புனித தீக்குண்டத்தை நான் ஒரு முறை சுற்றி வந்தேன். அதற்குப் பிறகு என் முகத்திரை விலக்கப்பட்டு நெற்றியில் குங்குமப் பொட்டு வைக்கப்பட்டது. என் பெற்றோர் என் கையைப் பிடித்து முன்பின் தெரியாத இந்த மனிதனின் கையில் கொடுத்தார்கள். அப்பொழுது இந்த முகத்தை எங்கேயோ பார்த்தது போலத் தோன்றியது. வியர்வையால் நனைந்த ஒரு கனமான கை என் விரல்களில் பதிந்தது...

இந்த முகத்திரையை எடுத்து விட்டு சுற்றிலும் என்ன நடக்கிறது என்று தெரிந்து கொள்ள ஆசையாக இருந்தது. என்னைத் தவிர அனைவரும் மகிழ்ச்சியாக இருப்பதாக எனக்குத் தோன்றியது. எனக்குப் பசியும் தாகமும் அதிகமாகியிருந்தன.

மாலை மங்கியதும் கழிப்பிடத்திற்குப் போக வேண்டும் என்று தோன்றியது. முக்காட்டின் வழியாக நான் அதைச் சொன்னேன். ஆனால், பாட்டு, பேச்சுக்களுக்கிடையில் நான் சொன்னது யார் காதிலும் விழவில்லை. சிறிது நேரம் கழிந்த பிறகு யாரோ என் கையைப் பிடித்து எழுந்து நிற்க வைத்தார்கள். ஆனால், கழிப்பிடத்திற்கு என்னைக் கூட்டிக் கொண்டு போவதற்குப் பதில் மறுபடியும் பந்தலிலேயே என்னை உட்கார வைத்தார்கள். என் அருகில் உட்கார்ந்திருக்கும் மனிதனை ஓரளவு பார்க்க முடிந்தது. யாரோ என் முக்காட்டை விலக்கினார்கள். என்னைப் பரிசோதிக்கின்ற அந்த மனிதனுடைய கறுத்த கண்களை நான் பார்த்தேன்.

அரிசியும் பூவும் நிறைந்த ஒரு தட்டை என்னிடம் கொடுத்து அதை அவனுடைய தலையில் தூவும்படி யாரோ சொன்னார்கள். என் அருகில் உட்கார்ந்திருப்பவரின் முகத்தை எங்கே பார்த்தேன் என்று எனக்கு அப்பொழுது நினைவிற்கு வந்தது. எங்களுடைய வீட்டிற்குச் சில நாட்களுக்கு முன்பு வந்திருந்த "இந்தப் பெண் பொருத்தமாய் இருப்பாள்" என்று சொன்ன மனிதன் தான் இது.

அவன் தலையில் ஒரு பிடி அரிசியை நான் தூவினேன். ஒன்றை நான் கவனித்தேன். அவனுடைய முடி நரைக்கத் தொடங்கி யிருக்கிறது! அவன் வேட்டி அணிந்திருந்தான். அவன் பானை

தமிழில்: மு.ந. புகழேந்தி 73

வயிறுக்கு மேலிருந்த குர்த்தாவில் பொத்தான்கள் எப்பொழுது வேண்டுமென்றாலும் பிய்ந்து விடும் என்று தோன்றியது.

“இது அந்த ஆளேதான்! முன்பு வீட்டிற்கு வந்திருந்த அதே மனிதன்!” நான் சோட்டியிடம் சொன்னேன்.

“அந்த ஆளுக்கு நம் அப்பாவின் வயது இருக்கும்! இப்பொழுது உனக்கு இரண்டு அப்பாக்கள்” என்று சொல்லி சோட்டி சிரித்தாள்.

அவனுக்கு அடர்ந்த கறுப்பு மீசை இருந்தது. நிறம் என்னைப் போலவே காக்கைக் கறுப்பு. என் மைத்துனன் ராம்பாலைப் போல அழகானவனில்லை. புகையிலை நாற்றம். அவன் மூக்கில் முடிகள் அசிங்கமாய்த் தெரிந்தன.

என் பெற்றோர் மற்றும் மாமாமார் கால்களில் அவன் விழுந்து வணங்கினான். அதற்குப் பிறகு அவன் பந்தலை விட்டுப் போய் விட்டான்.

அவ்வாறு என்னை புட்டிலாலுக்குத் திருமணம் செய்து கொடுத்தார்கள்...

நான் புடவையை அவிழ்த்து விட்டுப் பாவாடையும் ஜாக்கெட்டும் அணிந்து கொண்டேன். உடனே என் அவசர வேலைகளை முடித்துக் கொள்வதற்காக வயலுக்கு ஓடினேன். நான் அணிந்து கொண்டிருந்த நகைகள் தொலைந்து விடாதிருப்பதற்காக பெண்கள் கூட்டமொன்று என்னைப் பின் தொடர்ந்தது.

வீட்டிற்குத் திரும்பி வந்தபொழுது எனக்கு உணவும் தண்ணீரும் கொடுத்தார்கள். சடங்குகள் முடியும் வரை மணப்பெண் பட்டினி கிடக்க வேண்டும் என்பது நியதி.

நகைகள் அணிந்து அலங்காரமாய் நான் அன்றைக்கு எல்லோருக்கும் காட்சிப் பொருளாய் இருந்தேன். இவ்வளவு நட்புடன் இதற்கு முன் யாரும் என்னிடம் எப்பொழுதும் பேசியதில்லை. “திருமணம் முடிந்தவுடன் உன் வாழ்க்கையில் மாற்றம் வரப்போகிறது” என்று ஒருத்தி என்னிடம் கூறினாள். அவள் எதை நினைத்து அப்படிச் சொல்கிறாள் என்று எனக்குப் புரியவில்லை.

நள்ளிரவு தாண்டி விட்டது. கிராமத்திலிருந்த பெண்கள்

என்னுடன் பேசிக் கொண்டிருந்தார்கள். என் முடி பின்னால் கட்டி வைக்கப்பட்டிருந்தது. கைகளில் மஞ்சள், கைகால்கள் அசைக்கும் பொழுது உண்டாகும் வளையல்கள், கொலுசுகளின் சத்தம், நேரம் செல்லச் செல்ல எல்லாம் சலிப்பூட்டின. நான் மிகவும் களைப்படைந்து விட்டேன். ஆனால், திருமணத்திற்காகக் கட்டப்பட்டிருந்த அலங்காரப் பந்தலை ஒருமுறை பார்க்க வேண்டும் என்று ஆசைப்பட்டேன்.

இருட்டில் செருப்பு அணியாமல் நானும் சோட்டியும் எங்கள் வீட்டின் மேல் ஏறினோம். தொலைவில், கிராமத்திற்கு வெளி யிலுள்ள வயலில் எண்ணெய் விளக்குகள் எரிந்து கொண்டுள்ள அலங்காரப் பந்தலை நாங்கள் பார்த்தோம். ஊர் முழுவதும் பாட்டுக் கேட்கத் தக்க விதத்தில் மரத்தில் ஓர் ஒலிபெருக்கி கட்டி வைக்கப்பட்டிருந்தது. எங்கள் வீட்டில் இருந்ததை விட நிறைய விருந்தினர்கள் அங்கே இருந்தனர். சிலர் படுத்து உறங்கிக் கொண்டி ருந்தனர், மற்றும் சிலர் சீட்டு விளையாடிக் கொண்டிருந்தனர்....

அக்காட்சி எங்களுக்கு ஓர் இனம் புரியாப் பரவசத்தை ஏற்படுத்தியது.

யாரும் அதற்குப் பிறகு என்னைக் கண்டு கொள்ளவில்லை. மிகவும் களைப்பாக இருந்ததால் நான் கீழே இறங்கிவந்து தூங்குவதற்கு இடம் தேடினேன்.

பந்தலில் சடங்கின் பொழுது நான் உட்கார்ந்திருந்த இடத்தில் வாழையிலை விரிப்பு இருந்தது. மிகவும் களைத்துத் தளர்ந்திருந்த நான் அங்கேயே படுத்துக் தூங்கிவிட்டேன்.

தூரத்தில் இருந்து யாரோ என்னைக் கூப்பிடுவதைப் போலத் தூக்கத்தில் எனக்குத் தோன்றியது.

“மணப்பெண் இங்கே இருக்கிறாள்!” யாரோ சத்தமாய்ச் சொன்னார்கள். பொழுது விடிந்திருந்தது.

சடங்குகள் எல்லாம் முடிந்து விட்டதாக நான் நினைத்துக் கொண்டிருந்தேன். ஆனால், இன்னும் சில சடங்குகள் எஞ் சியிருந்தன. மறுபடியும் என்னைக் குளிக்க வைத்தார்கள். பளபளப் பான ஓர் இளம் சிகப்புப் புடவையை அணிவித்தார்கள். சோட்டி ஒரு குட்டிக் குரங்கைப் போல என்னைச் சுற்றி நடனமாடினாள். பரிசுப் பொருட்களை அவள் எண்ணிப் பார்த்ததாகச்

சொன்னாள். நிறையப் புடவைகளும் வளையல்களும் இருந்தன. புட்டிலாலுக்கு ஒரு மாடி வீடும், வேறொரு கிராமத்தில் நிலமும் இருப்பதாக அவள் சொன்னாள். ஐநூறு ரூபாயும் ஒரு பசுவும் ஓர் ஆடும் அவனுக்குச் சீதனமாக கொடுக்கப்பட்டன. "ருக்மிணிக்குக் கொடுத்ததை விடக் குறைவுதான்!" என்றாள் சோட்டி.

வெள்ளை வேட்டியும் புது குர்த்தாவும் அணிந்து, புட்டிலால் அவனுடைய அப்பாவுடன் எங்கள் வீட்டிற்கு வந்தான். அவனது உச்சந்தலையில் முடிகள் நரைத்திருந்தன. அடர்ந்த புருவங்கள். கொழுத்த உடல். அவன் முதல் நாளைவிட அமைதியற்றவனாகக் காணப்பட்டான்.

ஏதோ குழப்பம் இருப்பதாக நான் ஊகித்தேன். என் பெற்றோர்கள் அமைதியிழந்து முற்றத்தில் போடப்பட்டிருந்த கயிற்றுக் கட்டிலில் ஒருவர் முகத்தை ஒருவர் பார்த்தபடி உட்கார்ந்து கொண்டிருந்தார்கள். அவர்கள் புட்டிலாலுடனும் அவனுடைய அப்பாவுடனும் பேசிக் கொண்டிருந்தார்கள். புது உடைகளும் வளையல்களும் அணிந்து நான் காத்துக் கொண்டிருந்தேன். இது விடைபெறுதல் சடங்கு என்றும், ருக்மிணியினுடைய கணவனைப் போல, நான் வயதுக்கு வரும்வரை அவன் காத்துக் கொண்டு இருக்க வேண்டும். அவன் தன் கிராமத்திற்குத் திரும்பிப் போகப் போகிறான் என்றும் நான் ஊகித்தேன்.

அன்று பகலில் என் புடவையில் கட்டியிருந்த கட்டை அவிழ்க்க புட்டிலால் ஒரு கையால் முயற்சி செய்தான். அப்பொழுது என் பயம் அதிகரித்தது. "பயப்படாதே, அது ஒரு சடங்குதான்" என்று அம்மா சமாதானப்படுத்தினாள்.

சடங்குகள் முடிந்தவுடன் அவன் சொன்னான். "நான் இவளைக் கூட்டிக் கொண்டு போகிறேன்."

அப்பா தலைகுனிந்து கொண்டு முணுமுணுத்தார். "அவள் மிகவும் சிறிய பெண். அவளால் இப்பொழுது ஒரு மனைவியாக முடியாது!"

"இருப்பினும் எனக்கு இப்பொழுதே இவள் தேவைப்படுகிறாள். வீட்டில் நானும் அப்பாவும் மட்டும்தான் இருக்கிறோம். சமையல் செய்யவும் வீட்டு வேலைகளைச் செய்யவும் எங்களுக்கு இவள் வேண்டும். இப்பொழுதே நாங்கள் இவளை அழைத்துச் செல்கிறோம்" புட்டிலால் கட்டாயப்படுத்தினான்.

அம்மா அழத் தொடங்கினாள். வீட்டு வேலைகள் செய்வதற்காக மட்டுந்தான் இவன் என்னை அவன் ஊருக்குக் கூட்டிக் கொண்டு போகிறான். நான் இங்கு செய்வதைப் போல, கால்நடைகளுக்குத் தீவனம் போடுவது, துணி துவைப்பது, மற்ற வீட்டு வேலைகளைச் செய்ய வேண்டியிருக்கும் என்று நான் ஊகித்தேன். ஆனால் எதற்காக அம்மா அழுகிறாள் என்று எனக்குப் புரியவில்லை.

"அழ வேண்டாம் அம்மா, நான் திரும்பி வருவேனில்லையா," நான் சமாதானப்படுத்தினேன்.

அப்பாவும் அழத் தொடங்கினார். கணவன் வீட்டுக்கு அனுப்பி வைக்கும் அளவு வயதாகவில்லை என்று அப்பா சொல்லிக் கொண்டேயிருந்தார். எனக்கு அதன் பொருள் புரியவில்லை.

"அழ வேண்டாம், நான் திரும்பி வருவேனில்லையா," நான் சொன்னேன்.

தன் வீட்டில் வாழ்வதற்காக என் கணவன் மனைவியை அழைத்துச் செல்வது மரபு என்று அப்பாவுக்குத் தெரியும். ஒரு பதினோரு வயதுப் பெண்ணைக் கூட்டிக் கொண்டு போவது ஓர் அடிமையைக் கூட்டிக் கொண்டு போவது போன்றது. ஆனால் ஒரே ஒரு வேறுபாடு, நாங்கள் அவனுக்குப் பணம் கொடுத்துள்ளோம். திருமணம் என்றால் என்ன? ஆண் பெண் உறவுகள் என்றால் என்ன என்று எனக்குத் தெரியாமல் இருந்தது. குழந்தைகள் எப்படிப் பிறக்கின்றன என்று எனக்கு யாரும் சொல்லிக் கொடுத்திருக்கவில்லை. என்னை விட வயதில் பெரிய பெண்கள் இரத்தம் படிந்த துணிகளைக் குழிதோண்டிப் புதைப்பதற்காக மறைவாக நிற்கும்பொழுது அவர்களுக்கு ஏதாவது காயம் பட்டிருக்கும் என்று நினைத்துக் கொள்வேன்!! நானும் அழத் தொடங்கினேன். அவன் என்னை என்ன செய்யப் போகிறானோ என்ற பயத்தால் அல்ல. என் பெற்றோர் அழுவதைப் பார்த்து நானும் அழுதேன்.

விடியற்காலை. எங்கள் வீட்டின் முன் அழகாய் அலங்கரிக்கப் பட்ட காளை வண்டி வந்து நின்றது. புட்டிலால் என் பெற்றோர் களுடன் வாக்குவாதம் செய்து கொண்டிருந்த பொழுது என் அம்மாவின் உறவினர்களில் ஒருவர் என்னைத் தூக்கிக் காளை வண்டியில் உட்கார வைத்தார். வெய்யில் படாமல் இருப்பதற்காக இரண்டு கம்பிகளில் ஒரு கேன்வாஸ் துணி தொங்கவிடப் பட்டி ருந்தது. எனக்கு மிகவும் பசியாக இருந்தது, காலை உணவு

தமிழில்: மு.ந. புகழேந்தி

எனக்குத் தரப்படவில்லை.

புட்டிலால் அவன் அப்பாவுடன் வண்டியின் முன்பக்கத்தில் உட்கார்ந்தான். அவனுடைய உறவினர்களான ஐந்து பெண்கள் வண்டியின் பின்பகுதியில் ஏறினார்கள். வண்டி புறப்பட்டது. என் இதயம் கனத்தது. இவர்கள் என்னை எங்கே கொண்டு போகிறார்கள்? நான் திரும்பிப் பார்த்தேன். இடுப்பில் கைவைத்த படி அம்மா சோகத்துடன் நின்று கொண்டிருக்கிறாள். அப்பா தலை கவிழ்ந்து அழுது கொண்டிருக்கிறார்.

சோட்டியும் மற்ற பெண்களும் சிறிது தூரம் எங்களுடன் வந்தார்கள். அதற்குப் பிறகு அவர்கள் திரும்பிப் போய் விட்டார்கள். சோட்டி, பிஞ்சுக் கைகளை ஆட்டி என்னை வழியனுப்பினாள். அத்துடன் ஒன்றுமே அறிந்திராத புதிய மனிதர்களுக்கிடையில் நான் தனியாளானேன்.

நெடுஞ்சாலையை அடைந்தவுடன் புட்டிலால் இரண்டு பெண்களுடன் வண்டியில் இருந்து இறங்கினான். அவர்களைப் பேருந்தில் வந்து விடும்படிச் சொன்னான். தாகத்திற்கு ஏதாவது கிடைக்குமா என்று அவர்கள் கேட்டார்கள். வண்டி நின்றிருந்தது ஒரு வயலின் அருகில். நானும் வண்டியிலிருந்து இறங்கினேன். தின்பதற்கு ஏதாவது காட்டுப் பழங்களோ, தானியங்களோ கிடைக்குமா என்று தேடினேன். இதைப் பார்த்த ஒருத்தி என்னைத் திட்டினாள்! “இன்னும் நீ குழந்தையில்லை! நாம் அங்கு போனவுடன் தின்பதற்கு ஏதாவது கிடைக்கும்.”

இவள் இவனுடைய மனைவி என்று கிராமத்தில் சொல்வதைக் கேட்டிருக்கிறேன். மாயாதீனுக்கு இரண்டு மணப்பெண்கள் இருந்தார்கள், இரண்டு மனைவிகள்.

“நான் யாருடைய மணப்பெண். என் பெற்றோர்கள் இங்கே இல்லையென்று கருதி என்னை யாருடையவாவது மணப்பெண் ஆக்கி விடுவார்களோ” நான் அழுதபடி கேட்டேன்.

“நீ புட்டிலாலினுடைய மணப்பெண், முட்டாள்!” என் அழுகை அதிகரித்ததைப் பார்த்துச் சிரித்துக் கொண்ட அவள் சொன்னாள்.

புட்டிலாலின் அப்பா என்னைச் சமாதானப்படுத்தினார். “அழாதே மகளே, வீட்டிற்குப் போனவுடன் உனக்கு நான்

கொஞ்சம் எருமைப் பால் தருகிறேன்."

வரண்டு கிடந்த யமுனையின் குறுக்காகச் சென்றோம். ஆட்களைச் சுமந்து கொண்டு வண்டியை இழுக்கக் காளைகள் சிரமப்பட்டன. சக்கரங்கள் மண்ணில் புதைந்து கொண்டன. மேலும் இரண்டு பெண்கள் வண்டியிலிருந்து இறங்கினார்கள். அவர்கள் பேருந்தில் போவதற்காக நேர்சாலைக்குத் திரும்பி நடந்தார்கள். மண்பாதை வழியாக ஆடி அசைந்து போய்க் கொண்டிருந்த வண்டியில் நான் அரை மயக்கத்தில் இருந்தேன். என் வீட்டிலிருந்தவர்களை நான் கனவு கண்டேன். இப்பொழுது வீட்டில் உள்ள மூத்த பெண் சோட்டி. வீட்டு வேலைகளை எல்லாம் அவள் செய்ய வேண்டிவரும். கடைசியில் சாப்பிடுவது அவளாகத் தான் இருக்கும்... வெயில்காலம் தொடங்கி விட்டதால் பூமி வரண்டு பிளந்து கிடந்தது. புற்கள் காய்ந்து கிடந்தன. கரும்பு மட்டுந்தான் செழிப்பாய் வளர்ந்திருந்தது...

வெகுதொலைவு பயணம் செய்து, காளை வண்டி ஒருமுறை குலுங்கி நின்ற பொழுது நான் விழித்துக் கொண்டேன். எங்கு வந்திருக்கிறது என்று தெரிந்து கொள்ள முக்காடை விலக்கிப் பார்த்தேன். இல்லை, ஒன்றும் தெரியவில்லை, இருட்டிவிட்டது. நிலா வெளிச்சம் கூட இல்லை.

ஒரு கை என் முக்காட்டைத் திரும்ப மூடியது. "அப்படிச் செய்யக் கூடாது!" ஒருத்தி சொன்னாள். "நாம் எங்கே வந்திருக்கிறோம்?" நான் கேட்டேன்.

"மடப் பெண்ணே! நாம் உன்னுடைய கணவன் வீட்டிற்கு வந்திருக்கிறோம்."

"எனக்கு இந்த இடம் பிடிக்கவில்லை, நான் உடனே திரும்பிப் போக வேண்டும்!" நான் அடம் பிடித்தேன்.

"அப்படிச் சொல்லக் கூடாது. இனி மேல் இதுதான் உன் வீடு. நீ புட்டிலாலினுடையவள். நீ அவனுடைய மனைவி! பேசாமல் இரு." "நான் யாருடைய மனைவியுமில்லை!" நான் வாதாடிப் பார்த்தேன்.

என் தலைமுடியைப் பிடித்து அந்தப் பெண் என்னை உள்ளே இழுத்துக் கொண்டு போனாள். வீட்டிற்குப் போனவுடன் நான் முக்காட்டை உயர்த்தி விட்டேன். நீண்ட பயணத்தின்

காரணமாய் என் தொண்டை வரண்டிருந்தது. யாரோ கொடுத்த கொஞ்சம் கரும்புச் சாறு குடித்த பொழுது சற்று ஆறுதலாய் இருந்தது. என் மாமனார் எண்ணெய் விளக்கைப் பற்ற வைத்தார். எங்களுடையதைப் போலவே இருந்த வீடு, ஆனால் கொஞ்சம் பெரியது. என்னை உள்ளே கூட்டிக் கொண்டு போய் ஓரிடத்தில் உட்கார வைத்தார்கள். அந்த அறை கான்கிரீட் தரை போடப் பட்டு, வெள்ளையடிக்கப்பட்ட சுவர்களுடனும் இருந்தது. "எனக்கு என் அம்மாவைப் பார்க்க வேண்டும்! தயவு செய்து அம்மாவைக் கூட்டிக் கொண்டு வாங்க!" நான் கெஞ்சினேன்.

"பேசாமல் இரு!"

"எனக்கொரு சப்பாத்தி தருவீர்களா? பசியாக இருக்கிறது..."

"கொஞ்சநேரம் இரு." யாரோ ஒருத்தி சொன்னாள்.

அந்தப் பெண்களை எனக்குப் பிடிக்கவில்லை. அவர்கள் புட்டி லாலின் உறவினர்கள் என்று நான் நினைத்துக் கொண்டிருந்தேன். இருந்தாலும், ஏன் அவர்கள் எனக்குச் சாப்பிட எதுவும் தர மாட்டேன் என்கிறார்கள்?

"வா. நாம் இப்போது கோயிலுக்குப் போக வேண்டும்." யாரோ சொன்னார்கள். புதுமணத் தம்பதிகள் கிராமத்தில் உள்ள கோயிலுக்குப் போய் வழிபாடு செய்ய வேண்டும் என்பது மரபு என்று யாரோ சொன்னார்கள். கோயிலுக்குப் போவதற்கு முன்பு புட்டிலால் என்னைத் தூக்கி அவன் கால்களில் உட்கார வைத்துக் கொண்டான். அவனுடைய வேட்டியின் ஒரு நுனியால் என்னைச் சுற்றி ஒரு கட்டுப் போட்டான். அப்படிக் கட்டினால் நாங்கள் திருமணமானவர்கள் என்று பொருள். அரைத்த அரிசிமாவை என் கையால் நனைத்து வீட்டின் ஒவ்வொரு கதவிலும் பதிப்பது என்பது இன்னொரு சடங்கு. அதில் சிறிது நேரம் கழிந்தது. அப்போதே நான் பசியால் களைத்து விட்டேன். தலைசுற்றுவது போல் இருந்தது. என் கையின் அடையாளம் அங்கே இருக்கிறதென்றால் நான் அவ்வீட்டின் மணப்பெண் என்று பொருள். பெண்கள் சொன்னது உண்மைதான். நான் புட்டிலாலின் மனைவி!

பலவித சடங்குகளைச் செய்தும் வழிபாடு நடத்தியும் இரவு முழுவதும் நாங்கள் ஒவ்வொரு கோயிலாய்ப் போய்க் கொண்டி ருந்தோம். எண்ணெய் விளக்கின் மங்கிய வெளிச்சத்தில் புட்டிலால்

எனக்கு இராவணனைப் போலவே தோன்றினான்!

நாங்கள் வீட்டிற்குத் திரும்பி வந்த பொழுது புலரத் தொடங்கியிருந்தது. பசியால் களைத்துப் போயிருந்ததினால் நான் பெண்களுக்கு இடையில் நின்று கொண்டு முக்காட்டை எடுத்தெறிந்தேன். "இப்பொழுது நான் ஏதாவது சாப்பிட்டாக வேண்டும்! எனக்கு ஒரு சப்பாத்தி கொடுங்கள்!" நான் சொன்னேன். அதைக் கேட்டு எல்லோரும் சிரித்தார்கள்.

"இவள் ஒரு குழந்தைதான்! சின்னக் குழந்தை!" யாரோ சொன்னார்கள்.

அவர்கள் எனக்கு இன்னொரு இனிப்பான எதையோ குடிக்கக் கொடுத்தார்கள் என்றாலும் நான் அதை வேண்டாம் என்று சொல்லி விட்டேன். என் வயிறு பற்றிக்கொண்டிருந்தது. என் அம்மா இந்த வீட்டில் இல்லை. இங்குள்ள பெண்கள் திருமண நிகழ்ச்சிக்கு வந்தவர்கள் என்றும், என்னை இரண்டு ஆண்களுடன் விட்டுவிட்டுப் போய் விடுவார்கள் என்றும் எனக்குப் புரிந்தது. கிழவன் என்னை மகளே என்று அழைத்தான். எல்லோரும் அவரை அப்பா என்று அழைத்தார்கள். நானும் அப்படித்தான் அழைக்க வேண்டுமென்று நினைத்துக் கொண்டேன். அவருடைய முகத்தில் என் அப்பாவின் சாந்தம் இருக்கவில்லை.

அவர் எனக்கு அப்பா மாதிரி என்றால் அவருக்கு முன்னால் நான் முக்காட்டை விலக்கலாம். எப்படியிருந்தாலும் அவரிடம் எதையும் கேட்க எனக்கு தைரியம் வரவில்லை. புட்டிலாலோ என்னிடம் ஒரு வார்த்தைகூடப் பேசவில்லை. நான் அந்தப் பெண்களில் ஒருத்தியிடம் சொன்னேன்: "நான் வீட்டிற்குத் திரும்பிப் போக வேண்டும். தயவு செய்து என்னை விடுங்கள்!"

"முடியாது. நீ நல்லதற்காகத்தான் இங்கே வந்திருக்கிறாய்."

ஆண்களைப் பார்த்து எல்லோரும் சிரித்தார்கள். புட்டிலால் தான் அதிக சத்தமாய்ச் சிரித்தது.

"அவளுக்கு எதுவும் புரியவில்லை. நீங்கள் என்ன சொல்கிறீர்கள் என்றே அவளுக்குத் தெரியவில்லை."

அதற்குப் பிறகு நான் ஒன்றும் சொல்லவில்லை.

கடைசியில் அவர்கள் எனக்குக் கொஞ்சம் சப்பாத்தி

கொடுத்தார்கள். அதற்குப் பிறகு கயிற்றுக் கட்டிலில் போய்ப் படுத்துக் கொள்ளச் சொன்னார்கள். என் உடம்பு முழுவதும் வலித்துக் கொண்டிருந்தது. சணல் கயிறால் செய்யப்பட்டிருந்த படுக்கை புதியதாக இருக்கும் என்று தோன்றியது... புட்டிலாலிடம் பணம் இருக்கிறது. எங்களுடைய சாதியில் பிறந்த இவனுக்கு எப்படிப் பணம் கிடைத்தது? மாயாதீனைப் போலக் குடும்பச் சொத்தைத் திருடி பணக்காரனாயிருப்பானோ? சாப்பிட்டுக் கொண்டும் குடித்துக் கொண்டும் நிறைய ஆண்கள் வீட்டில் இருந்தார்கள். முற்றத்தின் ஒரு மூலையில் நான் தூங்குவதற்காகப் படுத்ததைப் பார்த்துக் கிண்டல் செய்வது என் காதில் விழுந்தது.

நான் துக்கத்தில் ஆழ்ந்தேன்.

நெஞ்சு படபடப்புடன் நான் எழுந்தேன். பொழுது புலர்ந் திருந்தது. எந்த நாள் என்று எனக்குத் தெரியவில்லை...

எல்லோரும் அப்பொழுதும் தூங்கிக் கொண்டிருந்தார்கள். உறவினர்களுடைய உடைகளும் பெட்டிகளும் அங்குமிங்குமாய் சிதறிக் கிடந்தன. வெற்றுப்பாத்திரங்கள், குவளைகள். எச்சில், தாகம். தண்ணீர் குடிக்க வேண்டும் என்று தோன்றியது. ஆனால், முற்றத்தின் ஒரு மூலையில் வைக்கப்பட்டிருந்த பீப்பாய் காலியாக இருந்தது.

அப்பொழுது என் மாமனார் விழித்துக் கொண்டார்.

நான் அவர் கையைப் பிடித்து இழுத்தபடி சொன்னேன்: "அப்பா, நான் என் அம்மாவைப் பார்க்க வேண்டும்!"

"இப்பொழுது அது முடியாது மகளே."

"அப்படியானால் என் தங்கை சோட்டியையாவது கூட்டிக் கொண்டு வாங்க. எனக்கு இங்கே தனியாக இருப்பதற்குப் பயமாக இருக்கிறது."

"நான் சொல்வதைக் கவனமாய்க் கேள், பூலான்." கை ஊன்றி எழுந்து கொண்டு அவர் சொன்னார்: "சில நாட்களுக்கு நீ இந்த வீட்டில் எங்களுடன் இருக்க வேண்டும் என்று உன் அப்பா சொல்லியிருக்கிறார். உன்னைக் கூட்டிக் கொண்டு போக அவர் வரும்பொழுது நீ போகலாம்."

சொன்ன பொழுது "கூடாது!" என்று பதில் வந்தது.

திருமண வயது வந்த பெண்கள் புடவைதான் கட்டிக் கொள்ள வேண்டும். "இன்று உன் தலையை மறைத்துக் கொள்ள மறந்து விடாதே. உறவினர்கள் உனக்கு மொய் வைக்க வரப் போகிறார்கள். அவர்கள் உன் முகத்தைப் பார்க்க வேண்டியிருக்கும். அப்பொழுது மட்டும் முக்காடை உயர்த்தினால் போதும். அவர்கள் உனக்குப் பணம் கொடுப்பார்கள்."

"பணமா? எதற்கு? நான் ஒரு வேலையும் செய்யவில்லையே!"

"ஓ! சிறு பெண்ணே!" அவள் ஆச்சரியப்பட்டாள். "ஒவ்வொரு விருந்தினரும் உன்னுடைய முகத்தைப் பார்ப்பதற்காக உனக்கு பரிசோ இல்லையென்றால் மிகக் குறைந்தது ஐந்து ரூபாயோ தருவார்கள். உனக்கு இன்னுமா இது தெரியவில்லை? அதுதான் பரம்பரையாக நடக்கும் சடங்கு."

முற்றத்தில் ஒரு விரிப்பின் மேல் என்னை உட்கார வைத்தார்கள். எனக்கு முன்னால் உறவினர்கள் வந்து கொண்டிருந்தார்கள். அவர்கள் என் முக்காடை விலக்கும்பொழுது பெண்கள் கூட்டம் வாய்விட்டுச் சிரிப்பார்கள். அவர்கள் எனக்குப் பணம் கொடுத் தார்கள். எனக்குக் கிடைக்கும் பணத்தை எல்லாம் பர்சில் பத்திர மாய் வைத்துக் கொள்ள வேண்டும் என்றும் வேறு யாருக்கும் கொடுக்கக் கூடாது என்றும் அம்மா குறிப்பாய்ச் சொல்லி யிருந்தாள்.

பர்ஸ் பணத்தால் நிறைந்ததும், நான் அதைக் கழுத்தில் கட்டி புடவைக்கடியில் பத்திரமாய் வைத்துக் கொண்டேன். மாயாதீனு டன் உள்ள வழக்கில் வெற்றி பெற வக்கீலுக்குக் கொடுக்க இந்தப் பணத்தை அப்பாவிடம் கொடுக்க வேண்டும் என்று மனதில் நினைத்துக் கொண்டேன்.

ஏறக்குறைய முப்பது ரூபாய் என் பர்சில் இருக்கும் என்று நான் ஊகித்தேன்.

புட்டிலால் முற்றத்திற்கு வரும்பொழுதெல்லாம் பெண்கள் அவசர அவசரமாய் என் முக்காடை இழுத்து விட்டுக் கொண்டிருந் தார்கள்.

தமிழில்: மு.ந. புகழேந்தி

7

மாமனார் என் தலைமுடியைத் தடவிக் கொடுத் தார், எனக்கு உணவு கொடுக்கவும் செய்தார். அவர் என் மீது மிகவும் அன்போடு இருந்தார். "ஓ, பூலான், என் மனைவி இப்பொழுது இருந்திருந் தால் உனக்கு வேண்டியதெல்லாம் அவள் செய்திருப்பாள். நீ வயதுக்கு வரும் வரை நாங்கள் காத்துக் கொண்டிருந்திருப்போம். ஆனால் நான் மனைவியை இழந்தவன். இந்த வீட்டில் வேறு பெண் களும் இல்லை. ஒரு நாள் நீதான் இந்த வீட்டின் முழுப் பொறுப்பையும் ஏற்றுக் கொள்ள வேண்டி யிருக்கும்."

என்னால் புரிந்து கொள்ள முடியாதது ஒன்றே ஒன்றுதான். கணவன் என்று சொல்வதன் பொருள் என்ன? நிகழ்ச்சிகள் முடிந்து விட்டன. பெண்கள் எல்லோரும் போய்விட்டார்கள். அதனால் அவர் களிடம் கேட்க வழியில்லை. கேட்டிருந்தாலும் அவர்கள் என்னைக் கிண்டல் செய்திருப்பார்கள். என் அப்பாவிற்காகச் செய்திருந்ததைப் போல ருக்மிணி அவளுடைய கணவனுக்காகச் சமையலும்

வீட்டு வேலைகளும் செய்தாள். ஆனால் புட்டிலால் என் அப்பாவைப் போல என்று ஏற்றுக் கொள்ள என்னால் முடிய வில்லை. அப்பாவைப் போல அன்பாக அவன் என்னுடன் பேசியதில்லை. நான் கால்நடைகளுக்குத் தீவனம் போட்டேனா, பிரார்த்தனை செய்வதற்காகக் கோயிலுக்குப் போனேனா என்றோ அவன் கேட்டதில்லை. கணவன் ஒருபொழுதும் அப்பாவாக முடியாதில்லையா?...

"பூலான்! நீ எங்கே ஒளிந்து கொண்டிருக்கிறாய், என் புறாக்குஞ்சே?" புட்டிலாலின் குரல் கேட்டது.

"நாம் இப்பொழுது திருமணமானவர்கள் என்பதால் தம்பதிகள் என்ன செய்வார்கள் என்று உனக்குக் காட்டுகிறேன்... பயப்படாதே. நான் புதிதாக ஒன்றை உனக்குத் கற்றுத்தரப் போகிறேன்...."

அவன் கற்றுத் தரப் போவது நல்ல செயல் என்றால் நான் அதை சோட்டிக்கும் கற்றுத் தரலாமில்லையா என்று நான் ஆவலுடன் இருந்தேன். அவன் கண்களில் ஒளி. அது துரோகமோ அல்லது என்னைத் தொந்தரவு செய்ய வேண்டும் என்னும் எண்ணமோ அல்ல. இருந்தாலும் முன்பு எப்பொழுதும் என்னை யாரும் இப்படி உற்றுப் பார்த்ததில்லை....

"வா! நாம் உள்ளே போகலாம். தொடக்கத்தில் உனக்குச் சிறிது பயமாக இருக்கலாம், ஆனால் போகப்போக, நீயே அதை விரும்புவாய்!"

அவன் என் தோளைப் பிடித்து வீட்டிற்குள் அழைத்துச் சென்றான்.

வீட்டிற்குள் இருக்க எனக்குக் கொஞ்சங்கூட விருப்பம் இல்லை. முற்றத்தில் இருக்கவும் அங்குள்ள கயிற்றுக் கட்டிலில் தூங்குவதற்கும் தான் நான் விரும்பினேன். அப்பொழுது இரண்டு ஆண்களிடம் இருந்தும் விலகியிருக்கலாம் இல்லையா. முற்றத்திற்கும் சமையல் அறைக்கும் மாட்டுத் தொழுவத்தினிடையில் இரண்டு படுக்கை அறைகளும் அவைகளுக்குப் பின்புறம் இன்னொரு அறையும் இருந்தன. இந்த மூன்றாவது அறையிலிருந்து சத்தம் வெளியில் கேட்காது. அங்கேதான் புட்டிலால் என்னை அடைத்துப் பூட்டியிருக்கிறான். சில நாட்களுக்கு முன்பு வீட்டிற்கு வந்த ஒரு பெண் அந்த அறையில் அவனுடன் ஒத்துப் போயிருந்திருக்கிறாள். அதைப்

பற்றிப் பேசி அப்பாவுக்கும் மகனுக்கும் சண்டை மூண்டது.

அந்த அறைக்குள் போக புட்டிலால் பலவந்தப்படுத்தினான். என்னால் எதுவும் செய்ய முடியவில்லை. மாமனார் வெளியே செல்வதை நான் பார்த்துக் கொண்டிருந்தேன். நாங்கள் இரண்டு பேர் மட்டுமே அப்பொழுது அங்கே இருந்தோம். நான் சத்தம் போடவில்லை. அந்த அறைக்குள் இன்னுமொரு வாசல். வெங்காயம், தானியங்கள், எண்ணெய் போன்றவைகளை வைத்துள்ள அறைக்குள் நுழைந்தோம். இந்த இருட்டில் இவன் எதைக் கற்றுத் தரப் போகிறான்? எனக்கு வியப்பாக இருந்தது. அவன் கதவை மூடிவிட்டு என்னைத் தரையில் உட்கார வைத்தான்.

அந்த அறையின் தரையில் கான்கிரீட் இல்லை. சொர சொரப்பான தரை. சுற்றிலும் தூசுகள் நிறைந்திருந்தன. புட்டிலால் பொத்தான்களை அவிழ்த்து விட்டு தன் குர்த்தாவைக் கழட்டி வைத்தான். அதற்குப் பிறகு தன் வேட்டியைக் கழட்டிக் கீழே வைத்தான்.

அவன் நிர்வாணமாக இருந்தான். பைத்தியமோ இவன் என்று எனக்கு ஆச்சரியமாக இருந்தது. ஊரில் குளிக்கும் பொழுதும் தண்ணீரில் நீச்சலடிக்கும்பொழுது மட்டும்தான் நாங்கள் உடை களைக் களைவது வழக்கம். ஒருநாள் கூட ஆண்களுக்கு முன்னால் நிர்வாணமாய் இருந்ததில்லை.

அவன் உடம்பைப் பார்க்க எனக்கு தைரியம் இல்லை. தலை குனிந்தபடி அவன் என்ன செய்யப் போகிறான் என்று ஊகிக்க முயன்றேன்.

அவன் என்னருகில் வந்தான், என் கைகளைப் பிடித்தான், தரையில் உட்கார்ந்து கொண்டு என்னை உற்றுப் பார்த்தான். அவன் முகத்தில் தெரிந்த விசித்திர உணர்வை நான் மன நடுக்கத்துடன் பார்த்தேன். அவன் உடம்பு முழுவதும் கரடியைப் போல ரோமக் காடாய் இருந்தது. பரந்த மார்பு, சுவாசத்திற்குத் தகுந்தபடி உயரவும் தாழவும் செய்து கொண்டிருந்தது. அவன் என் புடவையை அவிழ்க்க முயன்ற பொழுது நான் தடுத்தேன். அவன் என் கைகளைச் சேர்த்துப் பிடித்தான்.

“அசையாமல் நில்!” அவன் அலறினான்.

என் இளஞ்சிவப்புப் புடவை அவிழ்ந்து கீழே விழுந்தது. அவன் அதைத் தூர தள்ளி விட்டான். அதற்குப் பிறகு அவன் என் ஜாக்கெட்டை அவிழ்க்க முயன்றான். நான் கைகளை பலமாய் மார்புடன் சேர்த்து வைத்துக் கொண்டேன். அவனுடைய கைகள் என் உடலில் பட்டபொழுது நான் குதித்து ஓட முயற்சி செய்தேன். ஆனால் நான் அசைய முடியாதபடி என் கால்கள் அந்த பலமானவனின் கால் முட்டிகளுக்கிடையில் இருந்தன.

அப்பொழுதுதான் ஏதோ ஒன்று என் உடம்பினுள் புகுந்ததாய் நான் உணர்ந்தேன். அவன் ஒரு நரமாமிசம் தின்பவன் என்று எனக்குத் தோன்றியது.

“என்னைத் தொடாதே!” நான் சத்தமாய்ச் சொன்னேன்.

என் மூச்சு முட்டும்படியாக அவன் கைகளால் என் வாயை அடைத்தான். எலும்புகள் உடைந்து போகும் விதமாக அவன் என்னை அழுத்திப் பிடித்தான். இராட்சசன் அவ்வளவு பலமுள்ளவனாய் இருந்ததினால் அவன் தன் ரோமம் நிறைந்த கால்களால் என்னை அசையவிடாமல் செய்திருந்தான். அவன் வியர்வையில் குளித்திருந்தான். ஒரு கழுதைப் புலியைப் போல அருவருப்புத் தோன்றும் விதமாக அவனிடம் நாற்றமடித்துக் கொண்டிருந்தது. கழுதைப் புலி என் உடலைக் கடித்துக் குதறப் போகிறது என்று நான் பயப்பட்டேன். அவனிடமிருந்து விடுபட சிரமப்பட்டு முயன்றேன் என்றாலும் முடியவில்லை....

நான் அவனை என் சக்தி முழுவதையும் கொடுத்து அடித்துக் கீறியும், தள்ளிப்பார்க்கவும் செய்தேன். என்றாலும் அவைகளால் எந்தப் பயனும் ஏற்படவில்லை. பளபளக்கும் கத்தி அவன் கைகளில் இருப்பதைப் பார்த்த பொழுது நான் பயத்தால் உறைந்து போனேன். அவன் அதை வைத்து விளையாட்டுக் காட்டியும், என் வயிறைக் குறி வைத்துப் பிடித்துக் கொண்டும் சொன்னான்: “நான் அதைக் கொஞ்சமாய்க் கீறி விடுகிறேன். அப்பொழுது விளையாட்டு சுலபமாயிருக்கும்!”

பயத்தால் உறைந்து போன நான் ‘அம்மா’ என்று கத்தினேன். யாரிடமிருந்தாவதும், ஏதாவது தெய்வங்களிடமிருந்தோ, தேவதைகளிடமிருந்தோ, நான் உதவி வேண்டிப் பிரார்த்தனை செய்தேன். ஆனால் என் கதறலை யாரும் கேட்டதாகத் தெரியவில்லை.

போராட்டம் வெகு நேரம் தொடர்ந்தது. கிழிந்த துணிகளால்

செய்யப்பட்ட ஒரு கந்தல் பொம்மையைப் போல் நான் அவன் கையில் இருந்தேன். அவனுடைய விகாரமான முகத்தையும் இரத்த தாகம் கொண்ட பற்களையும் நான் பார்த்தேன்.

உயிருக்குப் போராடும் அந்நிலையில் நான் அவனுடைய கையைக் கடித்தேன். அப்பொழுதுதான் புரிந்தது எனக்கு உயிரிருக் கிறது என்று. அவன் கையை மடக்கி என் முகத்தில் குத்தினான். மூக்கில் இருந்து ஒழுகிய இரத்தம் வாயிற்கு வந்தது. இரத்தத்தின் ருசியை நான் தெரிந்து கொண்டேன். கூச்சலிடவும் போராடவும் தொடங்கினேன்.

என் கைகளைச் சேர்த்துப் பிடித்துக் கொண்டு கத்தியை எடுத்து எனக்கு நேராகப் பிடித்தான். “சைத்தானே! உன்னை என்ன வேண்டுமானாலும் செய்யும் உரிமை எனக்கிருக்கின்றது. நான் உன்னுடைய கணவன், எஜமானன். புரிகிறதா? வாயை மூடு!”

அவனுக்கு மூச்சு வாங்கியது. அவனுடைய கண்கள் பேய் பிடித்த ஒரு காட்டு மிருகத்தினுடையவைகளைப் போல பயங்கர மாய் இருந்தன.

அவன் எழுந்து மறுபடியும் என் அடிவயிறைக் குறி வைத்துக் கத்தியை நீட்டினான். அப்பொழுது வெளியில் ஏதோ சத்தம் கேட்டு அவன் திரும்பிப் பார்த்தான். நான் கதவின் தாளை நீக்கினேன். ஆனால் இரண்டு கைகளாலும் அவன் என்னை அறைக்குள் இழுத்தான். இந்த முறை அவன் கத்தியை என் தொண்டைக்கு நேராக நீட்டினான்.

“என் ஆசைக்கு நீ இணங்கவில்லை என்றால், நான் உன்னைக் கத்தியால் குத்தப் போகிறேன்” என்று அவன் கோபத்துடன் சொன்னான்.

பயத்துடன் இருந்த நான் ஒரு புள்ளிமானைப் போல ஒரு வழியாக வெளியே குதித்து முற்றத்திற்கு வந்தேன். உதவி வேண்டி தொண்டை கிழியும்படி சத்தமாய்க் கூச்சலிட்டேன். உச்சி நேர வெயிலால், ஊரில் நடமாட்டமேயில்லை. எனவே எந்த உதவியும் கிடைக்கவில்லை.

நான் மாடிக்கு ஓடினேன். அங்கிருந்து அடுத்தடுத்திருந்த மேற்கூரைகளில் ஒவ்வொன்றாய் தாண்டிக் குதித்தேன். கடைசியில்

ஏதோ ஒரு முற்றத்தை அடைந்தேன். அங்கே இரண்டு பெண்கள் நின்று கொண்டிருந்தனர்.

"நீ இங்கே என்ன செய்து கொண்டிருக்கிறாய்?" என்று அவர்களில் ஒருத்தி கேட்டாள்.

"தயவு செய்து என்னைக் காப்பாற்றுங்கள். புட்டிலால் என்னைத் தின்பதற்காக வருகிறான்!" என அழுது கெஞ்சினேன்.

அவர்கள் பயத்துடன் என் முகத்தை உற்றுப் பார்த்தார்கள். என் முகத்தில் இரத்தம் உறைந்திருந்தது. உள் பாவாடை இரத்தத்தில் நனைந்திருந்தது. ஜாக்கெட் கிழிந்திருந்தது. அந்தப் பெண்களின் உதவிக்காக வேண்டி ஒரு கேள்விக் குறி போல நான் நின்று கொண்டிருந்தேன்.

"சற்று நேரத்திற்கு முன் நாம் கேட்ட கூக்குரல் இவளுடையதாக இருக்கும். இவ்வளவு சிறு பெண்ணான இவளுக்கு இவள் பெற்றோர்கள் திருமணம் செய்து வைத்திருக்கக்கூடாது!" ஒருத்தி சொன்னாள்.

வலியால் துடித்துக் கொண்டிருந்தேன்.

சில நிமிடங்களுக்குள் எனக்குத் தெரியாமல் முற்றம் நிறையப் பெண்கள் கூடியிருந்தார்கள். நான் அவர்களுடைய கைகளில் கிடந்து அழுதேன். என்னை என் அம்மாவிடம் கொண்டு போய் விடும்படி நான் அவர்களை வேண்டிக் கொண்டேன். என் உடம்பு முழுவதும் தீயால் வெந்து விட்டதைப் போல் இருந்தது. என்னால் நிற்க முடியவில்லை. நான் தரையில் உட்கார்ந்தேன். அவர்கள் நான் குடிப்பதற்குத் தண்ணீர் கொடுத்தனர். "அந்த மனிதனிடம் என்னை அனுப்ப வேண்டாம்! அவன் என்னைத் தின்று விடுவான்!" நான் கண்ணீருடன் சொன்னேன். வயதான ஒருத்தி என் தோளில் கை வைத்தாள். "பயப்படாமல் இரு. நாங்கள் உன்னை அவனிடம் அனுப்பப் போவதில்லை." அவள் என் முகத்தைப் பார்த்து மென்மையாகச் சிரித்தாள்.

மற்ற பெண்கள் என்னைப் பார்த்தார்கள். என் உள்பாவாடையிலும், முகத்திலும், கால்களிலும் இருந்த இரத்தத்தைப் பார்த்து அவர்கள் திகைப்படைந்தார்கள்.

அப்பொழுது புட்டிலால் அங்கே வந்தான். அவன்

தமிழில்: மு.ந. புகழேந்தி

அப்பொழுது உடை உடுத்தியிருந்தான். கோபத்துடன் இருந்தான். அவன் என்னை அடிக்கத் தொடங்கினான். பெண்கள் யாரும் தடுக்கவில்லை. கணவன் மனைவியை அடிப்பது என்பது எல்லோரது வீடுகளிலும் சாதாரணமாய் நடப்பதுதானே என்பது போலப் பார்த்துக் கொண்டு நின்றனர். நான் அவன் மனைவி அல்லவா!

வயதான ஒரு பெண் மட்டும் முன்னால் வந்தாள். அவளுடைய முந்தானையை விலக்கிச் சுற்றிலும் பார்த்து விட்டு அவள் அவனைத் தைரியமாய்த் திட்டினாள். "புட்டிலால், நீ ஒரு அயோக்கியன் என்று இந்த ஊரிலுள்ள எல்லோருக்கும் தெரியும். நீ மனசாட்சி இல்லாதவன். உனக்கும் இவளுக்கும் இவள் பெற்றோர்கள் திருமணம் செய்ததே தவறு. அவளுடைய கூக்குரலை நாங்கள் எல்லோரும் கேட்டோம். இவள் வயதுக்கு வரும் வரை நீ பொறுத்திருப்பதாக வாக்குக் கொடுத்திருக்கிறாய். இருந்தும் நீ இப்பொழுது இவளைத் துன்புறுத்துகிறாய்!..."

"நீ போ கிழவி! இவள் என் மனைவி, தெரியுமா? எனக்கு இவளை என்ன வேண்டுமானாலும் செய்யும் உரிமை இருக்கிறது" அவன் சொன்னான். "எதற்காக நீ ஓடிவந்தாய்? எழுந்திரு! நாம் வீட்டிற்குப் போகலாம். வரவில்லை என்றால் நான் உன்னைக் கொன்று புதைத்து விடுவேன்!" அவன் என்னைப் பார்த்து மிரட்டினான்.

அவன் மீண்டும் என்னை அடிக்கத் தொடங்கினான். கைகளால் நான் அதைத் தடுத்துக் கொண்டிருக்கும்பொழுது ஒரு சத்தம் கேட்டது.

"நிறுத்து! நீ இதுபோல அடிக்கத் தொடங்கினால் அந்தப் பெண் உறுதியாக இருப்பாள். பொறுமையாய் இரு. நீ இவளை நன்கு வைத்திருந்தால் ஒரு நாள் இவள் வயதுக்கு வருவாள்!" என்று ஒருவர் கூறுவது கேட்டது.

புட்டிலால் தயங்கி நின்றான். இந்தச் சந்தர்ப்பத்தைப் பயன் படுத்தி நான் ஓடி தப்பித்துக் கொள்ள முயன்றேன். ஆனால் அந்த மிருகம் என் முடியைப் பிடித்துக் கொண்டு கோபமாய்க் கத்தினான். "நான் இவளை வயதுக்கு வர வைக்கப் போகிறேன்! இன்று இரவு நான் அதைச் செய்வேன்!..."

அவர்களுக்கு முன்னிலையிலேயே அவன் என்னை வீட்டிற்கு

இழுத்துக் கொண்டு போனான். என்ன நடக்கிறது என்று தெரிந்து கொள்ள ஊரிலுள்ள அனைவரும் கூட்டமாய்க் கூடியிருந்தார்கள். ஆனால், ஒருவர் கூட அவனைத் தடுக்க முன்வரவில்லை. பெரியப்பா பீஹாரி மற்றும் மகன் மாயாதீனினுடைய காரியத்திலும் இப்படித்தான் நடந்தது. ஊர் மக்கள் கோழைகளாக இருந்தார்கள். அவர்களிடமிருந்து என்னால் தப்பித்துக் கொள்ள முடிந்தது. ஆனால் இங்கோ புட்டிலால் என்ற மிருகத்தினிடம் மாட்டிக்கொண்டிருக்கிறேன். என்னைக் காப்பாற்ற முன்வர யாருக்கும் தைரியம் இல்லை. கோழைகளான அவர்கள், தங்களில் ஒருவன், ஒரு சிறு பெண்ணுக்கு இழைக்கும் கொடுமையைப் பார்த்தபடி நின்று கொண்டிருந்தார்கள். என் அப்பாவைப் போல அவர்களும் பயந்தவர்களாக, அடிமைகளாக இருந்தார்கள்.

வீட்டிற்கு வந்தவுடன் அவன் என் முடியைப் பிடித்தான். என் முடி முழுவதும் பிய்ந்து விடும் என்று தோன்றியது. முற்றத்தில் என்னை வீசியெறிந்து விட்டு மரக் கதவை மூடினான். பின்னர் என்னைத் தொழுவத்துடன் சேர்ந்திருந்த அறைக்குள் தள்ளிவிட்டான். மாடுகளைக் கட்டும் கயிறை எடுத்து என்னைக் கயிற்றுக்கட்டிலுடன் சேர்த்துக் கட்டிவைத்தான். கதவை சத்தமாய் அடித்து மூடினான்.

நான் கண்களை மூடினேன்....

அழவோ, உதவி வேண்டிக் கெஞ்சவோ வேண்டும் என்ற எண்ணம் இன்னும் இருந்தது. அவனைப் பொருத்தவரை நான் ஒரு உயிரற்ற பொருள். என்னை அவன் என்ன வேண்டுமானாலும் செய்ய முடியும். தின்னவோ, அவனுடைய கசாப்புக் கத்தியால் அறுக்கவோ என்ன வேண்டுமானாலும்!...

“நான் உன்னைத் திருமணம் செய்து கொண்டுள்ளேன்! நீ ஓடிப்போவாயா? நீ மற்றவர்களுக்கு முன்னால் ரகளை செய்து என்னை உதாசீனப்படுத்தினாய். அவர்கள் யாரும் இதில் தலை யிட முடியாது! புரிகிறதா?” அவன் கேட்டான்.

அப்பொழுது, வெளியில் என் மாமனாரின் குரல் கேட்டது.

“கதவைத்திற! இல்லையென்றால் உடைத்து விடுவேன்!”

அவர் முழுபலத்தையும் கொடுத்து கதவை உதைத்தார். கதவு திறந்து கொண்டது.

நான் கண்களைத் திறந்து பார்த்த பொழுது அவருக்குப் பின்னால் ஆண்களும் பெண்களும் அடங்கிய ஆட்கள் கூட்டம்! "அவன் அந்தப் பெண்ணைக் கொல்கிறான், அப்பா, நீங்கள்தான் அவனை அடக்கி வைக்க வேண்டும்!" யாரோ சொல்வது கேட்டது.

என் மாமனார் புட்டிலாலைப் பார்த்து "உனக்கு வெட்க மில்லையா?" கேட்டார்.

"பாருங்கள் அப்பா. அவன் என்னைக் கட்டி வைத்திருக்கிறான். அடித்தான், என்னைக் கொலை செய்ய வந்தான்!" நான் சொன்னேன்.

கண்டபடி முணுமுணுத்துக் கொண்டு புட்டிலால் போய் விட்டான். மாமனார் என் கட்டை அவிழ்த்து விட்டார். எனக்குக் குடிப்பதற்குத் தண்ணீர் கொடுத்தார். உடலைக் கழுவி சுத்தம் செய்து கொள்ளச் சொல்லி புடவையை என்னிடம் கொடுத்தார்.

முற்றத்தின் மூலையில் ஒரு பீப்பாயில் தண்ணீரும் கைப்பிடியுள்ள ஒரு பாத்திரமும் வைக்கப்பட்டிருந்தன. கிராமத்தினர் கலைந்து போனவுடன் நான் மெல்ல உடலைக் கழுவத் தொடங்கினேன். தொழுவத்தில் இருந்த பசுக்கள் தங்களுடைய துயரம் நிறைந்த கண்களால் என்னை உற்றுப் பார்த்துக் கொண்டிருந்தன. மாமனார் மரக்கதவை மூடினார். நான் ஓடிப்போவதாக இருந்தால் எங்கே போவது என்று எனக்குப் புரியவில்லை. வீட்டிற்குப் போகும் வழி எனக்குத் தெரியாது.

ஓ! அப்படியென்றால் இவைகளெல்லாம் சேர்ந்ததுதான் திருமணமா! தெரியாமல் இருந்த பல காரியங்கள் இப்போது எனக்குத் தெளிவாய்ப் புரிந்தன. கிராமத்தினர் போய் விட்டார் கள். இரண்டு ஆண்களும் வீட்டில் உட்கார்ந்து கொண்டு ஒருவரை யொருவர் குற்றம் சொல்லிக் கொண்டிருப்பதைக் கேட்டேன். வலி மிக அதிகமாக இருந்ததால், அடிபட்ட இடங்களை எல்லாம் கழுவ என்னால் முடியவில்லை...

அருவருப்பைத் தோற்றுவிக்கின்ற, அசிங்கமான காரியங்களை அவன் செய்திருந்தான். இப்படியெல்லாம் நடக்கும் என்பதை அம்மா முன்னரே அறிந்திருந்தாள். எங்களுடைய கிராமத்தின் ஆற்றங்கரையில் பெண்களுக்கும் இதுபோல்தான் நடந்தது.

என் அப்பா இவ்வளவு தூரம் கவலைப்பட்டதற்கும் எனக்கு ருக்மிணியினுடைய வயதாகட்டும் என்று சொன்னதற்கும் உள் அர்த்தம் இதுதான் என்று எனக்குப் புரிந்தது. தன் கணவன் அடித்து விட்டதாக ருக்மிணி ஒருநாள் கூட குறை சொன்னதில்லை. அவன், பாசம் மிகுந்தவன் என்றும் அமைதியானவன் என்றும், அவளைப் பொன்போல பார்த்துக் கொள்கிறான் என்றும் அவள் சொல்லியிருக்கிறாள். ஆனால்... ஆனால்.... இந்த நரமாமிசம் தின்பவன் எங்கிருந்து வந்தான். என்னை அழிப்பதற்காகக் கடவுள் இந்த இராட்சசனை அனுப்பியிருக்கிறாரோ?

அவன் செய்ததை என்னால் மறக்கவே முடியவில்லை. அவனை நம்பலாம் என்றும், வயதுக்கு வந்து மனைவியாகும் வரை தங்களுடைய மகளை அவன் பத்திரமாய்ப் பார்த்துக் கொள்வான் என்றும் நினைத்துக் கொண்டு நல்ல மனம் கொண்ட என் பெற்றோர்கள் முறைப்படி என்னைத் திருமணம் செய்து வைத்துள்ளார்கள். இந்தப் புட்டிலால் ஒரு குடிகாரன் என்பதும் சூதாட்டக்காரன் என்பதும் அவனுடைய ஊரில் அனைவருக்கும் தெரியும். ஆனால் என் பெற்றோருக்கு இது தெரியவில்லை. அவனுடைய தீய பழக்கங்கள், பண்பற்றவன், சுயநலவாதி, தன் காம இச்சையைத் தீர்த்துக் கொள்வதற்காக கேவலம் ஒரு சிறு பெண்ணை பலாத்காரம் செய்யவும் தயங்காதவன் என்று களங்கமில்லாத அந்த மனிதர்கள் அறிந்திருக்கவில்லை. இந்த நிகழ்ச்சிக்குப் பிறகு தெருவிலோ, வீட்டிலோ அவனுடைய காலடிச் சத்தம் கேட்கும் பொழுதெல்லாம் நான் பயந்து மூத்திரம் கழித்து விடுவேன். அவன் நடமாட்டத்தை உன்னிப்பாய்க் கவனிப்பதற்காகக் கதவை முழுவதுமாய்த் திறந்து வைத்துக் கொண்டு மேல்மாடியிலோ அல்லது தொழுவத்திலோ தான் தூங்குவேன். பகல் நேரத்தில் நான் மாமனார் அருகிலிருந்து ஒரு நிமிட நேரம் கூட விலகிப் போகமாட்டேன். அவர் சந்தைக்கோ கோயிலுக்கோ போய் விட்டால் கொளுத்தும் வெயிலாக இருந்தாலும் கூட நான் மாடிக்குப் போய் விடுவேன். என் உடம்பில் இன்னொரு முறை அவன் கைபடுவதை நான் விரும்பவில்லை. எனக்கு எல்லாவற்றிற்கும், கழிப்பிடத்திற்கோ குளியலறைக்கோ போவதற்குங் கூட பயமாக இருந்தது. இருட்டில் அவன் என்னைப் பிடித்து விடுவானோ என்னும் பய உணர்ச்சி!...

ஒரு நாள், ஊரில் ஒரு திருமண நிகழ்ச்சி. அன்று அவன் மீண்டும் ஒருமுறை என்னைத் தொந்தரவு செய்ய முயற்சித்தான். பாட்டும், சாப்பாட்டுச் சத்தமும் என் கூச்சலை அடக்கிவிடும் என்று

தமிழில்: மு.ந. புகழேந்தி

அவன் நினைத்தான். ஆனால், ஒரு விதமாய் அவனிடமிருந்து தப்பித்து ஓடிவிட முடிந்தது. "இவன் என்னைத் தொந்தரவு செய்ய வருகிறான்!" என்று அலறிக் கொண்டு நான் தெருவில் ஓடினேன்.

மாமனார் என் சத்தத்தைக் கேட்டு என்னைக் காப்பாற்ற வந்தார்.

அதற்குப் பிறகு நான் படுக்கையில் விழுந்து விட்டேன். உடல் முழுவதும் காயங்கள். நல்ல காய்ச்சல். முடிகள் உதிரத் தொடங்கின. என்னால் எதையும் சாப்பிட முடியவில்லை. மனக்குழப்பமும் சேர்ந்து ஒரு வாய்த் தண்ணீர் கூட இறங்கவில்லை.

அந்த இராட்சசன் ஒரு பெண்ணைக் கூட்டிக் கொண்டு வந்து உல்லாசமாய் இருந்ததை மாமனார் கண்டித்ததால் புட்டிலால் அவருடன் சண்டையிட்டான். எல்லாம் உங்கள் தவறுதான் என்று அவன் தன் அப்பாவைக் குற்றம் சாட்டியதை உடல் நிலை சரியில்லாத நிலையிலும் நன்கு கேட்க முடிந்தது.

"நீங்கள் எதற்கு ஒரு சிறு பெண்ணைத் தேர்ந்தெடுத்தீர்கள்? எனக்கு ஒரு பெண் தேவை!"

"நீ திருமணமானவன். மனைவி இருக்க வேறொரு பெண்ணுடன் சொந்த வீட்டிலேயே இவ்வாறு உறவு கொள்வது குடும்பத்திற்குக் கெட்ட பெயரை உண்டாக்கும்."

"நான் திருமணமானவனா? இப்படிப்பட்ட சிறு பெண்ணுடனா? அவளை மணந்ததால் எனக்கு எந்தப் பயனும் இல்லை. அதுவுமன்றி அவளுக்கு இப்பொழுது உடம்பும் சரியில்லை! கடவுள் விரைவில் அவளை சாகடித்து விட வேண்டும்! அப்பொழுது தான் எனக்கு வேறொரு பெண் கிடைப்பாள்!" அவன் சொன்னான்.

8

கடவுளால் கைவிடப்பட்ட நான் தனியாக இருந்தேன். தண்ணீர் கூட எனக்கு வாந்தி வர வைத்தது. நல்ல காய்ச்சல். வாழ்க்கையில் மறக்க முடியாத கொடிய சித்ரவதைகளினுடைய சித்திரங்கள் என் மனதில் ஓடின...

திருமணம் என்றால் என்னவென்று எனக்கு யாரும் சொல்லித் தந்திருக்கவில்லை. கணவன் என்னைக் காப்பாற்றுவதுதான் திருமணம் என்று நினைத்துக் கொண்டிருந்தேன். சோட்டி ஒருமுறை சொன்னதைப் போல, அந்த மனிதன் எனக்கு இரண்டாம் தகப்பனாக இருப்பான் என்று நினைத்திருந்தேன். அவன் என்னை வீட்டு வேலைகள் செய்யச் சொல்வான் என்றும் உணவு கொடுப்பான் என்றும் நான் நினைத்துக் கொண்டிருந்தேன். ஆனால், நடந்ததோ? பயமுறுத்தும் கனவுகளுடன் நான் தனியாய்..

முற்றத்தில் காலடிச் சத்தம் கேட்ட பொழுது மீண்டும் தொந்தரவுகளுக்கு ஆளாகப் போகிறோமோ என்னும்

பயத்தால். நான் கண்களை இறுக மூடிக் கொண்டேன்.

"பூலான், நீ இங்கே இருக்கிறாயா பூலான்?" ஒரு ஆண்குரல் என்னை அழைத்தது. ஆனால், யாரென்று புரிந்து கொள்ள முடிய வில்லை. நான் கண்களையும் முகத்தையும் மேலும் இறுக்கமாக மூடிக்கொண்டேன்.

மறுபடியும் அதே கேள்வி.

"யார் நீங்கள்?"

என் நெற்றியில் பாசத்துடன் ஒரு கை தடவிக் கொண்டிருப்பதை உணர்ந்தேன். அப்பொழுது அது யார் என்பதைப் புரிந்து கொண் டேன்!

"என் குழந்தையே! நீ இப்படி இளைத்து விட்டாயே! உன் முகம் கூட மாறிவிட்டிருக்கிறது! பூலான், நான் பேசுவது கேட்கிறதா? நான் உன் அப்பா!"

நான் கண்களைத் திறந்தேன். அப்பா குனிந்து அழுது கொண்டிருந்தார். பக்கத்தில் உட்கார்ந்து என் தலையை எடுத்து தன் மடியில் வைத்துக் கொண்டார். என்னால் அழுகையை அடக்க முடியவில்லை.

"அப்பா, இங்கிருந்து என்னைக் காப்பாற்றுங்கள்! இப்பொழுதே!" என்று நான் அழுதேன்.

எழுந்திருக்க முயன்றேன். என்றாலும் அதற்கான பலம் இல்லை. "என் குழந்தையே, நிறைய முடி உதிர்ந்திருக்கிறது! நீ உடல் நலமில்லாமல் படுத்திருக்கிறாய் என்று யாரோ அங்கு வந்து சொன்னார்கள். என்ன நடந்தது? யாராவது உன்னைத் தொந்தரவு செய்தார்களா?"

"அப்பா, அந்த மனிதன் என்னைத் தொந்தரவு செய்தான். என்னைக் கொடுமைப்படுத்தினான். அவன் என் அடி வயிற்றில்....!"

நடந்தவற்றையெல்லாம் அப்பாவிடம் ஒன்று விடாமல் சொன் னேன். ஓர் அப்பாவிடம் சொல்லக் கூடாததையெல்லாம்!...

அவர் என் வாயைப் பொத்தினார்.

"இதற்கு மேல் எதையும் கேட்கும் சக்தி எனக்கில்லை மகளே!"

"எதற்கு என்னை இங்கே அனுப்பினீர்கள் அப்பா? என்னைக் கூட்டிக் கொண்டு போவதற்கு ஏன் முன்னமே வரவில்லை? பாருங்கள் என்னைத் தண்டிப்பதற்காக அவன் சட்டுவத்தைச் சூடுபடுத்தினான்! நான் ஒரு தப்பும் செய்திருக்கவில்லை, அப்பா ஒரு தப்பு கூடச் செய்யவில்லை!"

"அழாதே! பூலான். நான் உன்னை வீட்டிற்குக் கூட்டிக் கொண்டு போகப் போகிறேன்!"

"உண்மையாகவா அப்பா, நான் கேட்பது உண்மையா?"

"ஆமாம், உண்மையாகத்தான் மகளே, நீ அமைதியாக இரு. உன் மாமனார் வருகிறார். அவருக்கு முன்னால் நீ இது எதையும் சொல்ல வேண்டாம்."

அப்பா குடிப்பதற்கு எதையோ கொடுப்பதற்காக மாமனார் உள்ளே வந்தார். முகத்தில் கொஞ்சங்கூட களையில்லாமல், அவர் என் அப்பாவின் எதிரில் உட்கார்ந்தார்.

"நீங்கள் தான் இவளை இங்கே அழைத்துக் கொண்டு வந்ததற்குக் காரணம்." அப்பா சொன்னார். "இவள் வயதுக்கு வரவில்லை என்றும் கொஞ்சகாலம் பொறுத்திருங்கள் என்றும் நான் எவ்வளவோ எடுத்துச் சொன்னேன். நீங்கள் கட்டாயப் படுத்தினீர்கள். வீட்டு வேலைகளை செய்வதற்கு ஒருவர் வேண்டும் என்று சொன்னீர்கள். நீங்கள் இவளுடைய கணவனின் அப்பா. நான் இவளை உங்களிடம் ஒப்படைத்த பொழுது நீங்கள் இவளுக்கு அப்பாவாகி விட்டீர்கள். அப்படியிருந்தும் இவளைக் காப்பாற்ற நீங்கள் ஏன் ஒன்றும் செய்யவில்லை?"

"தேவிதின், என் மகனை நினைத்து நான் வெட்கப்படுகிறேன். தயவு செய்து என் வீட்டில் சாப்பிடுங்கள்."

அப்பா தயங்கினார். மருமகனின் வீட்டில் பெண் வீட்டுக் காரர்கள் சாப்பாடு சாப்பிடுவது வழக்கமில்லை.

மாமனார் கும்பிட்டபடி மறுபடியும் சொன்னார் "தயவு செய்து எங்கள் விருந்தை ஏற்றுக் கொள்ளுங்கள்."

தமிழில்: மு.ந. புகழேந்தி

அப்பா தன் நெருங்கிய நண்பர் ஒருவருடன் ஊரிலிருந்து வந்திருந்தார். தனியாக வருவதற்கு அவர் பயந்திருக்க வேண்டும். குரலை உயர்த்திப் பேசக்கூட தைரியம் இல்லாதவர் என் அப்பா. பாவம்! புட்டிலால் என்னும் இந்த நரமாமிசம் தின்பவனை அடித்துக் கொல்வதற்கான தைரியம் அவருக்கு இருந்திருந்தால்!....

புட்டிலாலிடமோ அவனுடைய அப்பாவிடமோ ஒரு வார்த்தை பேசாமல் உடனே என்னை அங்கிருந்து அழைத்துக்கொண்டு போய் விடுமாறு அப்பாவிடம் கூறினேன். ஆனால் எப்பொழுதுமே பணிவுடன் இருக்கும் என் அப்பா, மாமனார் கொடுத்த உணவை ஏற்றுக் கொண்டார்.

எப்பாடுபட்டாவது படுக்கையில் இருந்து எழுந்து அங்கிருந்து உடனே ஓடிப்போக ஆசைப்பட்டேன். என்னை அவன் மனைவியாக்கிய ஆடைகளை அவிழ்த்து விட்டு என் பழைய பாவாடையையும் ஜாக்கெட்டையும் அணிந்து கொண்டு, நகைகள் ஒன்றுமில்லாமல், அவர்களுடைய உணவை உண்ணாமல், போய்விட நான் துடித்தேன். ஆனால், அதற்குள் அந்த இராட்சசன் அங்கே வந்து விட்டான். அவன் வெறுப்புடன் அப்பாவைப் பார்த்தான்.

"என்ன வேண்டும், தேவிதின்? நீங்கள் இங்கே என்ன செய்கிறீர்கள்?" என்று கேட்டவாறே அப்பாவை அடிக்க வந்தான்.

மாமனார் குறுக்கிட்டார். "அவரை விடு. உன் மாமனாரிடம் நீ மரியாதையாக நடந்து கொள்ள வேண்டும்!"

அவன் என் அப்பாவின் அருகில் சென்றான். அவருடைய கால்களைத் தொட்டு வணங்குவதற்கு பதிலாக அந்த நீசன் அவர் முகத்தில் அடித்தான்!

"என் காரியத்தில் தலையிட நீங்கள் யார்?" அவன் கேட்டான். அப்பா பதிலேதும் பேசாமல் தலைகுனிந்து நின்றார்.

புட்டிலாலுக்கும் அவன் அப்பாவுக்கும் இடையே பலத்த வாக்கு வாதம் நடந்தது. எந்த நிமிடத்திலும் வாந்தியெடுத்துவிடுவேன் என்று பயந்து கொண்டு, தலையைக் கைகளில் தாங்கிப்பிடித்தபடியே, நான் அதைக் கவனித்துக் கொண்டிருந்தேன். அவர்களுடைய சத்தம் இடியோசை போல என் காதுகளில் முழங்கியது. இருள்

நான் பூலான்தேவி

கவியத் தொடங்கியதால், அப்பா அவர்கள் சொற்படி நடந்து கொள்வார் என்று நான் பயப்பட்டேன். அப்பாவின் நண்பர் அப்பொழுதே போய்விட விரும்பினார் என்றாலும், அப்பா அன்று இரவு அங்கேயே தங்கிவிட்டு அடுத்த நாள் காலையில் போகலாம் என்று தீர்மானித்தார். அவர், மாமனாரிடம் என் அருகிலேயே படுத்துக் கொள்ளட்டுமா என்று கேட்டார்.

புட்டிலால் குறுக்கிட்டான்...

"அவளுக்கு நீங்கள் தேவையில்லை. இது அவளுடைய கணவனின் வீடு. நீங்கள் உங்கள் ஊருக்குப் போகலாம்!"

"என் குழந்தைக்கு உடம்பு சுகமில்லை, புட்டிலால்." அப்பா அழுது கொண்டே சொன்னார். "இரவில் யாராவது அவளருகில் இருக்க வேண்டும். ஒரு வேளை நச்சுக்காய்ச்சலாக இருக்கக்கூடும். நான் அவளைத் தனியாக விட்டு விட்டுப் போக மாட்டேன். இங்கே, தரையில் படுத்துக் கொள்கிறேன்."

"வேண்டாம்! நீங்கள் வெளியில் படுத்துக் கொண்டால் போதும்!" அவன் சொன்னான்.

என் அப்பாவிடம் இவ்வளவு கீழ்த்தரமாகப் பேச புட்டிலாலுக்கு என்ன அதிகாரம் இருக்கிறது? அவனும் தாக்கூரைப் போன்றவனாக இருந்தான். அவனுக்குக் கொஞ்சம் நிலம் இருக்கிறது என்றாலும் வேலை எதுவும் செய்வதில்லை. சூதாடுவது, விபச்சாரிகளிடம் போவது என்பதுதான் அவன் வாழ்க்கையாக இருக்கிறது என்று, வேறு யாருமல்ல, என் மாமனாரே சொன்னார்.

முற்றத்தில் போடப்பட்டிருந்த பாயில் அப்பா படுக்கப் போனார்.

பொழுது புலர்ந்தது.

"நான் இவளை மருத்துவமனைக்குக் கூட்டிக் கொண்டு போக வேண்டும். தயவு செய்து அதற்கு அனுமதியுங்கள். நான் இவளைத் திருப்பிக் கொண்டு வந்து விட்டு விடுகிறேன்!"

"எதற்கு அவளைக் கூட்டிக் கொண்டு போகிறீர்கள்? நீங்கள் அவளைக் கூட்டிக் கொண்டு போய்விட்டால் இங்குள்ளவர்கள் என்னை மோசமானவனாய் நினைப்பார்கள். சொந்த மனைவியை கவனித்துக் கொள்ள முடியாதவன் என்று என்னைக் குறை

தமிழில்: மு.ந. புகழேந்தி

சொல்வார்கள்."

"ஆனால், அவளுக்கு மருந்து தர வேண்டும் இல்லையா, மருந்து கொடுக்கவில்லை என்றால் என் குழந்தை இறந்து விடுவாள். நீங்கள் அவளை அடிக்கிறீர்கள். அதனால்தான் காய்ச்சல் சரியாகவில்லை. நான் அவளை மருத்துவமனையில் சேர்த்து விடட்டுமா?" கடைசியில், புட்டிலால் ஒருவழியாய்ச் சம்மதித்தான். என் பொருட்களை எடுத்துக் கொண்டு விரைவாய்ப் புறப்படும்படி என்னிடம் அப்பா சொன்னார். எதையும் எடுத்துக் கொள்ள நான் விரும்பவில்லை. ஆனால், மாமனாரும் எடுத்துக் கொள்ளச் சொல்லிக் கட்டாயப்படுத்தினார்.

அப்பாவிற்கும் நண்பருக்கும், மாமனார் காலைச் சிற்றுண்டி கொடுத்தார். என்னால் எதையும் சாப்பிடவோ குடிக்கவோ முடியவில்லை. ஆனால், உடை அணிந்து கொள்ளும் சக்தி எங்கிருந்தோ வந்தது. நான் இளஞ்சிவப்புப் புடவையை கட்டும் போது மாமனார் ஒரு ஐந்து ரூபாய்த்தாளை நீட்டினார். முதலில் நான் அதை வாங்கிக் கொள்ளத் தயங்கினேன். ஆனால் அப்பாவின் நீதிமன்றத் தேவைகளுக்குப் பயன்படுமே என்று நினைத்து அதை வாங்கிக் கொண்டேன். அப்பாவினுடைய நண்பர் என் பொருட்களை எடுத்துக் கொண்டார். அப்பா என்னைத் தூக்கித் தோளில் வைத்துக் கொண்டு புறப்பட்டார்.

தெருவில் கிராமத்தினர் எங்களைக் கவனித்தார்கள். ஆண்கள் சிரிப்பதைக் கேட்க முடிந்தது.

பெண்கள் தங்களுக்குள் முணுமுணுத்துக் கொண்டார்கள்.

"பார், பாவம், அந்தப் பெண் எப்படி தளர்ந்து போயிருக்கிறாள் இளைத்துப் போய் எலும்பும் தோலுமாய்.....

.....அவன் முதல் மனைவியையும் அடித்துக் கொன்று விட்டான்."

அப்பா எதுவும் பேசவில்லை.

அவர்களிடமிருந்து வேகமாய் ஓடிப்போவதற்காக அவர் கால்களை எட்டி வைத்தார்.

ஊர் எல்லையை அடைந்தவுடன் மகிழ்ச்சியில் மெய்மறந்து நான் சத்தம் போட்டுச் சொன்னேன். "நான் இனிமேல்

எப்பொழுதும் திரும்பி வரப் போவதில்லை. எப்பொழுதும்!...."

ஊரைவிட்டு நாங்கள் மணல் நிறைந்த பாதையில் நடந்தோம். அப்பா குதித்து நடப்பதினுடைய தாளம் என் மனதில் நம்பிக்கையைத் தோற்றுவித்தது. நீலவானத்தினுடைய அமைதியான அழகு என்னை ஆறுதல் படுத்தியது. இளங்காற்றில் அசைந்து கொண்டிருந்த கோதுமை வயல்களுக்கிடையில் நாங்கள் போய்க் கொண்டிருந்தோம். அப்பாவுடன் இருக்கும்பொழுது மறுபடியும் நான் ஒரு குழந்தையாகிவிட்டதைப் போலத்தோன்றியது. ஆழமானதும் இருள்நிறைந்ததுமான ஒருகிணற்றில் இருந்து தப்பித்து வந்த ஒருகுழந்தையைப் போல இருந்தேன் நான்.

"பயப்படாதே, மகளே," அப்பா அடிக்கடி சொல்லிக் கொண்டிருந்தார். "பயப்பட வேண்டாம். எல்லாம் முடிந்து விட்டது!...."

என்னை சிக்கந்ரயில் உள்ள மருத்துவமனையில் சேர்க்கப் போவதாக அப்பா சொன்னார். அது ஒரு நீண்ட பயணம்....

கிராமம் எங்கள் பார்வையில் இருந்து மறைந்து விட்டது.

பாதைகள் இணையும் ஓரிடத்தில் ஒருபெண் வெள்ளரிக்காய் விற்றுக் கொண்டிருந்த இடத்தில் அப்பா நின்றார். என்னை இறக்கிக் கீழே நிற்க வைத்தார். என்னால் வெள்ளரிக்காயை மெல்ல முடியவில்லை. அதனால், அப்பா அதைக் கையில் நசுக்கிப் பிசைந்து குழந்தைகளுக்கு கூழ் ஊட்டுவதைப் போல ஊட்டி விட்டார். அது உள்ளே போன பொழுது வயிறு மறுபடியும் தொந்தரவு செய்யவும் மனம் புரட்டவும் தொடங்கியது.

மக்கள் நெருக்கடி மிகுந்த ஒரு பெரிய நகரத்தை நான் அப்பொழுது தான் முதன்முதலாகப் பார்க்கிறேன். இனிப்புப் பலகாரங்கள் நிறைந்த கடைகள், பலநிறங்களிலான துணிவகைகளைத் தொங்க விட்டிருக்கும் கடைகள், நகைக்கடைகள், ஒரு கடை நிறைய ரப்பர் டயர்கள், ஒரு கைவண்டி நிறைய நிலக்கடலையும் உலர்ந்த பழங்களும். இன்னொரு கைவண்டி நிறைய மலர்கள், மாலைகள் குவியலாய்...

உச்சி நேரம் ஆகப் போகிறது.

நாற்காலிகளில் ஆட்கள் உட்காரவும் ஓய்வெடுக்கவும் கூடிய அறைகள் கொண்ட ஒரு காங்கிரீட் கட்டடத்தில் மருத்துவமனை அமைந்திருந்தது. வெளியில் மரநிழலில் சிலர் காத்துக்கொண்டு

தமிழில்: மு.ந. புகழேந்தி

நின்றிருந்தனர். அப்பா நீண்ட வரிசையில் சேர்ந்து நின்றார். நான் மயக்கம் போட்டு விட்டேன்.

மீண்டும் கண்களைத் திறந்து பார்த்தபொழுது மருத்துவர் என்னைப் பரிசோதித்துக் கொண்டிருந்தார். எனக்குக் காய்ச்சலும் வாந்தியும் இருந்தன என்று அப்பா சொன்னார். அவர் வேறு எதையும் சொல்லவில்லை. அவைகள் எல்லாம் சொல்லக் கூடியவைகள் இல்லை. மருத்துவர் ஒரு வெள்ளைச் சட்டையும் கண்ணாடியும் அணிந்திருந்தார். அந்த கண்ணாடியின் வழியாக அவருடைய கருணைமயமான கண்களை நான் பார்த்தேன். அவர் என்னை அருகில் உட்கார வைத்துப் பொறுமையாகப் பரிசோதித்தார். உணவுக் குறைவுதான் இப்படி இருக்கக் காரணம். மருத்துவர் அப்பாவைப் பார்த்துச் சொன்னார். நெற்றியைச் சுருக்கிக் கொண்டு அவர் என் வாயில் சிறு கரண்டியை விட்டுப் பரிசோதித்தார்.

"நான் உனக்கு ஓர் ஊசி போடப் போகிறேன், அத்துடன் எல்லாம் குணமாகி விடும்."

அவர் ஊசி தயார் செய்வதை நான் பயத்துடன் பார்த்தேன். "பயப்படுவதற்கு ஒன்றுமில்லை, மகளே." அப்பா சமாதானப் படுத்தினார்.

நான் பல்லைக் கடித்துக்கொண்டு பொறுமையாக இருந் தேன்.

முதலில் என் கையிலும், பிறகு என்னைத் திருப்பி நிறுத்தி என் பின்புறத்திலும் ஊசி போட்டார். அப்பாவின் கையில் சில குளிகைகளைக் கொடுத்துவிட்டு இருபது ரூபாய் கேட்டார். அப்பா ஒரு பர்சை எடுத்து அதிலிருந்து பணத்தை எடுத்து எண்ணி மருத்துவருக்குக் கொடுத்தார். "எதற்கு இவ்வளவு பணம் கொடுக்கிறீர்கள், அப்பா?" நான் கேட்டேன். "நீ இன்னும் நிறையத் தெரிந்து கொள்ள வேண்டியுள்ளது, பூலான். மருத்துவர் உனக்கு ஊசி போட்டுள்ளார். அதற்குப் பணம் கொடுக்க வேண்டும்" என்று அப்பா சிரித்தார்.

வெளியே உச்சி வெயில் சுட்டெரித்துக் கொண்டிருந்தது. நாங்கள் சாலையில் இருந்த ஒரு வேப்ப மரநிழலில் உட்கார்ந்தோம். அப்பா களைத்துத் தளர்ந்திருந்தார். என்னையும் தோளில் தூக்கிக் கொண்டு மூன்று மணி நேரத்திற்கு மேலாக நடந்திருக்கிறார்.

என் அருகில் என் மூட்டையைத் தலைக்கு வைத்துப் படுத்துக் கொண்டார். இருவரும் தூங்கிவிட்டோம். விழித்தபொழுது மாலை நேரம் ஆகியிருந்தது. எனக்குத் தாங்க முடியாத தாகம். ஒரு ஆரஞ்சுப் பழச்சாறோ, மாம்பழச்சாறோ கிடைத்தால் நன்றாக இருக்கும் என்று நான் ஆசைப்பட்டேன். ஆனால் அவைகள் எட்டாக்கனிகள். "நாம் எப்பொழுது வீட்டை அடைவோம், அப்பா? இன்னும் எவ்வளவு தூரம் நடக்க வேண்டும்?"

"நாம் பேருந்தில் போகப்போகிறோம் மகளே." அப்பா சொன்னார். சாலையில் நிறைய பேருந்துகள் ஓடிக்கொண்டிருப்பதை நான் பார்த்திருக்கிறேன் என்றாலும் இப்பொழுதுதான் முதன்முறையாக அதில் நான் பயணம் செய்யப்போகிறேன். சமவெளிகளிலிருந்து அடிவானம் வரை பார்க்க முடிந்தது. விளைந்த கோதுமை வயல்கள் தங்கக் கம்பளம் விரித்தது போலக் காட்சியளித்தன.

அப்பா, அடிக்கடி எனக்குத் தண்ணீர் கொடுத்துக் கொண்டிருந்தார்.

நீண்ட பயணம் களைப்படைய வைப்பதாக இருந்தது.

"அதோ பாலம்! நாம் இறங்க வேண்டிய இடம் வந்து விட்டது." என்று அப்பா சொன்னார்.

பேருந்து, பாலத்தின் வழியாக யமுனையைக் கடந்தது. நாங்கள் அக்கரையிலுள்ள உள்ள வேறொரு நகரத்தை அடைந்தோம். பேருந்து நிறுத்தத்தில் அப்பா எனக்கொரு 'குல்ஃபி' வாங்கிக் கொடுத்தார். இனிப்பும் ஐசும் சேர்த்த பால் என் தொண்டைக்குச் சொல்லமுடியாத சுகத்தைக் கொடுத்தது. ஐந்து மைல் தொலை விலுள்ள எங்கள் ஊரைநோக்கிச் செல்லும் பாதையில் நாங்கள் நடந்தோம்.

இருட்டிவிட்டிருந்தது. ஆற்றங்கரையில் எனக்குப் பழக்கமான மணம் வீசியது. பறவைகள் கீச்சிடுவதும் மிருகங்கள் அலறுவதும் என் காதில் விழுந்தது. ஆற்றுப் பாதையில் பயிர் செய்யப்பட்டிருந்த இடத்தில் சோட்டி இருக்கக் கூடும் என்றெண்ணி நான் அந்த வழியாக இறங்கிப் போனேன். ஆனால் அவள் அங்கில்லை. புல்தரையில் ஒரு பாவாடை காய்ந்து கொண்டிருக்க யாரோ அதனருகில் படுத்திருப்பதையும் நான் பார்த்தேன். அது சோட்டி! என்னைப் பார்த்ததும் எல்லையில்லா மகிழ்ச்சியுடன் அவள் என்னைக் கட்டிப் பிடித்தாள். அவள் கண்களில் ஆனந்தக்

தமிழில்: மு.ந. புகழேந்தி

கண்ணீர் வடிந்தது.

"பூலான்! உன்னைப் பார்க்காமல் நான் மிகவும் கவலையுடன் இருந்தேன்."

அவள் ஓடிப்போய் ஒரு தர்பூசணியைக் கொண்டு வந்து துண்டுகளாக்கி எனக்குக் கொடுத்தாள். அதன் இனிப்பான சாறு தொண்டை வழியாக இறங்கிய பொழுது எனக்கு ஒரு புத்துணர்ச்சி தோன்றியது.

எதுவும் மாறியிருக்கவில்லை. படகோட்டி மீன்பிடிக்கப் போவதற்காக ஒரு அரிக்கேன் விளக்குடன் எங்கள் அருகில் வந்தான். அரிக்கேன் விளக்கை எனக்கு நேராகத் தூக்கிப் பிடித்துக் கொண்டு அவன் சொன்னான்: "உங்களுடைய மகள் எலும்பும் தோலுமாக ஆகிவிட்டாள், தேவிதின் அவளுடைய உடல்நிலை கெட்டு விட்டது."

புடவைத் தலைப்பில் கண்ணீரைத் துடைத்துக் கொண்டு அம்மா என்னை எதிர்பார்த்து முற்றத்திலேயே நின்று கொண்டிருந்தாள். அழுது கொண்டிருந்ததால் அவளால் பேச முடிய வில்லை. என்னை இறுக்கமாகக் கட்டியணைத்துக் கொண்டாள். நடந்தவற்றை எல்லாம் என்னால் சொல்ல முடியவில்லை. ஆனால், நான் அனுபவித்த கொடுமைகளை எல்லாம் அப்பா அம்மாவின் காதில் சொன்னார். அவற்றைக் கேட்டு அவள் கதறியழுதாள்.

சப்பாத்திக்குக் கோதுமை அரைக்கும்பொழுது அம்மாவினுடைய கோபம் வெடித்தது. "அந்தப் புட்டிலாலை இனிமேல் இங்கு எங்காவது பார்த்தால் நான் அவனை அடித்துத் துரத்தி விடுவேன்."

"இனிமேல் பூலான் இங்கேயே இருக்கட்டும்" என்று அம்மா அப்பாவிடம் சொன்னாள்.

"அந்தத் தந்தையில்லாதவன், என் குழந்தையின் பாதி உயிரை எடுத்து விட்டான்."

நான் சூடான பாலும் சோறும் சாப்பிட்டேன். உடனே தூக்கம் வந்தது.

"அவள் இப்பொழுது திருமணமானவள்" அப்பா சொல்வதைக்

கேட்டேன். "அவளை இங்கேயே நாம் வைத்துக் கொண்டிருக்க முடியாது. கணவனின் வீட்டில்தான் மனைவி இருக்க வேண்டும். அதுதான் மரபு!"

எங்கள் வீட்டுக்கு நேராகத் தீப்பந்த வெளிச்சம் கடந்து வருவதைப் பார்த்தேன். என்ன நடந்தது என்பதைத் தெரிந்து கொள்ளும் ஆவலுடன் அருகிலுள்ளவர்கள் வருகின்றனர். புடவையைச் சரிசெய்து கொண்டு அம்மா என்னிடம் சொன்னாள்: "எதையும் யாரிடமும் சொல்லக்கூடாது. உனக்குத்தான் கெட்ட பெயர் உண்டாகும். உடம்பு சுகமில்லை. சாப்பிட ஒன்றும் கொடுக்க வில்லை. கவனிக்க யாரும் இல்லை. இவ்வளவு மட்டுமே சொல்ல வேண்டும். என்ன புரிகிறதா?"

பக்கத்து வீடுகளில் இருந்தவர்கள் உள்ளே வந்து என் பெற்றோர் களுடன் பேச்சுக் கொடுத்தார்கள். கணவனும் மனைவியும் சேர்ந்து வாழாமலிருப்பது அவமானம் என்பதால் நான் திரும்பிப் போவதுதான் நல்லது என்று சிலர் சொன்னார்கள். சில ஆண்டுகளுக்குப் பிறகு திரும்பிப் போனால் போதும் என்று வேறு சிலர் சொன்னார்கள். ஆனால், நான் ஒரு கருத்தில் உறுதியாய் இருந்தேன்.

அந்த நரமாமிசம் தின்பவனிடம் இனிமேல் எப்பொழுதும் போகப் போவதில்லை!....

அடுத்த நாள் காலையில் என் காய்ச்சல் சரியாகிவிட்டது. மருத்துவருக்குக் கொடுத்த இருபது ரூபாயினுடைய இந்திர ஜாலம்!

முதலில் நான் போய் தோழிகளுடன் சேர்ந்து யமுனையில் ஒருமுறை நீந்திக் குளிக்க வேண்டும். யமுனையின் புண்ணிய தண்ணீர் என்னுடைய இரகசியங்களைக் கழுவிவிடட்டும்!

மெல்ல மெல்ல என் கிராமத்து வாழ்க்கை எனக்கு என் சக்தியைத் திருப்பிக் கொடுத்தது.

நாட்கள் வாரங்களாயும், வாரங்கள் மாதங்களாயும் கடந்து கொண்டிருந்தன....

'ஆசாட' மாதத்தில் ஒருநாள், நான் மாடுமேய்த்துக் கொண்டு வயலில் நின்று கொண்டிருந்தேன். சோட்டி என்னிடம் ஓடி வந்தாள்.

தமிழில்: மு.ந. புகழேந்தி

"அவன் வந்திருக்கிறான், பூலான்!"

அவள் மூச்சு விடாமல் சொன்னாள்: "புட்டிலால் உன்னைக் கூட்டிக் கொண்டு போக வந்திருக்கிறான்! கோபத்துடன் வந்திருக்கிறான். எல்லோரையும் காறித்துப்பிக்கொண்டும் எதிர்த்துப் பேசிக் கொண்டும் இருக்கிறான். உன்னைச் சித்தரவதை செய்ததாகவும் கொன்று விட முயன்றதாகவும் அம்மா அவனைக் குற்றம் சொல்லிக் கொண்டிருக்கிறாள். அம்மா அவனை அடித்துத் துரத்த நினைக்கிறாள். ஆனால், அப்பா அவனுக்குச் சாப்பாடு போடச் சொல்கிறார்!"

சோட்டி வீட்டிற்குத் திரும்பிப் போனாள். சிறிது நேரங்கழித்து மீண்டும் வந்தாள். அம்மா அவனை ஒரு வழியாகத் திருப்பி அனுப்பி விட்டாள். கோபத்துடன் அவன் போய் விட்டான். ஒரு கருப்பு சைக்கிளில் அவன் ஏறிப்போவதை நான் பார்த்தேன். சீதனமாகக் கொடுத்த பணத்தில் வாங்கியதாயிருக்கும்!

புட்டிலால் வந்தது மாயாதீனுடைய தூண்டுதலால் இருக்கும் என்று நான் சந்தேகப்பட்டேன். இனி என்னால் எந்த இடையூறும் இருக்காது என்று அவன் மகிழ்ச்சியாய் இருக்கும்பொழுது நான் திரும்பி வந்து விட்டேன். வயல்கள் அவனுடைய மன அமைதியைக் கெடுத்திருந்தன. அவன் அப்பாவிடம் கேட்டது என் காதில் விழுந்தது. "உங்களுடைய மகளுக்கு இங்கே என்ன வேலை? அவள் திருமணமானவள். மற்ற பெண்களைப் போல அவளும் மரபு, மரியாதைகளைக் கடைபிடிக்க வேண்டும்!"

புட்டிலால் வந்து போன சில நாட்களுக்குப் பிறகு அம்மா சில நாட்கள் அவள் கிராமத்திற்குப் போயிருந்தாள். ருக்மிணி எங்களுக்குத் துணையாய் வந்திருந்தாள். அம்மா ஊரில் இல்லை யென்று மாயாதீன் சொல்லியிருப்பான் போலும். புட்டிலால் தன் சைக்கிளில் மறுபடியும் வந்தான். வழக்கம்போல மரத்தில் ஏறி நான் ஒளிந்து கொண்டேன். ருக்மிணி ஓடிவந்து என்னைக் கண்டுபிடித்தாள்.

"கீழே வா, பூலான், உன் கணவர் உன்னைப் பார்ப்பதற்காக வந்திருக்கிறார்!"

நான் கணவனுடன் சேர்ந்து வாழவேண்டும் என்று அவள் அறிவுரை கூறினாள். அங்கே என்ன நடந்தது எதுவும் அவளுக்குத் தெரியாது!

அப்பொழுது அப்பாவும் அங்கே வந்து விட்டார். இருவரும் சேர்ந்து என்னை வீட்டிற்கு இழுத்தார்கள். நான் புடவையும் முக்காடும் அணிந்து கொள்ள வேண்டும் என்று ருக்மிணி கட்டாயப்படுத்தினாள்.

"அவ்வளவு தான், பூலான், நீ கணவனுக்குக் கீழ்ப்படிந்து நடக்க வேண்டும்!"

இராட்சசன் உட்கார்ந்திருந்த அறைக்குள் அவர்கள் என்னைப் பலவந்தமாய் தள்ளிவிட்டார்கள். நான் எதற்காக அந்தக் காட்டு மிருகத்தைப் பார்த்து இவ்வளவு பயப்படுகிறேன் என்று அவர்களுக்குத் தெரியாது! அம்மா இங்கே இருந்திருந்தால், இதை அனுமதித்திருக்கமாட்டாள்.

"நாங்கள் உன்னை அவருடன் அனுப்பி வைக்கப் போவதில்லை." ருக்மிணி என்னைச் சமாதானப்படுத்தினாள். "ஆனால் நீ கணவனுக்கு மரியாதை கொடுத்தே ஆக வேண்டும்!"

அவர்கள் சொல்லுக்கு நான் கட்டுப்பட்டேன். அவனைத் திரும்பிக் கூடப் பார்க்காமல் தலையைக் குனிந்து கொண்டு நான் அந்த அறைக்குள் போனேன். நடுக்கத்தை மறைத்துக் கொள்ள நான் மிகுந்த சிரமப்பட்டேன். அப்பொழுது அப்பா சொன்னார்: "பூலான், புட்டிலாலின் வீடு உன் வீடுங்கூட. நீ அங்கே போய் வாழ வேண்டும்."

அவருடன் ருக்மிணியும் சேர்ந்து கொண்டாள்: "என்னைப் பார், பூலான். நான் என் கணவருடன் சேர்ந்து வாழ்கிறேன். இப்பொழுது உங்களைப் பார்ப்பதற்காக வந்திருக்கிறேன். பழக்கப் பட்டு விட்டால் எல்லாம் சரியாகிவிடும். பூலான், தயவு செய்து ரகளை பண்ணாமல் இரு."

அன்று இரவு என் காரியத்தில் அவர்கள் ஒரு தீர்மானம் எடுத்தார்கள். ஒரு படகை வாடகைக்கு எடுக்க புட்டிலால் வெளியில் போனான். அப்பாவும் ருக்மிணியும் என்னைப் படகுத் துறைக்குக் கூட்டிச் சென்றார்கள். நான் படகில் இருந்து குதித்து விடுவேனோ என்ற அச்சத்தில் படகோட்டிக்கும் புட்டிலாலுக்கும் இடையில் என்னை உட்கார வைத்தனர்.

படகு கிளம்பியவுடன் புட்டிலால் என்னைப் பார்த்து: "நீ என்னைத் தடுத்தால் நன்கு அடித்து விடுவேன்! என்னிடம் அடி

வாங்கியது நினைவிருக்கிறதா?"

சிறிது தொலைவு சென்ற பிறகு நான் படகில் இருந்து குதித்து கண்ணுக்குத் தெரியாத மறுகரையை நோக்கி நீந்தினேன். அந்த இராட்சசன் என் பின்னால் வந்தான். புலியின் பிடியில் இருந்து தப்பித்துக் கொள்ள முயலும் பெண்மானைப்போல நான் பாய்ந்தேன். ஆனால், பலன் இல்லை. அவன் என்னைப் பிடித்து எடுத்து இரண்டு கைகளுக்கும் இடையில் சைக்கிளின் முன் பகுதியில் உட்கார வைத்துக் கொண்டான். வேகமாக சைக்கிளை ஓட்டினான். அவன் வியர்வை மற்றும் மூச்சு நாற்றம் அடித்தது. ஒரு பேயைப் போல அவன் கத்தினான். "நீ உன் பெற்றோர்களிடம் சொல்லிய கதைகளை இனி வெளியில் யாரிடமாவது சொன்னாயென்றால் நீ உயிருடன் இருக்க மாட்டாய்! உன் பிணத்தைத் தான் ஊருக்குத் திருப்பி எடுத்துக் கொண்டு போக வேண்டியிருக்கும்!"

அவனுடைய அப்பா முற்றத்தில் இருந்த ஒரு கயிற்றுக் கட்டிலில் தூங்கிக் கொண்டிருந்தார். நான் ஓடிப் போய் அவருடைய கால்களைப் பிடித்துப் கொண்டு கெஞ்சினேன்: "தயவு செய்து என்னை உங்கள் அருகிலேயே வைத்துக் கொள்ளுங்கள். நான் அவனுடன் உள்ளே போக மாட்டேன்!" "நல்ல பெண்ணாய் இரு, பூலான்," அவர் சொன்னார். "இது உன் வீடு, புட்டிலால் உன் கணவன். பயப்படாமலிரு. நான் உன்னருகிலேயே படுத்துக் கொள்கிறேன்."

ஆனால் அவர் சொன்னதைப் போல நடந்து கொள்ளவில்லை. இரவு சாப்பாடு முடிந்ததும், இராட்சசனிடம் என்னைத் தனியாக விட்டுவிட்டுக் கிழவர் தன் அறைக்குப் போய்விட்டார்.

"வந்து படு!" இராட்சசன் கர்ஜித்தான்.

"இல்லை! நான் வெளியில் தான் படுத்துக் கொள்வேன்!"

அவன் என்னை அடித்தான். "நீ ஒரு மனைவியாக வாழ வேண்டாமா? நீ மூணு நாலு குழந்தைகளையாவது பெற்றுக் கொள்ளாமல் இங்கிருந்து போக முடியாது. தெரிந்ததா?"

அவன் எந்த சிரமமுமில்லாமல் என்னை எடுத்து அறையில் படுக்க வைத்தான். அப்படி நான் மறுபடியும் அவனுடைய தொல்லை மிகுந்த அறைக்குள் சென்றேன். அவன் என்னைக்

கசக்கித் தன் எண்ணங்களைப் பூர்த்தி செய்து கொண்டான்.

அடுத்த நாள் நான் மாமனாரிடம் அது குறித்துச் சொன்ன பொழுது அவர் மௌனம் காத்தார்.

"இது போன்றவற்றையெல்லாம், நீ என் அப்பாவிடம் சொல்லக் கூடாது!"

தோலுரிந்து இரத்தம் சொட்டும் வரை அவன் என்னை அடித்தான்.

புட்டிலாலுக்கு எதிராக என்னால் எதுவும் செய்ய முடியவில்லை. ஆனால், அவன் எனக்கு இழைத்த கொடுமைகளுக்கெல்லாம் பழி வாங்குவேன் என்று துர்கை மீது சத்தியம் செய்தேன்...

தமிழில்: மு.ந. புகழேந்தி

9

அவர்கள் என்னை விசாரித்துக் கொண்டு வந்த பொழுது வீட்டில் வேறு யாரும் இல்லை. எந்த நிமிடமும் புட்டிலாலினுடைய கால்சத்தம் கேட்குமென்று பயந்து நான் முற்றத்தில் வைத்திருந்த பீப்பாய்க்குப் பின்னால் ஒளிந்து கொண்டிருந்தேன். இங்கு வந்து சில வாரங்கள் ஆகிவிட்டன. உதவிக்கு யாரும் இல்லாத நான், நாட்களை எண்ணி வாழ்ந்து கொண்டிருந்தேன். அப்பொழுது தான் என் தாய் மாமன் தாராசந்தும் அவருடைய மகன் கல்லுவும் வந்தது.

தேவியினுடைய அருள்! என்னைக் காப்பாற்ற அம்மா ஆள் அனுப்பியிருக்கிறாள்.

"நீ இங்கே வாழமுடியாது என்று உன் அம்மாவும் அத்தையும் முடிவு செய்துள்ளார்கள். உன்னை நாங்கள் எங்கள் வீட்டிற்குக் கூட்டிக் கொண்டு போகப் போகிறோம்" என்று மாமா மெதுவாகச் சொன்னார்.

என் துணிகளையும் நகைகளையும் எடுத்துக்

கொள்ளச் சொன்னார். நாங்கள் எவர் கண்ணிலும் படாமல் வெளியில் வந்தோம். வயல்களில் நுழைந்து ஊரின் பார்வையில் இருந்து மறைந்தோம். மகிழ்ச்சியில் நான் துள்ளிக் குதித்தேன். புட்டிலால் எங்களைப் பிடித்து விடுவானோ என்னும் பயத்தில் வேகமாக நடந்தோம்.

"கவலைப்படாமல் இரு" கல்லு சமாதானப்படுத்தினான். "அவன் வந்தால் அவனுக்கு இரண்டு அடி கொடுக்கிறேன்!" புட்டிலாலை விட வயதில் பெரியவனாகவும் பலசாலியாகவும் இருந்தான்.

நாங்கள் சிக்கந்ர வரை நடந்தோம். அங்கிருந்து கல்ப்பிக்குப் போக எங்களுக்கு ஒரு லாரி கிடைத்தது.

மாமாவின் வீட்டை அடைந்தவுடன் நான் ஓடிப்போய் அத்தை கினியாவின் மடியில் உட்கார்ந்து கொண்டேன். மகிழ்ச்சியால் நான் அழுதேன்.

"அவன் என்னை என்னவெல்லாம் செய்தான் என்று உங்களுக்குத் தெரியுமா அத்தை?"

உதடுகளில் விரலை வைத்துக் கொண்டு சொன்னாள்: "எனக்குத் தெரியும், பூலான், எனக்கு எல்லாம் தெரியும்."

"உன்னை உன் அப்பா அங்கே திருப்பியனுப்பி இருக்கக் கூடாது. நீ என் மகளாய் இருந்திருந்தாய் என்றால், நான் உன்னை அவனுக்குத் திருமணம் செய்து கொடுத்திருக்க மாட்டேன்." மாமா சொன்னார்.

அங்கு என் வாழ்க்கை நன்றாக இருந்தது. மகிழ்ச்சியாக இருந் தேன். வேண்டுமளவு உணவும் தூக்கமும் எனக்குக் கிடைத்தன.

ஒரு நாள் என் அம்மா வந்து சேர்ந்த பொழுது நான் சுகமாய்த் தூங்கிக் கொண்டிருந்தேன். புட்டிலாலின் பெயரைக் கேட்டவுடன் திடுக்கிட்டு விழித்துக் கொண்டேன்.

"உன்னைக் கடத்திக் கொண்டு வந்து விட்டதாக எங்கள் மீது புட்டிலால் காவல்நிலையத்தில் புகார் செய்திருக்கிறான். உன்னைத் தேடிக் கொண்டு நம் ஊருக்குக் காவல் துறையினர் வந்திருந்தனர்!" என்று அம்மா சொன்னாள்.

“காவலர்கள் உன்னைத் தேடிக் கொண்டு இந்த வீட்டிற்கு வந்தால் அது மாமாவுக்குத் தொந்தரவாக இருக்கும். அதனால் நம் ஊருக்குப் போய் விடலாம். புட்டிலால் இனி உன்னைக் கூட்டிக் கொண்டு போக நான் சம்மதிக்க மாட்டேன். நானும் காவல்நிலையத்தில் புகார் கொடுக்கப் போகிறேன்.”

மாமா குடும்பத்தினரிடம் விடை பெற்றுக் கொண்டு எனது வீட்டிற்கு வந்தவுடன், அண்டை வீட்டுக்காரர்கள் வரத் தொடங்கி விட்டார்கள். மரபுகளை மறந்து விட வேண்டும் என்றும், என்னை இனிமேல் புட்டிலாலின் வீட்டுக்கு அனுப்ப வேண்டாம் என்றும் அவர்கள் அம்மாவிற்கு அறிவுரை சொன்னார்கள். சோட்டியும், பூரியும் தம்பி சிவநாராயணனும் என்னைப் பார்த்த மகிழ்ச்சியில் நடனமாடினார்கள். அப்பொழுது அந்த கிராமம் தான் என் தலைவிதியை நிச்சயித்தது.

“குறைந்தது ஒரு ஐந்து ஆண்டுகளுக்காவது பூலான் அவனுடன் போகக் கூடாது என்று நாங்கள் ஆலோசனை சொன்னபொழுது புட்டிலால் இதற்குச் சம்மதித்திருந்தான். இடையில் நடந்தவற்றிற்குக் காரணம் மாயாதீன்தான். அவன்தான் என் குழந்தையைக் கூட்டிக் கொண்டு போய்விடும்படி புட்டிலாலுக்குக் கெட்ட புத்தி சொல்லிக் கொடுத்தது!”

அம்மா திட்டினாள்.

நாங்கள் வீட்டிற்கு வெளியில் வரக்கூட இல்லை. அதற்குள் மாயாதீன், புட்டிலாலுடனும் அவனுடைய ஊர்க்காரர்கள் சிலருடனும் வீட்டு முற்றத்தில் நின்றிருந்தான்.

“பூலானை இவர்களுடன் உடனே அனுப்பி வைக்க வேண்டும்!” மாயாதீன் கட்டளையிட்டான்.

பஞ்சாயத்தைக் கூட்டி, தன் மனைவியை கடத்திக் கொண்டு வந்து விட்டதால் எங்களுடைய குடும்பத்தை ஊரிலிருந்து தள்ளி வைக்க வேண்டும் என்று கேட்கப் போவதாகவும், தன்னுடன் வந்திருப்பவர்கள் காவல்துறையினர் என்று புட்டிலால் சொன்னான். என் பெற்றோர்களுக்கு எதிராகக் கிரிமினல் குற்றங்கள் சுமத்தப் போவதாக அவன் மிரட்டினான்.

மாயாதீன் என் அப்பாவின் தலைமுடியைப் பிடித்து தன் காலில் கும்பிட வைத்து விட்டுச் சொன்னான். “தேவிதின், உங்களுடைய

மகளால் ஊரில் நம் குடும்பத்திற்குக் கெட்ட பெயர். அவள் குற்றவாளி. அவளை உடனே அவளது கணவனின் வீட்டிற்கு அனுப்பி வைக்க வேண்டும்."

"அது தான் நியாயம்! பூலான் தேவி அவளுடைய கணவனின் கட்டளைக்குக் கீழ்ப்படிந்து நடக்க வேண்டும்!" புட்டிலால் சொன்னான்.

நான் தொழுவத்திற்குள் ஓடிஒளிந்து கொண்டேன். திடீரென்று பலமான ஒரு கை என் தலைமுடியைப் பிடித்தது. என்னை வெளியில் இழுத்துக் கொண்டு வந்தது. அது புட்டிலால்!

அப்பொழுது எல்லோரும் வாக்குவாதத்தில் ஈடுபட்டார்கள்.

"அவளைக் கூட்டிக் கொண்டு போ!" என் அப்பா புட்டி லாலிடம் சொன்னார். "சாகும்வரை அவளை அறையில் பூட்டி வைத்து அடி!"

புட்டிலாலுடன் இருந்த ஆட்கள், தாங்கள் அவன் ஊரில் இருந்து வந்துள்ள காவல்துறையினர் என்று தெரிவித்தனர். ஆனால் அவர்கள் துறைக்குரிய சீருடை அணிந்திருக்கவில்லை. என்னையும் என் தங்கைகளையும் கூட்டிக் கொண்டு போய் விடுவோம் என்று மிரட்டினர்.

மாயாதீன் தன் மீசையை நீவிவிட்டுக் கொண்டு புன்னகை செய்தான்: "சரி, இந்தத் தேவடியாள்கள் அனைவரையும் கூட்டிக் கொண்டு போ! உங்களுடைய வீட்டு வேலைகளைச் செய்வார்கள். பெற்றோர்களையும் கூட்டிக் கொண்டு போ. வயலில் வேலை செய்வார்கள்!

"அவள் எப்பொழுதும் உன்னுடன் வரமாட்டாள்!" என்று அம்மா சீறினாள். "அவள் சாக வேண்டும் என்பது தான் உன் விருப்பமெனில், நானே அவளைக் கொன்று விடுகிறேன்!" என்று அம்மா என் கழுத்தைப் பிடித்து நெரித்தாள்.

இந்த ஆண்களிடமிருந்து தன் மகளைக் காப்பாற்ற ஒரு தாயினாள் வேறு என்ன செய்ய முடியும்?

இதற்கிடையில் புட்டிலால் என்னை அம்மாவிடமிருந்து இழுத்துக் கொண்டு வேகமாக வெளியில் நடந்தான்.

அவன் மறுபடியும் என்னைக் கூட்டிக் கொண்டு போகிறான்! ஒரு தானிய மூட்டையைப் போல என்னை அக்குளில் இறுக்கிப் பிடித்துக் கொண்டான். பயத்தில் என்னை அறியாமலேயே மூத்திரம் போய் விட்டேன்.

அம்மா ஓடிவந்து என்னை அவனிடம் இருந்து பிரித்தாள். அவள், அவனுடைய முகத்தில் காறித் துப்பினாள்! "நீ அவளைக் கூட்டிக் கொண்டு போக முடியாது! என் மகளைத் திருமணம் செய்து கொள்ளவில்லை! திருமணத்தை நான் முறித்துக் கொள் கிறேன்."

"அப்படியென்றால் நான் அவளுக்குக் கொடுத்த நகைகளை எல்லாம் திரும்பிக் கொடு!"

அம்மா என்னை உள்ளே கூட்டிக் கொண்டு போனாள். நகை களை பத்திரப்படுத்தியிருந்த பெட்டியுடன் வெளியே வந்தாள். புட்டிலாலிடமும் அங்கிருந்த ஊர் மக்களிடமும் நகைகளைக் காட்டினாள்.

"பாருங்கள்! எல்லோரும் பார்த்துக் கொள்ளுங்கள்! நீங்கள் எல்லோரும் இதற்குச் சாட்சி! இவனுடைய வெள்ளி நெக்லேஸ், வெள்ளிக் காப்பு, கொலுசு, மோதிரங்கள் எல்லாவற்றையும் நான் திருப்பிக் கொடுக்கிறேன். இதை நான் காகிதத்தில் எழுதி வைத்துக் கொள்கிறேன். புட்டிலாலினுடைய நகைகள் அனைத்தையும் மூலாதேவி திருப்பிக் கொடுத்து விட்டாள் என்று எல்லோரும் தெரிந்து கொள்ள வேண்டும். இவன் இதை வேறொருத்திக்குக் கொடுத்துக் கொள்ளட்டும்."

ஒவ்வொரு நகையாக எடுத்து எல்லோருக்கும் காண்பித்து விட்டு அவனிடம் கொடுத்தாள். புட்டிலாலின் கண்கள் கோபத் தால் மின்னின.

பஞ்சாயத்து உறுப்பினர்களில் சிலர் "அவள் சொல்வதுதான் சரி! அதுதான் சரி!" என மெல்லிய குரலில் சொன்னார்கள்.

மாயாதீன் வியர்த்து நின்றான்.

"உங்களுடைய பெண்களில் ஒருத்திக்குக்கூட உங்களால் திருமணம் செய்து வைக்கமுடியாது தேவிதின்!" அவன் பயப் படுத்தினான்.

அம்மா, நகைகளை புட்டிலாலுக்குத் திருப்பிக் கொடுத்த செயலை பஞ்சாயத்தார் அங்கீகரித்தனர். நான் புட்டிலாலுடன் போக வேண்டியதில்லை என்றும் அவர்கள் முடிவு சொன்னார்கள். அந்தப் பஞ்சாயத்தில் புட்டிலாலுக்கு ஆதரவாக இருந்தவர்கள் மாயாதீனும் பஞ்சாயத்து தலைவன் சர்பஞ்ச்சும் மட்டுமே.

மறுநாள் காலையில் எல்லோரும் திரும்பி வந்தனர். இம்முறை புட்டிலாலுடன் சீருடை அணிந்த நான்கு காவலர்கள் துப்பாக்கியுடன் வந்திருந்தனர். அவர்களைச் சிக்கந்ர நகரில் இருந்து அழைத்து வந்திருந்தனர். அவர்களில் ஒருவருடைய தோளில் நட்சத்திரச் சின்னமும் இருந்தது.

நட்சத்திரச் சின்னம் பொறித்த காவல் அதிகாரி லத்தியால் அப்பாவைக் குத்தினார். “எந்த தைரியத்தில் மகளைக் கடத்திக் கொண்டு வந்தாய்?”

இன்னொரு காவலர் அம்மாவின் தலைமுடியைப் பிடித்து வீட்டிற்குள் தள்ளி, மகளை அழைத்து வரும்படி கட்டளை யிட்டான்.

அம்மா சமையலறையில் இருந்த என்னை இழுத்து வந்து காவல் அதிகாரி முன்னால் நிற்க வைத்தாள்.

“இவள்தான் அது, இவள் தான் என் மகள் பூலான் தேவி!” அம்மா சொன்னாள்.

காவலர்களுக்குக் குழப்பமாக இருந்தது. சந்தேகத்துடன் அம்மாவைப் பார்த்துவிட்டு புட்டிலாலிடம் திரும்பினார்கள்.

“இவள்தான் உங்களுடைய மனைவியா?” ஒருவர் கேட்டார்.

அப்பொழுது புட்டிலால் வேர்த்து நடுங்கிக் கொண்டி ருந்தான்.

“இவள் ஒரு சிறு பெண்!” நட்சத்திர சின்னம் அணிந்திருந்தவர் சொன்னார்.

“என் பெண்ணைச் சித்தரவதை செய்தான். அதுவுமில்லாமல் பூலான் இப்பொழுது இவனுடைய மனைவியுமில்லை! திருமண உறவை நாங்கள் ரத்து செய்து விட்டோம்! நகைகளையும் திருப்பிக் கொடுத்து விட்டோம். இவன் வேறொரு பெண்ணைத் தேடிக்

கொள்ளட்டும்!" அம்மா சொன்னாள்.

"ஒரு சிறு பெண்ணிற்காக நீ எங்களை இவ்வளவு தூரம் அலைய வைத்து விட்டாய். அவளைப் பார்! அவளுக்கு என்ன வயதிருக்கும்? பத்தோ பதினொன்றோ?... பதினெட்டு வயதிற்குக் கீழுள்ள பெண்ணைத் திருமணம் செய்து கொள்வது சட்டப்படி குற்றம். மீண்டும் நீ புகார் கொடுக்க வந்தாயென்றால் உன்னைச் சிறையில் அடைத்துவிடுவோம்!" எனப் புட்டிலாலை எச்சரித்து விட்டு போலீஸ்காரர்கள் கிளம்பிச் சென்றனர்.

இவ்வாறு என்னுடைய அந்த அக்னிப்பரீட்சை முடிவுற்றது.

10

நாங்கள் திருப்பிக் கொடுத்த நகைகளுடன் புட்டி லால் அங்கிருந்து போய்விட்ட பிறகு மாயா தீன் எங்களை பலவிதங்களில் பயப்படுத்தவும், துன்பப்படுத்தவும் செய்தான். எனக்கு ஏறக்குறைய பதிமூன்று வயதாகியிருக்கும். புட்டிலால் வேறொரு பெண்ணுடன் குடும்பம் நடத்திக் கொண்டிருப்பதாக ஊரில் பேசிக் கொண்டனர்.

குளிர்காலத்தில் ஒரு நாள் அம்மா என்னிடம் சொன்னாள்: "பூலான், நான் எல்லா வழிகளிலும் யோசித்துப் பார்த்து விட்டேன். ஒரு வழியும் கிடைக்கவில்லை. நீ இப்பொழுது வளர்ந்திருக்கிறாய். எங்களால் உன்னைப் பார்த்துக் கொள்ள முடிய வில்லை. உன்னை வேறொருவருக்குத் திருமணம் செய்து கொடுக்கும் உரிமையும் எங்களுக்கு இல்லை. நீ உன் கணவனிடம் சேர்ந்து வாழ வேண்டும்."

ஒரு நாள் புட்டிலால் வந்து என்னை அழைத்துக் கொண்டு போனான்.

நாங்கள் அவன் ஊரை நெருங்கிய பொழுது

புட்டிலால் சொன்னான்: "நீ ஒன்றைப் புரிந்து கொள்ள வேண்டும். நீ என்னை விட்டுப் போனதால் தான் நான் வேறொரு பெண்ணை ஏற்றுக் கொண்டேன். இனி நீ அவளுடன் ஒத்துப்போக வேண்டும். அவளிடம் மரியாதையுடன் நடந்து கொள்ள வேண்டும்" என்றும் அறிவுரை கூறினான்.

"இந்த முறையும் ஓடிப் போய்விடலாம் என்று நினைத்துக் கொண்டிருந்தால் உன்னுடைய பெற்றோர்களுக்குத் தான் சிக்கல். நான் என் நண்பர்களுடன் உன் ஊருக்குப் போய் அவர்களை அடித்துப் போட்டு விடுவேன்!"

அந்தப் பெண்ணின் பெயர் விந்தியா. இனிமேல் அவள் காரியத்தில் தன்னால்கூட ஒன்றும் செய்ய முடியாது என்று என் மாமனார் சொல்லி விட்டார். வீடு அவளுடைய பெயரில் இருந்தது. புட்டிலாலின் மூலம் அவள் ஒரு பெண் குழந்தையையும் பெற்றெடுத்திருந்தாள். கண்ணில் பட்டவுடனேயே அவள் என்னைத் தொழுவத்தில் போய்ப் படுத்துக் கொள்ளச் சொன்னாள். அடுத்த நாள் விடியற் காலையிலேயே என்னை எழுப்பி வீட்டைச் சுத்தப்படுத்தச் சொன்னாள். சமையலறை, மாட்டுத் தொழுவத்தைவிட அசிங்கமாக இருந்தது. வீட்டைச் சுத்தம் செய்வது, துணி துவைப்பது, தீவனம் போடுவது, தண்ணீர் சுமப்பது என இரவு பகலாய் ஓர் அடிமை போல நான் வேலை செய்தேன்.

குழந்தையைப் பார்க்கக் கட்டிலின் அருகில் போகக்கூட என்னை அவள் அனுமதிக்கவில்லை. ஒரு தொழு நோயாளியைப் போலத் தள்ளி வைத்திருந்தாள்.

"வீட்டிற்கு வெளியிலேயே இருக்க வேண்டும்! இப்பொழுது இது என் வீடு. உனக்கு இங்கே எந்த உரிமையும் இல்லை." அவள் சொன்னாள்.

மாட்டுத் தொழுவம்தான் என் இருப்பிடமாய் இருந்தது. சமைப்பதற்கல்லாமல் வேறு எதற்காகவும் நான் வீட்டிற்குள் போகக்கூடாது. நான் சப்பாத்தி சுடுவேன். அதை அந்தப் பெண்ணும் புட்டிலாலும் கிழவனும் மூக்குமுட்டத் தின்பார்கள். அதற்குப் பிறகு பாத்திரங்களை எல்லாம் கழுவ வேண்டும். அப்பொழுதுதான் எனக்கு ஒரு சப்பாத்தி கொடுப்பது பற்றி அவர்கள் தீர்மானிப்பார்கள்!

என்னைக் குளிக்க அனுமதிக்கவில்லை. பைத்தியம் பிடித்து விடுமோ என்று கூடப் பயப்பட்டேன்.

நான் வீட்டு வேலைகளைச் செய்து கொண்டிருக்கும்பொழுது கால் அமுத்திவிடவோ, தலையில் பேன் பார்க்கவோ அவள் என்னைக் கூப்பிடுவாள். அவளுடைய தோல் அவளுடைய இதயத்தைப் போலவே வறண்டதாய் இருந்தது. 'அந்தப் பெரிய கண்களில் ஒரு பெண்ணிற்கே உண்டான கருணை சிறிது கூட இல்லை. கேவலம், பொறாமையும், பொறுமையின்மையும் கொண்டிருந்தாள். கால் பிடித்துக் கொண்டிருக்கும் பொழுது சற்றுக் கண்ணயர்ந்தாலும் கெட்ட வார்த்தையில் திட்டுவாள். ஒரு கழுதையைப் போல நான் வேலை செய்தேன். இருந்தும் அதில் திருப்தியாகவில்லை என்றால் அவள் என்னை அடிப்பாள். மறுப்புத் தெரிவித்தால் புட்டிலாலும் அவளுடன் சேர்ந்து கொள்வான். அவன் ஒரு கயிறைக் கொண்டு வந்து என்னை மிருகத்தைப் போலக் கட்டி வைப்பான்.

இந்த முறை அந்த ஊரில் இருந்தவர்கள் என் கூக்குரலுக்குச் செவி சாய்த்தனர்.

"நீங்கள் அவளைத் தொழுவத்தில் படுக்க வைத்தீர்களா? சே! அது தவறு."

"அவள் உங்கள் மனைவியல்லவா?" ஒரு பெண் கசப்பாய்ச் சொன்னாள்.

"உங்கள் வீட்டில் அதிகாரம் பண்ணிக் கொண்டிருக்கும் இந்தப் பெண் யார்?" மற்றொருத்தி அவனிடம் கேட்டாள்.

"உங்களுக்கென்ன பைத்தியமா? எதற்காக அவளைத் தினமும் அடிக்கிறீர்கள்? நீங்கள் அவளைக் கொன்றுவிட்டால் நாங்களும் அதில் கூட்டாளிகள் ஆகிவிடுவோம் இல்லையா?" என்று வேறொரு பெண் சொன்னாள். சில பெண்கள் என்னருகில் வந்து, என் கட்டை அவிழ்த்து விட்டு புட்டிலாலின் முன்னால் நிறுத்தினார்கள்.

"இவள் ஒன்றிற்கும் உதவாதவள்! நான் இவளுக்குச் சோறு போட்டு தாங்க வேண்டும் என்று நீங்கள் சொல்கிறீர்களா?" அவன் கத்தினான்.

"சாட்டைவாரினால் என்னை அடித்துக் கொல்லப்

பார்த்தார்கள்! ஒரு நாள் இராத்திரி இவர் படுக்கையறைக்கு வரும்படி கூப்பிட்டார்!" எனக்கு ஆதரவாகப் பேசிய அந்தப் பெண்கள் ஆட்டிடையர் கூட்டத்தைச் சேர்ந்த 'கதரியா' சாதியைச் சேர்ந்தவர்கள். 'மல்லா'வான எங்களைப் போல அவர்களும் ஏழைகள்தான்.

என் மாமனார், தன் சகோதரனிடம் (புட்டிலாலினுடைய சித்தப்பா) இருந்து ஏதாவது உதவி கிடைக்குமா என்று தெரிந்து கொள்வதற்காக அங்கே போனார். சித்தப்பா அவருடைய மகளுடன் என்னைத் தங்கிக் கொள்ளச் சொன்னார். இன்னுமொரு முறை தப்பித்துக் கொண்டதாக நான் சமாதானமடைந்தேன். ஆனால், அடுத்த நாள் "விந்தியா அவனுடைய வைப்பாட்டி மட்டும் தான், நீதான் அவனுடைய உண்மையான மனைவி. புகார் கொடுப்பதற்காக போலீஸிடம் உன்னை நான் கூட்டிக் கொண்டு போகப் போகிறேன், உனக்குச் சில உரிமைகள் இருக்கின்றன இல்லையா?" என்று அவர் சொன்னார். நான் புட்டி லாலின் மனைவியாக வாழ விரும்பவில்லை என்று அவரிடம் சொன்னேன்.

"உன்னை ஒதுக்கிவிட புட்டிலால் முடிந்தவரை முயற்சித்துக் கொண்டிருக்கிறான். கணவன் கைவிடுவது என்பது ஒரு பெண்ணைப் பொருத்தவரை பெரிய அவமானம். உன் வாழ்க்கை நாசமாகிவிடும்!" அவர் முன்னறிவிப்புக் கொடுத்தார்.

அதற்கிடையில் அந்த ஊர்ப்பஞ்சாயத்து கூடியது. "என் கணவன் வீட்டார் என்னை ஒழுங்காக நடத்த வேண்டும் என்றும் மீறி ஏதாவது தீங்கிழைத்தார்கள் என்றால் புட்டிலாலை நீதிமன்றத்திற்குக் கொண்டு போக வேண்டும்" என்றும் முடிவு எடுக்கப்பட்டது.

மறுநாள் விடிவதற்கு முன்பே தொழுவத்திற்கு வந்தான். என்னை வீட்டில் கொண்டு போய் விடுவதாகவும் என் பொருட் களை எல்லாம் எடுத்துக் கொள்ளச் சொன்னான். மிகவும் பணிவானவனாகப் பேசினான். நான், அவனுடன் புறப்பட்டேன். அவன் என்னை சைக்கிளில் உட்கார வைத்துக் கொண்டு வேகமாக மிதித்தான். பாதை ஓரத்தில் சைக்கிளை நிறுத்திவிட்டு அவன் எனக்குப் பழம் வாங்கிக் கொடுத்தான். யமுனையை அடைந்தவுடன் சைக்கிளை நிறுத்தி விட்டுச் சொன்னான்: "உன் ஊர் அருகில்தான் உள்ளது. உன் மூட்டையை எடுத்துக் கொண்டு

போ."

"இல்லை, நான் தனியாகப் போக மாட்டேன், ஓடிவந்து விட்டதாக எல்லோரும் நினைத்துக் கொள்வார்கள். நீங்கள்தான் கொண்டு வந்து விட்டதாக அவர்களிடம் சொல்ல வேண்டும்."

அவன் முடியாது என்று கூறிவிட்டு யமுனைக் கரையில் என்னை இறக்கிவிட்டுவிட்டு சைக்கிளை ஓட்டிச் சென்று விட்டான். தண்ணீர் அதிகமாய் இருந்ததால் என்னால் ஆற்றைக் குறுக்கே கடக்க முடியவில்லை. குளிரில் நடுங்கியபடி நட்சத்திரங்களில்லாத வானத்தைப் பார்த்துக் கொண்டு நான் அங்கேயே இருந்தேன். ஒவ்வொரு சத்தமும் என்னை பயமுறுத்தின.

விடியற்காலை. இருளின் நிழல்கள் மறைந்து ஆற்றுக்கு மேல் பனி படர்ந்தது. தூரத்தில் இருந்து ஏதோ ஒன்று என்னருகில் வருவதை நான் பார்த்தே. ஒரு படகு!

"யாரது?"

ஒரு ஆண் குரல். எனக்கு அவரை அடையாளம் தெரிந்தது. எங்கள் ஊர் நாவிதன். அப்பொழுது பெண்களின் சத்தத்தையும் கேட்க முடிந்தது. படகில் என் அம்மாவும் இருந்தாள்!

"அம்மா! நான்தான் பூலான்!"

அம்மா படகிலிருந்து இறங்கி ஓடிவந்து என்னைக் கட்டிப் பிடித்துக் கொண்டாள்.

"என்னை இங்கே விட்டுவிட்டு அவன் போய் விட்டான் அம்மா!" நான் அழுது கொண்டே சொன்னேன். அம்மாவுடன் அப்பாவும் இருந்தார். அவர்கள், பயிர் செய்திருந்த இடத்திற்குப் போய்க் கொண்டிருந்தார்கள்.

"ஓ, கடவுளே!" அப்பா கதறினார். "என் குழந்தையிடம் ஏன் இப்படி குரூரமாய் நடந்து கொண்டிருக்கிறாய்?"

"நீ எந்த நட்சத்திரத்தில் பிறந்தாய் என்று எனக்குத் தெரியாது, பூலான்." அம்மா சொன்னாள். "கடவுள் உன்னை இப்படிக் கைவிட்டு விட்டதற்கான காரணம் எனக்குத் தெரியவில்லை மகளே!"

"அம்மா, எனக்குப் பசிக்கிறது," நான் சொன்னேன்.

“வா. வீட்டிற்கு வா. நான் உனக்குக் கொஞ்சம் சூடான பால் தருகிறேன்.”

“பூலா !”

படகில் இருந்து ஒரு குரல் முழங்கியது.

“அவளை வீட்டிற்குக் கூட்டிக் கொண்டு போகாதே. அந்த மாயாதீனிடம் கூட்டிக் கொண்டு போ. அவன்தான் இவற்றுக் கெல்லாம் காரணமானவன் !”

படகில் பத்துப் பனிரண்டு பேர் இருந்தார்கள். அவர்கள் அனைவரும் அந்த வார்த்தையை ஆமோதித்தார்கள்.

11

மறுபடியும் ஊரில் என்னைப் பார்த்தபொழுது மாயாதீனால் சகித்துக் கொள்ள முடியவில்லை. அவன் அப்பாவிடம் சொன்னான்: "திருமணமான பெண்ணை வீட்டில் வைத்துக் கொண்டிருப்பது சரியல்ல, தேவிதின். அவளைக் கணவன் வீட்டிற்கு அனுப்பி வைத்துவிடுங்கள். அவள் உங்கள் குடும்பத்திற்கு ஒரு களங்கம்!" அப்பா ஒரு வார்த்தை கூடப் பேசாமல் தலைகுனிந்து கொண்டு அவன் சொல்வதை எல்லாம் கேட்டுக் கொண்டிருந்தார்.

வேண்டிய அளவு சக்தி திரும்பவும் கிடைத்த பிறகு நான் சோட்டியுடனும் மற்ற பெண்களுடனும் சேர்ந்து வயலில் வேலை செய்யத் தொடங்கினேன். அப்பொழுது மாயாதீன் சொன்னான்: "வழக்கைத் திரும்பப் பெறுமாறு உன் அப்பாவிடம் நீ சொல்ல வேண்டும். இல்லையென்றால் நான் உங்களுடைய வாழ்க்கையை அழித்து விடுவேன்!" ஒருநாள் பொறுமையிழந்து நடு ஊரில் வைத்து நான் அவனுடன் சண்டை போட்டேன்: "உங்களிடம் இருப்பவைகள் எல்லாம் எங்களுக்குச் சொந்த

தமிழில்: மு.ந. புகழேந்தி

மானவை! அதனால்தான் உங்களால் சகித்துக் கொள்ள முடிய வில்லை!"

"நீங்கள் வழக்கில் தோற்கப் போகிறீர்கள். எனக்கு உறுதியாகத் தெரியும்!"

"நாங்கள் எப்படித் தோற்போம், மாயாதீன்? எங்களிடம் இழப்பதற்கு ஒன்றும் இல்லையே!"

வயலிலோ, அப்பாவுடன் கையாளாக வேலை செய்தாலோ கணக்கைப் பார்த்து கூலி வாங்க நான் தயங்கவில்லை. இந்தச் செயல் எனக்கு மேலும் பல எதிரிகளை உருவாக்கிக் கொண்டிருந்தது என்பதை காலம் கடந்துதான் நான் புரிந்து கொண்டேன்.

மறுபடியும் வசந்தகாலம் வந்தது. யாருடைய நிலத்திலோ நாங்கள் தர்பூசணி விதைத்துக் கொண்டிருந்த பொழுது ஒரு பெண் இனிமையாய் சிரித்தபடி அங்கே வந்தாள். ருக்மிணியின் ஊரிலிருந்து அவள் வந்திருக்கிறாள்.

திருமண வயதில் உள்ள பெண்களைத் தேடிக் கொண்டிருந்தாள். எங்கள் வீடு எங்கே இருக்கிறதென்று அவள் கேட்டாள்.

நாங்கள் அவளை எங்கள் வீட்டிற்குக் கூட்டிக் கொண்டு போனோம்.

"எல்லோருக்கும் மூத்த பெண்ணை என் மகனுக்குக் கொடுத்தால் நன்றாக இருக்கும். நிறமாக இருப்பவளை."

சோட்டி என்னைவிடச் சற்றுக் கறுப்பாய் இருப்பாள். அப்படி யென்றால் அவள் நினைத்திருப்பது என்னைத்தான்!

"பூலானுக்குத் திருமணம் ஆகிவிட்டது அப்பா சொன்னார். அவளைக் கணவன் ஒதுக்கி வீட்டிற்குத் திருப்பியனுப்பி விட்டான்."

அந்தப் பெண் போய் விட்டாள். அடுத்த நாள் அவள் கணவனுடன் திரும்பி வந்தாள்.

"நாங்களும் உங்களைப் போல ஏழைகள்தான். எங்களுக்கு ஐந்து மகன்களும் இரண்டு மகள்களும் உள்ளனர். போதுமான நிலம் இல்லை. ஆனால், நாங்களும் மகன்களும் கடுமையாக

உழைத்து சுகமாய் வாழும் அளவு சம்பாதிக்கிறோம். என் மகன், அவனுக்குப் பூலான் போதும் என்கிறான், ஆனால் எங்களுக்கு சோட்டிதான் வேண்டும்" அவர்கள் சொன்னார்கள்.

"உனக்காகத்தான் பேச்சு நடந்து கொண்டிருக்கிறது, சோட்டீ!" நான் அவளுடைய காதில் சொன்னேன்.

அவள் திருமணத்திற்கான ஏற்பாடுகள் தொடங்கின. ஆறு மாதங்களுக்குப் பிறகு, அழகான ஒரு பதினாலு வயது இளைஞனுக்குச் சோட்டியைத் திருமணம் செய்து கொடுத்தோம்.

சீதனம் கொடுக்க நாங்கள் பெரும் முயற்சி செய்து செய்ய வேண்டியிருந்தது. அம்மாவிடம் இருந்த அனைத்து வெள்ளி நகைகளையும் அப்பா விற்று விட்டார். உணவிற்குத்தான் அதிக செலவானது. ஆனால், இரக்க குணம் உள்ளவனும், உண்மையானவனுமான ஒருவன் சோட்டிக்குக் கணவனாக அமைந்ததில் நான் பெரு மகிழ்ச்சியடைந்தேன். இருவருமே ஏறக்குறைய சம வயதுள்ளவர்களாயும், களங்கமில்லாதவர்களாயும் இருந்தார்கள். நான் அனுபவித்த அக்னிப் பரிட்சைகளை என் தங்கை அனுபவிக்க வேண்டிவராது என்னும் நினைப்பு எனக்கு மனமகிழ்ச்சியைக் கொடுத்தது.

'என் மகள் பூலானைத் திருமணம் செய்து கொள்ள யாராவது இருக்கிறீர்களா? மொண்டியோ முடவனோ? யாராவது ஒருவர்?' என்று அம்மா கிராமம் கிராமமாகச் சுற்றினாள். ஒருவரும் கிடைக்கவில்லை.

12

கிராமத் தலைவனுடைய பெண்களில் ஒருத்தி, நாங்கள் எந்த வேலையைச் செய்தோம் என்றாலும் ஏதாவது குறை சொல்லிக் கொண்டேயிருக்கும் குணம் கொண்டவள். வேலைக்கு உண்டான கூலியையும் தரமாட்டாள். தின்பதற்குக் கூட ஒன்றும் தரமாட்டாள்.

ஒரு மாலைநேரம்.

வேலை முடிந்து அனைவரும் திரும்பிக் கொண்டிருந்தோம். திடீரென்று அவள் வந்து வழியை மறித்தாள்.

"அங்கேயே நில்லுங்கள்!" என்று கட்டளையிட்டாள். "நீ இங்கே வா." களத்தில் சுட்டெடுக்கப் பட்ட செங்கல்கள் முற்றத்தில் வைக்கப்பட்டிருந்ததைச் சுட்டிக் காட்டியபடி அவள் சொன்னாள். "அவைகளை நன்றாகக் கழுவியெடுத்து உலர்வதற்காக மேல்மாடியில் கொண்டு போய் வை!"

அவள் அப்படி எங்களிடம் பேசக்கூடாது

என்றும், அந்த வேலையைப் பிறகு செய்கிறோம் என்றும் அம்மா பதில் கூறினாள்.

கோபத்தில் அவள் ஒரு செங்கல்லை எடுத்து அம்மாவைப் பார்த்து வீசி எறிந்தாள். தலையில் பட்டு இரத்தம் வழிய அம்மா நிலத்தில் சரிந்தாள். சோட்டி அம்மாவிற்கு உதவ ஓடினாள். நான் முட்டியை மடக்கி தலைவனின் பெண்ணின் கையில் குத்தினேன்.

"நிறுத்து, பூலான்," அம்மா அங்கலாய்ப்புடன் சத்தமாய்ச் சொன்னாள். "அவளை ஒன்றும் செய்ய வேண்டாம். அதற்கும் சேர்த்து நமக்கு அடி கிடைக்கும்!"

"அவள்தானே தொடங்கி வைத்தது!" நான் சொன்னேன்.

"பார். அவர்கள் எல்லோரும் வருகிறார்கள்!"

நான் திரும்பிப்பார்த்த பொழுது குள்ளமான கிராமத் தலைவன் தன் இரண்டு மகன்களுடனும் நான்கைந்து வேலையாட்களுடனும் உருண்டு உருண்டு வந்து கொண்டிருப்பதைப் பார்த்தேன். அவன் அருகில் வந்த பொழுது, கையிலிருந்த தடி இரும்புப் பூண் போடப்பட்டது என்று புரிந்து கொண்டேன். எல்லோருடைய கைகளிலும் தடிகள்.

அருகில் இருந்த ஒரு மரத்தில் இருந்து நான் ஒரு கொம்பை உடைத்தேன்.

"ஒன்றும் செய்யாமலிரு, பூலான்!" சோட்டி கெஞ்சினாள். "அவன் உன்னை அடித்தாலும் நீ திருப்பி ஒன்றும் செய்யாமல் இருப்பதுதான் நல்லது."

கிராமத்தலைவன் தன் இரும்புப்பூண் போட்ட தடியால் என் உடல் முழுக்க அடிக்கத் தொடங்கினான். என்னை வேசி என்று கெட்ட வார்த்தைகளால் திட்டிக் கொண்டிருந்தான்.

உயிருக்குப் போராடிக் கொண்டிருந்த வேளையில் அவனுடைய தொப்புளைப் பிடித்தேன். அவன் என்னை அடிப்பதை அனுசரித்து நான் பிடியை இறுக்கிக் கொண்டிருந்தேன்! அவன் வலியால் துடித்தான்.

"உதவுங்கள்! காப்பாற்றுங்கள்! இந்த தேவடியாள் என்னைக்

தமிழில்: மு.ந. புகழேந்தி   127

கொல்லப் போகிறாள்!" அவன் சத்தமாய்க் கூக்குரலிட்டான்.

அவன் மரண வேதனை அனுபவிக்கிறான் என்று எனக்குப் புரிந்தது. அப்பொழுதுதான் அவனுடைய வேலைக்காரர்கள் என் அம்மாவையும் அப்பாவையும் அடிப்பது என் கண்களில் பட்டது. அப்பா அழுது கொண்டும், அடியைக் கைகளால் தடுத்துக் கொண்டும், அடிப்பதை நிறுத்தும்படி கெஞ்சிக் கொண்டும் தலைகுனிந்து நின்று கொண்டிருந்தார். ஊர் மக்களில் சிலர் இவற்றையெல்லாம் பார்த்துக் கொண்டு ஒன்றும் செய்ய இயலாத மூடர்களாய் நின்று கொண்டிருந்தார்கள்.

அப்பாவின் அழுகையை என்னால் சகித்துக் கொள்ள முடியவில்லை.

நான் தலைவனுடைய தொப்புளை விட்டுவிட்டேன்.

அம்மா எப்படியோ காவல்காரர்களிடம் இருந்து தப்பித்து வீட்டிற்கு ஓடிவிட்டாள். அப்பாவும் சோட்டியும் ஓடித் தப்பித்துக் கொண்டனர்.

நான் அவர்களுடைய இரையானேன். "குட்டித் தேவடியா, கிராமத் தலைவனை அடிப்பதற்கு உனக்கு எப்படித் தைரியம் வந்தது?" அவர்கள் கோபத்துடன் கேட்டார்கள்.

நான்கு பேர் என்னைச் சுற்றி நின்று அடிக்கத் தொடங்கினார்கள். என் கண்களில் இருந்தும் இரத்தம் வடிந்து கொண்டிருந்தது. மரணப் போராட்டத்திற்கிடையில் நான் அவர்களுடைய கால்களுக்கிடையில் புகுந்து தப்பித்து வீட்டுக்கு ஓடிவிட்டேன்.

அப்பா உள்ளேயிருந்து வெளித்தாளைப் பூட்டினார். என் நிலைமையைப் பார்த்து அவர் மறுபடியும் கதறி அழுதார். என் உடல் முழுவதும் இரத்தம் படிந்திருந்தது.

கிராமத்தலைவனுடைய வேலைக்காரர்கள் வெளியில் கூச்சல் போட்டுக் கொண்டிருப்பதை எங்களால் கேட்க முடிந்தது. ஊரிலிருந்த செல்வந்தர்கள் எல்லோரும் எங்களுக்கு எதிராகத் திரும்பி விட்டனர்.

அம்மா ஒரு பாத்திரத்தில் தண்ணீர் கொண்டு வந்து எங்களுடைய காயங்களைக் கழுவி சுத்தப்படுத்திக் கட்டுப் போட்டாள்.

காவல் நிலையத்திற்குப் போய் புகார் கொடுக்க அம்மா விரும்பினாள். அப்படிச் செய்ய எங்கள் ஊரில் யாருக்கும் துணிச்சல் இல்லை. கிராமத்தலைவன் குடும்பத்தை எதிர்க்க எவரும் முன்வராத பொழுது அவர்களால் எங்களை அடிக்கவோ, கொல்லவோ, என்ன வேண்டுமானாலும் செய்ய முடியும் இல்லையா! அவனுடைய அடியாட்கள் அப்பாவியான கொல்லனைக் கொன்ற பொழுது ஊரில் ஒருவரும் வாய் திறக்கவில்லை.

எங்களுடைய பக்கத்து வீட்டுக்காரர்கள் கொல்லைப்புற வழியாக வீட்டிற்குள் வந்தார்கள். அவர்களும் காவல் நிலையத் திற்குப் போவது தான் சரி என்று கூறினர். ஆனால், அப்பா சொன்னார்: "வேண்டாம், கல்ப்பியில் நம் வழக்கை நடத்தி வரும் வழக்கறிஞரின் அறிவுரையைக் கேட்கலாம்" என்று விரும்பினார்.

"நாம் காவல்நிலையதிற்குப் போனால், தலைவன் எதைச் செய்யவும் தயங்க மாட்டான். பூலானை உள்ளே போட்டு விடுவான்! நமக்கு இப்பொழுது உதவக்கூடிய ஒரே ஆள் வழக்கறிஞர்தான்."

பூரியுடனும், சிவநாராயணனுடனும் தான் வீட்டில் இருந்து கொள்வதாகவும் மற்றவர்கள் கல்ப்பிக்குப் போக வேண்டும் என்றும் அப்பா தீர்மானித்தார். அப்போது நடு இரவு. கணத்த இருட்டும் அமைதியும் என் பயத்தை அதிகரித்தன. கல்ப்பி ஆறுமைல் தூரத்தில் இருந்தது. அம்மா வெறுங்காலுடன் முன்னால் நடந்தாள். அவள் பின்னால் நானும் சோட்டியும் நடந்தோம். செல்லும் வழியில் அம்மா சொன்னாள்: "நாம் வழக்கறிஞரிடம் கிராமத்தலைவன் தான் நம்மை அடித்தான் என்று சொல்ல வேண்டாம். நம்மை அடித்து விட்டார்கள் என்று மட்டும் சொன்னால் போதும்."

"ஏன்? அவனும், அவன் மகன்களும் தானே நம்மை அடித்தார் கள்!" நான் கேட்டேன்.

"பூலான், நீ காரியங்களைக் கெடுத்து விடாதே. கிராமத்தினர் நம்மை அடித்து விட்டார்கள் என்று மட்டும் சொல்ல வேண்டும். அவ்வளவு தான்."

கல்ப்பியில் இருந்த வழக்கறிஞர் வீட்டிற்கு நாங்கள் போன பொழுது விடியற்காலை இரண்டு மணி. வெளியில் எங்களை

நிறுத்திவிட்டு அம்மா அவரிடம் பேசப் போனாள்.

திடீரென்று நான் ஒரு காரின் வெளிச்சத்தைப் பார்த்தேன். பலர் காரில் இருந்து இறங்கினர்.

"இது அவர்கள்தான்!" நான் சோட்டியிடம் சொன்னேன். "தலைவனும் அவன் மகன்களும்!" சோட்டி கூச்சல்போடத் தொடங்கினாள். "அவர்கள் நம்மைக் கொல்ல வந்திருக்கிறார்கள், பூலான்!"

நாங்கள் இங்கே வந்த விவரம் அவர்களுக்கு எப்படித் தெரிந்தது என நான் ஆச்சரியப்பட்டேன்.

"இங்கே அவர்கள் நம்மை அடிக்க வந்தால் நாம் உதவி கேட்டு சத்தம் போடலாம்" சோட்டி சொன்னாள். இங்கே, இந்த நகரத்தில் நிறையப் பேர் இருக்கிறார்கள் என்னும் நினைப்பு எனக்கு தைரியத்தைக் கொடுத்தது. நான் அம்மாவிடம் போய்ச் சொன்னேன். வழக்கறிஞருடன் அம்மா ஓடி வந்தாள். தன் பெயர் சந்தோஷ் என்று சொல்லிக் கொண்டு வழக்கறிஞர் வந்திருப்பவர்களுடைய பெயர்களைக் கேட்டார்.

தலைவன் தயங்கினான்.

"இவர்களைத் தொடக்கூடாது!"

வழக்கறிஞர் கோபத்துடன் சொன்னார். "இங்கே நீங்கள் ஏதாவது தகராறு செய்தீர்கள் என்றால், நீங்கள் யாராக இருந்தாலும் உள்ளே போட்டு விடுவதற்கான ஏற்பாடுகளை நான் செய்வேன்!"

ஒரு புன்னகையுடன் கிராமத் தலைவன் அமைதியாய் அவரை நெருங்கினான். "அதற்கு எந்த அவசியமும் இல்லை சார். நாங்கள் ஒன்றும் செய்ய மாட்டோம். நடந்தவைகளைப் பற்றிப் பேசுவதற்காக நாங்கள் அவர்களுடைய வீட்டிற்குப் போயிருந்தோம். இவர்கள் இங்கே வந்திருப்பதாக இவர்களுடைய அப்பாதான் சொன்னார். நாங்கள் பேசுவதற்காகத்தான் வந்துள்ளோம். அவ்வளவுதான்."

கிராமத் தலைவன் அம்மாவைக் கும்பிட்டுக் கால்களைத் தொடவும் செய்தான்.

"தயவு செய்து எங்களை மன்னித்து விடுங்கள்!" அவன் கெஞ்

சினான். "உங்களுடைய மகள் என்னைத் துன்பப்படுத்தி விட்டாள். அதனால் தான் கோபப்பட்டு விட்டேன். அவ்வளவுதான். என் குடும்பத்தில் ஒருத்தியாகத்தான் நான் பூலானை இத்தனை நாளும் நினைத்துக் கொண்டிருந்தேன். இருந்தும் அவள் என்னை என்ன செய்திருக்கிறாள் என்று பாருங்கள்!"

அவன் பல்லிளித்துக் கொண்டு தன் வேட்டியைக் காட்டினான். அதற்குப் பிறகு சோட்டியையும் என்னையும் பார்த்துக் கும்பிடவும் செய்தான்! இப்படியொரு காரியத்தை அவன் முன்பு எப்பொழுதும் செய்திருக்கவில்லை. அம்மா இவற்றையெல்லாம் ஆச்சரியத்துடன் பார்த்துக் கொண்டிருந்தாள்.

அவன் வழக்கறிஞருடன் பேசத் தொடங்கி அவரிடம் மறுபடியும் மன்னிப்புக் கேட்கவும் செய்தான்.

நாங்கள் வீட்டிற்குப் போகத் தீர்மானித்தோம். எனக்குத் திருப்தி ஏற்படவில்லை.

"இவ்வளவு போதும், பூலான். கிராமத்தலைவர் மன்னிப்புக் கேட்டு விட்டார் இல்லையா!"

நாங்கள் வழக்கறிஞரின் வீட்டை விட்டு வெளியில் வந்தவுடன் அவன் அம்மாவின் அருகில் வந்தான்.

"படிப்பறிவில்லாத தேவடியாளே! இத்துடன் முடிந்து விட்டது என்று நினைத்துக் கொள்ளாதே. நீ இதற்காக வருத்தப்படத்தான் போகிறாய்!"

சில நிமிடங்களுக்கு முன்பு வழக்கறிஞர் முன்னிலையில் அம்மாவின் கால்களைப் பிடித்தவன் இப்பொழுது அவளுடைய முகத்தில் துப்புகிறான்! அவன், ஒரு நிலப்பிரபு, பணக்காரனும், பன்னிரண்டு கிராமங்களின் தலைவனும், ஜில்லாவில் பெரிய மனிதனும் ஆவான். சர்பஞ்ச்சுடனும், காவல்துறையுடனும் அவனுக்கு நல்ல உறவு இருந்தது. அவனுடைய அதிகார எல்லைக்குள் இருந்துகொண்டு நானோ, ஆதரவில்லாத என் குடும்பமோ, அவனை எதிர்த்துப் போராட முடியாது...

13

எனக்குப் பதினைந்து வயது முடிந்திருக்கும். என் வயதிலுள்ள எல்லாப் பெண்களும் திருமணம் முடிந்து வாழ்ந்து கொண்டிருக்கிறார்கள். நான் மட்டும் வேறுபட்டிருந்தேன். நெற்றியில் குங்குமம் வைத்துக் கொள்வதில்லை. புடவைத் தலைப்பால் தலையை மூடிக்கொள்ள எப்பொழுதும் மறந்து விடுவேன்.

சோட்டி அவள் கணவன் வீட்டிற்குப் போய் விட்டாள். எப்பொழுதாவது ஒரு நாள் எங்களைப் பார்ப்பதற்காக வருவாள். சிவநாராயணன் என்னைக் காப்பாற்றும் அளவு இன்னும் வளர்ந்திருக்கவில்லை. எனக்குத் துணையாக பூரி மட்டுமே இருந்தாள். அவளுக்கு ஐந்து வயதிருக்கும். சிறு வட்ட முகம். பெரிய கருங்குவளைக் கண்களும் பெற்றிருந்தாள். அவள் எப்பொழுதும் என்னைச் சுற்றி வந்து கொண்டே இருப்பாள்.

கூட்டம் கூடி நின்று வம்பு செய்யும் இளைஞர் களுடன் நான் எவ்விதப் பேச்சும் வைத்துக்

கொள்வதில்லை. சர்பஞ்சின் மகன்தான் அக்கூட்டத்திற்குத் தலைவன். அவன் என்னைவிட தடியனாகவும், வயதில் பெரியவனாயும் இருந்தான். அவன் தன் மனைவிக்கு ஏதோ வேலை செய்து கொடுக்க வேண்டும் என்று சொல்லி, ஒரு நாள் ஒரு சிறுவனை அனுப்பி இருந்தான். விடியற்காலை, நாங்கள் அப்பொழுது தான் தூங்கி எழுந்திருந்தோம். சர்பஞ்சினுடைய மருமகள் கூப்பிட்டாள் என்றால் நாம் போகாமலிருக்கக்கூடாது என்று அம்மா சொன்னாள். வீட்டு வேலைகள் செய்வதற்காக இருக்கும் என்று நினைத்துக் கொண்டு நான் அந்தச் சிறுவனுடன் சென்றேன். வீட்டை அடைந்தவுடன் "இதோ அவள், பூலான் வந்திருக்கிறாள்!" என்று சத்தம் போட்டுச் சொல்லிவிட்டு அவன் ஓடிப் போய் விட்டான். அது ஒரு ஏமாற்று வேலை. சர்பஞ்சின் மருமகள் அங்கே இல்லை. சர்பஞ்சின் மகன் மட்டுமன்றி மேலும் பத்துப் பனிரண்டு பையன்களும் இருந்தார்கள். நான் மின்னல் வேகத்தில் திரும்பி ஓடிவரும்பொழுது பின்னால் கூட்டம் சிரிக்கும் சத்தம் கேட்டது.

பூரி எப்பொழுதும் என் கூடவே இருக்க வேண்டும் என்று நான் முடிவு செய்தேன். ஆனால், ஒரு நாள் பகலில் நான் ஆற்றுக்குப் போய் விட்டு வந்து கொண்டிருந்தேன். அன்று அவள் என்னுடன் வரவில்லை. சர்பஞ்சின் மகன் என் வழியைத் தடுத்து நின்றான்.

அவன் தன் நண்பர்கள் முன்னிலையில் என்னைப் பலமாகக் கட்டிப் பிடித்தான். அவன் பார்வை மனம் குமட்டும்படியாக இருந்தது. சற்றுக் கலக்கம் அடைந்தேன் என்றாலும், நொடிக்குள் மனதைரியம் அடைந்து, நான் அவனை அடித்து விட்டு ஓடி விட்டேன். அவனுடைய நண்பர்கள் என்மீது கல் எறிந்தார்கள்.

"இந்த ஆண்கள் ஏன் எப்பொழுதும் என்னை வேட்டையாடிக் கொண்டிருக்கிறார்கள்?" நான் வேதனையுடன் அம்மாவிடம் கேட்டேன்.

"அது... உன் மேல் உள்ள அன்புதான் காரணம் மகளே!" அம்மா சொன்னாள்.

சர்பஞ்சிடம் அவனுடைய மகனைப்பற்றிப் புகார் சொல்லும்படி அம்மாவை நான் கட்டாயப்படுத்தினேன்.

இந்த முறை யாரையும் எதிர்த்துப் பேசாமல், மிகுந்த மரியாதை

யுடன் அம்மா பேசினாள். "உங்கள் மகன் என் மகளிடம் மரியாதை இல்லாமல் நடந்து கொண்டான்." அம்மா சர்பஞ்சினிடம் சொன்னாள். "அவன் அவளைத் தொடர்ந்து தொந்தரவு செய்து வருகிறான். நீங்கள் ஏன் இதைத் தட்டிக் கேட்பதில்லை? அவனுக்கு விருப்பமென்றால் அவளைத் திருமணம் செய்து கொள்ளட்டும். இல்லையென்றால் அவளைத் தொந்தரவு செய்யாமல் இருக்கச் சொல்லுங்கள்."

அவன் என்னைத் திருமணம் செய்து கொள்ள விரும்பமாட்டான் என்பது அம்மாவிற்குத் தெரியும். என்னைப் போன்ற ஒரு பெண்ணுக்கு அப்படியொரு எதிர்பார்ப்புக்கு இடமில்லையல்லவா?

சர்பஞ்ச் அம்மாவைத் திட்டியனுப்பினான். "அவளையும் கூட்டிக் கொண்டு இந்த ஊரில் இருந்து போய்விடு! அவள் இந்த ஊருக்கே கெட்ட பெயர் உண்டாக்கியிருக்கிறாள்!".

நடு இரவு கடந்திருக்கும். சர்பஞ்சின் மகனுடன் அன்று நடந்த அந்தக் கசப்பான நிகழ்ச்சியைக் குறித்து நானும் அம்மாவும் வெகுநேரம் பேசிக் கொண்டிருந்தோம். எனக்குத்தான் கெட்ட பெயர் ஏற்படும், எனவே அதைப்பற்றி ஊரில் யாரிடமும் பேசக் கூடாது என்று அப்பா சொன்னார்.

நானும் அம்மாவும், வைக்கோல் குவித்து வைத்திருந்த அறையில் தூங்கப் போனோம். வைக்கோலின் மீது, வெதுவெதுப்பாக இருப்பதற்காக ஒரு விரிப்பை விரித்துப் படுத்தோம். கண்கள் சொருகின தூக்கத்தால்.

இருட்டில் யாரோ இருப்பதைப் போல உணர்ந்தேன். நான் பயத்தால் உறைந்து போனேன். அம்மாவுக்கும் அதேபோல் தோன்றியது, அவளும் பயந்து போய் விட்டாள்.

என் போர்வையை யாரோ இழுத்து எடுத்தார்கள். நான் சத்தம் போடாமல் இருப்பதற்காக ஒரு கனமான கை என் வாயைப் பொத்தியது.

"அசையாமல் இரு, மூலா! உன் மகளை நாங்கள் என்ன செய்யப் போகிறோம் என்று பார்த்துக் கொண்டிரு!" ஒரு சத்தம் கேட்டது.

அவர்கள் கூட்டமாய் வந்திருந்தார்கள். கையில் ஒரு

கைத்துப்பாக்கியுடன் நிற்கும் சர்பஞ்சின் மகனையும் வேறொருத்தனையும் நான் அடையாளங் கண்டு கொண்டேன். பயத்தில் நான் கண்களை மூடிக் கொண்டேன்.

என் கைகளை ஒருவன் பிடித்துக் கொண்டான். மற்றொருத்தன் என் கால்களைப் பிடித்தான். அம்மாவுக்குச் சரமாரியாக அடிகள் விழும் சத்தம் என் காதில் கேட்டது. "நாங்கள் அவளை வேறு எங்காவது கூட்டிக் கொண்டுபோய் விடுகிறோம். தயவு செய்து அவளை விட்டு விடுங்கள்" அப்பா கெஞ்சிக் கொண்டிருந்தார்.

அவசர அவசரமாய் இரண்டு முறை கற்பழிக்கப்பட்டேன்!

நான் கண்களை இறுக மூடிக் கொண்டேன்.

"இன்று நீ என் அப்பாவிடம் சொன்னதைப் போல இன்னொரு முறை சொன்னால் என்ன நடக்கும் என்று நீ தெரிந்து கொள். நீ என் வாழ்க்கையை அழிப்பதை நான் பார்க்கிறேன்!"

வேறொன்றும் பேசாமல் அவர்கள் வந்த வழியே போய் விட்டார்கள்.

அம்மாவின் கைகளில் விழுந்து நான் கெஞ்சினேன்: "அம்மா, எனக்கு உதவி செய்! நான் சாக வேண்டும்! என்னைக் கிணற்றில் போட்டு விடு!"

பூரியும் என் குட்டித் தம்பியும் ஒரு மூலையில் உட்கார்ந்து அழுது கொண்டிருந்தார்கள். அப்பாவும் அம்மாவும் எல்லாவற்றையும் நேரில் பார்த்தார்கள்...

சொந்த வீட்டில் என் பெற்றோர்களின் கண்முன்னால் அது நடந்தது!

"உன்னைப் போலொரு பெண்ணைப் பெற நான் என்ன பாவம் செய்தேன் பூலான்!" அம்மா என் முகத்தைப் பார்த்துக் கேட்டாள். "நான் எதற்கு உன்னை இந்த பூமிக்குக் கொண்டு வந்தேன்?"

அப்பா கதவை அடைத்துவிட்டு, அம்மாவை பேசாமலிருக்கச் சொன்னார்.

என்னால் மூச்சுவிடக்கூட முடியவில்லை. வேதனையாலும் அவமானத்தாலும் எனக்கு மூச்சு முட்டிக் கொண்டிருந்தது.

தமிழில்: மு.ந. புகழேந்தி

எனக்குள் நான் குமுறிக் கொண்டிருந்தேன்.

அவர்களைத் தண்டிக்க வேண்டும் என்று நான் தீர்மானித் தேன்.

என்னால் தூங்க முடியவில்லை. உதவிக்காக யாரையாவது தேட வேண்டும். பழிவாங்கத் துடித்தேன். அவர்களுடைய மனைவியரை யாராவது இப்படிச் செய்ய வேண்டும் என்று ஆசைப்பட்டேன். ஒரு பெண்ணின் வேதனை, அவமானம் எல்லாம் எப்படியிருக்கும் என்று அவர்களும் தெரிந்து கொள்ள வேண்டும். கைலாஸ் என் நினைவிற்கு வந்தான்.

அப்பாவின் சகோதரிகளில் ஒருத்தியினுடைய மகன்தான் கைலாஸ். யமுனையின் அக்கரையிலுள்ள டியோஸ்கா என்னும் கிராமத்தில் அவன் வாழ்ந்து கொண்டிருக்கிறான். அப்பாவுக்கு அவனை அவ்வளவாகப் பிடிக்காது. அவன் அடிக்கடி வீட்டுக்கு வருவதும் என்னுடன் ஒட்டிக் கொண்டிருப்பதும் தான் காரணம் என்று அப்பா சொல்லியிருந்தார். ஒரு நாள் அவன் "உன்னிடம் யாராவது வம்பு செய்தால் என்னிடம் சொல். மற்றவைகளை நான் பார்த்துக் கொள்கிறேன்!" என்று சொன்னது நினைவுக்கு வந்தது. விடியற்காலை அம்மா எழுவதற்கு முன்பே நான் எழுந்து ஆற்றங்கரைக்கு ஓடினேன். ஆற்றைக் கடந்து நான் கைலாஸின் வீட்டிற்குச் சென்றேன். நடந்தவைகள் அனைத்தையும் கூறினேன். அவன் கோபத்துடன் என்னைப் பார்த்தான்.

"சரி. நாளைக்கு நாங்கள் மூன்று பேர் அங்கே வந்து வேண்டி யதைச் செய்கிறோம். இப்பொழுது நீ வந்து என்னருகில் உட்கார்."

"இல்லை! நாம் இப்பொழுதே போக வேண்டும்!"

"நாளைக்கு என்று சொன்னேன் இல்லையா. இன்றைக்கு நீ என்னுடன் இங்கே இரு. நாம் நாளைக்குப் போகலாம்."

அதற்குப் பிறகு நான் அங்கே நிற்கவில்லை. ஆற்றை நோக்கி நடந்து கொண்டிருக்கும் பொழுது நான் அழுதேன். எங்கள் வீட்டு முற்றத்தை அடைந்தபொழுது அம்மா என் தலைமுடியைப் பிடித்துக் கொண்டு கேட்டாள்: "நீ எங்கே போயிருந்தாய்? வீட்டைவிட்டு வெளியில் போகக்கூடாது என்று நான் சொல்லி யிருக்கிறேனல்லவா?"

"உதவி கேட்பதற்காக நான் கைலாஸைப் பார்க்கப் போயிருந்தேன்."

"யாரும் உனக்கு உதவப் போவதில்லை. சிறுஉதவி கூட யாரும் செய்ய மாட்டார்கள். அவன் என்ன செய்யப் போகிறான் என்று நீ நினைக்கிறாய்?

"ஒன்றும் செய்ய மாட்டான்!" நான் ஒப்புக் கொண்டேன். அம்மா சொன்னது சரிதான்! நமக்கு வேண்டி யாரும் ஒன்றும் செய்யப் போவதில்லை.

நான் வாசலை நோக்கிச் சென்றேன்.

"இப்போது நீ எங்கே போகிறாய்?"

"நான் புல்லறுக்கப் போகிறேன். என்னால் இங்கே அடைந்து கிடக்க முடியாது."

"நீ தனியாகப் போகவேண்டாம். குஞ்ஞுனையும் கூட்டிக் கொண்டு போ."

குஞ்ஞுன் பக்கத்து வீட்டுக்காரர் ஒருவரின் மகள். சர்பஞ்சின் மகன் என்னைத் தொந்தரவு செய்ததைச் சொல்லிய பொழுது, எங்களை இந்த நிலைமையிலிருந்து காப்பாற்றக்கூடிய ஒருவரை, நரிகன் என்னும் ஊரிலுள்ள தாக்கூரைப் பற்றி எங்களுக்குச் சொன்னது குஞ்ஞுனுடைய அம்மாதான். தாக்கூர்கள் மல்லாக் களை விட அதிகார சக்தி உள்ளவர்கள். அவரைக் கண்டு பிடிக்க வேண்டும்!

குஞ்ஞுன் என்னை அவளுடைய அம்மாவிடம் அழைத்துக் கொண்டு போனாள். அவர்கள் சொன்ன மனிதனுடைய பெயர் பூல்சிங். அவர், நரிகன் கிராமத்தில் முக்கியமானவர். எங்களுடைய சர்பஞ்சுக்கும் அவருக்கும் சுமுகமான உறவு கிடையாது.

நாங்கள் நரிகன் கிராமத்தை அடைந்த பொழுது, ஒரு பெரிய தானியக் கிடங்கைச் சுற்றி சிலர் நின்று கொண்டிருந்தார்கள். எங்களுக்கு யார் வேண்டும் என்று அவர்களிடம் சொன்னோம்.

"நான்தான் பூல்சிங்! நீ யார்?" முழங்கும் சத்தம்.

மெலிந்து, உயரமாக இருந்தார். ஒரு தாக்கூர். நான் மரியாதைக் காகச் சற்றுப் பின்னால் தள்ளி நின்றேன். உணர்ச்சி வயப்பட்ட

தமிழில்: மு.ந. புகழேந்தி

என்னால் பேசமுடியவில்லை. சிரமப்பட்டு நான் என் பெயரைச் சொன்னேன்.

“நீ எங்கிருந்து வருகிறாய்?”

“குர்ஹகா பர்வ்வாவிலிருந்து வருகிறேன்.”

“உனக்கு என்ன வேண்டும்? வேலை தேடி வந்தாயா? உனக்கு ஏற்ற வேலை எதுவும் இங்கில்லை.”

அதற்காக வரவில்லை என்னும் பொருளில் தலையாட்டிக் கொண்டு நான் கதறி அழுதேன். அவர் பரிவுடன் என்னை அருகில் வரச் சொன்னார். நான் அவருடைய பாதங்களைத் தொட்டு வணங்கி விட்டு நடந்தவை அனைத்தையும் தடுமாறியபடி சொன்னேன். அவர் அனைத்தையும் கூர்ந்து கேட்டார். அவமானம் ஏற்பட்ட பெண்கள் சொல்லக் கூடாதவற்றை நான் அவரிடம் மறைக்காமல் சொன்னேன். அந்தக் கூட்டத்தின் தலைவனாக இருந்தது யார் என்றும், வெளியில் சொன்னால் என்ன நடக்கும் தெரியுமா என்று மிரட்டியதையும் நான் விவரித்தேன். அனைத்தையும் கேட்ட அவர் அதிர்ச்சியடைந்தார்.

“நீ உன் ஊருக்குத் திரும்பிப்போ. நான் இன்று இரவு இதற்கு என்ன செய்ய வேண்டுமோ செய்து கொள்கிறேன்!” அவர் சொன்னார்.

“நீங்கள் வரும்வரை தயவு செய்து நான் இங்கேயே இருக்க அனுமதியுங்கள். நாங்கள் ஏழைகள் என்பதால் யாரும் எங்களுக்கு உதவி செய்ய மாட்டார்கள் என்று அம்மா சொல்கிறாள்.”

“நீ இங்கே நிற்கக்கூடாது. நீ ஊருக்குத் திரும்பிப் போ. இன்று இரவு நான் வருவேன் என்று சொல்லிவிட்டேனில்லையா?”

அவருடைய பிடிவாதம் என்னைப் பயப்படுத்தியது. இருந்தாலும் நான் அவரை நம்பவில்லை. என்னைப் போலொரு ஏழை மல்லாப் பெண்ணுக்கு உதவி செய்து அவர் ஏன் பிழைப்பைக் கெடுத்துக் கொள்ள வேண்டும். தாழ்மையுடன் நன்றி சொல்லிவிட்டு நாங்கள் திரும்பினோம்.

மாலை நேரத்திற்குள் எதையாவது செய்ய வேண்டும் என்று நான் தீர்மானித்தேன். யமுனைக் கரைக்கு அம்பு போல் பாய்ந்து சென்றேன். மீண்டும் கைலாஸின் வீட்டிற்குச் சென்றேன்.

"இப்பொழுதே இந்த நிமிடமே என்னுடன் வருவதாக இருந்தால் நீ ஆசைப்படும் எதற்கும் நான் ஒப்புக் கொள்கிறேன்!" என்று நான் கைலாஸிடம் சொன்னேன்.

என்னை அவனுடைய படுக்கையறைக்குப் பலவந்தமாய் கூட்டிச் செல்ல அவன் முயன்றான். ஆனால் குடித்து நிதானமில்லாமல் இருந்த அவனால் நிற்பதற்குக் கூட முடியவில்லை. நான் அவனைக் கீழே தள்ளிவிட்டு திரும்பியோடினேன்.

"நாய்கள்! நீங்களெல்லாம் நாய்கள்தாண்டா!...." நான் அலறினேன்.

ஆற்றங்கரையில் என் பெற்றோர்கள் எனக்காகக் காத்துக் கொண்டிருந்தனர். ஏதோ பிரச்சினை என்று தோன்றியது. அவர்கள் முகம் வெளுத்துப் போயிருந்தன. ஏதோ நடந்திருக்கின்றது.

"நீ எங்கே போயிருந்தாய், பூலான்? என்னிடம் உண்மையைச் சொல். நீ நரிகன்னுக்குப் போயிருந்தாயா? எனக்குத் தெரியும் நீ போயிருக்கிறாய் என்று. உயரமான ஒரு மனிதன், ஒரு தாக்கூர், இங்கே வந்திருந்தான். அவனுடன், குதிரைகளில் துப்பாக்கிகள் ஏந்தியபடி இருபது பேருக்கு மேல் வந்திருந்தனர். அவனைப் பார்ப்பதற்காகவா நீ அங்கே போயிருந்தாய்?"

அப்படியென்றால், அவர்கள் வந்திருக்கிறார்கள்! அந்த நேரம் பார்த்து நான் இங்கே இல்லாமல் போய்விட்டேனே!

"என்ன நடந்தது?" என்று நான் எதிர்பார்ப்புடன் கேட்டேன்.

"நமக்கு மேலும் அவமானமாகிவிட்டது. ஊர் முழுவதும் அதே பேச்சுதான். நீ பேசாமல் இருக்கக்கூடாதா? நீயேன் நான் சொல்வதைக் கேட்கமாட்டேன் என்கிறாய் பூலான்?"

உண்மையில் என்ன நடந்தது என்று பூரி தான் சொன்னாள். இருட்டில் அவள் மெல்லமாய்ச் சொல்லிக் கொண்டிருந்ததை நான் கவனமாய்க் கேட்டேன்.

"யாரெல்லாமோ ஊருக்குள் வந்தார்கள். அவர்கள் சர்பஞ்சின் வீட்டிற்குள் நுழைந்தார்கள். ஊரில் இருந்த எல்லோரும் வெளியே கூட்டமாக நின்றார்கள். சர்பஞ்சும் மகன்களும் வீட்டில் இல்லை. வந்தவர்கள் பெண்களை அடிக்கவும், ஒருத்தியின் புடவையை எல்லோருடைய கண் முன்னிலும் வைத்து உருவி எடுத்தார்கள்!

தமிழில்: மு.ந. புகழேந்தி

அதற்குப் பிறகு அவர்கள் சத்தம் போட்டுக் கொண்டிருந் தார்கள்."....

தாக்கூரால் புடவை உருவப்பட்ட பெண் சர்பஞ்சின் மனைவி என்பதை அடுத்த நாள் காலையில் மற்ற பெண்கள் மூலம் நான் அறிந்து கொண்டேன். அவர்களுடைய குடும்பம் ஊரிலுள்ள ஏழைப் பெண்களைத் தொந்தரவு செய்வது தொடர்ந்தால் தானும் நண்பர்களும் மறுபடியும் வந்து பழிவாங்குவோம் என்றும் அவர் எச்சரிக்கை செய்து விட்டுப் போயிருக்கிறார். இதற்கு முன்பு எப்பொழுதும் அனுபவித்திராத, அளவுகடந்த மகிழ்ச்சியை நான் அனுபவித்தேன். ஆம், நான் பழி வாங்கியிருக்கிறேன்!

அன்றிரவு பஞ்சாயத்து கூடுகிறதென்றும் என் பெற்றோர்கள் அதில் பங்கு கொள்ள வேண்டும் என்றும் ஒருவன் வந்து சொன்னான். என்னைப் பற்றிய செய்திகள் தான் பஞ்சாயத்தில் பேசப்பட இருந்தன. அவர்கள் என்னைப் பற்றி ஒரு முடிவெடுக்கப் போகிறார்கள். அதனால் தான் என்னைக் கூப்பிடவில்லை. ஆனால், அவர்கள் என்ன பேசப் போகிறார்கள் என்பதைத் தெரிந்து கொள்ள நான் போய் ஒளிந்து கொண்டிருந்தேன். கிராமத்திலிருந்து என்னைத் துரத்த அவர்கள் தீர்மானிக்கக் கூடும். பல நாட்களாகவே அவர்கள் அதைச் செய்யத்தானே காத்திருக்கிறார்கள்.

சர்பஞ்சின் வீட்டிற்கு வெளியில் பெரிய வேப்பமரத்திற்குக் கீழ் பஞ்சாயத்து உறுப்பினர்கள் ஒன்று கூடினார்கள். எண்ணெய் விளக்குகளின் வெளிச்சத்தில் என்னால் அவர்களைப் பார்க்க முடிந்தது. கிழவனும் மனைவியை இழந்தவனும் சர்பஞ்சின் அடியாளாகவும் இருந்த சோனேலாலைப் பற்றி அவர்கள் பேசினார்கள்.

"நாம் அவளை அவனுக்குத் திருமணம் செய்து வைக்கலாம்" அவர்கள் தீர்மானித்தார்கள்.

திரும்பி வரும்பொழுது அம்மாவும் அப்பாவும் கவலையுடன் இருந்தார்கள்.

"பூலான், சர்பஞ்சினுடைய வேலைக்காரனுக்கு உன்னைத் திருமணம் செய்து வைக்க அவர்கள் தீர்மானித்திருக்கிறார்கள். எங்களால் இப்பொழுது வேறொன்றும் செய்ய முடியாது. நீயே தேடிக் கொண்ட வினை!"

எனக்கு ஒரே ஒரு எதிர்பார்ப்பு தான் மீதமிருந்தது. ருக்மிணியினுடைய ஊருக்குப் போய்விடுவது. அது மிக தொலைவில் இருக்கிறது. அங்கே, என்னைத் தேடிக்கொண்டு யாரும் வர வாய்ப்பில்லை. ருக்மிணியின் உறவினர்கள் செல்வாக்கு உள்ளவர்கள். பெரியப்பா பீஹாரிக்கே அவர்களிடம் பயமிருந்தது. அங்கே நான் பாதுகாப்பாக இருக்கலாம்....

மறுநாள் வழக்கம்போல் மதியம் நான் போய் தம்பியைப் பள்ளிக் கூடத்திலிருந்து கூட்டிக் கொண்டு வரவேண்டியிருந்தது. போவதற்கு முன் நான் அம்மாவிடம் ஐந்து ரூபாய் தரும்படிக் கேட்டேன்.

“உனக்கெதற்கு இப்பொழுது ஐந்து ரூபாய்? ரூபாயை வாங்கி நீ என்ன செய்யப் போகிறாய்?” அம்மா கேட்டாள்.

“சரி. வேண்டாம்.”

அவள் ஒரு நிமிடம் என்னைச் சந்தேகக் கண் கொண்டு பார்த்தாள். அதற்குப் பிறகு பணம் கொடுத்தாள். ஓடிப்போவது மட்டுமேதான் எனக்கு மீதமிருக்கிற ஒரே வழி என்று அம்மாவிற்குத் தெரிந்திருக்க வேண்டும்.

பள்ளிக் கூடத்திற்குப் போய் சிவநாராயணனைக் கண்டுபிடித்து, நான் அவனுக்கு முன்னால் முட்டி போட்டு உட்கார்ந்தேன்.

“நான் சொல்வதை நீ கவனமாகக் கேட்டுக் கொள். நீ தனியாக வீட்டிற்குப் போக வேண்டும். போய், நான் ஓரிடத்திற்குப் போய் இருப்பதாக அம்மாவிடம் சொல்ல வேண்டும்.”

“நீ சாகப் போகிறாயா, பூலான்?”

“இல்லை! நான் சாகப் போவதில்லை! பயப்பட வேண்டாம். சரி, வீட்டிற்குப் போ.”

பள்ளிக்கூடத்தில் யாராவது தற்கொலையைப் பற்றிப் பேசிக் கொண்டிருப்பதை அவன் கேட்டிருக்கக்கூடும். நான் தற்கொலை செய்து கொள்வேன் என்று அவன் பயந்திருக்கக்கூடும். ஆனால் நான் வாழ முடிவு செய்திருந்தேன்....

14

"யாரது, இந்த நேரத்தில்? என்ன வேண்டும்?" ருக்மிணியின் குரல்.

"நான்தான், பூலான்," நான் சொன்னேன்.

மிக நீண்ட பயணத்திற்குப் பிறகு தான் நான் இங்கே வந்து சேர்ந்தேன். பேருந்துப் பயணத்திற்கு பன்னிரண்டு ரூபாய் தேவைப்பட்டது. நான் என் வளையல்களைக் கண்டக்டருக்குக் கொடுத்து விட்டேன். வண்டியில் நிறைய ஆண்கள், அவர்களில் யாராவது என்னை உற்றுப் பார்த்தால் நான் பயப்பட்டேன். பேருந்தில் இருந்து இறங்கி மலை யோரமாகவும் காட்டு வழியாகவும், பயந்து நடுங்கிய படியே நான் நடந்து வந்து சேர்ந்தேன்.

கதவைக் திறந்து ஒரு அரிக்கேன் விளக்குடன் வெளியே வந்தாள் ருக்மிணி.

"பூலான், நீ தனியாக எப்படி இங்கே வந்தாய்?" அவள் ஆச்சரியத்துடன் கேட்டாள்.

என்னை அவள் உள்ளே கூட்டிக் கொண்டு போனாள். கடந்த இரண்டு நாட்களில் நான் சற்றும் கண் மூடியிருக்கவில்லை. என் புடவை கிழிந்திருந்தது. அவள் தன் கணவனைக் கூப்பிட்டாள். "எப்படி வந்திருக்கிறாள் என்று இவளைப் பாருங்கள்!" அவள் சொன்னாள்.

என்ன நடந்தது என்பதைத் தெரிந்து கொள்ள அவர்கள் அவசரப்பட்டார்கள். மிகவும் களைத்திருந்த என்னால் ஒரு நிமிடம் கூட நேராக நிமிர்ந்து நிற்க முடியவில்லை. நிம்மதிப் பெருமூச்சுடன் நான் முற்றத்தில் இருந்த வைக்கோலில் தளர்ந்து விழுந்தேன்.

என் பழி வாங்கும் உணர்ச்சியை நினைத்து பயப்பட்டு, ருக்மிணி என்னை வரவேற்க மாட்டாள் என்று எண்ணியிருந்தேன். அவளுடைய கணவர் ஒரு பாத்திரத்தில் தண்ணீர் எடுத்துக் கொண்டு என்னருகில் வந்தார்.

"பாவம், பூலான்!" பாசத்துடன் ராம்பால் சொன்னார். "கால்களைக் கழுவு, அது உன் களைப்பைப் போக்கும்."

என் அக்கா எனக்குச் சப்பாத்தியும் பயிறும் கொடுத்தாள்.

சாப்பிட்டுத் தண்ணீர் குடித்த பிறகுதான் என்ன நடந்தது என்று அவர்களிடம் சொல்ல முடிந்தது.

மறுநாள் காலை ருக்மிணி என்னிடம் ஓர் உதவி கேட்டாள். அவளுக்கு மூன்று ஆண் குழந்தைகளும் ஒரு பெண் குழந்தையும் இருந்தன. கடைசிக் குழந்தையின் வயது ஆறு மாதம். தற்போது மீண்டும் கருவுற்றிருப்பதாகவும் சொன்னாள். அவளுடைய குடும்பம் எங்களுடையதைவிட வசதியானது தான் என்றாலும் ராம்பாலின் வருவாய் போதுமானதாக இல்லை. இருக்கின்ற குழந்தைகளுக்குத் தேவையான துணிமணிகளோ உறங்குவதற்குக் கயிற்றுக்கட்டில்களோ இல்லை. இச்சூழ்நிலையில் இன்னுமொரு குழந்தை பிறந்தால் மேலும் சிரமமாயிருக்கும் என்று வருத்தப் பட்டாள்.

"நான் கருக்கலைப்பு செய்யப் போகிறேன். நீ இங்கே வந்திருப்பதால் என்னுடன் மருத்துவமனைக்கு வரவேண்டும். ராம்பால் இதற்கு ஒத்துக் கொள்ள மாட்டேன் என்கிறார். இந்தக் குழந்தையையும் வளர்த்தலாம் என்கிறார். ஆனால் எப்படி

வளர்ப்பது என்று எனக்குத் தெரியவில்லை...”

“எல்லாம் சரியாகிவிடும்!” நான் சொன்னேன்.

“உனக்கு அது புரியாது, பூலான். இதுவும் பெண்குழந்தையாக இருந்து விட்டால், அது பட்டினி கிடந்து செத்து விடும்! அப்பா எப்பொழுதும் பெண் குழந்தைகளை திட்டிக் கொண்டிருந்தது உனக்கு நினைவில்லையா?”

ருக்மிணி ஏற்கெனவே முடிவு செய்திருந்தாள். தொலைவிலுள்ள இட்டாவா நகரத்தில் இலவசமாய் அறுவை சிகிச்சை செய்கின்ற ஒரு மருத்துவமனையைப் பற்றி அவள் கேள்விப்பட்டிருந்தாள். அறுவை சிகிச்சையுடன் கர்ப்பத்தடைக்கான வழிகளையும் சொல்லித் தருகிறார்கள். கைகுழந்தையைப் பார்த்துக் கொள்ள நான் அவளுடன் வரவேண்டும் என்றும், ராம்பால் மற்ற குழந்தைகளைப் பார்த்துக் கொண்டு வீட்டில் இருக்க வேண்டும் என்று அவள் சொன்னாள். ருக்மிணி அவள் கணவனுடன் மகிழ்ச்சியாக வாழ்ந்து கொண்டிருக்கிறாள் என்று நினைத்திருந்தேன். ஆனால் அவர்கள் இவ்வளவு ஏழைகளாக இருப்பார்கள் என்று நான் எதிர்பார்க்கவில்லை. என் அக்காவிடம் பணம் ஒன்றும் இல்லை. இட்டாவாப் பேருந்துப் பயணத்திற்குத் தேவையான பணத்தை ஏற்பாடு செய்வதுகூட அவளுக்குப் பிரச்சினையாக இருந்தது.

பேருந்தில் ஏறிய பிறகுதான் அவள் சமாதானமடைந்தாள். அறுவை சிகிச்சையைப் பற்றி அவள் அலட்டிக் கொள்ளவில்லை. ஒரு பெண் மருத்துவர்தான் அறுவை செய்கிறார். கருத்தடை செய்வதற்காக, அரசாங்கம் அந்த மாவட்டத்தில் ஒரு தீவிர ஏற்பாட்டை ஏற்பாடு செய்திருந்தது.

அவளை மருத்துவமனையில் சேர்த்து விட்டு நான் குழந்தை சுன்னாவுடன் வெளியில் காத்திருந்தேன். மிகவும் குளிராக இருந்ததினால் குழந்தை ஓயாமல் அழுது கொண்டே இருந்தது. அதற்குப் போர்த்துவதற்கு என்னிடம் துணிகள் எதுவும் இல்லை.

அடுத்த நாள் காலை ராம்பால் வந்தார். குழந்தையுடன் என்னை வீட்டிற்கு அழைத்துச் செல்வதாகவும், பின்னர் திரும்பி வந்து தான் ருக்மிணிக்குத் துணையாக இருந்து கொள்வதாகவும் கூறினார்.

ருக்மிணியுடன் மருத்துவமனையில் இருந்து திரும்பி வந்த பிறகு கேட்டார்: "நீ எங்காவது போயிருந்தாயா பூலான்? ஊரைவிட்டு எங்காவது?..."

"இல்லை."

நான் சொன்னதை அவர் நம்பவில்லை.

நான்கு குழந்தைகள் என் சேலைத் தலைப்பைப் பிடித்துக் கொண்டிருக்கும் போது நான் எப்படி அவர்களை விட்டுவிட்டுப் போக முடியும்?

நான் அவர்களை விட்டுவிட்டு யாருடனாவது வெளியில் போயிருந்தேனா என்று குழந்தைகளிடமும் கேட்டார். அவர்கள், இல்லையென்று சொன்னார்கள்.

"எதற்காக இப்படிக் கேட்கிறீர்கள்?" நான் கேட்டேன்.

"அவர்கள் எல்லோரும் உன்னை ஒரு கொள்ளைக்காரியென்று குற்றம் சொல்கிறார்கள்."

"நான் கொள்ளைக்காரியா?" கொள்ளைக்காரர்கள் இருப்பதால் காட்டுப் பகுதிக்குள் போகக்கூடாது என்று அப்பா எப்பொழுதும் சொல்லிக் கொண்டிருப்பார்.

கொள்ளைக்காரர்கள் என்றால் பயங்கரமான இராட்சசர்கள் என்று நான் கற்பனை செய்து வைத்திருந்தேன். சர்பஞ்சும் மாயாதீனும் தான் கொள்ளைக்கு இரையாகி இருக்கிறார்கள் என்று ராம்பால் சொன்னார். அவர்களுக்கு அப்படித்தான் வேண்டும் என்று நான் நினைத்துக் கொண்டேன்.

"அவர்கள் மிகவும் பயந்திருப்பார்கள்" என்று நான் சொன்னேன்.

கடுங்கோபத்துடன் ராம்பால் கத்தினார். "பூலான், நீ ஒன்றும் தெரியாதவள் போல் நடிக்கிறாயா? கொள்ளைக்காரி என்றால் என்னவென்று உனக்குத் தெரியாதா?

"அவளை விடுங்கள். அவளுக்கு எப்படித் தெரியும்?" ருக்மிணி எனக்கு உதவிக்கு வந்தாள்.

"சர்பஞ்சும் மாயாதீனும் உன்னை ஒரு கிரிமனல் என்று

தமிழில்: மு.ந. புகழேந்தி

முத்திரை குத்தியிருக்கிறார்கள். ஊரில் ஒரு தீவட்டிக் கொள்ளை நடந்ததென்றும், மாயாதீனுடைய வீட்டை நீ கொள்ளையடித்து விட்டதாகவும் அவர்கள் உன்மீது குற்றம் சுமத்துகிறார்கள். இச்செய்தி மிகவும் பிரபலமாகி விட்டது, ஊரில் எங்கும் இதே பேச்சுதான்."

அந்தப் பனிக்காலத்தில் எனக்குப் பதினாறு வயது நிரம்பி விட்டது.

சில நாட்களுக்குப் பிறகு என் பெற்றோர்கள் கைது செய்யப் பட்டுள்ளதாக நான் கேள்விப்பட்டேன். ஊருக்குப் போக நான் முடிவு செய்தேன். நான் செய்யாத குற்றத்திற்கு என் பெற்றோர்கள் தண்டிக்கப்படுவதைத் தடுக்க வேண்டும் இல்லையா...

என்னுடன் ராம்பாலும் பேருந்தில் வந்தார். ஊருக்குப் போகும் சாலையோரம் தண்ணீர் குடிப்பதற்காக நாங்கள் இறங்கினோம். அங்கே நாங்கள் சந்தித்த ஒரு விவசாயத் தொழிலாளியிடம் அப்பகுதியில் நடந்த தீவட்டிக் கொள்ளையைப் பற்றி ஏதாவது கேள்விப்பட்டாயா என்று ராம்பால் தந்திரமாய்க் கேட்டார். "நாங்கள் துப்பாக்கி சுடும் சத்தத்தைக் கேட்டோம். அத்துடன் வெடிச் சத்தங்களும் கேட்டன. ஓடிப்போன அந்தப் பெண் ஒரு கொள்ளைக்காரியாக வந்திருந்தாள் என்று ஆட்கள் சொன்னார்கள். பெரும் மானக்கேடாகி விட்டது. இப்பொழுது காவல்துறை அவளைத் தேடிக் கொண்டிருக்கிறது."

திரும்பிப் போய் விடலாமா என்று ராம்பால் யோசித்தார்.

"அவர்கள் உன்னைக் கைது செய்து விடுவார்கள். அப்படி ஏதாவது நடந்தால் என்னால் உனக்கு எந்தவித உதவியும் செய்ய முடியாது, பூலான்."

ஊருக்குப் போக நான் முடிவு செய்தேன். அடுத்த ஊரிலிருந்த சிலர், எங்களை ஆற்றோரம் போகவேண்டாம் என்றும், மலையடி வாரங்களில் உள்ள பாதையின் வழியாகப் போகும்படியும் அறிவுறுத்தினர்.

என் ஊர் வரைக்கும் வந்தால் தன்னையும் கைது செய்து விடுவார்கள் என்று ராம்பால் பயந்தார். கடைசியில், அவர் என்னை ஒரு படகில் ஏற்றி விட்டுவிட்டு, தனியாகப் போய்க் கொள்ளும்படி கூறினார்.

படகுக்காரன் என்னைத் தலைமுதல் கால் வரை பார்த்துவிட்டுக் கேட்டான்.

"நீதான் கொள்ளை அடித்தது, இல்லையா? நீ அங்கே போனால் போலீஸ் உன்னைக் கைது செய்து விடுவார்கள்."

"எனக்குத் தெரியும்."

அந்தக் குளிர்கால இரவில் மங்கிய நிலா வெளிச்சத்தில் யமுனை மின்னிக் கொண்டிருந்தது. கொள்ளைக்காரி பூலான்தேவி கொள்ளை நடத்திய இடத்திற்குத் திரும்பிப் போகிறாள் என்று நினைத்துப் பார்த்த பொழுது எனக்குச் சிரிப்புத்தான் வந்தது!....

15

படகு எங்கள் கிராமத்தின் யமுனைக் கரையை அடைந்தது. நான் கரையில் காலை வைத்தேன். அவ்வளவுதான் அங்கே காத்துக் கொண்டிருந்த ஆட்கள் என் மேல் பாய்ந்து விழுந்தார்கள். அவர்கள் என்னை ஒரு கசாப்பு மாட்டைக் கட்டுவதைப் போல வரிந்து கட்டினார்கள். அதற்குப் பிறகு கல்ப்பியில் உள்ள காவல் நிலையத்திற்கு ஆளனுப்பினார்கள்.

அவர்களில் சிலர் விறகுகளில் தீ மூட்டிக் குளிர் காய்ந்து கொண்டிருந்தனர். கம்பளிச்சட்டை அணிந் திருந்தனர். இவர்கள் காவலால்களாக இருந்தால். என்னைப் பிடித்ததற்கு ஒரு சன்மானம் கிடைக்கும் என்று நினைத்துக் கொண்டிருப்பார்கள்.

"இவள்தான் உண்மையான கொள்ளைக்காரியா?" அவர்களில் ஒருவன் கேட்டான்.

"நீங்கள் நம்பவில்லை, இல்லையா? இந்தச் சிறு வயதிலேயே மாயாதீனுடைய வீட்டைக் கொள்ளை அடித்திருக்கிறாள்?"

"அது நானில்லை. நான் ஒன்றும் கொள்ளையடிக்கவில்லை." நான் சொன்னேன்.

படகுகளில் பயணம் செய்பவர்களை எல்லாம் சோதனையிடவும் கொள்ளைக்காரி பூலான் தேவியைக் கைது செய்யவும் அவர்களுக்கு மேலிடத்திலிருந்து உத்தரவு போடப்பட்டிருந்தது.

"மாயாதீனுடைய வீட்டைக் கொள்ளை அடித்த கூட்டத்தில் நீயும் ஒருத்தி என்பது ஊர் மக்கள் எல்லோருக்கும் தெரியும். நீ அவர்களுடன் இருந்ததாக சர்பஞ்ச் சொல்லியுள்ளார். நீ கொள்ளைக்காரிதான்!"

அவர்கள் உறுதியாகச் சொன்னார்கள்.

என்னை ஊருக்குள் கூடப் போகவிடாமல், ஒரு கசாப்பு மிருகத்தைக் கட்டுவதைப் போலக் கட்டி வைத்துள்ளனர். என் குடும்பத்தினர் எங்கே இருப்பார்கள்? சிறையில் இருப்பார்களோ? என்று பயத்துடன் அந்த இரவைக் கழித்தேன்.

பொழுது புலரும் நேரம். யமுனையின் மேல், பனி மஸ்லின் துணி விரிந்ததைப் போலிருக்கிறது. மேலும் நான்கு காவலர்கள் புதிதாக வந்து சேர்ந்தனர். காக்கிச் சீருடையும் கனமான காலணிகளையும் அணிந்திருந்தனர். லத்திகளோடும் துப்பாக்கிகளோடும் காணப்பட்டனர். வந்தவுடனேயே என்னை லத்தியால் அடிக்கத் தொடங்கினார்கள். முன்னும் பின்னும் இரண்டிரண்டு பேராக நின்று அடித்தார்கள். முதிர்ந்த கொம்புகளால் ஆன லத்திகளினுடைய நுனியில் இரும்புப் பூண் போடப்பட்டிருந்தன.

"கொள்ளை அடித்தது நானில்லை! நான் அப்போது இங்கு இல்லவே இல்லை! நான் ஒன்றும் செய்யவே இல்லை! நான் அக்காவுடன் மருத்துவமனையில் இருந்தேன்..." நான் சத்தம் போட்டுச் சொன்னேன்.

பெயரை எழுதிக் கையெழுத்துப் போடத் தெரியாததனால் என் விரல் ரேகையை நான் மருத்துவமனைப் பதிவேட்டில் பதித்திருந்தேன். மருத்துவமனை ஊழியர்கள் அதன் மேல் என் பெயரைக் குறித்தும் வைத்திருக்கிறார்கள்.

"தயவு செய்து ருக்மிணியிடம் கேளுங்கள்! தயவு செய்து மருத்துவமனையில் விசாரித்துப் பாருங்கள்!" என்று நான் கெஞ்

சினேன். அதனால் எந்தப் பலனும் இல்லை. விடிந்த பிறகு காவலர்கள் என்னை எழுப்பி ஊருக்குள் மாயாதீனுடைய வீட்டிற்குக் கொண்டு போனார்கள். அந்த வீட்டு வாசலை அடைந்தவுடன் காவலர்கள் என்னை மறுபடியும் அடிக்கத் தொடங்கினார்கள். என் உடல் முழுதும் இரத்தம் ஒழுகியது.

காவலர்களில் ஒருவன் முன்னால் என் அம்மாவும் அப்பாவும் நின்று கும்பிட்டுக் கொண்டிருப்பதை கண்ணீரோடு நான் பார்த்தேன்.

"தந்தையில்லாத நாய்கள்!" காவல் அதிகாரி ஆத்திரப்பட்டார். "உங்களால் இவளை அடக்கம் உள்ளவளாக வளர்க்க முடிய வில்லையா?" அவர்களையும் அவர் அடிக்கத் தொடங்கினார்.

என் சத்தம் வெளிவரவில்லை. மிகவும் உணர்வற்றுக் கிடந்த என்னை அவர்கள் இழுத்துக் கொண்டு போனார்கள். கெட்ட வார்த்தைகளில் என்னைத் திட்டினார்கள். முன்னால் இரண்டு காவலர்களும் பின்னால் இரண்டு காவலர்களும் வந்து கொண்டி ருக்க நான் நொண்டியபடி நடந்தேன். அப்பாவையும் வரும்படி சொன்னார்கள். அவமானம் தாங்க முடியாமல் தலைகுனிந்து, துக்கத்துடன், மௌனமாக அப்பாவும் எங்களுடன் வந்தார்.

கல்ப்பியில் இருந்த காவல் நிலையத்தைச் சுற்றிலும் ஆட்கள் நிறைந்திருந்தார்கள். அங்கே தலைமைக் காவலதிகாரியுடன் குசலம் விசாரித்துக் கொண்டும் தேநீர் குடித்துக் கொண்டும் என் எதிராளிகள் சர்பஞ்ச், கிராமத் தலைவன், தனது இரண்டாவது மனைவியுடன் மாயாதீன் எல்லோரும் அமர்ந்திருந்தனர்.

"சொல்லுடீ, உன் கூட்டத்தைச் சேர்ந்த மற்றவர்கள் எங்கே இருக்கிறார்கள்? அவர்களுடைய பெயர்களைச் சொல்!" காவலர்கள் ஆத்திரப்பட்டார்கள். நான் நடுங்கினேன்.

"உன்னை விடப் பலசாலிகளை நாங்கள் பார்த்திருக்கிறோம்." காவலர்கள் சொன்னார்கள். எல்லோருடைய முன்னிலையிலும் வைத்து அவர்கள் என்னை மறுபடியும் அடித்தார்கள். என்னைப் பேச அனுமதிக்கும்படி நான் கெஞ்சினேன். அவர்கள் சம்மதிக்கவில்லை. மாயாதீன் சொல்வதை மட்டுமே அவர்கள் கேட்டார்கள். "இவள் சீக்கிரம் குற்றத்தை ஒப்புக் கொள்ளட்டும். நாம் எல்லோரும் உடனே வீட்டிற்குப் போக வேண்டுமில்லையா?" என்றான் மாயாதீன். "இவளை என்ன வேண்டுமானாலும்

செய்து கொள்ளுங்கள், தேவடியாள்!" குற்றத்தை ஒப்புக் கொள்ள எக்காரணமும் எனக்கு இல்லை. நான் செய்த ஒரே குற்றம் ஏழைக்குடும்பத்தில் பிறந்து விட்டேன் என்பது மட்டும்தான் இல்லையா?

என் அப்பா பேசமுயன்றபொழுது காவலர்கள் அவரையும் அடித்தார்கள்.

"நீ குற்றத்தை ஒப்புக் கொள். என்னவெல்லாம் திருடினாய் என்று சொல்."

இரவுவரை விசாரணை தொடர்ந்தது. அதன் பின் என்னையும் என் அப்பாவையும் ஓர் அறையில் அடைத்தனர்.

"அம்மா வழக்கறிஞரைப் பார்க்கப் போயிருக்கிறாள். இப்பொழுது வந்து விடுவாள்" அப்பா என் காதில் சொன்னார். அவர் கண்களை மூடி பிரார்த்தனை செய்யத் தொடங்கினார்.

விடிந்து விட்டது. வழக்கறிஞர் இன்னும் வரவில்லை. மேலும் அதிகமான காவலர்கள் வந்தார்கள். மாயாதீனின் இளைய மைத்துனன் மான்சுக் என்னை வெகு நேரம் ஓரக்கண்ணால் பார்த்துக் கொண்டிருந்து விட்டு காவலர்களிடம் சொன்னான்:

"நீங்கள் உங்கள் விருப்பம் போல் என்ன வேண்டுமென்றாலும் செய்து கொள்ளுங்கள்." காவலர்கள் நான் இருந்த அறைக்குள் வந்து புடவை, ஜாக்கெட், உள்பாவாடை என என் உடைகள் ஒவ்வொன்றாக அவிழ்த்தனர். என் அப்பாவின் கண் முன்னால் என்னை முழு நிர்வாணமாக்கினர்.

அப்பா சுவரைப் பார்த்து நின்று கண்களை மூடிக் கொண்டார்.

அங்கிருந்து ஐந்து நிமிடம் தப்பித்துச் செல்ல முடிந்திருந்தால் நான் முதலில் பார்க்கும் கிணற்றில் குதிக்கவோ, இல்லையென்றால் பெட்ரோல் ஊற்றி என்னை எரித்துக் கொள்ளவோ செய்திருப்பேன்! பழி வாங்குவதைப் பற்றி நான் நினைக்கவேயில்லை. நான் கூச்சலிட்டாலோ உதவி கேட்டு அழுதாலோ 'மிளகுபொடி' தூவி விடுவோம் என்று அவர்கள் என்னை பயமுறுத்தியிருந்தனர்...

காவலர்கள் என்னை மீண்டும் மீண்டும் அடித்தார்கள்.

தமிழில்: மு.ந. புகழேந்தி

"திருடியது நீதான் என்று ஒப்புக் கொள்!" என்று அவர்கள் சொன்னார்கள். கெட்ட வார்த்தையில் திட்டினார்கள்.

"நீதான் கொள்ளை அடித்தாயா?"

"ஆமாம், ஐயா! என்னை இனி அடிக்காதீர்கள்!"

"நீ குற்றவாளி! கொள்ளைக்காரி!"

"ஆமாம் ஐயா!"

அடி வாங்கியது நான், அழுதது என் அப்பா.

நிர்வாணமாக இருந்த என்னைக் காவலர்கள் வெளியே இழுத் தார்கள். உள்ளே இருந்த வழியில் என்னை வேறொரு அறைக்குக் கொண்டு சென்றார்கள். கதவுகளை மூடும் சத்தம் கேட்டது.

காவலர்கள் சில நாற்காலிகளுடன் திரும்பி வந்தார்கள். மறுபடி யும் கதவுகள் மூடப்பட்டன. நான் கண்களை மூடினேன்.

அவர்கள் என் கைகளை நாற்காலியின் கால்களுக்கு அடியில் வைத்தார்கள். ஒருவன் நாற்காலியின் மீது ஏறி உட்கார்ந்தான். சிலர் கனத்த காலணிகளால் என் கெண்டைக் கால்களை அடித்தார்கள்...

அடுத்த நாள் மறுபடியும் யாரோ வரும் காலடி ஓசை கேட்டது. ஒரு பாத்திரத்தில் ஒருவன் தண்ணீர் கொண்டு வந்தான். கிழிந்தும் இரத்தக் கறை படிந்தும் இருந்த என் உடைகளைத் திருப்பிக் கொடுத்தான். துணிகளைப் பாத்திரத்தில் போட்டு சுத்தம் செய்யச் சொன்னான்.

"நீ இவைகளைப் பற்றியெல்லாம் வெளியில் சொன்னாயென்றால் நாங்கள் உன் வீட்டிற்குத் தீ வைத்து விடுவோம்! இதுவரை அனுபவித்தவைகளை எல்லாம் நீ மறுபடியும் அனுபவிக்க வேண்டி வரும்" காவலர்கள் பயப்படுத்தினார்கள்.

அப்பொழுது நான் குளிரில் நடுங்கிக் கொண்டிருந்தேன்.

பழிவாங்குவதைப் பற்றி நான் சிந்திக்கவேயில்லை. அது என்னால் முடியாத செயலாக இருந்தது. ஒரு நாயைப் போல நான் அந்த அறைக்குள்ளேயே காலைக்கடன்களை முடித்துக் கொள்ள வேண்டியிருந்தது. அவர்கள் என்னைக் கொண்டே

என் துணிகளைச் சுத்தப்படுத்த வைத்து அவர்கள் சித்தரவதை செய்ததற்கான அடையாளங்களை அழித்து விட்டார்கள்.

“இதைப் போர்த்துக் கொள்” என்று ஒரு போர்வையைக் கொடுத்தனர். நான் அதைப் போர்த்துக் கொண்டு, துணிகள் உலரக் காத்துக் கொண்டிருந்தேன். அப்பாவை அடைத்து வைத்திருந்த அறைக்கு என்னை அழைத்துச் சென்றனர். காவலர்கள் அகன்றவுடன் எனக்கு என்ன நடந்ததென்று அறிந்து கொள்ள அப்பா அவசரப்பட்டார்.

“ஒன்றும் செய்யவில்லை அப்பா, அவர்கள் என்னை வேறொன்றும் செய்யவில்லை. என்னிடம் கேள்விகள் மட்டுந்தான் கேட்டார்கள். அடிக்கவும் செய்தார்கள். அவ்வளவுதான்” என்று நான் கூறினேன்.

“என்னிடம் உண்மையைச் சொல் , பூலான். அவர்கள் உன்னைச் சித்ரவதை செய்திருப்பார்கள். உன் கண்களைப் பார்த்தாலே எனக்கு எல்லாம் புரிகிறது.

“இல்லை... அப்பா, இல்லை!”

“நீ இனி ஊருக்குள் கால்வைக்க வேண்டாம்! மாயாதீனின் வீட்டிற்கும் போகக்கூடாது! சர்பஞ்சினை எதிர்க்கக்கூடாது.” அவர் எச்சரிக்கை செய்தார்.”

“சரி. அப்பா!” நான் ஒத்துக் கொண்டேன். வழக்கறிஞருடன் அம்மா வந்து சேர்ந்தபோது அவள் கைகளில் நான் சரிந்து விழுந்தேன்.

“பிறந்தவுடனேயே நீங்கள் என்னைக் கொன்றிருக்கலாமே அம்மா? இனிமேல் நான் வீட்டிற்கு வரவே மாட்டேன். அதை விட நான் பிச்சைக்காரியாக இருந்து விடுகிறேன்” என்று நான் சொன்னேன்.

வழக்கறிஞர் என்னைச் சமாதானப்படுத்த முயன்றார். காக்கை வலிப்பு வந்தவளைப் போல நான் பயத்தால் நடுங்கிக் கொண்டிருந்தேன். என் உடம்பு முழுவதும் காயங்கள் ஏற்பட்ட காரணத்தையும் துணிகள் கிழிந்திருப்பதன் காரணத்தையும் தெரிவிக்குமாறு அவர் வற்புறுத்தினார்.

“ஒன்றுமில்லை ஐயா!” என்று மட்டுமே நான் சொன்னேன்.

ஏனெனில், நான் வழக்கறிஞரிடம் என்ன சொல்கிறேன் என்பதைக் கேட்பதற்காக, அவருக்குப் பின்னால் காவலர்கள் கவனித்துக் கொண்டிருப்பதை நான் பார்த்தேன்.

வழக்கறிஞர், அவருடைய முயற்சியைக் கைவிடும் வரை நான் அழுது கொண்டேயிருந்தேன்.

அம்மா அப்பாவைத் திட்டினாள்: "அவர்கள் அவளை அடித்திருக்கிறார்கள். நீங்கள் இங்கு தானே இருந்தீர்கள்? ஏதாவது செய்தார்களா? சும்மா உட்கார்ந்து அழுது கொண்டிருக் கிறீர்களே?"

பாவம் அப்பா!

காவல்நிலையத்தின் ஒரு மூலையில் அப்பா எதுவும் சொல்ல முடியாமல் உட்கார்ந்து கொண்டிருக்கும்பொழுது அம்மா சிரமப்பட்டு அலைந்து கொண்டிருக்கிறாள். அவர்கள் மருத்துவமனைக்குப் போய் என் விரல் ரேகை பதிக்கப்பட்டிருந்த ஆவணத்தின் நகலை வாங்கிக் கொண்டு வந்தார்கள். அந்தக் காகிதத்தைப் பார்த்த உடனே காவலர்களின் மனோபாவத்தில் மாற்றம் ஏற்பட்டது. அது போலியாகத் தயாரிக்கப்பட்டதாக இருக்கும் என்று மாயாதீன் சொன்னான். ஆனால், அது காவல் அதிகாரிகளுக்கு தலைவலியாகத்தான் செய்தது.

காவலர்களிடம் வழக்கறிஞர் அடித்துப் பேசினார்: "யார் இங்கே அதிகாரி? அவர் இங்கே என்ன செய்து கொண்டிருக்கிறார்? இது யார்? இது உங்கள் பகுதி இல்லையே? யார் உங்களை இங்கே வரச் சொன்னது? யார் இங்கே பொறுப்பு அதிகாரி? என் பெயர் சந்தோஷ் திவாரி. நான் ஒரு வழக்கறிஞர். கொள்ளை நடந்தபொழுது இந்தப் பெண் வேறெங்கோ இருந்ததற்கு ஆதாரம் உள்ளது. இப்பொழுது சொல்லுங்கள், யார் நீங்கள்? நீங்கள் இவளை என்ன செய்தீர்கள்?"

பருமனான தலைமைக் காவலதிகாரி தன் கீழுள்ளவர்களைத் திரும்பிப் பார்த்துவிட்டு எச்சரிக்கையுடன் பதில் சொன்னார்: "நாங்கள் மரியாதைக் குறைவாய் நடந்து கொண்டோமோ என்று அவளிடம் கேளுங்கள். யாரும் அவளை அடிக்கவில்லை. அவள் குற்றவாளியா இல்லையா என்று அவளிடமே கேளுங்கள். கொள்ளையில் தான் பங்கெடுத்துக் கொண்டேன் என்று அவளே குற்றத்தை ஒப்புக் கொண்டு விட்டாள்."

காவலர்கள் ஒரு சப்பாத்தியும் ஒரு தட்டில் பருப்பும் கொண்டு வந்து கொடுத்துச் சாப்பிடும்படி என்னைக் கட்டாயப்படுத்தினர். அவர்களில் ஒருவர் தன் வீட்டில் இருந்து கொண்டு வந்திருந்த ஒரு நூல் புடவையை எனக்குக் கொடுத்தார். அவர்கள் என்னை வெளியில் கொண்டு வந்தார்கள். வழக்கறிஞர் பார்வையிலிருந்து மறைந்தவுடன் காவலர்களில் ஒருவன் என் காதில் சொன்னான்: "நினைவிருக்கிறதா! நீதிபதியிடம் நீ எதையாவது சொன்னாய் என்றால் நாங்கள் உன்னை....!"

ஒரு லாரியில் என்னை ஏற்றி அவர்களில் சிலரும் ஏறிக் கொண்டார்கள். அப்பொழுது மாலை நேரம்.

லாரி புறப்படும்போது லாரிக்கு முன்னால் கையை ஆட்டியபடி அம்மா நின்று கொண்டிருப்பது என் கண்களில் பட்டது. காவலர்கள் அம்மாவைப் பிடித்து ஒரு பக்கம் தள்ளி விட்டனர். அதற்கிடையில் அப்பா லாரிக்குப் பின் பக்கம் வந்து என் கையில் எதையோ திணித்தார். அது ஒரு ஐந்து ரூபாய் நோட்டு.

லாரியில் என்னைச் சுற்றிலும் காவலர்கள் உட்கார்ந்து கொண்டனர். ஆடு மாடு மேய்க்கவும், சாணியை அள்ளவும், குழந்தைகளைக் குளிப்பாட்டவும் மட்டுமே தெரிந்த ஒரு பதினாறு வயதுப் பெண் நான். என் மேல் இந்த சமூகத்திற்கு ஏன் இத்தனை வெறுப்பும் கோபமும்? லாரி சென்று கொண்டே இருந்தது. இருள் கவிந்தது. நான் அமைதியாய் உட்கார்ந்திருந்தேன்....

தமிழில்: மு.ந. புகழேந்தி

16

நான் கொள்ளையடித்த பொருட்களைப் பார்த்த வுடன் எனக்குச் சிரிப்பு வந்து விட்டது. பழைய துண்டுத்துணி, சில வளையல்களும் கொலுசுகளும். இவைகள்தான் நான் கொள்ளை அடித்திருந்த பொருட்கள்!

காவலர்கள் என்னைக் காலில் விலங்கிட்டு ஒராயில் உள்ள நீதிமன்றத்திற்கு லாரியில் கொண்டு போய்க் கொண்டிருந்தார்கள்.

"அங்குள்ள நீதிபதியிடம் நீ குற்றத்தை ஒப்புக் கொண்டால் அவர் உன்னை விட்டு விடுவார். மாயாதீனுடைய வீட்டில் இருந்து திருடினேன் என்று மட்டும்தான் நீ அவரிடம் சொல்ல வேண்டும். நீ வேறு ஏதாவது சொல்ல நினைத்தாயென்றால்... கடவுள்தான் உன்னைக் காப்பாற்ற முடியும்!...." அவர்களில் ஒருவர் எனக்கு உபதேசித்தார்.

காவலர் என்னை எச்சரிக்கை செய்ததையும், குத்துவதையும் கண்ணாடி வழியாக ஓட்டுநர் கவனித்துக் கொண்டிருந்தார். "நீங்கள் எதற்காக

நான் பூலான்தேவி

இந்தப் பெண்ணை இப்படி அடிக்கிறீர்கள்? அவள் என்ன குற்றம் செய்தாள்?" ஓட்டுநர் கேட்டார்.

லாரியை நிறுத்திவிட்டு உடனே கீழிறங்கும்படி காவலர் ஓட்டுநருக்குக் கட்டளையிட்டார். லத்தியால் அவரை அடித்தார்கள். அந்தப் பாவப்பட்டவன் அதற்குப் பிறகு பின்னால் திரும்பிப் பார்க்கவில்லை. அவர்கள் சொன்னபடி லாரியை ஓட்ட மட்டுமே செய்தார். இருட்டத் தொடங்கிவிட்டதால் நீதிமன்றம் மூடப்பட்டு விடுமோ என்று காவலர்கள் பயப்பட்டார்கள். நாங்கள் லாரியில் இரண்டு மணி நேரம் பயணம் செய்தோம். இவ்வளவு நேரமும் நான் குற்றத்தை ஒப்புக் கொள்ள வேண்டும் என்று அவர்கள் கட்டாயப்படுத்திக் கொண்டிருந்தனர்.

பெரிய கான்கிரீட் கட்டடம் ஒன்றின் முன் லாரி நின்றது. மஞ்சள் நிறம் பூசப்பட்டிருந்த அந்தக் கட்டடம் எனக்கு நினைவிற்கு வந்தது. எங்கு பார்த்தாலும், காவலர்கள், வக்கீல்கள், சாட்சிகள், கைதிகள் நின்று கொண்டிருந்தார்கள். என் அப்பாவிற்கும் மாயாதீனுக்கும் நடக்கும் நிலத்தகராறு போன்றவைகள் மட்டுமே நீதிமன்றத்தில் விவாதிக்கப்படும் என்று நான் நினைத்திருந்தேன். ஆனால், நீதிபதிகள் கொள்ளைக்காரர்களையும் விசாரிப்பார்கள் என்பதை அப்பொழுது தான் நான் புரிந்து கொண்டேன். உயரமான மேடையில் ஒரு மேசைக்குப் பின்னால் நீதிபதி உட்கார்ந்து கொண்டிருந்தார். அவர் என் பெயரைக் கேட்டார்.

"பூலான் தேவி" என்று நான் சொன்னேன்.

"நீ என்ன குற்றம் செய்து இங்கே வந்திருக்கிறாய்?"

"எனக்குத் தெரியாது, ஐயா!"

சுற்றிலும் உட்கார்ந்து கொண்டிருந்த வழக்கறிஞர்களும் மற்றவர்களும் சிரித்தனர். எனக்குப் பாதுகாப்புக்கு நின்று கொண்டிருந்த காவலன் என் கணுக்காலில் உதைத்தான்.

"நீ எதற்காக இங்கே வந்திருக்கிறாய் என்று உனக்குத் தெரியாதா?" அவர் மறுபடியும் கேட்டார்.

"தெரியாது, ஐயா?"

காவலன் என் கால் விரல்களில் தன் கனத்த காலணியை வைத்து அழுத்தினான். வலியால் துடித்த என் கண்களில் கண்ணீர்

வடிந்தது என்றாலும் நான் நீதிபதியையே பார்த்துக் கொண்டு நின்றேன். அவர் ஒரு கம்பளிக் கோட்டும் கண் கண்ணாடியும் அணிந்திருந்தார். கருணை நிறைந்த அந்தக் கண்களைப் பார்த்த பொழுது அவருக்கு என் மீது பரிதாபம் ஏற்படும் என்று எனக்குத் தோன்றியது.

"பயப்படாமல் இரு" என்னைச் சமாதானப்படுத்தி விட்டு அவர் கேட்டார். "நீ என்ன குற்றம் செய்தாய்?"

"நான் ஒரு கொள்ளைக்காரி, ஐயா!" இந்த முறை நீதிமன்றம் முழுவதும் சிரிப்புச் சத்தம் கேட்டது.

"கொள்ளைக்காரியா? அதன் பொருள் உனக்குத் தெரியுமா?" அவர் ஆச்சரியப்பட்டார்.

காவலன் வேகமாய்க் குறுக்கிட்டான். "நாங்கள் இவளைக் கையும் களவுமாகப் பிடித்தோம் ஐயா. திருடிய வீட்டைப் பற்றி இவள் நன்றாகத் தெரிந்து வைத்திருந்தாள்."

"நான் உங்களைக் கேட்கவில்லை, இந்தப் பெண்ணிடம் பேசிக் கொண்டிருக்கிறேன்!" நீதிபதி கோபத்துடன் சொன்னார்.

நீதிபதி என்னைக் கூர்ந்து நோக்கினார். நான் சொன்னது உண்மையா என்று வியப்புடன் பார்த்தார். அங்கிருந்தவர்கள் எல்லோரும் அமைதியாக இருந்தார்கள். நான் சொன்னதை யாரும் நம்பவில்லை என்பது புரிந்தது.

"நீங்கள் எப்பொழுது இவளைக் கைது செய்தீர்கள்?" அவர் காவலர்களிடம் கேட்டார்.

"நேற்று, ஐயா!"

"இவளிடம் மரியாதைக் குறைவாய் நடந்து கொண்டீர்களா?"

"இல்லை ஐயா."

"இவள் களைப்புடன் இருக்கிறாள். இவளுக்கு மன அமைதி வேண்டியிருக்கிறது. இவள் சிறிது நேரம் ஓய்வெடுத்துக் கொள்ளட்டும். அதற்குப் பிறகு இங்கே கொண்டு வாருங்கள்."

காவலர்கள் என்னை உணவு விடுதிக்குக் கூட்டிக் கொண்டு போனார்கள்.

"நீ, நாங்கள் சொன்னதை அனுசரிக்கப் போகிறாயா இல்லையா? நீதிபதியிடம் நீ ஏதாவது கதைகளைச் சொன்னாய் என்றால் நாங்கள் உன் வீட்டிற்கு வருவோம்....!" அவர்கள் என்னைப் பயப்படுத்தினார்கள்.

பால் வாங்கிக் கொடுத்த பிறகு அவர்கள் மறுபடியும் என்னை நீதிபதி முன் கொண்டு போய் நிறுத்தினர்.

"நீ இப்பொழுது தெளிவாக இருக்கிறாய் அல்லவா? உன்மீது ஒரு குற்றம் சுமத்தி உன்னை இங்கே கொண்டு வந்து நிறுத்தியுள் ளார்கள் என்பது உனக்குத் தெரியுமா?" நீதிபதி கேட்டார்.

"தெரியும், ஐயா!"

"நீ குற்றவாளியா?"

"ஆமாம், ஐயா!"

"நீ சொல்வதன் பொருள் உனக்குத் தெரியுமா? குற்றவாளி என்று ஒத்துக் கொண்டால் ஏழு ஆண்டு சிறைத்தண்டனை கிடைக்கும். உண்மையில் என்ன நடந்தது என்று என்னிடம் சொல். நீ தனியாகத்தான் இந்தக் கொள்ளையை நடத்தினாயா?

"ஆமாம், ஐயா!" நான் ஒரு கொள்ளைக்காரி தான், ஐயா!

அதற்கு மேல் அவர் ஒன்றும் கேட்கவில்லை.

"இவளுக்குச் சுய நினைவில்லை. இவளைக் கூட்டிக் கொண்டு போங்கள்."

ஏதோ திருட்டுத்தனம் இருக்கிறது என்று அவருக்குப் புரிந்திருக்கிறது. சடை பிடித்து உலர்ந்து உலைந்து கொண்டுள்ள என் தலைமுடி, நீர் கோர்த்து வீங்கிய முகம், அவரைக் கும்பிடுவதற்காகக் காயம்பட்டிருந்த என் கைகளை வைத்திருந்த விதம் அனைத்தையும் அவர் கவனித்திருக்க வேண்டும்.

மற்ற கைதிகளுடன் என்னையும் சிறைக்குக் கொண்டு போவதற்காக வேறொரு லாரியில் ஏற்றினார்கள். அவர்கள் இன்னும் என்ன செய்யப் போகிறார்களோ என்று நினைத்து நான் நடுங்கினேன். ஏழு ஆண்டு சிறை தண்டனை என்று சொன்னால் என்னவென்று எனக்குத் தெரிந்திருக்கவில்லை.

தமிழில்: மு.ந. புகழேந்தி

அங்கே, ஒரு மேசைக்கு அருகில் உட்கார்ந்து கொண்டிருந்த ஒரு மனிதர் என் பெயரையும், என் அடையாளங்களையும் ஒரு பெரிய ஆவணத்தில் குறித்துக் கொண்டார். பிறகு என் மணிக்கட்டில் நீல மையால் ஒரு முத்திரை குத்தவும் செய்தார். அப்பொழுது புடவை அணிந்திருந்த ஒரு பெண் வந்து என்னைப் பொறுப்பேற்றுக் கொண்டாள்.

அங்கே பெண்களைப் பார்த்த பொழுதுதான் எனக்கு நிம்மதியாக இருந்தது. சிறிது நேரங்கழித்து அவள் ஒரு கம்பளியுடன் வந்து தன்னுடன் வரும்படி அழைத்தாள்.

"தயவு செய்து என்னை காவலர்களிடம் விட்டுவிட்டுப் போய்விடாதீர்கள்!" நான் அவளிடம் கெஞ்சிக் கேட்டுக் கொண்டேன்.

"யாரும் உன்னைத் தொந்தரவு செய்ய மாட்டார்கள். இது சிறைச்சாலை. இங்கே காவலர்கள் இல்லை. பெண்கள் மட்டுமே இருக்கிறார்கள். அவர்களும் உன்னைத் தொந்தரவு செய்யப் போவதில்லை."

புடவை அணிந்த அந்தப் பெண்தான் அங்கு தலைமைப் பொறுப்பு வகிப்பவள் என்று தோன்றியது. அவள் என் உடலைப் பரிசோதனை செய்தாள். என்னிடம் ஏதாவது பணம் இருக்கிறதா என்று கேட்டாள். அப்பா எனக்குக் கொடுத்திருந்த ஐந்து ரூபாய் நோட்டை அவளிடம் காட்டினேன்.

சிறைச்சாலையில் பணம் வைத்துக் கொள்ள அனுமதியில்லை என்று சொல்லி அவள் அதை என்னிடமிருந்து வாங்கிக் கொண்டாள்.

ஒரு வாரம் கழித்து அம்மா சிறைச்சாலைக்கு வந்தாள். என்னை எப்படியாவது அங்கிருந்து கூட்டிச் சென்று விடும்படி அம்மாவிடம் கெஞ்சினேன். அங்கே என்னை யாரும் தொந்தரவு செய்யவில்லை என்றாலும் அந்தப் பெரிய கான்கிரீட் மதில்களும் பெரும் கதவுகளும் என்னைப் பயப்படுத்தின.

அம்மா வந்திருக்கிறாள் என்பதை அறிந்த தலைமைக் காவலாளி வந்து "ஒரு கொள்ளைக்காரி என்று நீதிபதியிடம் ஒத்துக் கொள்ளக் கூடாது என்று உங்கள் மகளிடம் சொல்லுங்கள்" என்று சொன்னார்.

அம்மா என் தோளைப் பிடித்துக் குலுக்கியபடி சொன்னாள்: "பூலான், நீ எதற்கு நீதிபதியிடம் அப்படிச் சொன்னாய்? உனக்கு என்ன ஆச்சு?"

காக்கிச் சீருடைக்காவலாள் அங்கே நின்று கொண்டிருந்தான். வேறு சிலரும் இருந்தனர். 'உன் வீட்டிற்கு நாங்கள் தீ வைத்து விடுவோம்!' என்று காவலர்கள் என்னைப் பயப்படுத்தியுள்ள விவரத்தை நான் அவளிடம் சொல்ல வழியில்லை...

ஒரு மணி நேரத்திற்குப் பிறகு என்னை அவர்கள் நீதிமன்றத்திற்குக் கொண்டு போய் ஓய்வறையில் உட்கார வைத்தார்கள். கைக்கூலி(லஞ்சம்) கொடுக்க பணமில்லாததால் அம்மாவை அவர்கள் அங்கே அனுமதிக்கவில்லை. அம்மா, வெளியில் வேப்பமர நிழலில் அழுதபடி, அமைதியிழந்து உலவிக் கொண்டிருந்ததை தொலைவில் இருந்து நான் கவனித்தேன். நீதிமன்றத்தில் எனக்காக வாதாட ஒராய் வக்கீலுக்கு ஐந்து ரூபாய் கொடுத்திருப்பதாக அம்மா சொல்லியிருந்தாள்.

நீதிபதி என்னைப் பார்த்தவுடன் புன்னகை செய்தபடி கேட்டார்: "நீ மறுபடியும் வந்திருக்கிறாய்! சரி, உன் மனசு மாறிவிட்டதா?"

நான் பதில் எதுவும் சொல்லவில்லை. அவர் வெள்ளை உடையும் கருப்புக் காலணியும் அணிந்த ஓர் இளைஞனைப் பார்த்துப் பேசினார். அம்மா சொன்ன வழக்கறிஞர் அவராகத்தான் இருக்கும். அவர்கள் ஆங்கிலத்தில் பேசிக் கொண்டார்கள். நீதிபதி என்னிடம் இந்தியில் சொன்னார்.

"உன் வழக்கறிஞர் உனக்கு ஜாமீன் கொடுத்து வீட்டிற்கு அனுப்பிவிட வேண்டும் என்று சொல்கிறார். ஆனால், நீ, நான்தான் கொள்ளைக்காரி என்று சொல்கிறாய். ஏழு ஆண்டு சிறைத் தண்டனை வேண்டும் என்றும் சொல்கிறாய்! பூலான், உண்மையில் என்ன நடந்தது என்று என்னிடம் சொல். உன்னை அவர்கள் துன்புறுத்தினார்களா? உன்னை எத்தனை நாட்கள் காவல் நிலையத்தில் வைத்திருந்தார்கள்?"

நான் அழத் தொடங்கினேன். வக்கீல் எனக்காகப் பேசினார். என் அப்பாவிற்கும் மாயாதீனுக்கும் உள்ள ஒரு நிலத்தகராறு தான் இவைகளுக்கெல்லாம் காரணம் என்று அவர் விளக்கினார். நான் எதையும் திருடவில்லை என்றும், சம்பவம் நடந்த அன்று

நான் என் அக்காவுடன் மருத்துவமனையில் இருந்ததற்கான ஆதாரம் தன்னிடம் உள்ளதாகவும் அவர் வாதிட்டார். அதற்குப் பிறகு நீதிபதி அம்மாவை வரச் சொன்னார். நான் மூன்று நாட்கள் காவல் நிலைய அறையில் வைக்கப்பட்டிருந்தேன் என்றும், காவலர்கள் என்னை மிருகத்தனமாகச் சித்ரவதை செய்தார்கள் என்றும், செய்யாத குற்றத்தை ஒப்புக் கொள்ளச் சொல்லி என்னைக் கட்டாயப்படுத்தினார்கள் என்றும் அம்மா சொன்னார்.

“மாயாதீனுடைய வீட்டில் இருந்து நீ எதையாவது திருடியிருக் கிறாயா?” நீதிபதி என்னை உற்றுப் பார்த்தபடி கேட்டார்.

நான் கொள்ளைக்காரி அல்லவென்றும், நான் எதையும் திருடவில்லை என்றும் வாக்குமூலம் கொடுத்தேன். சித்ரவதை செய்ததைப் பற்றி நான் எதுவும் சொல்லவில்லை.

எல்லாம் முடிந்து விட்டது. எனக்கு ஜாமீன் அனுமதிப்பதாக நீதிபதி தீர்ப்புக் கூறினார். அது எனக்கு விளங்கவில்லை. தற்சமயம் சிறைக்குக் கொண்டு செல்வார்கள், ஆனால் சீக்கிரத்தில் வீட்டிற்கு அனுப்பி விடுவார்கள் என்று வக்கீல் விளக்கினார்.

ஐந்தாறு நாட்களுக்குப் பிறகு சிறை அதிகாரி என்னை அழைத்து “உனக்குப் பிணை வழங்கப்பட்டிருக்கிறது. நீ வீட்டிற்குப் போகப் போகிறாய்” என்று தெரிவித்தார். பெண் வார்டர் ஒருவரைக் கூப்பிட்டு என்னை கல்ப்பிக்குப் போகும் பேருந்தில் ஏற்றி விடும்படிச் சொன்னார். பஸ் பயணத்திற்குக் கொஞ்சம் பணமும் கொடுத்தார். அப்பெண் என்னைப் பேருந்து நிறுத்தம் வந்து என்னை அனுப்பி வைத்தாள். தனியாகப் பயணம் செய்து நான் அன்று இரவு என் வீட்டை அடைந்தேன்.

17

ஒரு நாள் வயலுக்கு உரம் தூவிக் கொண்டிருக்கும் போது தூரத்தில் இருந்து ஒருவர் வருவதைப் பார்த்தேன். அவர் அடுத்த கிராமத்தின் சர்பஞ்ச்.

நான் யாரென்று அவருக்குத் தெரியவில்லை. "பூலான் தேவியின் வீடு எங்கே இருக்கிறது என்று உனக்குத் தெரியுமா?" அவர் மெதுவாகக் கேட்டார்.

நான் மாயாதீனுடைய வீட்டைச் சுட்டிக்காட்டினேன்.

"இப்பொழுது அவள் அங்கேதான் வாழ்ந்து கொண்டிருக்கிறாளா?" அவனுக்கு அதில் நம்பிக்கை யில்லை.

அவளை எதற்கு விசாரிக்கிறீர்கள் என்று நான் கேட்டேன். "அவளைப் பிடிப்பதற்காக இன்று இரவு 'அவர்கள்' வரப் போகிறார்கள்!"

"யார்? எதற்கு? அவள் ஒரு தப்பும் செய்திருக்கவில்லையே."

தமிழில்: மு.ந. புகழேந்தி

“அவள் ஆபத்தானவள். கொள்ளைக்காரர்களுடன் சேர்ந்திருக் கிறாள்!” என்னை உற்றுப்பார்த்துவிட்டு அவர் வந்த வழியே திரும்பிப் போய்விட்டார்...

நான் வீட்டிற்கு ஓடினேன்.

நான் சொன்னதை அம்மா நம்பவில்லை. காப்பாற்றிக் கொள்வதற்காக கல்ப்பியில் உள்ள காவல்நிலையத்திற்குப் போக, அம்மா கூட வருவதற்காகக் காலைப் பிடிக்க வேண்டிவந்தது. கடந்த முறை என்னை ஆட்டிப்படைத்த அதே அதிகாரிதான் அப்பொழுதும் காவல் நிலையத்தில் இருந்தார். என் சங்கடத்தைப் பார்த்து அவர் வாய்விட்டுச் சிரித்துக் கொண்டு சொன்னார்.

“ஒரு முறை அவர்கள் உன்னைக் கைப்பற்றியிருந்ததாகச் சொல்கிறாய். தாக்கூர்கள் உன்னைக் கடத்திக் கொண்டு போக வரப் போகிறார்கள் என்கிறாய்! அவ்வாறு செய்வதால் யாருக்கு என்ன லாபம்? உடனே இங்கிருந்து வீட்டிற்குப் போ!”

இரவில், கனத்த மழையில் திரும்பி வந்தபொழுது உடலாலும் மனதாலும் நான் மிகவும் தளர்ந்து விட்டிருந்தேன்.

காவலர்களை விட தாக்கூர்களை நினைத்துத்தான் நான் மிகவும் பயப்பட்டேன். என்னை எங்காவது ஒளித்து வைக்கும்படி அம்மாவிடம் கெஞ்சினேன்.

“நான் உன்னை எங்கே ஒளித்து வைப்பது?” அம்மா கேட்டாள்.

அவர்கள் எதற்கு என்னைக் கடத்திக் கொண்டு போகப் போகிறார்கள்? சித்ரவதை செய்யவும் அவமானப்படுத்தவதற் காகவும் இருக்கும். இந்த முறை கொன்று விடுவதற்காக இருக்குமோ? சிந்தனைகளில் மூழ்கியபடி நான் தூங்குவதற்காகப் படுத்தேன். ஒரு பெரிய சத்தத்தைக் கேட்டு நான் திடுக்கிட்டு விழித்தேன்.

கதவு, நிலவிலிருந்து கழண்டு விழுகிறது. அதற்குப் பின்னால் சீருடையணிந்த நிழலுருவங்கள்!....

அவர்கள் என் அப்பாவைப் பலவந்தமாகப் பிடித்தார்கள். அப்பா உறங்கிக் கொண்டிருந்தார். ஒருவன் அவருடைய தோளைப் பிடித்துக் குலுக்கி, “எங்கே அந்தக் குட்டித் தேவடியாள்?

எங்கேயிருக்கிறாள் பூலான்?"

"அவள் தூங்கிக் கொண்டிருக்கிறாள். எங்கே என்று எனக்குத் தெரியாது" அப்பா சொன்னார்.

காக்கிச் சீருடையில் அவர்கள் காவலர்களைப் போலக் காணப்பட்டனர். தாக்கூர்களைப் போல இல்லை. அவர்கள் பல இடங்களிலும் டார்ச் அடித்து என்னைத் தேடினார்கள். அப்பாவை ஒரு கயிறால் கட்டி வைத்தார்கள். ஓர் லாந்தர் விளக்கைப் பற்ற வைத்துக் கொண்டு அம்மா அவர்களுக்கிடையில் பாய்ந்தாள். "இந்த பாதி இராத்திரியில் கதவை உடைத்து உள்ளே வருவதற்கு எப்படி தைரியம் வந்தது" அம்மா கோபத்துடன் கத்தினாள்.

மாயாதீனோ சர்பஞ்சோ அனுப்பிவிட்டிருந்த காவலர்கள் தான் அவர்கள் என்று அம்மா நினைத்திருக்க வேண்டும்.

இதற்குள் நான் வீட்டிற்குப் பின்புறம் போய் வெளி மதிலைக் கடந்து அடுத்த தெருவை அடைந்தேன். திரும்பிப் பார்த்த பொழுது என் பெற்றோர்களை அவர்கள் குரூரமாய் அடித்துக் கொண்டிருப்பதைப் பார்த்தேன்.

அவர்கள் சர்ச் லைட்டுடன் வீட்டைச் சுற்றி வளைத்துக் கொண்டிருந்தனர். வீட்டின் பின்புறம் பத்துப் பனிரண்டு பேர் நின்று கொண்டிருந்தனர். வீதியில் அதற்கும் அதிகமானோர் இருந்தனர். நான் அங்கிருந்து ஒரு விதமாக சமையலறையை அடைந்தேன். என் குட்டித் தம்பி சிவநாராயணன் உதவிகேட்டுக் கூக்குரலிட்டுக் கொண்டிருப்பதைக் கேட்டேன்.

"அவள் கிடைக்கவில்லை என்றால் நமக்கு இவன் போதும்!" ஒருவன் கூச்சலிட்டான். "அவள் வந்து இவனைக் கூட்டிக் கொண்டு போகட்டும்."

அப்பாவை ஒரு கசாப்பு மிருகத்தைப் போலக் கட்டி வைத்திருந்தனர். சிவநாராயணனைக் கொண்டு போக வேண்டாம் என்று அம்மா முழங்காலிட்டு உட்கார்ந்து அழுது கெஞ்சிக் கொண்டிருக்கிறாள். இந்தக் காட்சியைப் பார்த்துக் கொண்டு என்னால் சும்மா இருக்க முடியவில்லை. "நான்தான் பூலான்! வேண்டுமானால் என்னைக் கொன்று விடுங்கள். என் தம்பியை விட்டு விடுங்கள்!"

அவர்கள் என்னைப் பார்த்தார்கள். ஒருவன் என்னை ஓங்கி

அடித்தவாறே "இங்கிருந்து போய்விடு! நீதான் பூலான் தேவி என்று எங்களை நம்பவைத்து விடலாம் என்று நினைக்கிறாயா? நீ ஒரு தூசு" என்று கூறினான்.

"ஆமாம் இவள்தான் பூலான், இவளை எடுத்துக் கொண்டு குழந்தையைத் திருப்பிக் கொடுங்கள்!" அம்மா அழுதபடி கெஞ்சினாள்.

என்னை அடித்தவன், என் அருகில் வந்து முகத்தில் டார்ச் அடித்து என்னைத் தலையிலிருந்து கால்வரை உற்றுப் பார்த்தான்.

"நீதான் பூலானா?" நம்பமுடியாமல் கேட்டான். இன்னும் சற்றுப் பெரியவளான ஒருத்தியை அவன் எதிர்பார்த்திருக்க வேண்டும்.

"ஆமாம்." நான் திக்கித் திக்கிச் சொன்னேன். "நான்தான் பூலான்."

அவன் தன்னுடன் இருந்தவனிடம் கேட்டான். "நீங்கள் இவளைப் பயன்படுத்திக் கொள்ளப் போகிறீர்களா அல்லது நாம் இப்பொழுதே இவளைக் கொன்று விடலாமா? இந்த மூதேவிக்காக நாம் இவ்வளவு தூரம் வந்திருக்கிறோம். இவளைச் சும்மா விட்டுவிடக்கூடாது. மக்கள் நம்மைக் கேலி செய்வார்கள். ஏன் சும்மா இருக்கிறீர்கள் விக்ரம்..."

"அவசரப்படாதே. என்ன செய்ய வேண்டும் என்று நான் சொல்கிறேன்" விக்ரம் சொன்னான். "அவளும் நம்மைப் போல மல்லா தான். அதை மறந்து விடக்கூடாது!" நிழலில் இருந்து ஒரு சத்தம் வெளிவந்தது.

"விக்ரம், நாம் வந்த காரியத்தை முடித்துக் கொள்ளலாம். உங்களுக்கு அவள் வேண்டாம் என்றால் எனக்கு வேண்டும்!"

என்னைத் தலைமுதல் கால்வரை சோதித்துவிட்டு விக்ரம் சொன்னான்: "நாம் இவளைக் கொண்டுபோய்விடலாம். குழந்தையை விட்டு விடு!"

விக்ரம் என்னும் பெயருள்ளவன் மல்லா என்பதை அம்மா புரிந்து கொண்டாள். அவனுடைய கால்களில் விழுந்து கெஞ்சினாள். "அவளைக் கொண்டு போகாதீர்கள்! அவளை விட்டு

166 நான் பூலான்தேவி

விடுங்கள். அவள் ஒரு குற்றமும் செய்யவில்லை." "உங்களுடைய மகளை விட்டு விட இப்பொழுது என்னால் முடியாது." அவருக்குப் பின்னாலிருந்தவர்கள் முணுமுணுக்கத் தொடங்கினார்கள். அவர், அவர்களுடன் பேசுவதற்காகத் திரும்பினார். இவர்கள் என்னைக் கொன்று விடப் போகிறார்கள் என்று நான் பயத்தால் உறைந்து நின்று விட்டேன்.

"அம்மா என்னைக் காப்பாற்று! என்னைக் காப்பாற்று!" நான் விக்கி விக்கி அழுதேன். கிராமத்தில் உள்ளவர்களை விழித்துக் கொள்ளச் செய்ய அப்பா கூச்சல் போட்டார். என்ன நடந்து கொண்டிருக்கிறது என்பதைத் தெரிந்து கொள்ள, அரிக்கேன் விளக்குடன் ஆட்கள் வரத் தொடங்கினர். என்னைப் பிடித்துக் கொண்டிருந்தவர்கள் ஊர் மக்களுக்கு நேராகத் துப்பாக்கியை நீட்டிக் கத்தினார்கள்:

"பக்கத்தில் வராதீர்கள்! கலைந்து போய் விடுங்கள்!"

உயரமாக இருந்தவன் அவர்களிடம் சொன்னான். "நான்தான் பாபு குஜார்சிங். எல்லோரையும் நான் சுட்டுக் கொன்று விடுவேன்."

திடீரென்று என்னைச் சுற்றி ஒரு ரகளை நடந்தது. ஒருவன் என் கையைப் பிடிக்கவும் இன்னொருத்தன் என்னைப் பிடித்து முன்னால் தள்ளவும் செய்தான். ஊர் மக்களை விரட்டுவதற்காக அவர்கள் படபடவென்று வானத்தைப் பார்த்துச் சுட்டார்கள்.

சில நிமிடங்களுக்குள் நாங்கள் வரிசையாக இருந்த வீடுகளைக் கடந்து ஆற்றங்கரையை அடைந்தோம். பின்னால் வெடிச்சத்தமும் அப்பாவின் கூக்குரலும் கேட்டுக் கொண்டிருந்தது. எந்த நிமிடமும் அவர்கள் என்னைக் கொன்று விடுவார்கள் என்று எனக்கு உறுதியாகத் தெரிந்தது. அவர்கள், ஒரு படகின் கட்டை அவிழ்த்தார்கள். "எதற்கு இன்னும் போய்க் கொண்டிருப்பது? நாம் இவளை அனுபவிக்கலாம்" அவர்களில் ஒருவன் சொன்னான்.

"அவளைத் தொடக்கூடாது. என்ன செய்வது என்று நான் தீர்மானித்துக் கொள்கிறேன்." விக்ரமினுடைய கனகம்பீரமான குரல்.

அவர்கள் என்னை ஒரு சாக்குமூட்டையைப் போலத் தூக்கிப் படகில் போட்டார்கள். "கவனமுடன் இருக்க வேண்டும்." யாரோ ஒருத்தன் சத்தமாய்ச் சொன்னான். "இவள் ஒரு மல்லாப் பெண்.

தமிழில்: மு.ந. புகழேந்தி

நன்றாக நீந்தத் தெரிந்து வைத்திருப்பாள்!" படகில் அவர்கள் என்னைச் சுற்றி வட்டமாக உட்கார்ந்தார்கள்.

அப்பொழுது கனமழை பெய்யத் தொடங்கியது.

படகு தூரத்திலிருந்த ஏதோ ஒரு கரையை அடைந்தது.

"வேகமாகப் போக வேண்டும். இந்த வழியாக முன்னால் நட! ஓடிப்போக நினைத்தால் நாங்கள் உன்னைச் சுட்டு வீழ்த்தி விடுவோம்."

என்னுடைய வெற்றுப்பாதங்கள் சேற்றில் புதைந்தன. காட்டு முட்களும் கருங்கல் சில்லுகளும் நிறைந்த மலைப்பாதை. என் இதயத் துடிப்பு அதிகரித்தது. பயத்தால் தொண்டை வரண்டு விட்டது. குடிப்பதற்கு மழைத் தண்ணீர் மட்டுந்தான் கிடைத்தது.

"விக்ரம் மல்லா, நான் இவளை அனுபவிக்க வேண்டும்!" ஒருவன் தன் ஆசையை வெளிப்படுத்தினான்.

"முடியாது! அவளை முதன்முதலில் நான்தான் அனுபவிக்கப் போகிறேன்!" விக்ரமின் பதில்.

நான் தைரியத்தை வரவழைத்துக் கொண்டு பின்னால் திரும்பிக் கெஞ்சினேன்: "அண்ணா, எனக்குக் கொஞ்சம் தண்ணீர் கொடு!"

"நான் உன் அண்ணனில்லை, கணவன்" அவன் கிண்டலாகச் சொன்னான்.

அவர்கள் என்னை உந்தித்தள்ளி முன்னால் நடக்க வைத்தார்கள்.

நான் குறைவாக பயப்பட்டது விக்ரம் மல்லாவிடம் தான். அவர் தன் ஆட்களிடம் மிகவும் குறைவாகவே பேசினார். அந்தக் குரல் அமைதியாக ஆனால் கம்பீரமானதாக இருந்தது. பாபு குஜார்சிங்கோ, மற்றவர்களை மிரட்டவும் தேவையில்லாத ஆர்ப்பாட்டங்களும் செய்து கொண்டிருந்தான்.

நாங்கள் இரவு முழுவதும் நடந்தோம். ஓர் அருவியின் அருகில் அனைவரும் நின்றோம்.

சில மணி நேரங்களாகவே நான் மூத்திரம் போக வேண்டும் என்று நினைத்துக் கொண்டிருந்தேன். நான் அவர்களிடம் சொன்னேன்.

"எங்களை மடையன்கள் என்று நினைத்துக்கொண்டிருக்கிறாயா? பாபு குஜார்சிங் சீறினான். "உன்னை நாங்கள் தூரமாகப் போக அனுமதிப்போம் என்று நினைத்துக் கொண்டிருக்கிறாயா?"

"அவளை விடு!"

அது விக்ரம் மல்லாவின் கம்பீரமான குரல்.

விடியற்காலையில் நான் அந்த அச்சமூட்டும் முகங்களைப் பார்த்தேன். காவலர்களுடைய சீருடைகளை அவர்கள் அணிந்திருந்தனர். தோட்டாக்கள் நிறைந்த கச்சைகளை மார்பின் குறுக்காகக் கட்டியிருந்தார்கள். கால்களில் கனத்த காலணிகள்...

காலைக் கடன்களை முடித்துவிட்டு நான் திரும்பி வந்தபொழுது பல பேர் தூங்கிவிட்டிருந்தார்கள்.

விக்ரம் மல்லாவின் அருகில் சென்று "அண்ணா, என்னை விட்டுவிடு, நான் வீட்டிற்குப் போய் விடுகிறேன்" கேட்டேன்.

"பயப்படாமலிரு." அமைதியான கம்பீரமான பதில்.

தன் துணிப்பையிலிருந்து அவர் எனக்கொரு புடவையும் பிளாஸ்டிக் செருப்புகளையும் கொடுத்தார்.

பாபு குஜார்சிங் இவற்றையெல்லாம் கவனித்துக் கொண்டிருந்தான்.

"சின்னத் தேவடியாளே, நீ என்னருகில் வந்து உட்கார்!" அவன் சொன்னான்.

அவன் எழுந்து வந்து என்னை அவன் உட்கார்ந்திருந்த இடத்திற்கு இழுத்தான்.

"இங்கே உட்கார். அவனை, அண்ணா என்று அழைக்க வேண்டாம்."

விக்ரம் ஒன்றும் சொல்லவில்லை. கண் அசைத்து உதவி செய்யும்படி கேட்டேன். பொறுத்திருக்கும்படி கை அசைத்துக் காட்டினார்.

தமிழில்: மு.ந. புகழேந்தி

முதலில் அவர்களைக் காவலர்கள் என்று நினைத்திருந்தேன் என்றாலும், கொள்ளைக்காரர்கள் என்பதைப் பின் புரிந்து கொண்டேன். ஒற்றைக் கண் பாபு 'குஜார்' சாதியைச் சேர்ந்தவன். சங்கத்தில் உள்ளவர்கள் தின்னவும் குடிக்கவும் வேடிக்கையாகப் பேசிச் சத்தமாய்ச் சிரித்துக் கொண்டும் இருந்தார்கள். யாரும் என்னிடம் பேசவில்லை. நான் கண்களை மூடிப் பிரார்த்தனை செய்யத் தொடங்கினேன். கடவுளே, நீ இருப்பது உண்மை என்றால், உன்னால் என்னைப் பார்க்க முடியும் என்றால் இவர்களிடம் இருந்து என்னைக் காப்பாற்று! என்னைக் காப்பாற்றுவதற்கு விக்ரமிற்குச் சக்தியைக் கொடு....

சங்கம் பயணத்திற்குத் தயாரானது.

பாபு என்னை அவனுக்கு முன்னால் நடக்கும்படி கட்டாயப் படுத்தினான்.

என் கால் இடறியபொழுது அவன் என்னைத் திட்டினான். ஆள் அரவமற்ற மலையடிவாரங்களில் குறுகிய வழிகளில் போனது வேதனை தருவதாக இருந்தது.

ஒரு மணி நேரப் பயணத்திற்குப் பின் தொலைவில் ஓரிடத்தில் புகை உயர்ந்து பொங்கிக் கொண்டிருப்பதைப் பார்த்தேன். சற்று தூரத்தில் குடிசையொன்று தெரிந்தது. அங்கிருந்தவன் எங்களுக்கு வணக்கம் தெரிவித்தான். எனக்குத் தேவையான உடைகளையும், தங்களுக்குத் தேவையான பொருட்களையும் சங்கத்தினர் அவனிடம் கேட்டார்கள். இரண்டு கருப்புக் கால்சராய்களையும் நிறைய காலணிகளையும் அவன் கொண்டு வந்தான். பாபு அவற்றைச் சுட்டிக் காட்டி எனக்குப் பொருத்தமானதைத் தேர்ந்தெடுக்கச் சொன்னான்.

ஆடை மாற்றிக் கொள்ள நான் குடிசைக்குள் போன பொழுது சங்கம் அந்தக் குடிசையைச் சுற்றி வளைத்து நின்றது. உடை மாற்றிக் கொண்டு வந்த பிறகு பாபு என் தலைமுடியைப் பிடித்து அவனருகில் உட்கார வைத்துக் கொண்டான். சற்றுத் தொலைவில் இவற்றையெல்லாம் கவனித்தவாறு விக்ரம் நின்று கொண்டிருந்தார்.

"அவளுடைய தோளிலிருந்து கையை எடு!" என்று விக்ரம் சொன்னார்.

திடீரென்று ஐந்தாறு பேர் துப்பாக்கியை நீட்டியபடி விக்ரமைச்

சுற்றி வளைத்துக் கொண்டனர்.

"எதற்காக நீங்கள் இவளை மட்டும் காப்பாற்ற நினைக்கிறீர்கள்? இதற்கு முன் நம்முடன் பெண்கள் இருந்ததில்லையா? இவளுக்கு மட்டும் என்ன சலுகை?" பாபு கேட்டான்.

"அவளைத் தொடக்கூடாது என்று உங்களிடம் சொன்னேனல்லவா. அவள் என் சாதியைச் சேர்ந்தவள் என்பது நினைவிருக்கட்டும்."

"அதிலென்ன இருக்கிறது? அதையெல்லாம் யார் கவனிக் கிறார்கள்? உங்களுக்கு அவள் யாரென்று கூடத் தெரியாது. அவள் உங்களுடைய குடும்பத்தைச் சேர்ந்தவளும் இல்லை."

"அவளைத் தொட்டால் நான் உங்களைச் சுட்டுவிடுவேன்!" விக்ரம் கோபப்பட்டார்.

"பதிலுக்கு நான் உங்களைச் சுடுவேன். இவளுக்காக நாம் சாக வேண்டுமா? சுட்டுக் கொல்ல வேண்டியது இவளைத்தான்."

"பொறுமையாக இருங்கள் பாபு. இதுவரை உங்கள் விருப்பப் படி நடந்து கொண்டிருந்தீர்கள். அவற்றை எல்லாம் நாங்கள் அங்கீகரிக்கவும் செய்தோம். ஆனால், இவளை மட்டும் நீங்கள் தொடக்கூடாது!" விக்ரம் அமைதியாகச் சொன்னார்.

நான் ஒரு மல்லா என்பதனால் விக்ரம் என்னைப் பாது காக்கிறாரோ? காரணம் எதுவாக இருந்தாலும் ஓர் ஆண் எனக்கு உதவி செய்ய முயல்வது என் வாழ்க்கையில் இதுதான் முதல்முறை. என்னால் நம்ப முடியவில்லை.

உச்சிவேளை கடந்து விட்டது. தரையில் படுத்தேன் என்றாலும் என்னால் உறங்க முடியவில்லை. இருள் கவிந்ததும் மீண்டும் பயணம் தொடங்கியது.

இரவு முழுவதும் நடந்து அடுத்த நாள் விடியற்காலை நாங்கள் ரெய்ப்பூரை அடைந்தோம். அது வசதியான கிராமமாய் எனக்குத் தோன்றியது. அழகான வீடுகளைக் காண முடிந்தது.

ராஜா என்பவனை அழைத்து வர ஆளனுப்பினார்கள். அந்தப் பகுதியில் அவன் ஒரு முக்கியமானவன் என்பதை அவர்கள் பேச்சிலிருந்து தெரிந்து கொண்டேன்.

தமிழில்: மு.ந. புகழேந்தி

அவன் ஒரு ஊரின் இளவரசனோ பிராமணனோ அல்ல? அவன் வந்து சேரும்பொழுது மாலை நேரமாகிவிட்டது. இரண்டு பேருடன் மோட்டார் சைக்கிளில் வந்தான். எல்லோரும் ராஜாவைக் கும்பிட்டார்கள். சிலர் காலில் விழுந்தும் கும்பிட்டார்கள். ஒரு அரசியல்வாதியைப் போல உடை அணிந்திருந்தான்.

நான் கண்ணிமைக்காமல் பார்த்துக் கொண்டிருப்பதை அவர் கவனித்தார். அந்தக் கூட்டத்திலிருந்து முடிந்தவரை தள்ளிநின்று கொண்டிருந்தேன். "இவள் மிகவும் சின்னப்பெண், பாபு" மோட்டார் சைக்கிளில் உடன் வந்த ஒருவன் அவரிடம் சொன்னான்.

ராஜா எல்லோரையும் பார்த்துச் சொன்னார்: "உங்களில் யாரும் இவளைத் தொடக்கூடாது!"

அது ஒரு கட்டளையாய் இருந்தது.

"அதைத்தான் நானும் இவர்களிடம் சொன்னேன்" என்று விக்ரம் சொன்னான்.

என் வருகை சங்கத்தை இரண்டாகப் பிரித்து விட்டதாகத் தோன்றியது. மல்லாக்கள் ஒரு பக்கமும் தாக்கூர்கள் ஒரு பக்கமும். என்னைத் திருப்பியனுப்பி விடுவதில் தாக்கூர்கள் குறியாய் இருந்தனர்.

பாபுவிடம் ராஜா சொன்னார்: "அவள் ஒரு பாவப்பட்ட பெண். உங்களில் ஒருவருக்கும் அவள் எந்தக் கெடுதலும் செய்ய வில்லையே."

விக்ரமைப் போல ராஜாவுக்கும் என்மீது பரிதாபம் இருப்பது போலத் தோன்றியது.

"நீங்கள் பாகுபாடில்லாமல் நடந்து கொள்ள வேண்டும் என்று எத்தனை முறை சொல்லியிருக்கிறேன் பாபு. நீங்கள் எதற்கு இப்படிப் பெண்களின் பின்னால் போய்க் கொண்டிருக்கிறீர்கள்? உங்கள் மனதில் பெண் பற்றிய எண்ணம் மட்டுந்தான் உள்ளதா? அவர்களை எதுவும் செய்யக்கூடாது என்று எத்தனை முறை சொல்லியிருக்கிறேன்! இப்படி நடந்து கொள்வதன் மூலம் ஒரு நாள் நீங்கள் கொல்லப்பட்டு விடுவதற்குக் கூட வாய்ப்பிருக்கிறது" ராஜா சொன்னார்.

"நான் அவளை அனுபவிக்கப் போகிறேன்! அவளை விடப் போவதில்லை!"

"உங்கள் விரல் கூட அவள் மேல் படக்கூடாது!" விக்ரம் சொன்னார்.

என்னைக் காப்பாற்றுங்கள் என்னும் மௌனமான வேண்டு கோளுடன் நான் விக்ரமைப் பார்த்தேன். அவர் என்னருகில் வந்து சொன்னார். "என்னை நன்றாகப் பார்த்துக் கொள்."

அழகான முகம். இலட்சணமான மூக்கு. மெல்லிய மீசை. பெண்ணினுடையதைப் போல மிருதுவான தோல். இடது கண்ணிற்கு மேல் ஒரு காயம்பட்ட தழும்பு. எதனால் என்று தெரிய வில்லை. எனக்கு அவர்மேல் மிகவும் நம்பிக்கை ஏற்பட்டது.

"நான்தான் விக்ரம் மல்லா. என் பெயரை நினைவில் வைத்துக் கொள். முகத்தையும் மறந்து விடாதே."

"நீங்கள் என்ன நினைத்துக் கொண்டிருக்கிறீர்கள்?" ஒற்றைக்கண் பாபு கேட்டான். "நீங்கள் எதைத் தெளிவுபடுத்த நினைக்கிறீர்கள்? நீங்கள் ஒரு மல்லா என்பதையா? அல்லது என்னைத் தோற்கடிக்க விரும்புவதையா?"

"என்னை அடையாளம் தெரிந்து வைத்துக் கொள்ள வேண்டும். அவ்வளவுதான். நாம் இத்துடன் இந்த வாக்குவாதத்தை நிறுத்திக் கொள்ளலாம்." விக்ரம் தன் ஆட்கள் நின்று கொண்டிருந்த இடத்திற்குப் போனார். பிரச்சினை முடிந்து விட்டது என்னும் பொருளில் ராஜா தலையாட்டினார். அவர் புறப்படும் பொழுது அக்கூட்டத்தைச் சேர்ந்த ஒவ்வொருவரும் அவர்க் காலைத் தொட்டு வணங்கினார்கள்.

கோபத்தின் உச்சத்திலிருந்த பாபு என்னைப் பார்த்து அலறி னான்: "நீ ஓடிப்போக முயற்சி செய்தாயென்றால் நான் உன்னைச் சுட்டுக் கொன்று விடுவேன்!"

சங்கத்தினர்களுக்கான உணவை எடுத்துக் கொண்டு ஊருக்குள் இருந்து சிலர் வந்தனர். அவர்களில் விக்ரமின் சித்தப்பா பாரேலாலும் ஒருவர். அவர் ஒரு பாத்திரத்தில் உணவை எடுத்துக் கொண்டு வந்து எனக்குக் கொடுத்தார். விக்ரமைத் தவிர எல்லோரும் சாப்பிட்டோம். அவர் யோசனையில் ஆழ்ந்தபடி புகைபிடித்துக் கொண்டிருந்தார்.

தமிழில்: மு.ந. புகழேந்தி

"வந்து சாப்பிடுங்கள்." விக்ரமின் நண்பனான பரத் அவரைக் கூப்பிட்டான். "எல்லாம் சரியாகி விடும் மஸ்தானா."

அவருடைய நண்பர்கள் அவரை முன்பு மஸ்தானா என்று கூப்பிடுவதை நான் கேட்டிருக்கிறேன். ஆராதனை நிறைந்த ஒரு வார்த்தை.

ஒரு கொள்ளைக்காரனை 'மஸ்தானா' என்று சிநேகிதத்துடன் அழைப்பதைக் கேட்டு நான் ஆச்சரியப்பட்டேன்.

"நாம் இவளைக் கடத்திக் கொண்டு வந்திருக்கக்கூடாது." யோசனையில் இருந்து உணர்வு வரப்பெற்ற அவர் சொன்னார்.

"நாம் தவறு செய்து விட்டோம்."

சாப்பிட்டு முடித்தவுடனே இருட்டில் பயணத்தைத் தொடர்ந் தோம். சங்கம் விடியற்காலை பஜாமாவு கிராமத்தை அடைந்தது. ஆட்கள் ஆற்றில் குளிக்கவும் துணிகளைத் துவைக்கவும் செய்து கொண்டிருந்தார்கள். அவர்கள் எல்லோருக்கும் விக்ரமைத் தெரிந் திருந்தது. அவர்கள் அவரைச் சூழ்ந்து நின்று மகிழ்ச்சியைத் தெரி வித்தனர். சிலர் சேமநலன்களை விசாரிக்கவும் செய்தார்கள்.

சங்கத்தினர் படியேறி குன்றின் சரிவில் இருந்த கோவிலுக்கும் போனார்கள். சிறிது நேரங்கழித்து பாரேலால் என்னைக் கூட்டிக் கொண்டு போவதற்காக வந்தார். கோயிலுக்கு முன்னால் சந்நியாசியொருவர் ஒரு சணல்பாயில் சம்மணம் போட்டு அசை யாமல் உட்கார்ந்து கொண்டிருந்தார். வயதானவராய் இருந்த அவர் எலும்பும் தோலுமாய், ஏறக்குறைய நிர்வாணமாய் இருந்தார். உடல் முழுவதும் திருநீறு பூசியிருந்தார். கண்கள் மூடியிருந்தன. சடைமுடி...

"அவருடைய பெயர் சிந்த்பாபா. நீ அவரை வணங்கிக் கொள்." பாரேலால் சொன்னார்.

புனிதமானவரும் குருவுமான அவரை விக்ரமும் நண்பர்களும் பக்தியுடன் வணங்கிக் கொண்டிருப்பதைப் பார்த்தபடி நான் நின்று கொண்டிருந்தேன்.

விக்ரம் அவரிடம் வருத்தத்துடன் நான் செய்த குற்றங்களைச் சொல்லிக் கொண்டிருந்தார். "நாங்கள் செய்தவற்றைப் பொறுத் தருள வேண்டும். இந்தப் பெண்ணை நாங்கள் கடத்திக் கொண்டு

வந்திருக்கிறோம். இந்த ஈனச் செயலுக்கு எங்களை மன்னிக்கவும். இவளைக் காப்பாற்றுவதற்கான கருத்தை எங்களுக்கு அருளவும் வேண்டும்."

பாபு இதைக் கேட்டுக் கொண்டிருந்தான் என்றாலும் குறுக்கே எதுவும் பேசவில்லை. யாரோ என்னைத் தொட்டு உணர்த்தியதைப் போல் இருந்தது. நான் முன்னால் சென்று முட்டிக் கால் போட்டு குருவின் பாதங்களை வணங்கினேன். அப்படிச் செய்யும்பொழுது அளவு கடந்த நிம்மதி தோன்றியதை உணர முடிந்தது.

சித்தன் கண்களைத் திறந்தார். உணர்வற்ற அந்த முகத்திலிருந்த கண்கள் கனல்போல் சுடர்விட்டன.

அவர் ஏதோ சொன்னார். என்னால் அதைப் புரிந்து கொள்ள முடியவில்லை. அவருடைய பக்தர்களில் ஒருவன் அதை மொழி பெயர்த்துச் சொன்னார்.

"இந்தச் சிறுவயதில் கொள்ளைக்காரர்களுடன் நீ என்ன செய்யப் போகிறாய்?"

நான் செய்வதறியாது திகைத்து நின்று கொண்டிருந்தேன். என்னால் பதில் சொல்ல முடியவில்லை.

சங்கம், கோயிலிலிருந்து என்னை வெளியில் கொண்டு வந்தது. குரு, பால் மட்டுந்தான் அருந்துவார். வாயில் பேசாமல் மூக்கின் மூலமாகத் தான் பேசுவார் என்றெல்லாம் பாரேலால் எனக்குச் சொன்னார். வழக்கத்திற்கு மாறாக அவர் என்னிடம் பேசியது அதிசயமான ஒன்று என்று பாரேலால் சொன்னார். குரு என்னிடம் நேரில் பேசியிருக்கிறார்! கைலாசத்தின் அதிபதியான சிவனுடைய கோயில் அது. ஒரு வேளை சிவபெருமான் என்னைக் காப்பாற்றக் கூடும்...

மறுபடியும் படகுப் பயணம்.... தொடர்ந்து இரவு முழுவதும் மலைப்பாதைகளில் சிரமமான நடைப்பயணம்.

நான் என் குடும்பத்தினரைப் பிரிந்து இரண்டு நாட்களாகி விட்டன.

18

கொள்ளைக்காரர்கள் சில செல்வந்தர்களின் வீடுகளைச் சுற்றி வளைத்தனர். துப்பாக்கியால் சுட்டபடி அவர்கள் பிசாசுகளைப் போல வீட்டு மொட்டை மாடிக்கு ஓடினார்கள். அங்கு நின்றால் அவர்களால் ஊர் முழுவதையும் பார்க்க முடியும். பாபு ஒலிபெருக்கியால் முழங்கினான்.

"நாய்களே! நான் பாபு குஜார் சிங்!"

அன்று பகலிலேயே அவர்கள் அக் கிராமத்தைக் கொள்ளையிடுவது குறித்துத் திட்டம் தீட்டியிருந்தனர். அதற்கேற்ப விக்ரமும் அவருடைய நண்பர்களும் கிராமத்தினுடைய மறுபக்கம் போனார்கள். பாபு என்னைத் தன்னுடன் கூட்டிக் கொண்டு போய் ஒரு கைவண்டியில் உட்கார வைத்தான். காவலுக்கு இரண்டு பேரை நிறுத்தி வைத்தான்.

பாபுவின் நண்பர்களில் சிலர் வீடுகளில் பெண் களைத் தேடிக் கொண்டிருந்த பொழுது, மற்றவர்கள் அறைகளுக்குள் புகுந்து விலை உயர்ந்த நகைகளையும் பணத்தையும் கொள்ளையடித்தார்கள். அவர்களை

யாரும் தடுக்கவில்லை. வெடிச்சத்தம் கேட்ட உடனேயே ஆண்கள் எல்லோரும் வீட்டைவிட்டு ஓடிப்போய் ஒளிந்து கொண்டனர். இருட்டில் நிழல் உருவங்கள் பாய்ந்து போய்க் கொண்டிருந்ததை நான் பார்த்தேன். அழுகைக் குரல்கள் கேட்டுக் கொண்டிருந்தன.

எனக்குக் காவல் நின்று கொண்டிருந்தவர்களுக்கு பாபு கட்டளையிட்டான்.

"என்ன செய்ய வேண்டுமென்று அவளுக்குச் சொல்லிக் கொடுங்கள்!"

அவர்கள் என்னை ஒரு வீட்டினுடைய அறைக்குள் உந்தித் தள்ளிக் கொண்டு போனார்கள். அங்கே அவர்கள் அலமாரிகளையும் பெட்டிகளையும் திறந்து கொள்ளையடித்தவைகளைப் பைகளில் நிறைத்தார்கள். புடவைத் தலைப்பால் முகத்தை மறைத்து பயந்து ஒடுங்கியபடி இரண்டு பெண்கள் அந்த அறையின் ஒரு மூலையில் நின்று கொண்டிருக்கிறார்கள். பூட்டியிருந்த ஒரு பெட்டியைச் சுட்டிக்காட்டி பாபு கத்தினான். "இதைத் திறங்கள்!"

அழுதபடியே பெண்களில் ஒருத்தி புடவைத் தலைப்பிலிருந்து சாவியை எடுத்து பெட்டியைத் திறந்தாள்.

"நகைகளை எடுத்துக் கொண்டு அவள்களுக்கு நல்ல இடி கொடு! இதோ இப்படி!"

ஒரு பைத்தியக்காரனைப் போல விகாரமாய்ச் சிரித்துக் கொண்டு பாபு அந்த பாவப்பட்ட பெண்ணை இரக்கமில்லாமல் அடித்தான்.

"இவளை நன்றாகப் பார்த்துக் கொள்ளுங்கள்!" அவன் தெரி வித்தான். "இவள்தான் பூலான் தேவி! ஒரு புது கொள்ளைக்காரி. நான் இவளைத் திருமணம் செய்து கொள்ளப் போகிறேன்."

பெண்கள் தங்களுடைய தங்க வளையல்களை கழட்டிக் கொடுத்தார்கள். தொந்தரவு செய்ய வேண்டாம் என்று அவர்கள் என்னிடம் கெஞ்சினார்கள். நகைகளை நான் அப்பொழுதே பாபுவிடம் கொடுத்து விட்டேன்.

"ஒரு கொள்ளைக்காரியாவது எப்படி என்று நீ கற்றுக் கொள்ளப் போகிறாய்." பாபு விகாரமாகச் சிரித்துக் கொண்டு

சொன்னான்.

இவன் எதற்கு இவற்றிலெல்லாம் என்னை உட்படுத்துகிறான் என்று என்னால் புரிந்து கொள்ள முடியவில்லை. ஒரு கொள்ளைக் காரியாக நான் விரும்பவில்லை. கொள்ளைக்கூட்டத்திலிருந்து தப்பியோடி விடவோ, இல்லாவிடில் ஒன்றும் செய்ய இயலாமல் நிற்கும் அந்தப் பரிதாபமான பெண்களுடன் அங்கேயே இறந்து விடவோதான் நான் விரும்பினேன். தங்க நகைகளை, பைகளில் நிறைத்துக் கொண்டிருக்கும் பொழுது மூலையில் ஒரு பெண் ஒளிந்து கொண்டிருப்பதை பாபு பார்த்து விட்டான்.

அந்தப் பெண்ணிற்கு பதினான்கு வயதிருக்கலாம். அவன் தன் நண்பர்களிடம் கையசைத்தான். பயந்து நடுங்கிக் கொண்டிருந்த அந்தப் பெண்ணை மூன்று பேர் அவனிடம் இழுத்து வந்தார்கள். அவன் தலையைப் பிடித்து உயர்த்திப் பார்த்து விட்டு அவளை வெளியே கொண்டு போகும்படி உத்தரவிட்டான். சில நிமிடங்களுக்குப் பிறகு அவளுடைய வேதனைக்குரலை என்னால் கேட்க முடிந்தது. அவர்கள் அவளைக் கற்பழித்துக் கொண்டிருந்தார்கள். அந்தக் கூச்சலைப் பொறுத்துக் கொள்ள முடியாததால் நான் காதுகளைப் பொத்திக் கொண்டேன். கருணை காட்டும்படி அவள் கெஞ்சிக் கொண்டிருந்தாள். எதுவும் செய்ய முடியாத என்னால் அவளைக் காப்பாற்ற முடியவில்லை. அவளைப் போல நானும் ஒரு கைதிதானே!

விக்ரம் ஏன் என்னை இந்தக்கயவர்களிடம் விட்டுவிட்டுப் போயிருக்கிறார் என்று யோசித்துப் பார்த்தேன்.

கொள்ளை முடிந்து அனைவரும் வெளியில் வந்தார்கள். பாபு கடைசியாக ஒருமுறை வானத்தைப் பார்த்துச் சுட்டான். அப் பொழுது விக்ரமும் நண்பர்களும் ஒரு விவசாயியிடமிருந்து பறித்துக் கொண்டு வந்த ஒரு டிராக்டருடன் வந்து சேர்ந்தார்கள்.

பாரேலால் என்னருகில் வந்து காதில் சொன்னார்: "கவலைப் படாமல் இரு. உன்னை அவன் பிடியிலிருந்து நாங்கள் காப்பாற்றப் போகிறோம்."

அவர் மட்டும்தான் என்னுடன் பேசுவார். முதலில் நான் அவர் ஒரு தாக்கூர் என்று நினைத்துக் கொண்டிருந்தேன். அவரிடம் பணக்காரர்களினுடைய நிறமும் செயலில் கம்பீரமும் இருந்தன. அவர் என்னைக் காப்பாற்றுவார் என்னும் நம்பிக்கை

ஏற்பட்டது.

இரவு முழுவதும் டிராக்டரில் பயணம் செய்து விடியற்காலை ஒரு தரிசு நிலத்தை அடைந்தோம். யமுனையின் அருகிலுள்ள ஏதோ ஓர் இடத்தை அடைந்திருப்பதாக நான் யூகித்தேன். என்னை அங்கே விட்டால், நான் ஓராயிக்குப் பத்திரமாகப் போய்ச் சேர்ந்து விடுவேன் என்று விக்ரம், பாபுவிடம் சொல்வதை நான் கேட்டுக் கொண்டிருந்தேன். ஓராயி, யமுனையின் கரையிலுள்ள ஒரு சிறு நகரம் என்று எனக்குத் தெரியும்.

"கூண்டுக்கிளியொன்றைக் கூட்டிக் கொண்டு நடக்க வேண்டிய அவசியம் நமக்கில்லை" என்று ஒருவன் சொன்னான்.

எதிர்பார்ப்பினால் என் இதயம் சிறகடிக்கத் தொடங்கியது. ஓராயிவிற்குச் சென்று விட்டால் யமுனையின் அருகில் சென்று விட்டதாக அர்த்தம். பாபுவின் கால்களில் நெடுஞ்சாண்கிடையாக விழுந்து என்னை விட்டு விடும்படி கெஞ்சினேன்.

"சரி! இவள் விருப்பப்படும் இடத்திற்குப் போய்க் கொள்ளட்டும்!"

என்னால் இந்த வார்த்தைகளை நம்ப முடியவேயில்லை!

நான் தயங்கித் தயங்கிச் சில அடிகள் நடந்தேன். ஓடுவதற்கு எனக்கு தைரியம் வரவில்லை. எப்படியோ சுதந்திரம் கிடைத்து விட்டது என்று நினைத்த உடனே பின்னால் ஒரு வெடிச்சத்தம் கேட்டு நான் நடுங்கினேன்.

என் 'டீ' சர்ட்டினுடைய முழுக்கை பற்றி எரிந்தது. துப்பாக்கி குண்டு என்னை உரசிக் கொண்டு போயிருக்கிறது! மறுபடியும் சுடுவார்களோ என்று பயந்து நான் நின்ற இடத்தை விட்டு அசையவில்லை.

"உங்களுக்கென்ன பைத்தியமா?" விக்ரம் அலறினான். "எதற்காக நீங்கள் அவளைச் சுட்டீர்கள்?"

அவர்கள் வாக்குவாதம் செய்து கொள்ளவும் ஒருவருக்கொருவர் துப்பாக்கியைக் காட்டி மிரட்டிக் கொள்ளவும் செய்தார்கள்.

"உங்களைப் போன்ற மல்லாக்கள் அரைக்காசுக்குப் பயனில்லாத வெறும் நாய்களடா! நீ சொன்னால் நான் அவளை விட்டு

விடுவேனா?"

பாபு என்னைப் பார்த்தான். "ஏண்டீ, இதற்கு மேலும் நீ இங்கிருந்து ஓடிப் போக வேண்டும் என்று நினைக்கிறாயா?" உயிருக்குப் பயந்து "மாட்டேன்" என்று நான் சொன்னேன்.

அவன் முட்டியை மடக்கி என்னைக் குத்தினான். அதற்குப் பிறகு மற்றவர்களுக்கு முன்னாலேயே என் கால் சராயைக் கழட்டத் தொடங்கினான்.

"அவளைத் தொடாதே!" விக்ரம் தடுத்தான்.

அதற்குள் இராட்சசன் என் டீ சர்ட்டை இழுத்துக் கிழித்து என்னை பாதி நிர்வாணமாக்கியிருந்தான்.

"தயவு செய்து என்னை விட்டு விடு!" நான் கெஞ்சினேன். அவன் என் மேலிருந்து கைகளை எடுத்தான்.

விக்ரம் மெல்ல மெல்ல அமைதியடைந்தார். "அவளை அனுப்பி விடுவதற்குப் பணம் வேண்டுமென்றால் நான் இருபது இலட்சம் தருகிறேன்" விக்ரம் சொன்னார்.

"நான் உங்களுக்கு நாற்பது இலட்சம் தருகிறேன். எனக்கு அவள் வேண்டும். உங்கள் மல்லா சாதியைச் சேர்ந்த ஒரு பெண்ணை நான் விட்டுவிடப் போவதில்லை. எனக்கு அவள் வேண்டும்! நான் விரும்புவதையெல்லாம் செய்ய வேண்டும். அவள் ஒரு காரியத்திற்கு மட்டுமே பயன்படுவாள்..."

"நாம் கோவிலுக்குப் போகலாம். அங்கே வைத்து நீ அவளைத் திருமணம் செய்து கொள். உங்களுக்காக ஒரு நல்ல திருமணத்தை நாங்கள் நடத்தி வைக்கிறோம்."

"பாபு சிரித்தான் "சரி!"

இருவரிலும் அதிக அறிவுள்ளவன் விக்ரம்தான். பாபுவோ உடல் பலமும் அகங்காரமும் கொண்ட படிப்பறிவில்லாத ஒரு காட்டு மிருகம்!

அடுத்த நாள் நாங்கள் மாதவப்பூர் கிராமத்தின் வழியாகப் போய்க் கொண்டிருக்கும் பொழுது பாதையருகில் நின்று கொண்டிருந்த ஒரு சிறு பெண் அந்தக் காட்டு மிருகத்தின் கண்களில் பட்டு விட்டாள். அவன் அவளிடம் தண்ணீர் கேட்டான். ஒரு

பிராமணப் பெண்போல இருந்த அவள் கோதுமைக் கதிர்களைப் போல தளதளவென்று அழகாக இருந்தாள். பனிரண்டு பதிமூன்று வயதிருக்கலாம். அவள் ஒரு குடத்தில் தண்ணீர் எடுத்துக் கொண்டு திரும்பி வந்தாள். காட்டு மிருகம் அவளை அங்கேயே கற்பழித்தது. விக்ரமும் நண்பர்களும் அப்போது அங்கு இல்லை.

விக்ரம் திரும்பி வந்த பிறகு நடந்த சம்பவத்தை பாரேலால் விவரித்தார். "வெகு விரைவில் அவன் இந்தப் பாவங்களுக்கெல்லாம் விலை கொடுக்க வேண்டி வரும்! யாராவது அவன் அம்மாவிடம் இப்படி நடந்து கொள்வார்கள்!"

விக்ரம் ஒலிபெருக்கியை எடுத்து காவலர்கள் வந்து கொண்டிருக் கிறார்கள் என்று கூட்டத்தினரை திரும்பி வரும்படி சொன்னான். சங்கத்தினர் எல்லா திசைகளிலிருந்தும் ஓடிவந்து சேர்ந்தார்கள்.

விக்ரம் என் கையைப் பிடித்துக் கொண்டு அருகிலிருந்த காட்டிற்குள் ஓடினார். மற்றவர்கள் எங்களைப் பின்தொடர்ந்து வந்தார்கள். நாங்கள் இரவு முழுவதும் ஓடி ஒரு தரிசு நிலத்தை அடைந்தோம்.

தங்களுடைய தலைவன் பாபுவுக்காக அவனது நண்பர்கள் ஒரு கூடாரம் அமைத்தனர். நிலத்தில் ஒரு விரிப்பை விரித்து அதன் மேல் ஒரு மெத்தையைப் போட்டார்கள். மற்றவர்கள் மரத்தடியில் வெறுந்தரையில் படுத்துத் தூங்கினார்கள். "நான் தனியாகத் தூங்க மாட்டேன், அவளைக் கொண்டு வாருங்கள்!"

விக்ரம் அப்பொழுதும் தூங்காமல் புகை பிடித்துக் கொண்டி ருந்தார்.

"பாபு, நீங்கள் கொஞ்ச நேரமாவது தூங்க வேண்டும். நாளை நீங்கள் இவளைத் திருமணம் செய்து கொள்ளப் போகிறீர்கள். அதற்கு சக்தி தேவைப்படும்."

"நீ வாயை மூடு! எனக்கு இப்பொழுதே இவள் வேண்டும்." இருட்டில் விக்ரம் என்னிடம் சொன்னார். "அவனை அனுசரித்து நடந்து கொள். அங்கே போய் அவனுடன் படுத்துக் கொள்..."

நான் அழத் தொடங்கினேன்.

நான் சென்று பாபுவின் அருகில் படுத்தேன். அவன் மிருகத் தனமான காமத்துடன் ஒற்றைக் கண்ணால் என்னைப் பாதம்முதல்

உச்சிவரை பார்த்தான்.

"ஆ! நீ எவ்வளவு அழகான பெண்!"

அருவருப்பைத் தோற்றுவிக்கும் கைகளால் அவன் என்னைத் தழுவினான். நான் கண்களை மூடி பிரார்த்தனை செய்தேன். "ஓடிப் போக உகந்த நேரத்தை என் காதில் சொல்" என, தீயவற்றை அழிக்கும் தெய்வமான துர்காதேவியிடம் வேண்டினேன்.

விக்ரம் கூடாரத்தின் வெளிப்புறம் வந்தார். " நீங்கள் நாளைக்கு அவளைத் திருமணம் செய்து கொள்ளப் போகிறீர்களா?"

"ஆமாம். கண்டிப்பாக."

"இப்பொழுது இப்படிச் சொல்கிறீர்கள். நீங்கள் திருமணம் செய்து கொள்ளப் போவதில்லை என்று நான் சொல்கிறேன்."

"நீ வாயை மூடு! எனக்கு ஒரு சிகரெட் கொண்டு வா!"

விக்ரமின் காலடிச் சத்தம் விலகிப் போவதை நான் கேட்டேன். காட்டு மிருகத்தினுடைய உடல் பாரம் என் மேல் படர்ந்தது. விக்ரம் திரும்பி வரும் காலடிச் சத்தம் என் காதில் விழுந்தது. கூடாரத்திற்கு வெளியே திடீரென்று அமைதி நிலவியது.

நான் கண்களைத் திறந்தபொழுது விக்ரமும் பாரேலாலும் கூடாரத்தினுள் நின்று கொண்டிருந்தார்கள்.

"சிகரெட் எங்கே?" பாபு உறுமினான்.

விக்ரமின் கையில் துப்பாக்கி இருந்தது. "புழுத்த நாயே! நீ அவளை விட்டுவிட்டு எழுந்திருக்கவில்லை என்றால் உன் பின் தலையில் குண்டு பாயும்!"

அந்தக் காட்டு மிருகம் எழுந்திருக்க முயன்றான் என்றாலும் கால்கள் துணியில் சிக்கிக் கொண்டிருந்ததால் அவனால் எழ முடியவில்லை. விக்ரம் சுட்டார்.

நான் கத்தினேன். என் கதை முடிந்து விட்டது என்று நான் நினைத்தேன். தொடர்ந்து இரண்டு வெடிச்சத்தங்கள். சற்று சூடான ஏதோ ஒன்று என்னைத் தொடுவதை நான் உணர்ந்தேன். இரத்தம்!

யாரோ என்னைத் தூக்கினார்கள். ஒற்றைக் கண்ணனின் உடல் கீழே விழுந்தது. வெளியில் மேலும் வெடிச்சத்தமும், அலறல்களும் பலர் ஓடிச் செல்லும் காலடியோசையும் கேட்டது. அதற்குப் பிறகு எங்கும் அமைதி.

ஒரு வழியாய் நான் கூடாரத்தை விட்டு வெளியே வந்த பொழுது உயிரற்ற உடல்கள் கிடப்பதைப் பார்த்தேன். பாபு குஜாரின் பாதுகாவலர்கள் நான்கு பேர் இறந்து கிடந்தார்கள். நான் கிணற்றின் அருகில் ஓடிப் போய் என் உடலில் இருந்த இராட்சசனுடைய இரத்தத்தைக் கழுவிக் கொண்டேன்.

தூரத்தில் நிழலிருந்து என்னை ஓர் உருவம் நெருங்கியது. அது சித்தப்பா பாரேலால்.

"எல்லாம் முடிந்து விட்டது." அவர் சொன்னார். "வா."

"மற்றவர்கள் எல்லாம் எங்கே?"

"அவர்கள் எலிகளைப் போலப் பயந்து ஓடிவிட்டார்கள்!" அவர் வெற்றிக் களிப்பால் சொன்னார்.

டார்ச் வெளிச்சத்தில் ஒரு துண்டுக்காகிதத்தில் எதையோ எழுதியபடி விக்ரம் இராட்சசனின் உடலருகில் உட்கார்ந்து கொண்டிருந்தார்.

"அவர் என்ன எழுதிக் கொண்டிருக்கிறார்?" என்று நான் பாரேலாலிடம் கேட்டேன்.

"பூலான் தேவியின் பெயரில் பாபு கொல்லப்பட்டுள்ளான் என்று அவன் எழுதிக் கொண்டிருக்கிறான். அதுதான் சட்டம்."

விக்ரம் காகிதத்தை மடித்து இராட்சசனுடைய சட்டைப் பையில் சொருகினார். அதற்குப் பிறகு அவர் பாபுவின் துப்பாக்கியை எடுத்து அவனது மார்பின் மேல் வைத்தார். முன் தினம் கொள்ளையடிக்கப் பட்ட பொருட்கள் பாபுவின் பைகளில் நிறைந்திருந்தன! விக்ரம் அவற்றைத் தொடக்கூட இல்லை.

சங்கத்திலிருந்த தாக்கூர்கள் ஓடிப் போய் விட்டார்கள். ஆனால், விக்ரமின் நண்பர்கள் இருபது பேர் இருந்தார்கள். பதினைந்து மல்லாக்கள், இரண்டு பிராமணர்கள், மீதி சாமர்கள். அப்படி பாபு தாக்கூரின் அட்டூழியங்களுக்கு முடிவுகட்டுவதில்

விக்ரம் மல்லா வெற்றி பெற்றார்.

கூட்டுக் கொலை நடைபெற்ற இடத்தைவிட்டு நாங்கள் முன்னேறிப் போய் ஒரு குளக்கரையில் நின்றோம். நேரத்தை வீணாக்காமல் நாங்கள் அடுத்த கிராமத்தை அடைந்தோம். கிராமம் உற்சாகத்தில் மிதந்து கொண்டிருந்தது. பாபுவின் மரணத்தை அறிவித்தபடி விக்ரம் ஒவ்வொருவருக்கும் பணம் கொடுத்தார்.

"விக்ரம் நீண்ட நாள் வாழட்டும்! கிராமத்தினர் உற்சாகக் குரல் எழுப்பினர்.

தங்களுடைய மனைவிமார்களையும் பெண்களையும் கற்பழித்துக் கொன்ற காட்டு மிருகத்தின் அழிவைக் கேட்டு மல்லாக் களான அவர்கள் அனைவரும் ஆனந்தம் அடைந்தார்கள். நன்றி தெரிவிக்கும் வகையில் விக்ரமின் காலைத் தொட்டு வணங்க ஊர் மக்கள் அனைவரும் திரண்டனர். விக்ரமின் கழுத்தில் ஒருவன் மாலையைப் போட்டான்.

"விக்ரம் அவனைக் கொன்றது உன்னைக் காப்பாற்றுவதற்காகத் தான் பூலான்! நீ அவனுக்குக் கடமைப்பட்டிருக்கிறாய். நீ அவனை அனுசரித்து நடந்து கொள்ள வேண்டும். அவன் என்ன விரும்புகிறான் என்று யாருக்குத் தெரியும்" பாரேலால் சொன்னார்.

ஆம்! விக்ரம் என்னை அவமானத்தில் இருந்து மட்டுமல்ல, சாவிலிருந்தும் காப்பாற்றியுள்ளார். எனக்கு உதவி செய்ய வந்த முதல் ஆண் அவர்தான். ஓர் அடிமையைப் போலவோ, வெறும் சதைப் பிண்டமாகவோ இல்லாமல் ஒரு மனிதப் பிறவியாக என்னைப் பார்த்தது விக்ரம்தான். என்னைப் போக அனுமதித்தார் என்றால், இன்னுங் கொஞ்சம் என்னிடம் கருணைகாட்டும்படி வேண்டிக் கொள்ள வேண்டும் என்று நான் முடிவு செய்தேன். "அண்ணா, மாயாதீனையும் பழிவாங்கு, என்னை ஒரு மனிதப் பிறவியாய் நினைக்கும்படி என் ஊர் மக்களுக்குச் சொல். பூலான் தேவி ஒரு ஈனப்பிறவி அல்ல என்று அவர்களிடம் சொல்."

19

நான் கண்விழித்தபோது சித்தப்பா பாரேலால் என்னருகில் இருந்தார். "விக்ரம்தான் இப்பொழுது நம்முடைய தலைவன். உன்னை என்ன செய்வது என்று அவன் எங்களிடம் கேட்டான். அவன் உன்னை ஏற்றுக் கொள்ள வேண்டும் என்று நாங்கள் சொன்னோம். வா, இப்பொழுது அவன் உன்னைப் பார்க்க வேண்டும்" என்று கூறினார்.

பாரேலாலும் எனக்குக் காவல் நின்று கொண்டிருந்த இருவரும் சேர்ந்து என்னைக் கோயிலில் கொண்டு வந்து உட்கார வைத்தார்கள். விக்ரம் ஒரு படியில் உட்கார்ந்து கொண்டிருந்தார். அவரைச் சுற்றிலும் வட்டமாக நண்பர்கள் அமர்ந்திருந்தனர். விக்ரமிற்கு இருபத்தைந்து வயதுதான் இருக்கும். ஆனால், சித்தப்பா பாரேலால் கூட அவருக்கு மரியாதை கொடுத்தார். விக்ரம் அழகாக இருந்தார். பெரும் பலசாலியல்ல. காவலர்களின் சீருடை அணிந்திருந்த அவருடைய மார்பின் குறுக்காக துப்பாக்கிரவைகள் இருந்த கச்சை தொங்கிக் கொண்டிருந்தது. தோளில் துப்பாக்கி. நெற்றியில் ஒரு வெள்ளைத்துணியை

தமிழில்: மு.ந. புகழேந்தி

வட்டமாகக் கட்டியிருந்தார். "உனக்கு என்னைப் பிடித்திருக்கிறதா?" அவர் கேட்டார்.

இதற்கு முன் என்னிடம் யாரும் இவ்வாறு கேள்வி கேட்ட தில்லை. ஆச்சரியமும் பதட்டமும் என்னைத் தலைகுனிய வைத் தன. என் முகம் துடித்தது. என்ன பதில் சொல்வது என்று புரிய வில்லை.

சுற்றிலும் இருந்தவர்கள் சிரிக்கவும் என்னைக் கிண்டல் செய்யவும் தொடங்கினர்.

விக்ரம் எழுந்து என்னருகே வந்து என் தலைமுடியைத் தடவினார். "அழாதே, நான் உன்னைக் கட்டாயப்படுத்தவில்லை. சொல் பூலான், உனக்கு என்னைப் பிடித்திருக்கிறதா?"

கண்களில் நீர் மல்க அவரைப் பார்த்துச் சிரித்தேன்.

நண்பர்கள் அவரை உற்சாகப்படுத்தினார்கள்.

"அவளை ஏற்றுக் கொள், மஸ்தானா! அவளிடம் அதிகப் பாசம் காட்டு. நடந்தவைகளை எல்லாம் அவள் மறக்கட்டும்!" விக்ரம் என் கண்ணீரைத் துடைத்து விட்டுக் கேட்டார்: "உனக்கு நடந்தவைகள் எல்லாம் எனக்குத் தெரியும், பூலான். தாக்கூர்கள் உன்னை என்ன செய்தார்கள் என்றும் எனக்குத் தெரியும். நடந்தவற்றை மறந்து விடு. எங்களுடன் இருக்கும்போது இனிமேல் அப்படி எதுவும் நடக்காது."

மற்றவர்கள் அனைவரும் அமைதியாக இருந்தார்கள். அவர் களுக்கு என் மீது அனுதாபம் தோன்றியிருக்க வேண்டும்.

என் அழுகை நின்றது.

"என்னைப் பற்றி நீ என்ன நினைக்கிறாய் என்று சொல். நான் உனக்குப் பொருத்தமானவன்தானா?"

அந்தக் கேள்வியைக் கேட்டு நான் சிரித்து விட்டேன்.

"சிரிக்காதே. எல்லோர் முன்னிலையிலும் நீ அதைச் சொல்ல வேண்டும். சொல்!"

ஒரு நீண்ட பெருமூச்சுடன் நான் சொன்னேன். "எனக்கு விருப்பம் தான்."

நான் பூலான்தேவி

"சத்தமாகச் சொல்!"

"ஆமாம், எனக்கு விருப்பம்தான்!"

அவர்கள் எல்லோரும் சிரித்தார்கள்.

"சரி, இதுபோதும்." விக்ரம் சொன்னார்.

பொருட்கள் வாங்குவதற்காக சிலரைக் கடைவீதிக்கு அவர் அனுப்பினார். அவர்கள் நிறைய கேக்குகளும் இனிப்புப் பல காரங்களும் வாங்கிக் கொண்டு வந்தார்கள். கொண்டாட்டங்கள் தொடங்கின.

மகிழ்ச்சியால் வானத்தை நோக்கிச் சுட்டார்கள்.

திருமணப் பாட்டைப் பாடியபொழுது விக்ரம் அவர்களைத் தடுத்துக் கூறினார்:

"நிறுத்துங்கள்! முதலில் நாம் ஒரு உறுதிமொழி எடுத்துக் கொள்ள வேண்டும். நான்தான் உங்களுடைய தலைவன் என்றும், நீங்கள் எல்லோரும் என்னை அனுசரித்து நடந்து கொள்வீர்கள் என்றும் சத்தியம் செய்ய வேண்டும். நீங்கள் ஒருபோதும் எனக்குத் துரோகம் செய்ய மாட்டீர்கள் என்றும், இந்தப் பெண்ணை தாயாகவோ சகோதரியாகவோ எண்ணிக் கொள்ள வேண்டும் என்றும் சத்தியம் செய்ய வேண்டும்."

அவர்கள் ஒவ்வொருவரும் ஆற்றில் இறங்கி கையைக் குவித்து புண்ணிய நீரை எடுத்து, "விக்ரம் தான் எங்களுடைய தலைவர், பூலானை நான் சகோதரியாகத்தான் பார்ப்பேன் என்று சத்தியம் செய்கிறேன். இந்த உறுதிமொழியை மீறுபவர்கள் மரணதண்டனை அனுபவிக்க வேண்டி வரும்....!" இப்படிச் சொல்லிக் கொண்டு அவர்கள் கையிலிருந்த தண்ணீரை ஆற்றில் தெளித்தார்கள்.

நாங்கள் ஆற்றைக் கடந்து காட்டிற்குள் நுழைந்தோம். விக்ரம் என் கழுத்தில் ஒரு சாமந்திப் பூமாலையை அணிவித்து ஒரு மாலையைத் தானும் அணிந்து கொண்டார். அதற்குப் பிறகு என் நெற்றியில் குங்குமப் பொட்டு வைத்தார். அப்படி அந்தக் கூட்டத்தினை சாட்சி வைத்து பூலான் தேவி ஒரு கொள்ளைக் காரனைத் திருமணம் செய்து கொண்டாள்....

நாங்கள் ரெய்ப்பூர் கிராமத்தை அடைந்தோம். கிராமத்தின்

தமிழில்: மு.ந. புகழேந்தி 187

கடைசியிலிருந்த ஒரு சிறு வீட்டிற்கு விக்ரம் என்னை அழைத்துக் கொண்டு போனார். கான்கிரீட்டாலான அந்த வீடு அவரது உறவினர் ஒருவருடையது.

விக்ரம் என்னை இப்படி அறிமுகப்படுத்தினார்: "இது பூலான், உன் உறவினள். நாங்கள் இப்பொழுது தான் திருமணம் செய்து கொண்டோம்."

அவ்வீட்டிலிருந்தவர்கள் என்னை வணங்கினார்கள்.

விக்ரம் என்னை மேலே கூட்டிக் கொண்டு போனார். அங்கே ஒரு சிறு அறை அலங்கரிக்கப்பட்டிருந்தது.

"நாம் இணைந்து வாழப் போகிறோம். நீ இந்தச் சீருடையை அவிழ்த்து விடு." அவர் எனக்கு ஒரு லுங்கியைக் கொடுத்தார்.

"உங்களுக்கு முன்னால்...." நான் வெட்கத்துடன் சொன்னேன்.

உடனே அவர் கீழே இறங்கிப் போனார். ஒரு விதமாய் நான் லுங்கியைச் சுற்றிக் கொண்டேன்.

அவர் திரும்பி வந்து படுக்கையில் என் அருகில் உட்கார்ந்தார்.

"உனக்கு பயமாக இருக்கிறதா?" அவர் கேட்டார்.

"ஆமாம். என் பெற்றோர்களுக்கு இது தெரிந்தால்..." நான் சொன்னேன்.

"நாம் உன் பெற்றோர்களிடம் ஆசீர்வாதம் வாங்கிக் கொள்ள லாம். நீ இப்பொழுது திருமணமானவள் என்பதை நினைவில் வைத்துக் கொள். மகிழ்ச்சியாக இருக்க வேண்டும். பாபு நிறையப் பெண்களிடம் கொடூரமாக நடந்து கொண்டுள்ளான். அவர்களில் யாருக்கும் திருமணமாகப் போவதில்லை."

"ஆண்கள் ஏன் இப்படி மரியாதைக் குறைவாய் நடந்து கொள் கிறார்கள்? என்னை எதற்காகக் கடத்திக் கொண்டு வந்தீர்கள்?"

"நடந்தவைகளை எல்லாம் மறந்து விடு. உன்னைத் தொந்தரவு செய்தவர்களை, சித்ரவதை செய்தவர்களை நான் பழி வாங்கிக் கொள்கிறேன். என்ன நடந்தது என்று சொல்."

சிறுமியாக இருக்கும்போதே புட்டிலால் என்னைத் திருமணம் செய்து கொண்டதையும், அங்கே நான் அனுபவித்த கொடுமைகள் உட்பட அனைத்தையும் நான் கூறினேன்.

"சரி. அவற்றையெல்லாம் மறந்து விடு. என்னை உனக்குப் பிடித்திருக்கிறதா?"

"ஆமாம், பிடித்திருக்கிறது."

அவர் என்னை முத்தமிட்டார். ஓர் ஆண் நிறைந்த பாசத்துடன் அப்படிச் செய்வது அதுதான் முதல் முறை.

இந்த அமைதியும் பாதுகாப்பும் நிறைந்தது தான் சிநேகமா? பல ஆண்டுகளுக்குப் பின் அதைப் பற்றி நினைக்கும்போது ஒரு சிந்தனை என் மனத்துள் எழுகிறது. இந்த மனிதன், அவர் உரிமை எடுத்துக் கொண்ட அளவு நேசித்தார் என்றால், ஏன் என்னைத் திருப்பி அனுப்பியிருக்கக்கூடாது? திருப்பி அனுப்பியிருந்தார் என்றால் நிச்சயமாக நான் ஒரு கொள்ளைக்காரியாக இருந்திருக்க மாட்டேன். எனக்கென்று ஒரு குடும்பமும் குழந்தைகளும் இருந்திருக்கும்...

20

என்னால் தூங்க முடியவில்லை. இருட்டைப் பார்த்தபடி நான் படுத்துக் கொண்டிருந்தேன். என்னைத் தொந்தரவு செய்வதில்லை என்று அவர் வாக்குக் கொடுத்திருக்கிறார். ஆனால், அவர் என்னை விட பலசாலி. ஆணும்கூட. ஆண் என்றால் என்னைப் பொறுத்தவரை கற்பழிப்பவன் என்று பொருள். போதாதற்கு நான் அப்பொழுதும் அவருடைய கைதியாகத்தான் இருந்தேன்.

நான் ஆழ்ந்த உறக்கத்தில் மூழ்கினேன். கண் விழித்த பொழுது சூரியன் உதித்து உயரத்தில் இருந்தது. விக்ரம் குளித்து முடித்து உட்கார்ந்து படித்துக் கொண்டிருந்தார். பாரேலாலும் மாதவும் வந்து சேர்ந்திருந்தனர்.

அவர்கள் என் ஆபரணங்களைக் கவனித்தார்கள். நேற்று இரவு விக்ரம் எனக்கு ஒரு கடிகாரமும் ஒரு தங்கமாலையும் கொடுத்திருந்தார். "இவைகள் நான் திருடியவை அல்ல. அப்பாவிடமிருந்து கடன் வாங்கிய பணத்தில் நகரத்தில் வாங்கியவை."

நான் பூலான்தேவி

அவைகளை எனக்கு அன்பளிப்பாகக் கொடுத்தபோது அவர் சொன்ன வார்த்தைகள். எனக்குக் கடிகாரத்தில் மணிபார்க்கத் தெரியாது.

"காவலர்கள் வருவதற்கு முன் நாம் இங்கிருந்து போய்விட வேண்டும்" பாரேலால் அவசரப்படுத்தினார்.

"நான் இன்னொரு இடத்திற்குக் கூடப் போக வேண்டியிருக்கிறது சித்தப்பா" விக்ரம் சொன்னார்.

நாங்கள் நான்குபேர் மட்டும் பஜாமாவு என்னும் கிராமத்திற்குப் போனோம். மண்குடிசைகளும் பெரிய கான்கிரீட் மாளிகைகளும் கொண்ட கிராமம். பல சாதியினரும் அங்கே வாழ்ந்து கொண்டிருந்தனர். என்றாலும் பெரும்பாலானவர்கள் 'சாதவு'கள். நாங்கள் கிராமத் தெருக்களில் நடந்து ஒரு சிறு வீட்டின் முன்னால் நின்றோம்.

கதவைத் திறந்து கொண்டு விக்ரம் ஒரு கள்ளச் சிரிப்புடன் சொன்னார்: "அம்மா, இது பூலான், உங்களுடைய புது மருமகள்." முற்றத்தில் ஐந்தாறு பேர் இருந்தார்கள். அவர்களில் யார் விக்ரமின் அம்மா என்று என்னால் தெரிந்து கொள்ள முடியவில்லை.

"அப்பா, இது உங்களுடைய புதுமருமகள்!" விக்ரம் சொன்னார்.

அவருடைய அப்பா என்னை உற்றுப் பார்த்தார். அவர் மிகவும் இளமையாகத் தோற்றமளித்தார். என் அப்பாவை விட இளையவர். வயதான ஒரு பெண்மணி விக்ரமின் முன் வந்து கும்பிட்டு அவருடைய கால்களைத் தொட்டு வணங்கினாள்.

"பூலான் இது என் மாமியார்" அவர் அறிமுகப்படுத்தினார். அவருடைய மாமியார்! அப்படியென்றால் அவருக்கு முன்னமே திருமணம் ஆகியிருக்கிறது!....

ஓர் இளம்பெண் ஒரு குழந்தையைத் தன் கால்முட்டிகளில் உட்கார வைத்து விளையாட்டுக் காட்டிக் கொண்டிருந்தாள். மிகவும் அழகாக இருந்தாள். குழந்தைக்கு இரண்டோ மூன்றோ வயதிருக்கும். அழகான பெண் குழந்தை. விக்ரமைப் போல முகம், அதே நிறம்.

தமிழில்: மு.ந. புகழேந்தி

"ராஜேஸ்வரி, இது யார் என்று தெரியுமா?" விக்ரம் கேட்டார்.

"இல்லை." என்றாள் அந்தப் பெண்.

"இது பூலான். என் மனைவி."

என்னைப் போல அவளையும் கடத்திக் கொண்டு வந்திருப்பார் என்று நான் நினைத்தேன். கோபத்துடன் நான் படகிற்குத் திரும்பி வந்தேன். என்னைச் சமாதானப்படுத்துவதற்காக விக்ரமும் மாதவ்வும் என் பின்னால் வந்து கொண்டிருந்தார்கள்.

நான் விக்ரமைத் திட்டினேன். "நீங்கள் கெட்டவர்! இதைப் போல எவ்வளவு பெண்களைக் கடத்திக் கொண்டு வந்து நாசப் படுத்தியிருக்கிறீர்கள்?"

"அவள் இவருடைய முதல் மனைவி. இவர் மிகவும் சிறுவயதாக இருக்கும்பொழுதே திருமணம் நடந்து விட்டது. நீங்கள் இவரை வெறுக்கக்கூடாது. குற்றம் சொல்லவும் கூடாது. வாருங்கள்!" மாதவ் சொன்னார்.

விக்ரம் போய் மனைவியைக் கூட்டிக் கொண்டு வந்தார். அவளுடைய கண்கள் நனைந்திருந்தன. "நீங்கள் இப்பொழுது என்னுடைய சகோதரி. ஏன் என் மீது கோபப்படுகிறீர்கள்? எனக்கு உங்கள் மீது எந்த மன வருத்தமும் கிடையாது. இன்று முதல் நான் என் கணவரை உங்களுக்கு விட்டுக் கொடுக்கிறேன்." ஒரு ஆணுக்கு இரண்டு மனைவிகள் இருப்பது அசாதாரணமானதல்ல, அதுவும் குழந்தைப் பருவத்தில் திருமணம் நடந்திருந்தால். விக்ரம் எந்தத் தப்பும் செய்திருக்கவில்லை என்று எனக்குப் புரிந்தது. நான் வீட்டிற்குத் திரும்பி வந்தேன். குடும்பத்தினர் அனைவரும் பங்கேற்ற உணவு விருந்திற்குப் பின் நாங்கள் புறப்படத் தயாரானோம். விக்ரமின் மாமியார் எனக்கு இருநூறு ரூபாய் கொடுத்தார். அவர்கள் நாங்கள் நன்றாக வாழ வேண்டுமென்று பிரார்த்தனை செய்தார்கள். புறப்படும் பொழுது விக்ரம் மகளை எடுத்து உயர்த்திப் பிடித்துக் கொண்டு சொன்னார்: "பார், இது உன்னுடைய புது அம்மா!"

நாங்கள் அருகில் இருந்த 'கடப்பாற'க் கோயிலுக்குப் போனோம். உடல் முழுவதும் திருநீறு பூசிக் கொண்டிருந்த சாமியார் அங்கே இருந்தார். விக்ரம் அவருக்கு முன்னால் நெடுஞ்

சாண்கிடையாய் விழுந்து வணங்கி, பாபு குஜாரைக் கொல்வதற்கு நடந்த சண்டையைப் பற்றி விளக்கமாய்ச் சொன்னார்.

"நீ ஒரு நல்ல காரியம் செய்திருக்கிறாய்! அந்த இராட்சசனை நீ வெகு நாட்களுக்கு முன்பே கொன்றிருக்க வேண்டும்! என்று கூறினார் சாமியார்.

அவர் என்னைப் பார்த்து, "நீ இராட்சசனைத் தோற்கடித்து விட்டாய். நீ பத்ரகாளியினுடைய அவதாரம்!" என்று சொன்னார்.

என்னைக் காப்பாற்றியதாக நான் நினைத்துக் கொண்டிருந்த கடவுளர்களிடமிருந்து கிடைத்த ஆசீர்வாதம் தான் சாமியாரின் வார்த்தைகள். கடவுள் என்னைக் கைவிட்டு விடவில்லை. இந்த உலகத்தில் நான் அனாதையில்லை. குளித்துவிட்டு நான் நீண்டநேரம் பிரார்த்தனை செய்தேன்.

நாங்கள் காட்டின் வழியாக நடந்து ஓர் அணைக்கட்டு கட்டப்பட்டுக் கொண்டிருந்த இடத்தை அடைந்தோம். அங்கே தொழிலாளிகள் பலர் வேலை செய்து கொண்டிருந்தனர்.

மாதவ் ஒரு தொழிலாளியிடம் அந்த ஊரின் பெயரைக் கேட்டார்.

"மகேஷ்பூர்." அவன் சொன்னான்.

அந்தப் பெயர் என் நினைவிற்கு வந்தது.... புட்டிலாலினுடைய கிராமம்!

என்னை அடைத்து வைத்ததும் சித்ரவதை செய்ததும் இங்கே தான்.

புட்டிலாலைத் தனக்குத் தெரியும் என்று ஒருவன் சொன்னான். அவனுடைய வீட்டைக் காட்டும்படி விக்ரம் சொன்னார்.

அந்த வீட்டின் முன் சென்ற பொழுது என் கையைக் கோர்த்துக் கொண்டு விக்ரம் சொன்னார்: "பூலான், பழிவாங்கிக் கொள்! இப்பொழுது பழிவாங்கவில்லை என்றால் பின் எப்பொழுதும் உனக்கு அந்த சந்தர்ப்பம் கிடைக்காது. இன்று இரவு நீ ஓர் உண்மையான கொள்ளைக்காரி ஆகப் போகிறாய்!"

நாங்கள் கதவைத் தள்ளித் திறந்துகொண்டு முற்றத்திற்குள் போனோம். வயதான ஒருவன் வீட்டிற்குள் வந்து சொன்னான்:

"நான் தான் புட்டிலால்..."

சங்கத்தினர் அவனை சந்தேகத்துடன் பார்த்தார்கள். "இவன்தான் புட்டிலாலா?" என்னிடம் கேட்டார்கள்.

ஆமாம் என்று நான் சொன்னேன். "நீங்கள் பூலான் தேவியைத் திருமணம் செய்தீர்களா?" விக்ரம் கேட்டார்.

"ஆமாம்." அவன் சொன்னான்.

"உங்களுக்கு உண்மையில் அவளைத் தெரியுமா? அவள் எப்படி இருந்தாள்?"

"ஓ, அவள் ஒரு குட்டி விபச்சாரியாக இருந்தாள்!"

விக்ரமின் பின்னால் நின்று கொண்டிருந்த நான் புட்டிலால் சொன்னதைக் கேட்டேன். என் தலைக்குள் இரத்தம் வேகமாய்ப் பாய்ந்தது. தனக்கு என்ன நேரப்போகிறது என்று அவன் புரிந்திருக்கவில்லை. விக்ரமையும் நண்பர்களையும் காவலர்கள் என்று நினைத்திருக்க வேண்டும்.

"அப்படியானால், நீதான் அந்தப் புழுத்துப்போன நாயா! ஒரு பதினாறு வயதுப் பெண்ணைத் திருமணம் செய்து கொண்டதுமன்றி, அவளை ஒரு விபச்சாரி என்றும் சொல்கிறாய். நீ ஒரு வயதானவனும் மனைவியை இழந்தவனும் ஆக இருந்ததில்லையா?"

விக்ரம் என் முகத்தில் டார்ச் அடித்தார். "இதோ பூலான் தேவி! உனக்கு இவளை அடையாளம் தெரிகிறதா?" அவன் பதில் சொல்வதற்கு முன்பே விக்ரமின் ஆட்கள் அவன் மேல் பாய்ந்தார்கள். அவர்கள் அவனைத் தெருவுக்கு இழுத்துக் கொண்டு போனார்கள்.

அவன் ஒரு காலத்தில் என்னைச் செய்ததைப் போல அவர்கள் அவனை லத்தியால் ஈவு இரக்கம் இல்லாமல் அடித்தார்கள். அப்பொழுது நான் அவனுடைய மூன்றாவது மனைவியைத் தேடிக் கொண்டிருந்தேன். அவள் அங்கே இருக்கவில்லை. விக்ரம் அங்கிருந்த வேப்ப மரத்திலிருந்து ஒரு பெரிய கொம்பை வெட்டிக் கொண்டு வந்து என்னிடம் கொடுத்து விட்டுச் சொன்னார்: "இனி உன் முறை, தொடங்கு!"

புட்டிலாலின் இரண்டு கைகளையும் பின்புறமாகக் கட்டியிருந்தார்கள். அவனைப் பற்றிய செய்திகளை எல்லாம் 'குட்டி விபச்சாரி' நினைத்துப் பார்த்தாள். கத்தியால் அடி வயிற்றில் கீறிவிட முயன்றதும்... விபசாரம்?... செய்தவைகளை எல்லாம்...

நான் தடியைச் சுழற்றி அவனை அடித்தேன். விக்ரமின் ஆட்கள் என்னை உற்சாகப்படுத்தினர். பழிவாங்கும் வெறி அடங்கும் வரை நான் அடிப்பதை நிறுத்தவில்லை.

தன் தவறுகளை எல்லாம் மன்னித்து விட வேண்டுமென்றும், தன்னிடம் கருணை காட்ட வேண்டுமென்றும் புட்டிலால் கெஞ்சினான். சங்கத்தினர் என்னைத் தூண்டிவிட்டார்கள். "கொல் அவனை" என அவர்கள் சத்தமிட்டனர்.

என் கால்களைப் பிடிப்பதற்காக அவன் மண்ணில் படுத்து உருண்டான். உதவி கேட்டுக் கூச்சல் போட்டான். ஆனால் யாரும் அருகில் வரவில்லை. "யாரும் அருகே வரக்கூடாது!" சங்கம் முன்னெச்சரிக்கை செய்தது.

அவனுடைய முகத்திலிருந்து இரத்தம் ஒழுகிக் கொண்டிருந்தது.

விக்ரம் பின்னால் வந்து அவன் கழுத்தைப் பிடித்தபடி சொன்னார்: "நான் தான் பூலான் தேவியினுடைய கணவன்! நீ அவளுடைய கணவன் என்று எங்காவது சொன்னாய் என்றால் நான் உன்னைச் சுட்டுக் கொன்று விடுவேன்! நீதான் பூலான் தேவியின் கணவனா?"

"இல்லை இல்லை!"

"நீ அவளைச் சித்ரவதை செய்தாயா?" "ஆம். நான் அப்படிச் செய்தது தவறுதான்!"

"நீ அவளை ஒதுக்கி வைத்தாயா?"

"ஆமாம்."

"அவள் எப்படிப்பட்டவள்?"

"அவள் ஒரு தேவதை! நான் தான் குற்றவாளி. எல்லாம் நான் செய்த குற்றம்தான்."

தமிழில்: மு.ந. புகழேந்தி

"இவ்வளவு போதும். போதாதென்றால் நான் உனக்குத் துப்பாக்கி தருகிறேன். நீ அவனைக் கொன்று விட வேண்டும் என்று நினைக்கிறாயா?" விக்ரம் கேட்டார்.

"இல்லை." நான் சொன்னேன்.

அடிவாங்கியதில் அவன் ஆடைகள் எல்லாம் கிழிந்திருந்தன. ஊர் மக்களில் ஒருவர் கொடுத்த போர்வையை போர்த்துக் கொள்ளச் சொல்லி நாங்கள் அவனை பாதையோரம் வீசினோம். வேகமாய் வரும் ஒரு லாரி ஏறி அவனது இந்தப்பிறவி முடிந்து விட வேண்டும் என்று நான் ஆசைப்பட்டேன்.

விக்ரம் ஒரு கடிதம் எழுதி அவன் உடலின் மேல் வைத்தார். "எச்சரிக்கை! சிறு வயதுப் பெண்களைத் திருமணம் செய்பவர்களுக்கு இதுதான் நடக்கும்!"

மறுநாள் அதே இடத்தில் அவனைக் காவலர்கள் உயிருடன் பார்த்ததாக நான் கேள்விப்பட்டேன். வீட்டிற்கு நான்கு கால்களில் தவழ்ந்து போகக்கூட அவனால் முடியவில்லை. அப்படி ஒருவனை யாவது பழிவாங்க முடிந்ததே என்று நான் நிம்மதியடைந்தேன்.

அன்றிரவு விக்ரம் என்னிடம் சொன்னார்: "நாளை என்பது பற்றி எப்பொழுதும் சிந்திக்கக்கூடாது, பூலான். இன்றைக்கு நாம் உயிருடன் இருக்கிறோம். ஒரு வேளை நாளை நாம் இறந்து போகலாம். வாழ்க்கை அவ்வளவு சுலபமானதில்லை, அதனால் வேறெதையும் எதிர்பார்க்கக் கூடாது."

21

யமுனையின் கரையில் உள்ள கிராமங்களில் தான் அதிகமாக நாங்கள் சுற்றிக் கொண்டிருந்தோம். ஆனால், சில சமயங்களில் காடுகளையும் கடக்க வேண்டி வந்தது. காடுகள் அச்சமூட்டுபவையாகவும் அதே நேரம் அழகானதாகவும் இருந்தது. காலம் செல்லச் செல்ல நான் நிறையக் கற்றுக் கொண்டேன். தாகம் எடுத்த பொழுது கையை நீட்டி ஒரு காட்டுச் செடியின் இளம் கொம்பை ஒடித்து எடுத்தால் போதும், சுவையான தண்ணீர் கிடைக்கும். நான், அப்பாவைப்போல முழு சைவ உணவு சாப்பிடு பவளாக இருந்தேன். உருளைக் கிழங்கு, பட்டாணி, பருப்பு, சப்பாத்தி இவைகளடங்கிய உணவு வகைகள் கிராமத்திலிருந்து எங்களுக்குக் கிடைத்துக் கொண்டிருந்தன. இடையர்கள் பாலும், விவசாயிகள் முட்டையும் கொடுப்பார்கள். காட்டில் நிறைய மாம்பழங்கள் கிடைத்தன.

வீட்டைப் பற்றி நினைவு வரும்போதெல்லாம் நான் அழுவேன். மாயாதீனும் மற்றவர்களும் இன்னுங்கூட என் குடும்பத்தினரைத் தொந்தரவு

தமிழில்: மு.ந. புகழேந்தி

செய்து கொண்டிருப்பார்களோ? என்ற பயம் இருந்தது எனக்கு. குடும்பத்தினரைப் பார்க்க வீட்டிற்குப் போக வேண்டும் என்று நான் ஆசைப்பட்டாலும் விக்ரம் தடுத்து விட்டார்.

அப்படி எனக்கு விருப்பம் இல்லாமலேயே நான் ஒரு கொள்ளைக்காரி ஆகிவிட்டேன். இரண்டு நட்சத்திரம் உள்ள ஒரு காவலர் சீருடையைத் தான் நான் அணிந்து கொண்டிருந்தேன். விக்ரம் மூன்று நட்சத்திரங்கள் உள்ள சீருடையினை அணிந் திருந்தார்.

சங்கத்தினருடன் அதிகமாகப் பேசக்கூடாது என்று விக்ரம் முன்னரே தெரிவித்திருந்தார். அதனால் சித்தப்பா பாரேலாலுடன் மட்டுமே நான் பேசுவேன்.

"அவர்களுடன் அதிகமாகப் பழகக் கூடாது. ஓர் எல்லைக்கு மேல் அவர்கள் ஆபத்தானவர்கள். அவர்களிடம் பெரிதாக எந்த நல்ல பழக்க வழக்கங்களும் கிடையாது. நீ அவர்களுடன் பேசவேண்டிய சந்தர்ப்பம் வரும்போது அதிகாரத்துடன் தான் பேசவேண்டும்."

இதற்கிடையில் நான் துப்பாக்கி சுடும் பயிற்சி எடுத்துக் கொள்ளத் தீர்மானித்தேன். விக்ரம் அவருடைய 306 துப்பாக்கியை எனக்குக் கொடுத்தார். சுடும்போது கவனத்தில் வைத்துக் கொள்ள வேண்டியவற்றைக் கற்றுக் கொடுத்தார்.

ஒரு விடியற்காலை நாங்கள் துணிகளைத் துவைத்து ஆற்றங் கரையில் காயப்போட்டுக் கொண்டிருந்தோம். அப்பொழுது தான் ஒரு காவலர் விசில் சத்தம் கேட்டது. அதோ காவலர்கள்! நாங்கள் படகில் ஏறி வேகமாகத் துடுப்புப் போட்டோம். காவலர்கள் சுடத் தொடங்கினார்கள். நீரோட்டத்திற்கு எதிராகப் படகோட்ட வேண்டி இருந்ததால் நாங்கள் சிக்கிக் கொண்டோம். காவலர்கள் எங்களது சிரமத்தைப் புரிந்து கொண்டனர். அவர்கள் மலையிடுக்குகளில் ஏறிநின்று சுடுவதைத் தொடர்ந்தார்கள். அவர்களுக்கு எங்களை உயிருடன் பிடிக்க வேண்டிய கட்டாய மில்லை.

"ஒளிந்து கொள்!" விக்ரம் அலறினார். அவர் தண்ணீரில் குதித்தார். நான் அவருக்கு லைஃப் பெல்ட்டை வீசினேன். சற்று நேரத்திற்குத் துப்பாக்கியைப் பிடித்துக் கொண்டுள்ள அவருடைய கைகளை மட்டுமே தண்ணீருக்கு மேல் காண முடிந்தது. "சுடு,

பூலான்!" அவர் சத்தம் போட்டுச் சொன்னார். நான் மலைச் சரிவுகளை நோக்கி இரண்டு முறை சுட்டேன்.

காவலர்கள் ஓயாமல் சுட்டுக் கொண்டிருந்தனர். நாங்கள் வேகமாகத் துடுப்புப் போட்டோம். விக்ரம் லைஃப் பெல்ட்டைப் பிடித்துக் கொண்டிருந்தார். கடைசியில் ஆற்றின் ஒரு திருப்பத்தில், இரு பக்கங்களிலும் அடர்ந்து படர்ந்திருந்த காடுகளின் ஊடே நாங்கள் சென்றோம். காவலர்களின் கண்பார்வையிலிருந்து மறைந்தவுடன் நாங்கள் கரை ஏறினோம். எங்களில் யாருக்கும் காயம் பட்டிருக்கவில்லை. படகை விட்டுவிட்டு மணிக்கணக்கில் நாங்கள் ஓடிக் கொண்டிருக்க வேண்டி வந்தது.

அடுத்த மூன்று நாட்கள் உண்பதற்கோ பருகுவதற்கோ ஒன்றுமில்லாமல் ஒளிந்து கொண்டிருந்தோம். சங்கத்தினர் ஆடலும் பாடலும் சீட்டு விளையாட்டுமாக இருந்தனர். பட்டினி கிடப்பது அவர்களுக்கு ஒரு பிரச்சினையாகவே தெரியவில்லை. அவர்களுடைய வாழ்க்கை எவ்வளவு சிரமம் நிறைந்தது என்பது எனக்குப் புரிந்தது. இந்த வாழ்க்கை அவர்கள் விரும்பி ஏற்றுக் கொண்டதல்ல. அவர்கள் மீது திணிக்கப்பட்டிருந்தது. நிலத்தகராறோ, குடும்ப வழக்கோ ஏற்பட்டு காவல் நிலையத்தில் இருந்து நீதி கிடைக்காததால் அவர்கள் சட்டத்தைக் கையில் எடுக்க வேண்டியவர்களானார்கள். காவலர்களிடம் இருந்து அவர்களுக்குக் கிடைத்ததெல்லாம் அடிஉதைகள் தான். இதைப் பார்த்த பணக்காரர்கள் திருப்தியுடன் சிரித்தார்கள். பணம் பறிப்பதற்காகக் கொள்ளைக்காரர்கள் ஆனவர்களைப் போல இவர்களால் மகிழ்ச்சியாக இருக்க முடியவில்லை, ஏனெனில், பணத்தைச் சேர்த்தாலும் செலவு செய்வதற்கோ, சொந்த ஊருக்குத் திரும்பிப் போகவோ அவர்களால் முடியவில்லை. சட்டமோ கட்டுப்பாடுகளோ அவர்களுக்கு இல்லையென்றாலும்கூட அவர்களில் ஒருவர் கூட என்னைக் கவரவோ, மான பங்கப்படுத்தவோ முயற்சிக்கவில்லை. ஒரு தகாத சொல்லைக்கூட அவர்கள் என்னிடம் பேசியதில்லை. மிகுந்த மரியாதையுடன் நடந்து கொண்டார்கள். காடுகளையும் மலைகளையும் நான் நேசிக்கத் தொடங்கினேன்.

சில சமயங்களில் ஒரு சங்கம் மற்றொரு சங்கத்துடன் கூட்டுச் சேர்ந்து செயல்படுவதும் உண்டு. நாங்கள் கூட்டுச் சேர்ந்த முதல் சங்கம் பாபாகனசியாம் தலைமையில் இருந்தது. பயத்தைத் தோற்றுவிக்கும் உடலமைப்பைக் கொண்டிருந்தாலும் அவருடைய

உள்ளம் கருணை நிறைந்ததாய் இருந்தது. சங்கம் என்னைக் கடத்திக் கொண்டு வந்திருக்கிறது என்பதைக் கேள்விப்பட்டபொழுது அவர் என்னிடம் அனுதாபத்துடன் பேசினார். ஒரு கொள்ளைக் கூட்டத்தில் எனக்கு எந்த வேலையும் இல்லை என்றும் என்னை விட்டு விடவேண்டும் என்றும் அவர் விக்ரமிடம் சொன்னார்.

எனக்கு ஊரில் எதிரிகள் இருக்கிறார்கள் என்றும், காவல் நிலையத்தில் சரண் அடைந்தால் ஜாமீனில் வெளிவரப் பணம் தேவைப்படும் என்றும் விக்ரம் பதில் கூறினார். அவர்களின் இரண்டு சங்கங்களும் இணைந்ததைக் கொண்டாடவும், என் ஜாமீனுக்குத் தேவைப்படும் பணத்தைச் சேர்க்கவும் என் பெயரில் இரண்டு கொள்ளைகளை நடத்த அவர்கள் தீர்மானித்தார்கள். காவலர்களைக் கண்டிக்கவும் கோபப்படுத்தவும் வேண்டி அவற்றைக் கல்ப்பி மாவட்டத்தில் நடத்த முடிவு செய்யப்பட்டது.

வழக்கம்போல முதல் கிராமத்தில் எல்லாம் நல்லபடியாக நடந்து முடிந்தன. ஆனால் இரண்டாவது கிராமத்தில் காவலர்கள் எங்களை வளைத்துக் கொண்டார்கள். ஒலிபெருக்கி மூலம் நான் அவர்களைத் திட்டிப் பேசவேண்டும் என்று விக்ரம் சொன்னார்: "நாய்களே! புழுத்த நாய்களே!" நான் ஒலிபெருக்கியில் அலறினேன்.

விக்ரம் ஒலிபெருக்கியை வாங்கிப் பிடித்துக் கொண்டு அலறினார்: "பூலான் தேவியின் வாழ்க்கையை நீங்கள் நாசமாக்கி விட்டீர்கள். நீங்கள் அவளைச் சித்திரவதை செய்திருக்கிறீர்கள். நீங்கள் அதற்குரிய விலையைக் கொடுக்கப் போகிறீர்கள்!...."

காவலர்கள் பின்வாங்கிய உடனே நான் சங்கத்தினருடன் சேர்ந்து ஓடினேன். கிராமத்தின் எல்லையை அடைந்தபொழுது ஒரு முள் வேலியில் சிக்கிக் கொண்டேன். இருட்டில் தப்பித்துச் செல்ல முயன்றேன் என்றாலும் முள்வேலியில் சிக்கிக் கொண்ட தலை முடியை எடுக்க முடியவில்லை. இதற்குள் மற்றவர்கள் தூரமாய் ஓடிப் போய்விட்டார்கள்.

இரண்டு நிழல் உருவங்கள் என்னை நோக்கி நடந்து வருவதைப் பார்த்தேன். அவர்கள் காவலர்களா சங்கத்தைச் சேர்ந்தவர்களா என்று உறுதியாகத் தெரியவில்லை. நான் மூச்சை அடக்கிக் கொண்டிருந்தேன்.

"இந்த வழியாக யாராவது ஓடிப்போவதைப் பார்த்தாயா?"

"இல்லை!" நான் சொன்னேன்.

அவர்கள் காவலர்கள். நல்ல வேளை, அன்று அமாவாசை! முள் கம்பியிலிருந்து முடியைப் பிரித்தெடுக்க முடியவில்லை. என் உடைகள் கிழிந்து விட்டிருந்தன. நேரம் கடந்து கொண்டிருந்தது.

"பூலான்! நீ எங்கே இருக்கிறாய் பூலான்?" விக்ரமின் குரல்.

"நான் இங்கே இருக்கிறேன்."

ஒரு கத்தியைக் கொண்டு முடியை அறுத்து விக்ரம் என்னை விடுவித்தார். என்ன நடந்தது என்பதை நான் விவரித்தேன். "நீ ஏன் அவர்களைச் சுட்டுக் கொல்லவில்லை?" விக்ரம் சங்கடத்துடன் கேட்டார்.

நாங்கள் கரைக்கு வந்து படகில் ஏறி ஆற்றைக் கடக்கும் பொழுது கரையின் மறு பக்கம் நிறையக் காவலர்கள் நின்று கொண்டிருப்பதைப் பார்த்தோம். "யாரது?" அவர்கள் சத்தமாய் கேட்டார்கள். "நான் கான்பூர் டி.எஸ்.பி." விக்ரம் பதில் சொன்னார். விக்ரம் சொன்னதை நம்பிவிட்டார்கள். அவருக்கு ஆங்கிலம் நன்றாகத் தெரிந்திருந்தது.

"இது என் பொறுப்பிலுள்ள பகுதி" விக்ரம் மேலும் சொன்னார். படகு கரையை அடைந்தது. மறுபடியும் ஓட்டம். விடியற் காலையில் நாங்கள் அடர்ந்த காட்டின் நடுவில் இருந்தோம். இரண்டு சங்கங்களாகப் பிரிந்தோம். விக்ரமும் பாபா கனசியாமும் ஊரை இரண்டு பகுதிகளாகப் பிரித்துக் கொண்டார்கள். அடுத்த மூன்று மாத காலம் காட்டிற்குள் ஓடிக் கொண்டே இருந்தோம். இதனிடையில் எனக்குப் பதினெட்டு வயது முடிந்திருக்க வேண்டும்...

விக்ரமின் உறவினனான மாதவிற்கு ஓரளவிற்கு எழுதப் படிக்கத் தெரியும். சங்கத்தின் பணவிவகாரங்கள் எல்லாம் அவன் பொறுப்பு. என் பேச்சே மாறிப் போய்விட்டிருந்தது. பழக்க வழக்கங்களும் கூட. காட்டில் இருக்கும்போது ஒருவன் உணவு சமைப்பான். எல்லோரையும் போலவே எனக்கும் குளிக்க வெந்நீர் தரப்படும். தண்ணீர் ஆற்றிலிருந்தோ நீரூற்றிலிருந்தோ எங்கிருந்து கொண்டு வந்ததாக இருந்தாலும் அது அனைவருக்கும் பொதுவானது. பழங்களோ கையில் எட்டிப்பிடிக்கும் உயரத்தில்

ஏராளமாய் இருந்தன.

ஒரு பறவையைப் போல நான் சுதந்தரமானவளாய் இருந்தேன். ஆனால் என் குடும்பத்தினர்களை நினைத்து நான் கவலைப் பட்டேன். ஒரு நாள் எனது வீட்டிற்கு என்னை அழைத்துச் செல்லப் போவதாக விக்ரம் சொல்லியிருந்தார். மிகவும் கவனமாய் இருக்க வேண்டும். ஏனெனில் பூலான்தேவி இப்போது ஊரறிந்த ஒரு கொள்ளைக்காரி. பூலான்தேவி கொள்ளைக்காரனும் பழிவாங்குதலினும் நீதியினுடையவனும் பாதுகாவலனான விக்ரம் மல்லாவின் மனைவி.

பாபாகனசியாமுடன் சங்கம் பிரிந்தபொழுது உத்தரப் பிரதேசத்தில் நிச்சயிக்கப்பட்ட இடத்தில் செயல்பட்டுக் கொள்ள வேண்டும் என்று இரு சங்கங்களும் தீர்மானித்தன. எங்களுக்கு ஒதுக்கப்பட்ட பகுதியில் என் கிராமமும் உட்பட்டிருப்பதை நான் தெரிந்து கொண்டேன். ஒருநாள் நாங்கள் கிராமத்திற்கு அருகில் இருந்த ஓரிடத்தை அடைந்தோம். அப்பொழுதே நான் அங்கே போக ஆசைப்பட்டேன் என்றாலும் பாதுகாப்பை உறுதிசெய்து கொள்வதற்காக விக்ரம் ஒருவனை அனுப்பினார். தூதுவன் வருத்தப்படும் படியான செய்தியுடன் திரும்பி வந்தான். வீட்டில் சல்லிக்காசு கூட இல்லை. சாப்பாடில்லை. அப்பா உடல்நலமில்லாமல் படுத்திருக்கிறார். இந்த விவரங்களையெல்லாம் அம்மா அவனிடம் சொல்லி அனுப்பியிருக்கிறாள். காவலர்கள் வீட்டிலிருந்த பொருட்களையெல்லாம் எடுத்துக் கொண்டு சென்றதோடு மட்டுமின்றி அவர்களைச் சித்திரவதையும் செய்திருக் கிறார்கள். ஆனால் கிராமம் அமைதியாக இருப்பதாகவும் பக்கத்துக் கிராமத்தில் திருவிழா நடந்து கொண்டிருப்பதால் ஊர்மக்கள் எல்லோரும் அங்கே போயிருக்கிறார்கள் என்றும் தூதுவன் சொன்னான். அன்று இரவே செல்வதென நாங்கள் தீர்மானித்தோம். பாரேலால், மாதவ், பரத் ஆகியோர் எங்களுடன் வருவதெனவும், மற்றவர்கள் வயலில் காத்துக் கொண்டிருப்பதெனவும் முடிவு செய்தோம். பாரேலால் ஒரு நாள் கூட விக்ரமைத் தனியாக எந்தக் கிராமத்திற்கும் போக அனுமதிப்பதில்லை.

இருள் விழுந்ததும் அவர்களுடன் என் வீட்டிற்குச் சென்றேன். முன்பு விக்ரம் கதவை உடைத்துக் கொண்டு வந்திருந்தார். இந்த முறை அவர் அமைதியாக பின்தொடர்ந்து வந்தார். அம்மா வெளியே வருவதற்காக காத்துக் கொண்டிருந்தோம்.

சீருடைகளைப் பார்த்து காவலர்கள் என்று நினைத்து அம்மா ஓடமுயன்ற பொழுது நான் சொன்னேன் "அம்மா! இது நான் தான் பூலான்!"

என் பெற்றோர் மிகவும் மெலிந்து போயிருந்தார்கள். அப்பா வின் முகமோ விகாரமாய் இருந்தது. அம்மா என்னைக் கட்டிப் பிடித்துக் கொண்டாள்.

"எனக்கு உன் பணம் தேவையில்லை, மகளே. நீ வீட்டிற்குத் திரும்பி விட வேண்டும் என்பது தான் எங்கள் விருப்பம்" என்றாள் அம்மா.

நான் அம்மாவிடம் இருநூறு ரூபாயைக் கொடுத்தேன். என்னிடம் அப்பொழுது அவ்வளவு தான் இருந்தது. அம்மா கயிற்றுக் கட்டிலில் உட்கார்ந்து அழத்தொடங்கினாள். நான் அருகில் உட்கார்ந்து தலையை அவள் மடியில் வைத்துக் கொண்டேன். அழாதே, அம்மா. இப்படியாகிவிட்டது. என் வாழ்க்கை ஒரு போராட்டம். என்ன ஆனாலும் நான் அந்த மாயாதீனுக்கு ஒரு பாடம் புகட்டப் போகிறேன்! பேச்சுக்குரல் கேட்டு பூரியும் சிவநாராயணனும் விழித்துக் கொண்டார்கள். பூரி வளர்ந்திருக்கிறாள். ஒன்பது வயதாகி இருக்கும்.

விக்ரம் இவ்வளவு நேரம் அமைதியாக எங்களைக் கவனித்துக் கொண்டிருந்தார். "நீங்கள் என் மகளின் வாழ்க்கையை நாசமாக்கி விட்டீர்கள், விக்ரம் மல்லா. கடவுள் எப்பொழுதும் உங்களை மன்னிக்கவே மாட்டார்!" என்று அப்பா கூறினார்.

"அது உண்மையல்ல. நாங்கள் அவளைக் காப்பாற்றியதனால் தான் பூலான் உயிருடன் இருக்கிறாள். அவளுக்காக பாபு குஜாரியைக் கொலை செய்தோம். நான் அவளைத் திருமணம் செய்து காப்பாற்றி வருகிறேன். நான் உங்களிடம் அவளை விட்டு விட்டுச் சென்றால் தாக்கூர்கள் அவளைக் கொன்று புதைத்து விடுவார்கள். அல்லது காவலர்களிடம் சரணடைந்தால் அவர்கள் கடந்த முறை செய்ததைப் போல அவளைச் சித்திரவதை செய்து விடுவார்கள்!" விக்ரம் சொன்னார்.

"இருந்தாலும்..."

"அவள் அமைதியாக வாழவேண்டும் என்றால் பலரைக் கொல்ல வேண்டியிருக்கும். அப்பா, மனப்பூர்வமாய் அவள் இங்கே இருக்க

வேண்டும் என்று நீங்கள் விரும்புகிறீர்கள் என்றால் நான் அவளை இங்கேயே விட்டுச் செல்கிறேன்!" அதற்குப் பிறகு அப்பா எதுவும் பேசவில்லை. அம்மா கைகளைத் தொழுது கும்பிட்டு விட்டு எங்களை ஆசீர்வாதம் செய்தாள். விக்ரம், அப்பாவினுடைய பாதங்களைத் தொட்டு வணங்கினார். "அப்பா, நான் கெஞ்சிக் கேட்டுக் கொள்கிறேன், என்னை மன்னித்து விடுங்கள்."

அங்கிருந்து புறப்பட வேண்டிய நேரமாகி விட்டது. மாயாதீனைப் பார்க்க வேண்டும். அவன்தான் என் வாழ்க்கையை நாசமாக்கியது. விக்ரம் அல்ல....

தூரத்தில் இருந்தே நாங்கள் திருவிழா நடந்து கொண்டிருந்த இடத்தில் வெளிச்சத்தைப் பார்த்தோம். அலங்கரிக்கப்பட்ட ஒரு மேடையின் முன் நூற்றுக்கணக்கான மக்கள் திரண்டிருந்தனர்.

வழக்கம் போல எங்கள் சங்கம் வானத்தை நோக்கிச் சுட்டபடி அங்கே சென்றது. மக்கள் கூட்டம் பயத்தால் உறைந்து நின்றது. ஒருவருக்கும் இருந்த இடத்தைவிட்டு அசைய தைரியம் இல்லை. நாங்கள் மேடையைச் சுற்றிவளைத்து ஒலிபெருக்கியைக் கையில் எடுத்தோம். ஊர் மக்கள் வியப்போடு என்னைப் பார்த்தார்கள். தங்களுக்கு முன்னால் துப்பாக்கி ஏந்தியவளாய், கொள்ளைக்காரியாய் நின்று கொண்டிருப்பது தேவிதினின் மகள் பூலான் என்று அவர்களால் நம்பவே முடியவில்லை!

"மாயாதீன் எங்கே?"

அவன் அங்கேதான் எங்கேயாவது ஒளிந்து கொண்டிருப்பான் என்று எனக்குத் தெரியும்.

"எல்லோரும் என் முன்னால் வரிசையாகச் செல்லுங்கள்! சீக்கிரம்!" நான் கத்தினேன்.

மாயாதீன் அங்கேதான் இருந்திருக்கிறான். கடைசி ஆளும் போன பிறகு தான் அது எனக்குப் புரிந்தது. அவன் தந்திரமாகத் தப்பித்துப் போயிருக்கிறான். பூலான் தேவிக்குப் பயந்திருக் கிறான்! என் கண்ணில் பட்டிருந்தானானால் அங்கேயே நான் அவனுடைய கதையை முடித்திருப்பேன். பின்வாங்கும்படி விக்ரம் கட்டளையிட்டார். அவர் என்னைச் சமாதானப்படுத்த முயன்றார். "சொல்வதைக் கேள் பூலான். அவனுடைய மைத்துனனுக்கு நாம் ஒரு கடிதம் அனுப்பலாம். அவன் பெயர்

என்ன? அது, மான்சுக். காவலர்கள் அவனைப் பார்க்க வேண்டி இருக்கிறது என்று நாம் அறிவிக்கலாம். அவன்தானே நீ அடிபடக் காரணம். அவர்கள் உன்னைக் கற்பழிக்காமல் இருந்திருக்கலாம். ஆனால் மற்றவர்களைத் தூண்டிவிட்டது அவன்தான். உன் உறவினனும் ஒரே சாதியைச் சேர்ந்தவனுமான ஒருவனை நீ கொல்வது சரியல்ல. அது உன் வாழ்நாள் முழுவதும் கெட்ட பெயரை உண்டாக்கிவிடும். உன் பெற்றோர்கள் இன்னும் அதிகமான துன்பத்தை அனுபவிக்க வேண்டி வரும். அதனால் மான்சுக்கை உன் இடத்திற்கு வரவைக்கிறேன். உன் விருப்பப்படி என்ன வேண்டுமானாலும் செய்து கொள்!"

இந்த மான்சுக்கிற்கு ஒரு பாடம் கற்பிக்க வேண்டும். அடுத்த நாள் என் பழிவாங்கும் எண்ணத்திற்கான இரையை அவர்கள் என் கண் முன்னால் கொண்டு வந்த நிறுத்தினார்கள்.

அவன் எல்லாவற்றையும் விளக்கமாய்ச் சொன்னான். என் மீது கொள்ளைக் குற்றம் சுமத்தப்படக் காரணமாயிருந்தது அவன்தான். அன்று, அவன் காவலர்களிடம், "இவள் ஒரு ரகளை பிடித்தவள்! நீங்கள் விரும்புவதையெல்லாம் இவள் செய்வாள்" என்று கூறியிருந்திருக்கிறான். இப்பொழுது மன்னிப்புக் கேட்டு தன் உயிருக்காக என் முன் மன்றாடிக் கொண்டிருக்கிறான்!

"காவலர்களின் அறையில் நான் இவனைப் போலத்தான் நடுங்கிக் கொண்டிருந்தேன். குற்றமற்ற என்னை விட்டுவிடும்படி நான் கெஞ்சினேன். இருப்பினும் அவர்கள் அதனைத் துளி கூட பொருட்படுத்தவில்லை." என் மனதில் அந்தக் காட்சிகள் ஓடின.

"அதைச் செய்தது நானல்ல, பூலான்!" மான்சுக் சொன்னான். "அப்படிச் செய்ய வேண்டும் என்று மாயாதீன் தான் சொன்னான். அவன் சொன்னதை நான் செய்தேன், அவ்வளவுதான்!"

"அவனை வெளியே கொண்டு போங்கள்!" விக்ரம் நண்பர்களிடம் சொன்னார்.

"பூலான் அதைச் செய்து கொள்ளட்டும்!" அவனை நிலத்தில் இழுத்துக் கொண்டு போனார்கள். என்னிடம் துப்பாக்கியைக் கொடுத்து விக்ரம் சொன்னார்: "அவன் கதையை முடித்துவிடு!"

திடீரென்று நான் பயந்து தளர்ந்து விட்டேன்.

அவன் கண்ணீர் மல்கக் கையெடுத்துக் கும்பிட்டபடி நின்று கொண்டிருக்கிறான். "என்னால் முடியாது, விக்ரம்!" நான் சொன்னேன்.

"உன்னால் முடியும். முடியவேண்டும்." நான் கண்களை மூடிக் கொண்டு சுட்டேன். அப்பொழுது உடனிருந்த சங்கத்தவர் மூன்று பேரும் சுட்டு முடித்திருந்தார்கள். கண்களைத் திறந்தபொழுது அவனுடைய உடல் உயிரற்றுத் தரையில் கிடந்தது! பிணத்தின் அருகில் சென்று நான் அதை உதைத்தேன். விக்ரம் ஒரு குறிப்பெழுதி பிணத்தின் மேல் வைத்தார். "காவல் நாய்களே, நீங்களும் எதிர்பார்த்துக் கொண்டிருங்கள்! பூலான் தேவி!"

இனித் திரும்பிப் பார்ப்பதில் பலனில்லை. மறுநாள் காவல் துறை என் தலைக்கு விலை அறிவித்தது. கண்டவுடன் சுடவும் உத்தரவு பிறப்பிக்கப்பட்டது.

நான் மற்றவர்களைப் போல ஒரு குற்றவாளியாகிவிட்டேன். ஆனால், அவர்கள் குற்றம் என்று சொன்னதை நான் நீதியென்று சொன்னேன்.

22

அதிகாலை. காவல்காரன் சீழ்க்கை ஒலி எழுப்பி எச்சரித்தான். என் கிராமத்தின் அருகிலிருந்த ஒரு வயலில்தான் நேற்றிரவு நாங்கள் கூடாரமிட்டிருந்தோம். மங்கிய வெளிச்சத்தில் எங்களை நோக்கி நிழல் உருவங்கள் நடந்து வந்து கொண்டிருப்பதைப் பார்த்தேன்.

நாங்கள் உடனே துப்பாக்கிகளுடன் தயாரானோம். குறைந்தது நூறுபேராவது இருக்கும். அனைவரும் என் கிராமத்தைச் சேர்ந்தவர்கள். அவர்களுக்கு முன்னால் வந்த உருவத்தை என்னால் அடையாளம் கண்டு கொள்ள முடிந்தது.

"என் அம்மா! யாரும் ஒன்றும் செய்யாதீர்கள்!" நான் சத்தமாய்ச் சொன்னேன்.

எதற்காக அம்மா இங்கே வருகிறாள்? நாங்கள் அங்கிருந்து புறப்படும் முன் மறுபடியும் அம்மாவைப் பார்ப்பதற்கு வருவேன் என்றும் அதை யாரிடமும் சொல்ல வேண்டாம் என்றும் சொல்லியிருந்தேன்.

தமிழில்: மு.ந. புகழேந்தி

"அவர்கள் காவலர்களையும் அழைத்துக் கொண்டு வந்து கொண்டிருக்கிறார்கள் போலிருக்கிறது" விக்ரம் கோபத்துடன் சொன்னான்.

அம்மாவின் பின்னால் கிராமத் தலைவன். அம்மாவைத் தவிர மற்றவர்கள் அனைவரும் ஆண்கள். கிராமத்திலுள்ள பணக்காரர்கள். புனித யாத்திரை செல்பவர்களைப் போலக் கைகளில் பூ மாலைகளுடன் வந்து கொண்டிருந்தார்கள். யாரும் சீருடை அணிந்திருக்கவில்லை. துப்பாக்கிகளும் இல்லை. கூட்டம் அருகில் வந்தபொழுது விக்ரம் சத்தமாய்க் கேட்டார்.

"உங்களுக்கு என்ன வேண்டும்?"

"நாங்கள் உங்களை வணங்கிவிட்டுப் போகலாம் என்று வந்திருக்கிறோம்." கிராமத் தலைவன் சொன்னான். "எங்களுடன் பூலானின் அம்மாவும் வந்திருக்கிறாள். அவள் எங்களுக்கும் தாய்தானே! அவளுடைய மகள் பூலான் ஒரு தேவதை. எங்களுடைய கிராமத்தை ஆசீர்வதிக்க வேண்டும் என்றும், எங்கள் வீட்டில் காலடி எடுத்து வைப்பதன் மூலம் எங்களுடைய வீடுகளைப் புனிதப்படுத்த வேண்டும் என்றும் பூலானிடம் வேண்டிக் கொள்ளத் தான் நாங்கள் வந்திருக்கிறோம்."

அவர்கள், பூமாலைகளையும், தட்டுகள் நிறைய இனிப்புப் பலகாரங்களும் பணமும் கொண்டு வந்திருந்தார்கள். என் முன்னால் வந்து கும்பிட்டார்கள். சிலர் என் காலில் விழுந்து கும்பிட்டார்கள். என்னை ஒரு தேவதையைப் போல வணங்கினார்கள்!

"எல்லோரும் என் முன்னாலிருந்து போய் விடுங்கள்!" நான் கர்ஜித்தேன். "இவர்களுடன் சேர்ந்து என்னிடம் வர உனக்கு எப்படி அம்மா தைரியம் வந்தது? இவன்களெல்லாம் என்னை என்னவெல்லாம் செய்தார்கள் என்று உனக்குத் தெரியாதா? அப்படியிருந்தும் நீ இப்பொழுது இவர்களுடன் சேர்ந்திருக்கிறாய், நான் சிறையில் இருந்து வெளியில் வந்தபொழுதும், எனக்கு ஜாமீன் வாங்க ஊர் முழுக்க நீ அலைந்து கொண்டிருந்த பொழுதும் இவர்கள் எங்கே போயிருந்தார்கள்? நமக்குத் தண்ணீர் கூட மறுக்கப்பட்ட பொழுது இந்தப் பெரிய மனிதர்கள் எங்கே போயிருந்தார்கள்?"

"நீ இவர்களை மன்னித்துவிட வேண்டும், பூலான்! உன்

மனதில் துளியளவு கருணையாவது மீதமிருக்கிறது என்றால் நீ இவர்களை மன்னித்து விட வேண்டும்!" அம்மா சொன்னாள்.

மான்சுக்கை நான் பழி தீர்த்துக் கொண்டதையறிந்து அவர்கள் எல்லோரும் பயப்பட்டனர். அதோ, அவர்களுக்கிடையில் சர்பஞ்ச் நின்று கொண்டிருக்கிறான்! நான் துப்பாக்கியை எடுத்து அவனுக்கு நேராகத் குறி பார்த்தேன். விக்ரம் என்னைத் தடுத்தார்.

"முதலில் அவன் என்ன சொல்லப் போகிறான்" என்று கேட்போம்.

"நீ முன்னால் வா! தந்தையில்லாதவனே, நீ என்ன சொல்லப் போகிறாய்?" நான் அலறினேன்.

எனக்கு நடந்த அநீதிகளில் எதிலும் அவனுக்குப் பங்கில்லை யென்று ஆணையிட்டுச் சொன்னான்.

"அது நானில்லை, பூலான்! சத்தியமாக நானில்லை!"

நான் விக்ரமினுடைய முகத்தைப் பார்த்தேன். அந்தக் கண்களில் தீப்பொறி பறந்து கொண்டிருந்தது. விக்ரம் அருகில் போனார். "நான் யாரென்பது உனக்கு மறந்து விட்டதா? என்னைப் பார், நான்தான் விக்ரம் மல்லா! இவளைக் கடத்திக் கொண்டு போக என்னை ஏற்பாடு செய்தது உன் குடும்பம்தான். இந்த கிராமத்தில் இவள் இருந்தது உங்களுக்குப் பிடிக்கவில்லை. நான் பொய் சொல்பவன் என்று நீ நினைத்துக் கொண்டிருக்கிறாயா?"

விக்ரம் அவனைத் தன் துப்பாக்கியின் பின்பகுதியால் குத்தினார்.

"இவனைப் பிடித்துக் கட்டுங்கள்?" அவர் ஆணையிட்டார்.

நொடிப்பொழுதில் விக்ரமின் ஆட்கள் அதை நிறைவேற்றினர். என் கால்களைப் பிடிக்கவும் நெற்றியால் என் பாதங்களைத் தொடவும் அவன் நிலத்தில் கிடந்து உருண்டான்.

"என்னை மன்னித்து விடு! தேவி, என் கட்டை அவிழ்த்து விடச் சொல்! உண்மையில் நீங்கள் தேவிதான்! தேவி துர்கையின் அவதாரம்!"

"நான் ஒரு பாவப்பட்ட பெண்ணாக இந்தக் கிராமத்தில்

வாழ்ந்து கொண்டிருக்கும் பொழுது, என்னைக் கெட்டவள் என்று நீ சொன்னாய். இப்போது என்னைத் தேவி என்று சொல்கிறாய்."

நான் ஒரு குச்சியை வாங்கி சர்பஞ்சின் முகத்தில் ஓங்கி அடித்தேன்.

ஊர் மக்களில் சிலர் முன்னால் வந்து எங்கள் ஆட்களுக்கு மாலைகள் அணிவித்தனர். ஒருவன் ஒரு தட்டு நிறைய இனிப்புப் பலகாரங்களும் பணமும் எடுத்துக் கொண்டு என்னருகில் வந்தான்.

"எனக்கு உங்களுடைய பரிசுகள் தேவையில்லை. பணமும் வேண்டாம். அவற்றை நான் உங்கள் கண்முன்னாலேயே வைத்து எரித்துச் சாம்பலாக்கி விடுவேன்!"

ஆட்கள் உற்சாகக் குரல் எழுப்பத் தொடங்கினார்கள். "பூலான் தேவி நீண்ட நாட்கள் வாழட்டும்! பூலான் தேவி நீண்ட நாட்கள் வாழட்டும்!...."

நான் தட்டிலிருந்த பணப்பையைக் கையில் எடுத்தேன். அதில் இருபதாயிரம் ரூபாயாவது இருக்கும். தீப்பெட்டியை எடுத்து நான் அந்தப் பைக்குத் தீவைத்தேன்.

அவர்களுடன் ஊருக்குள் போகத் தீர்மானித்தேன். தேவிதினின் மகள் ஒரு தேவதையென்று உற்சாகக்குரல் கொடுத்துக் கொண்டு வரும் கூட்டத்தைப் பார்த்து அப்பா மிகவும் பயந்து விட்டார்.

"கவனமாய் இருந்து கொள் பூலான். மான்சுக்கைக் கொன்றது நீதான் இல்லையா? நீதான் செய்திருப்பாய் என்று எனக்குத் தெரியும். காவலர்கள் உன்னைத் தேடிக் கொண்டு இங்கே வந்திருக்கிறார்கள். அதை நீ செய்திருக்கக்கூடாது, மகளே!" என்று அவர் சொன்னார்.

"நான் அதை முன்பே செய்திருக்க வேண்டும். அவர்கள் எனக்குச் செய்தவைகளை எல்லாம் மறக்க வேண்டும் என்று சொல்கிறீர்களா அப்பா? என்னைக் காவல் நிலையத்தில் அடைத்து வைத்திருந்தது உங்களுக்கு நினைவில்லையா? என்னை அடிக்கும்படி காவலர்களைத் தூண்டிவிட்டுக் கொண்டு அவன் அங்கிருந்தானில்லையா? உங்களுக்கு அதெல்லாம் மறந்துவிட்டதா? அவளை விட்டு விடுங்கள் என்று நீங்கள் அழுதுகொண்டே

சொன்னீர்கள் இல்லையா? நான் எதையும் மறந்து விடவில்லை. அதனால் நான் அவனைக் கொன்றேன். அது மட்டுமல்ல, இன்றைக்கு நான் மாயாதீனையும் கொல்லப்போகிறேன்!"

அப்பா நடுங்கிப் போய்விட்டார். பிரார்த்தனை செய்யுங்கள் அப்பா உங்கள் மகள் பூலானுக்கு வேண்டி பிரார்த்தனை செய்யுங்கள்!" வெளியில் வானைப் பிளக்கும் மக்களின் உற்சாகக் குரல் கேட்டுக் கொண்டிருந்தது. "பூலான் தேவி நீண்ட நாட்கள் வாழட்டும்! அவர் நம்மிடம் கருணை காட்டியிருக்கிறார்! தேவி துர்கா நீண்டநாட்கள் வாழட்டும்! அவர் சர்பஞ்சினை விட்டு விட்டார்!"

"மக்கள் குரலைக் கேளுங்கள் அப்பா!"

வீட்டைச் சுற்றிலும் நூற்றுக்கணக்கில் ஊர்மக்கள் கூடியிருந்தனர். நான் கதவைத் திறந்து அப்பாவிற்கு அந்தக் காட்சியைக் காட்டினேன். எங்கள் வீடு ஒரு கோவிலாகியிருக்கின்ற காட்சி!....

மெல்ல மெல்ல அப்பாவின் முகத்தில் ஒரு தெளிவு பிறந்தது. இந்தத் தெளிவை நான் என் வாழ்க்கையில் ஒருமுறை கூட பார்த்ததில்லை. அவர் பெருமையுடன் எழுந்தார். வாழ்க்கையில் முதல்முறையாக ஊர் முழுவதும் அவரை வாழ்த்திக் கொண்டிருந்தது.

அப்பொழுது வீட்டிற்குள் யாரோ எங்களை நோக்கி நடந்து வந்து கொண்டிருப்பது என் கண்ணில் பட்டது. கிழிந்த உடைகள் அணிந்து பிச்சைக்காரனைப் போல ஒருவன், சில அடிகள் நடப்பான், நிற்பான், பின் கும்பிடுவான். பிராயச்சித்தத்திற்குக் கோயிலில் செய்வதைப் போல நெற்றியைத் தரையில் முட்டிக் கொள்வான். நான் உற்றுப் பார்த்தேன், மாயாதீன்! கட்டுக்கட்டாய்ப் பணம் நிறைந்த ஒரு வெள்ளித் தட்டு அவன் கைகளில் இருந்தது. அவன் தன் உயிரை விலைக்கு வாங்க வந்திருக்கிறான்!

"பாருங்கள் அப்பா! யார் வந்திருக்கிறார்கள்" என்று. "அவர் நம் வீட்டில் காலடி வைத்திருக்கிறார்! நான் இப்பொழுதே அவனைக் கொல்லப் போகிறேன்."

விக்ரம் என் கையிலிருந்த துப்பாக்கியைப் பிடுங்கிக் கொண்டு சொன்னார்! "நீ அதைச் செய்யக்கூடாது. அவனைக் கொன்று

விட்டால் கணக்குத் தீர்ந்து விடும். நம் நல்ல பெயர் கெட்டு விடும்!"

"நல்ல பெயரை நிலைநிறுத்திக் கொள்ள இந்த நீசனை உயிருடன் விட்டுவிடச் சொல்கிறீர்களா விக்ரம்?" என்று நான் கேட்டேன்.

"இல்லை." அவர் என்னைச் சமாதானப்படுத்தினார். "உன் அப்பாவிற்காக அவனை ஒன்றும் செய்யக்கூடாது. இவன் அவருடைய அண்ணன் மகன். அவருடைய குடும்பத்தைச் சேர்ந்தவன். ஒரே சாதி. அவரைப் பார், அவர் சொல்வதைக் கேள்!" "அவனை ஒன்றும் செய்துவிடாதே, மகளே! நம் குடும்பத்தைச் சேர்ந்தவன். நான் உன்னைக் கெஞ்சிக் கேட்டுக் கொள்கிறேன்" என்றார் அப்பா.

மாயாதீன் பணத் தட்டுடன் எங்கள் அருகில் வந்தான். பயத்தால் அவன் கைகள் நடுங்கிக் கொண்டிருந்தன. அவன் என் முன்னால் கும்பிட்டுக் கொண்டு நின்றான். அந்த உயிர் என் கருணையை எதிர்பார்த்துக் கொண்டிருந்தது.

"உங்களுடைய பணம் எனக்குத் தேவையில்லை." நான் கத்தினேன். ஒரு வாளை எடுத்து அவன் கழுத்தை வெட்டி விட நான் துடித்தேன்.

"என்னை மன்னித்து விடு, பூலான்! என்னை விட்டுவிடு. நீ சொல்வதையெல்லாம் நான் கேட்கிறேன். நான் உன் அப்பாவிற்கு நிலம் தருகிறேன். அவர் விவசாயம் செய்வதற்கு நான் உதவி செய்கிறேன். என் அப்பா, அவருக்குக் கொடுக்க வேண்டியிருந்ததை எல்லாம் நான் கொடுத்து விடுகிறேன்."

அப்பா அப்பொழுதும் அழுது கொண்டு அவனை விட்டுவிடும் படி கெஞ்சிக் கொண்டிருந்தார்.

"அவன் பிழைத்துப் போகட்டும். அவன் உன்னிடம் மன்னிப்புக் கேட்கிறான் இல்லையா. உன் அப்பாவிற்காக அவனை மன்னித்து விடு." விக்ரம் சொன்னார்.

"உன் பணத்தை எடுத்துக் கொண்டு இங்கிருந்து போய்விடு. உன் பணம் எனக்குத் தேவையில்லை. உனக்கு உயிர்ப்பிச்சை அளிக்கிறேன்" என்று நான் அலறினேன்.

மாயாதீன் கொண்டு வந்திருந்த பணத்தை விக்ரம் வாங்கிக் கொண்டார். தன் அன்பளிப்பை ஏற்றுக் கொண்டதற்காக மாயாதீன் அவருக்கு நன்றி சொன்னான். அவன் அவருடைய கழுத்தில் மாலையையும் நெற்றியில் குங்குமமும் சார்த்தினான்.

நான் வேண்டாம் என்று சொன்ன பணத்தை விக்ரம் ஏற்றுக் கொண்டிருக்கிறார்! நம்பிக்கை துரோகி! அங்கே வைத்தே நான் அதற்கான காரணத்தைக் கேட்டேன்.

விக்ரம் என்னை ஒரு மூலையில் கொண்டு போய் நிறுத்தினார். "நான் சொல்வதைக் கவனமாய்க் கேள் பூலான்! உன் அப்பாவின் விருப்பங்களுக்கு நீ மரியாதை கொடுக்க வேண்டும். அவருடைய குடும்பத்தைச் சேர்ந்தவர்களை நீ கொலை செய்யக்கூடாது."

எனக்கு நம்பிக்கை ஏற்படவில்லை என்றாலும் அப்பாவின் கண்ணீருக்குநான் கட்டுப்பட்டேன். எல்லாவற்றிற்கும் காரணமான, ஏமாற்றிப் பிடுங்கிக் கொண்ட நிலத்தை அப்பாவிற்குத் திருப்பித் தந்து விடுவதாக மாயாதீன் சொன்னான். ஆனால் அப்பா அதை ஏற்றுக் கொள்ளவில்லை.

"எனக்கு ஐந்து செண்ட் நிலம் போதும் பூலான். அதுவே அதிகம்." அவர் சொன்னார்.

"ஏன் எண்பது செண்ட் வேண்டாம் என்கிறீர்கள். அவ்வளவு நிலத்தை அவன் ஏமாற்றி வைத்துக் கொண்டுள்ளான் இல்லையா? அவ்வளவும் உங்களுக்குச் சொந்தமானவை. உங்கள் பாட்டன் சொத்து." நான் சொன்னேன்.

"இவ்வளவு போதும், பூலான். எனக்கு அதிகமாய் வேண்டாம்.

"அப்பா! என் கையில் ஓர் ஒலிபெருக்கியும் ஒரு துப்பாக்கியும் இருப்பதனால் அவர்கள் என் பெயரைச் சொல்லி உற்சாகக் குரல் எழுப்புகிறார்கள். இப்பொழுது பயப்பட்டுக் கொண்டி ருப்பது அவர்கள்தான். நாமல்ல. ஆனால், என்னிடம் இந்தத் துப்பாக்கியோ அல்லது என்னிடம் பயமோ இல்லாமலும் போகுமானால் என்ன நடக்கும் என்று நினைத்துப் பாருங்கள் அப்பா."

"ஐந்து செண்ட் மட்டும் போதும், மகளே. அதிகமாய் வேண்டாம்."

தமிழில்: மு.ந. புகழேந்தி

என் தம்பி சிவநாராயணனுடைய பெயரில் ஐந்து செண்ட் நிலத்தை எழுதி பத்திரத்தில் கையெழுத்துப் போட்டனர். அதற்குப் பிறகு நான் அவன் மீது காட்டிய கருணைக்கு நன்றி சொல்வதற்காக அந்த நீசன் என் முன்னால் வர முயன்றான். ஆனால் அவன் முகத்தை அருகில் பார்ப்பது எனக்கு எரிச்சலூட்டக்கூடியதாக இருந்தது!

"பக்கத்தில் வராதே! வந்தாயென்றால், சுட்டு விடுவேன்." என் கோபம் தணிந்திருக்கவில்லை.

மாயாதீனை மரணதண்டனையிலிருந்து விடுவிப்பதையும் அவன் கொண்டு வந்திருந்த ஐம்பதினாயிரம் ரூபாயை விக்ரம் ஏற்றுக் கொள்வதையும் பார்க்க வேண்டி இருந்தது. எனது ஜென்மப் பகைவனிடம் இப்படி நடந்து கொள்ள விக்ரமால் எப்படி முடிந்தது? அவருடைய மரியாதை எங்கே போய்விட்டது? அவர் பொய் வேடம் போட்டிருக்கிறாரா?

"உங்களால் எப்படி அந்தப் பணத்தை வாங்க முடிந்தது?" நான் கேட்டேன்.

"நீ ஒன்றைப் புரிந்து கொள்ள வேண்டும், பூலான். நான் உன் நல்ல பெயரைக் காப்பாற்றத்தான் இப்படிச் செய்தேன். உன்னைக் கடத்திக் கொண்டு போகும்படி என்னிடம் சொன்னது அவன்தான்."

அவன் என்னைத் திருட்டு வழக்கில் சிக்க வைத்தது போதாதா? அவன் காவலர்களிடம் பொய் சொல்லாமலிருந்திருந்தான் என்றால், ஒரு குடும்ப உறவினனைப் போல என்னை நடத்தியிருந் தான் என்றால் அவ்வளவு அவமானங்களை நான் சகித்துக் கொண்டிருந்திருக்க வேண்டி வந்திருக்காது...

சூரியன் மறைவதற்கு முன் நாங்கள் யமுனையின் மறுகரை யிலுள்ள காட்டினுள் நுழைந்தோம்.

நான் எதுவும் பேசாமல் நடந்து கொண்டிருந்தேன். தன் செயலை அப்பொழுதும் விக்ரம் நியாயப்படுத்திப் பேசிக் கொண்டிருந்தார்.

அவருடைய கேள்விகள் எதற்கும் நான் பதில் சொல்லவில்லை. சாப்பிடவும் இல்லை. அவருடைய நண்பர்கள்கூட அவர்மீது கோபம் கொண்டிருந்தனர். மாயாதீன் கொடுத்த பணத்தை விக்ரம்

வாங்கியதற்கான காரணத்தை அறிந்து கொள்ள என்னைப் போல அவர்களும் விரும்பினார்கள். ஆனால், அவர்தானே தலைவர்!

மணிக்கணக்கில் நடந்து நாங்கள் காட்டின் நடுவிலுள்ள சிம்ர என்னும் கிராமத்தை அடைந்தோம்.

நான் சிந்தனையில் ஆழ்ந்தவளாய்த் திரும்பிப் பார்த்தபொழுது "பூலான் தேவி நீண்ட நாள் வாழட்டும்" என்னும் ஒலி என் காதில் முழங்கியது.

ஆனால், ஒன்று மட்டும் உறுதி. விக்ரம் என்னுடன் இல்லாமல் இருந்திருந்தால், இந்த வாழ்த்துச் சொற்களோ, என் காலில் விழுந்து வணங்குவதோ எதுவும் கிடைத்திருக்காது. அவர் இல்லாமல் இருந்திருந்தால் அவர்கள் என்னை என்றோ கொன்றிருப்பார்கள்! அவருக்கிருந்த நற்பெயரை நினைத்துப் பார்த்தபொழுது நான் மெல்ல மெல்ல அமைதியானேன்.

23

விக்ரமிற்கு அனைத்தையும் கற்றுக் கொடுத்த சிறீராம்தான் அவருடைய குரு. கான்பூர் சிறையில் அவர்கள் ஒன்றாக இருந்திருந்தார்கள். விக்ரமை முதலில் விடுதலை செய்து விட்டார்கள். சிறீராமிற்குத் தண்டனை நீடித்தது. சிறீராமையும் அவனுடைய தம்பி லாலாராமையும் ஜாமீனில் எடுக்க விக்ரம் எண்பதாயிரம் ரூபாய் செலவழித்திருக்கிறார்!

"நீங்கள் எல்லோரும் அவரைத் தலைவராக ஏற்றுக் கொள்ள வேண்டும் என விரும்புகிறேன்" என்று சிறீராமை அழைத்துக் கொண்டு வரச் செல்லும் முன் விக்ரம் தன் சங்கத்தினர்களிடம் சொன்னார். சிறீராம் வருவது ஒரு தீய சகுனம் என்று என் மனதுக்குள் ஒரு துடிப்பு. மல்லாக்களும் தாக்கூர்களும் ஒரு பொழுதும் ஒத்துப் போகமாட்டார்கள்.

இரவு உணவின்போது பாரேலால் எச்சரிக்கை செய்தார். "ராம் சகோதரர்கள் ஆபத்தானவர்கள். அவர்களிடம் நீ எச்சரிக்கையாக இருக்க வேண்டும். தாக்கூர்களான அவர்களிடம் பாபு குஜாரின் கெட்ட

குணங்கள் அத்தனையும் உள்ளன. சிறீராமினருகில் நீ போகவே கூடாது!"

விடியற்காலை நாங்கள் இருந்த இடத்திற்கு அருகில் ஒரு டிராக்டர் வந்து நின்றது. பத்துப் பதினைந்து பேர் இருந்தனர். சிறீராமும் அதில் ஒருவன்.

விக்ரம் நேராக நான் படுத்துக்கொண்டு இருந்த இடத்திற்கு வந்து சொன்னார்: "வந்து அவரை வணங்கிக் கொள்."

விக்ரம் ஒரு மரத்திற்கு அடியில் பாயை விரித்து சிறீராமை அதில் உட்காரச் சொன்னார். அவனுடைய கழுத்தில் ஒரு மாலை அணிவித்தார்.

"இன்று முதல் நீங்கள் தான் எங்களுடைய தலைவர்!" விக்ரம் அறிவித்தார்.

சிறீராம் கசங்கி நாற்றமடிக்கும் ஒரு கால்சராயும் டீ சர்ட்டும் அணிந்திருந்தான். காற்றில் பறந்து கொண்டிருக்கும் செம்பட்டை முடி. அந்த சிவந்த கண்கள் உரசிப்பார்ப்பதைப் போல என்னைத் தலை முதல் கால்வரை நோட்டமிட்டன. தாக்கூர்கள் சாதாரண மாகவே மல்லாப் பெண்களை ஈனத்தனமாகப் பார்ப்பார்கள்.

"ஓ, நீதான் பூலானா? எல்லா ஆண்களுடன் கூடப் படுத்துத் தூங்குபவள். சங்கத்தின் வைப்பாட்டி!" சிறீராம் சொன்னான்.

"அவளைப் பற்றி அப்படியெல்லாம் சொல்லாதீர்கள். நாங்கள் திருமணம் செய்து கொண்டுள்ளோம். அவள் என் மனைவி." விக்ரம் கொன்னார். பாரேலால் விக்ரமுடன் சேர்ந்து நின்றார். பரத்தும் மாதவ்வும் துப்பாக்கிகளைக் கையிலெடுத்தனர்.

"பூலான் எங்களுடைய சகோதரி!" பாரேலால் திருப்பிய டித்தார்.

தன்னைச்சுற்றிலும் உள்ளவர்களைப் பார்த்துவிட்டு அவர் விக்ரமிடம் சத்தமாய்ச் சொன்னார். "இந்த ஆளைத் திருப்பி அனுப்பி விடு! எங்களுக்கு இந்த ஆள் வேண்டாம். இவன் உன்னுடைய தலைவனாக இருக்கலாம். ஆனால் எங்களுக்கில்லை!"

"உங்களுக்குப் பிடித்திருக்கிறதா இல்லையா என்பதைப் பற்றி எனக்குக் கவலையில்லை. விக்ரம் தான் என்னைத் தலைவன்

ஆக்கினான்." சிறீராம் குரலை உயர்த்தினான்.

சங்கத்தினர் முணுமுணுக்கத் தொடங்கினர்.

சிறீராமை ஒரு போதும் நம்பிவிடக் கூடாது என்று என் மனதுக்குள் ஒரு குரல் இடைவிடாது ஒலித்துக் கொண்டிருந்தது. விக்ரம் என்னருகில் வந்து என்னைச் சமாதானப்படுத்த முயன்றார்.

"அவனை இங்கே தங்குவதற்கு அனுமதிக்க வேண்டாம் விக்ரம். அவன் பார்வையாலேயே என்னை நிர்வாணமாக்கிப் பார்க்கிறான்!" நான் சொன்னேன்.

"அவர் மன்னிப்புக் கேட்டுக் கொண்டார் என்று நான் சொன்னேன் அல்லவா? நான் அவருக்குக் கடமைப்பட்டிருக்கிறேன். பூலான், தயவு செய்து வந்து எங்கள் அருகில் உட்கார். அவர்களுக்கு முன்னால் என்னை அலட்சியப்படுத்தாதே."

நான் அவர்கள் அருகில் சென்று உட்கார்ந்தேன். ஆனால் சிறீராமை விட்டு விலகித்தான் உட்கார்ந்தேன். அந்தக் கண்களில் காமத்தீ எரிந்து கொண்டிருப்பதை என்னால் காண முடிந்தது.

நான் ஆண்களிடமிருந்து விலகி ஒரு மரத்திற்குக் கீழ் சிந்தனையில் ஆழ்ந்து உட்கார்ந்து கொண்டிருக்கும் பொழுது சிறீராம் என்னருகில் வந்தான். மழை தூறிக் கொண்டிருந்தது. ஆலமரத்திற்குக் கீழ் நீர்த்துளிகள் பளிங்குபோல் விழுந்து கொண்டிருப்பதைக் கவனித்துக் கொண்டிருந்தேன்.

"இங்கே என்ன செய்து கொண்டிருக்கிறாய், சகோதரி!" அவன் கேட்டான்.

"ஒன்றும் இல்லை" என்றேன்.

அவன் என்னை 'சகோதரி' என்று சொன்னது எனக்குப் பிடிக்கவில்லை. நான் துள்ளியெழுந்தேன்.

"நீ யாரென்று நினைத்துக் கொண்டிருக்கிறாய்? உன்னைப் பார்த்து நான் மோகம் கொண்டு விட்டேன் என்று நினைத்தாயா? உன்னைப் போல் உள்ள தாழ்த்தப்பட்டவர்கள் எங்களைவிட மேலானவர்கள் என்று நினைத்துக் கொண்டிருக்கிறாயா? ஒரு நாள் உன்னை ஒத்துக் கொள்ள வைக்கப் போகிறேன்." என்று

அவன் சொன்னான்.

நான் விக்ரமின் அருகில் ஓடிச் சென்றேன். "அவள் பொய் சொல்கிறாள் விக்ரம்! நீ எதற்காக அவளைச் சங்கத்தில் சேர்த்தாய்? தேவடியாள்! அவள் என்னை ஆசைப்பட வைக்கிறாள்! அவளைத் திருப்பி அனுப்பி விடு!" சிறீராம் சொன்னான்.

மறுபடியும் விக்ரமின் நண்பர்கள் அவனுக்கு நேராகத் துப்பாக்கியை நீட்டிப் பிடிக்கவும் அவன் இனிமேல் என்னிடம் அப்படிப் பேசக்கூடாது என்று எச்சரிக்கவும் செய்தார்கள். விக்ரம் அவர்களை ஒருவிதமாய் சமாதானப்படுத்தினார்...

சிறீராம் விக்ரமை ஒரு கொள்ளைக்காரன் ஆவது எப்படி என்று கற்றுக் கொடுத்தும், சிறை வாழ்க்கை அவர்களுடைய உறவை நெருக்கப்படுத்தியும் இருக்கலாம். ஆனால் விக்ரமின் நண்பர்கள் அதை ஏற்றுக் கொள்ளத் தயாராயில்லை. எனவே அவர்கள் ஒவ்வொருவராகச் சங்கத்தில் இருந்து வெளியேறிக் கொண்டிருந்தனர். வயதானவர்கள் தான் முதலில் பிரிந்து சென்றனர். இறுக்கம் அதிகரித்தது. பாரேலாலைத் தங்களுடன் வந்துவிடும்படி சிலர் வற்புறுத்தினர். ஆனால், சிறீராமிற்கு எதிராகப் பேசினாலும் பாரேலால் சங்கத்தை விட்டு விலகிப் போக நினைக்கவில்லை.

எங்களுடன் ஏறக்குறைய பனிரண்டு தாக்கூர்கள் இருந்தார்கள். எல்லோரையும் சிறீராம் தான் தேர்ந்தெடுத்தது. அவர்கள் தனியாகச் சாப்பிட்டுக் கொள்வார்கள். அவர்கள் தங்களுக்குள் மட்டும் பேசிக் கொள்வார்கள். சிறீராமுடைய தம்பி லாலாராமும் சங்கத்தில் வந்து சேர்ந்தான். அவன் சிறீராமைப் போல அவ்வளவு ஆபத்தானவனில்லை என்று எங்களுடைய ஆட்கள் சொன்னார்கள். கொள்ளை அடிக்கும் பொழுது எங்களுடைய சாதிக்காரர்களை மட்டும் தேர்ந்தெடுத்துத் தொந்தரவு செய்வதிலும் கண்டிப்பதிலும் சிறீராம் மிகவும் கவனம் செலுத்தினான்.

மல்லாக்களான எங்களுடைய ஆட்களுக்கு, சிறீராமின் பக்தனாக மாறிவிட்டிருந்த விக்ரமின் மேலுள்ள மரியாதை குறைந்து விட்டது. அவர்கள் இருபத்திநான்கு மணி நேரமும் எனக்குக் காவல் இருந்தார்கள். என் கட்டளைகளை நிறைவேற்றவும் செய்தார்கள். இது சிறீராமை மிகவும் கோபப்பட வைத்தது.

ஆபத்தான ஒரு கூட்டு முயற்சி நடைபெற்றுக் கொண்டிருந்தது.

நண்பர்களுக்கிடையில் முணுமுணுப்பு அதிகமாகியது. சங்கம் பல கொள்ளைகள் நடத்திப் பணமும் பொருட்களும் சேர்த்து வைத்திருந்தது. இருப்பினும் நண்பர்களுக்கிடையில் சண்டை வலுத்துக் கொண்டே இருந்தது. கெட்டவனான சிறீராமின் மேல் எப்பொழுதும் ஒரு கண் வைத்திருக்க வேண்டும் என்று நான் விக்ரமை எச்சரிக்கை செய்து கொண்டே இருந்தேன். தவறு நடந்து விட்டது என்பதை விக்ரம் உணரத் தொடங்கினார். சிறீராம் மல்லாக்களான எங்களுடன் சேர்ந்திருப்பது கிடைக்கும் நல்ல சந்தர்ப்பத்தைப் பயன்படுத்தி எங்களை அழித்து விட்டுப் பணத்தைக் கைப்பற்றிக் கொள்ளத்தான் என வதந்தி பரவிக் கொண்டிருந்தது. வதந்திகள் விக்ரமின் காதுக்கும் வந்தன. தாழ்ந்த சாதிக்காரர்களை தாக்கூர்களிடமிருந்து காப்பாற்ற நானும் விக்ரமும் எடுத்த நடவடிக்கைகள் மூலம் நாங்கள் மக்களின் அன்பிற்குப் பாத்திரமானவர்களாக ஆனோம். ஆனால் இது சிறீராமுக்கு அறவே பிடிக்கவில்லை.

சட்டப் பிரச்சினைகள் அமைதியைக் கெடுத்தபொழுது, தங்கள் கணக்கை முடித்துக் கொண்டு இரண்டு சங்கங்களாகப் பிரிந்து விடலாம் என்று விக்ரம் எண்ணினார்.

ஆனால் சிறீராமின் மனதில் வேறெதுவோ இருந்தது. அவன் சொன்னான்: "வேண்டுமென்றால், என் துப்பாக்கியினாலேயே என்னைச் சுட்டுக் கொன்று விடு, விக்ரம். இல்லையென்றால் நான் தற்கொலை செய்து கொள்கிறேன். உன்னுடன் இருக்கத்தான் ஆசைப்படுகிறேன். விக்ரம், உன்னை என் மகனைப் போல நினைக்கிறேன். என்னை உன்னுடன் வைத்துக்கொள்ள விரும்ப வில்லை என்றால், பிறகு எதற்காக என்னைச் சிறையில் இருந்து நீ வெளியில் கொண்டு வந்தாய்?"

அவன் என் முகத்தைப் பார்த்தபடியே தொடர்ந்து சொன்னான்: "இவள்தான் இந்தப் பிரச்சினைகளை எல்லாம் உண்டாக்குகிறாள். நீ இவள் சொல்வதை அதிகமாகக் கேட்கிறாய்."

அவன் கண்கலங்கி விக்ரமைக் கும்பிடவும் தயாரானான்.

"சரி! சரி! நான் சொன்னதை மறந்து விடு!" விக்ரம் சொன்னான்.

சிறீராம் மறுபடியும் தன் கூட்டத்தினருடன் சங்கத்தில் தொடர்ந்தான்.

ஒரு நாள் கிராமத்தவன் ஒருவன் எங்களை அவனுடைய மகளின் திருமணத்திற்கு அழைத்தான். ஏழைகளாக இருந்தால், சீதனம் கொடுப்பதற்காகப் பெண்ணினுடைய அப்பாவிற்கு நானும் விக்ரமும் பண உதவி செய்வது வழக்கம். சில சமயங்களில் நான் தான் பெண்ணின் அம்மாவின் இடத்தில் இருந்து அன்பளிப்புகள் கொடுத்து 'கன்னிகா தானம்' செய்து வைப்பேன். இவ்வாறு செல்வந்தர்களின் பணத்தை ஏழைகளுக்குப் பகிர்ந்து கொடுப்பதனால் தான் கிராமத்தினர் எங்களைக் காப்பாற்றிக் கொண்டிருந்தனர். திருமணத்திற்குத் தேவைப்பட்ட சீதனத்தைச் சேர்ப்பதற்காக என் பெற்றோர்கள் சிரமப்பட்டதையும் பட்டினி கிடந்ததையும் நான் என்றும் மறந்ததில்லை. நாங்கள், திருமணத்திற்குப் புறப்படும் பொழுது திடீரென்று சிறீராம் எங்களுடன் வருவதாகச் சொன்னான். தம்பி லாலாராமையும் வேறு சிலரையும் கூட்டிக் கொண்டு வந்தான். எங்களுக்கிடையில் ஒரு இயல்பான சூழ்நிலை நிலவி வந்தது. நல்ல நிலாவெளிச்சம். விக்ரமின் நண்பர்களில் பலர், வழி பாதுகாப்பாக இருக்கிறதா என்பதைத் தெரிந்து கொள்ள முன்பே கிளம்பியிருந்தனர்.

வயல்களைத் தாண்டி கிராமத்திற்குப் போகும் பாதை தொடங்கும் இடத்தை நாங்கள் அடைந்தோம். விளைந்த தர்பூசணிப் பழங்கள் குவித்து வைக்கப்பட்டிருந்த இடத்தில் ஒருவன் நின்றுகொண்டிருந்தான். பார்த்தவுடன் அவன் என்னை அடையாளம் தெரிந்து கொண்டான். லாலாராம் என் அருகில் நிற்கிறான். பாரேலாலோ மற்றவர்களுடன் சேர்ந்து வயலில் ஆராய்ச்சி செய்து கொண்டிருக்கிறார். எனக்குப் பின்னால் சிறீராம் நின்று கொண்டிருந்ததை நான் கவனிக்கவில்லை.

விக்ரம் தர்பூசணி தின்று கொண்டிருந்தார். திடீரென்று ஒரு வெடிச் சத்தம். அடுத்த நிமிடம் இன்னொன்று. விக்ரம் கீழே சாய்ந்தார்.

காவலர்கள் எங்களைச் சுற்றி வளைத்துக் கொண்டிருப்பதாக நினைத்து, மற்றவர்களை எச்சரிக்கை செய்வதற்காக நான் வானத்தை நோக்கிச் சுட்டேன். ... நிலா வெளிச்சத்தில் நிழல்களை மட்டுமே பார்க்க முடிந்தது. லாலாராம் என்னை நெருங்குவதை உணர்ந்தேன். நான் அவனுக்கு நேராகத் துப்பாக்கியை நீட்டினேன்.

"நன்றி கெட்டவனே, பின்னால் திரும்பி நில்! இல்லையென்றால்

தமிழில்: மு.ந. புகழேந்தி

நான் உன்னைச் சுட்டுக் கொன்று விடுவேன்!"

நான் அவன் தலைக்கு மேலாகச் சுட்டேன். சிறீராமை அங்கு காணவில்லை. "நீதான் விக்ரமைச் சுட்டது என்று எனக்குத் தெரியும் சிறீராம்." அவன் அங்கு எங்காவது இருந்தான் என்றால் கேட்பதற்காக நான் சத்தம் போட்டுச் சொன்னேன். "நீ சுட்டால் உன் தம்பியைச் சுட்டு விடுவேன்."

என் பின்னால் யாரோ ஓடிவரும் காலடிச் சத்தம் கேட்டது. திரும்பிப் பார்த்தால் சிறீராம்! "நீ என்ன சொல்கிறாய்? விக்ரமைச் சுட்டது நான் என்கிறாயா? உங்களுக்குத் தர்பூசணி தந்தவன் தான் அதைச் செய்தது. நான் மரங்களுக்குப் பின்னால் மூத்திரம் பெய்து கொண்டிருந்தேன்" என்று கூறினான்.

"அசையாமல் நில்!" நான் அப்பொழுதும் அவனுடைய தம்பிக்கு நேராகத் துப்பாக்கியை நீட்டிக் கொண்டிருந்தேன். தர்பூசணி வியாபாரி பயத்தால் உறைந்து அங்கேயே நின்று கொண்டிருக்கிறான்.

விக்ரம் இறந்து விட்டதாகத் தான் நான் நினைத்துக் கொண்டிருந்தேன். உயிருடன் இருப்பேனோ, இறந்து விடுவேனோ என்பதைப் பற்றி நான் சிந்திக்கவில்லை.

விக்ரம் கையில் துப்பாக்கியுடன் எழுந்திருக்க முயன்றார். ஆனந்தக் கண்ணீர் என் கன்னங்களில் வடிந்தது. சகோதரர்கள் இருவர் மீதிருந்தும் என் பார்வையை எடுக்கவில்லை. அவர்கள் இருவரும் எங்களுக்கு நேராகத் துப்பாக்கியை நீட்டிக் கொண்டிருக்கிறார்கள்...

நான் விக்ரமின் அருகில் சென்றேன். எங்களுடைய ஆட்கள் அருகில் வந்து கொண்டிருக்கிறார்கள். "அசையாதே; அசைந்தால் அவர்கள் சுட்டு விடுவார்கள். அவன் சுட்டதை நான் பார்த்தேன். ஆனால், இப்பொழுது யாரையும் குற்றம் சொல்லாதே." விக்ரம் மெதுவாகச் சொன்னார்.

அவருடைய ஆடைகள் இரத்தத்தில் நனைந்திருப்பதை நான் பார்த்தேன். பின்புறம்தான் குண்டு பாய்ந்திருக்கிறது! சிறீராமைப் போல் உள்ள கோழையால் தான் அப்படிச் செய்ய முடியும்!

நடந்தவற்றைப் பார்த்து அதிர்ச்சியில் பயந்து நின்று கொண்டிருந்த வியாபாரியிடம் ஏதாவது துணி இருந்தால் கொடுக்கும்படி

விக்ரம் கேட்டார். அவன் தன் சட்டையைக் கழட்டி விக்ரமிடம் கொடுத்தான். அவர் அதை வாங்கி இடுப்பைச் சுற்றிக் கட்டிக் கொண்டார். "பூலான், காயம் பலமானதில்லை." விக்ரம் என் காதில் சொன்னார். இடுப்புக்குச் சிறிது மேலாகக் குண்டடிபட்டி ருக்கிறது.

எங்களுடைய ஆட்கள் வந்து சேர்ந்தார்கள்.

சித்தப்பா பாரேலால் "என்ன நடந்தது" என்று பதட்டத்துடன் கேட்டார். உனக்குப் பலமாகக் காயம் பட்டுவிட்டதா? சுட்டது யார்?"

"எங்களுக்குத் தெரியாது," சிறீராம் குறுக்கிட்டுச் சொன்னார். "இந்த வியாபாரிக்கு இதில் தொடர்பிருக்கிறது."

விக்ரமின் நண்பர்கள் வியாபாரியைப் பார்த்தார்கள்.

"அவனை விடுங்கள். அவனுக்கும் இதற்கும் எந்தத் தொடர்பும் இல்லை. அவனிடம் சீக்கிரம் ஒரு மாட்டு வண்டியைக் கொண்டு வரச் சொல்லுங்கள்." விக்ரம் சொன்னார்.

விக்ரமைச் சுற்றி நண்பர்கள் வட்டமாக நின்று கொண்டார்கள். பத்துப் பேர் இருந்தார்கள். சிறீராமினுடைய ஆட்களை நான் கணக்கிட்டேன். பதினாறு பேர்.

"யாரோ என்னைப் பின்னாலிருந்து சுட்டார்கள்; அது யாரென்று எனக்குத் தெரியும். ஆனால், இப்பொழுது அதை வெளிப்படுத்தப் போவதில்லை. நீங்கள் எல்லோரும் கோழைகள். இங்கிருந்து போய் விடுங்கள்!" சிறீராமினுடைய ஆட்களிடம் விக்ரம் சீறினார்.

இரத்தம் ஒழுகுவதை நிறுத்துவதற்காக விக்ரம் சிரமப்பட்டுக் கொண்டிருக்கிறார் என்பது எங்களுக்குப் புரிந்தது. சிறீராமின் ஆட்களும் அதைப் புரிந்து கொண்டனர். எங்களில் யார் ஒருவர் சுட்டாலும் எல்லோரும் செத்து வயலில் விழுந்து விடுவோம்...

நிலத்தில் மண் விழுந்தால் கேட்கும் வண்ணம் அமைதி நிலவியது!..

சிறீராம்தான் முதலில் அங்கிருந்து நகர்ந்தது. தன்னைப் பின் தொடர்ந்து வரும்படி தன் நண்பர்களுக்குச் சாடை

தமிழில்: மு.ந. புகழேந்தி

காட்டினான்.

பாரேலால் டார்ச் அடித்து விக்ரமினுடைய காயங்களைப் பரிசோதித்து விட்டுச் சொன்னார் : "இவன் பாக்கியசாலி. இரண்டு குண்டுகளுமே முதுகெலும்பினுடைய இரண்டு பக்கங்களில் பாய்ந்திருக்கின்றன. ஒரு நெல்லளவு கீழே பாய்ந்திருந்ததென்றால் உடல் தளர்ந்து போயிருந்திருக்கும்!

இரத்தம் வடிந்து விக்ரம் வெளுத்துப் போயிருந்தார். நடுக்கமும் இருந்தது. "பூலான், காயத்தின் மேல் தண்ணீர் ஊற்று." அவர் சொன்னார். நான் அருவியிலிருந்து தண்ணீர் கொண்டு வந்து காயத்தின் மேல் ஊற்றினேன். அவர் பிழைக்க மாட்டார் என்று நண்பர்கள் முணுமுணுத்துக் கொண்டார்கள். அவரை என்னிடம் இருந்து பிரித்து விடாதே என்று நான் சர்வ சக்தியும் படைத்த கடவுளிடம் மனதுக்குள் பிரார்த்தித்தேன்.

அரை மணிநேரத்திற்குப் பிறகு வியாபாரி இன்னொரு ஆளை அழைத்துக்கொண்டு மாட்டு வண்டியுடன் வந்திருந்தான். நாங்கள் விக்ரமை அதில் படுக்க வைத்தோம். நான் அவருடைய தலையை எடுத்து என் மடியில் வைத்துக் கொண்டேன். என் கண்ணீர் அவர் முகத்தில் பட்டது. அவர் கண் திறந்து பார்த்தார்.

"அழாதே, பூலான். அழக் கூடாது. எனக்கு ஒன்றும் இல்லை. இப்பொழுது வலியும் இல்லை. .."

"உங்களை இழந்து விடுவேனோ என்று எனக்குப் பயமாக இருக்கிறது! விக்ரம்!."

"பயப்படாதே, பூலான். நான் உன்னை நேசிக்கிறேன். நீ இப்பொழுது என் மனைவி. நான் உன்னைக் கைவிடப் போவதில்லை."

மாட்டு வண்டியில் நாங்கள் கிராமத்தை அடைந்தோம். இந்த வண்டியிலேயே ஓராயியிலேயே விட்டு விடுவதாக வண்டிக்காரன் சொன்னான். உயிருக்குப் போராடிக் கொண்டிருந்த விக்ரமை, தான் அவர் அடிபட்ட இடத்தில் பார்த்ததாக மருத்துவரிடம் சொல்லிக் கொள்கிறேன் என்றும் அவன் ஒப்புக் கொண்டான்.

நான் என் துப்பாக்கியையும், குண்டுகள் பொருந்தியிருந்த கச்சையையும் எங்கள் ஆட்களில் ஒருவனிடம் கொடுத்தேன். அதற்குப் பிறகு நான் புடவையை அணிந்து கொண்டேன். அடி

பட்டிருக்கும் ஒரு கிராமத்தானின் மனைவிதான் பூலான்தேவி என்று பார்ப்பவர்கள் நினைத்துக் கொள்ள வேண்டும் இல்லையா? விக்ரமின் கைக் கடிகாரத்தையும் நகைகளையும் நான் மாட்டு வண்டிக்காரனிடம் கொடுத்தேன். நான் என் வளையல்களையும் கழட்ட முயற்சித்தபோது விக்ரம் என்னைத் தடுத்தார்.

“அவைகளைப் பாதுகாப்பாக வைத்துக் கொள்!”

“எதற்காக?” நான் கேட்டேன்.

“நான் என் மனைவிக்கு நகைகளைக் கொடுத்தது பாதுகாப்பாக இருப்பதற்காகத்தான்.” அவர் சிரிக்க முயன்றார். “ஓ உன்னைப் புடவையில் பார்த்து எத்தனை நாட்கள் ஆகிவிட்டன.”

எங்களுடைய சங்கத்தினர் தயங்கித் தயங்கி காட்டுக்குள் திரும்பிப் போனார்கள். அவர்கள் பட்டணத்திற்குள் தலைகாட்ட முடியாது. பாரேலால் எங்களுடன் வருவதற்காக சீருடையைக் களைந்து விட்டு வேட்டியும் குர்தாவும் அணிந்து கொண்டார். நாங்கள் மூன்று பேர் மட்டும் ஓராயிக்குப் போனோம். மாட்டு வண்டிக்காரனை நம்புவதைத் தவிர எங்களுக்கு வேறு வழியில்லை. ஒரு லாரி பின்னால் எடுத்த பொழுது அதிலிருந்த இரண்டு கம்பிகள் விக்ரமினுடைய உடலில் ஏறி விட்டதென்று சொன்னால் போதுமென்று அவன் சொன்னான்.

பொழுது புலர்வதற்குள் நாங்கள் ஓராயிக்குப் போய்ச் சேர்ந்து விட்டோம். எங்களை யாரும் கவனித்து விடாமல் இருப்பதற்காக நாங்கள் தெரு விளக்கிலிருந்து சற்றுத் தள்ளி நின்றோம். காவலர்கள் எங்களைத் தடுத்து நிறுத்தினால் அவர்கள் விக்ரமை உற்றுப் பார்த்து அடையாளம் கண்டு கொள்ள முடியும். அவர் நினைவிழந்து விட்டார். படுத்திருந்த பாயில் இரத்தம் தேங்கி நின்று கொண்டிருந்தது.

பாரேலாலும் மாட்டு வண்டிக்காரனும் மருத்துவரைத் தேடிப் போனார்கள். அவர்கள் பார்த்த எல்லா மருத்துவர்களும் சிகிச்சை அளிக்க மறுத்துவிட்டார்கள். கடைசியில் ஓர் இளம் மருத்துவர் நூறு ரூபாய் வாங்கிக் கொண்டு சிகிச்சை அளிக்க முன்வந்த பொழுது, பொழுது விடிந்து விட்டது.

“இவன் பிழைக்க மாட்டான். அவ்வளவு இரத்தம் வெளியேறி விட்டிருக்கிறது.”

"இவனுடைய பெயர் என்ன. எங்கிருந்து வருகிறீர்கள்" மருத்துவர் விசாரித்தார். அவர் அடிபட்ட இடத்தைப் பார்க்க விரும்பினார். ஆனால் பாரேலால் அவரைத் தடுத்தார். "தாங்கள் சிகிச்சை அளிப்பதாக இருந்தால் சரி. இல்லையென்றால் எங்களை விட்டு விடுங்கள்."

மருத்துவருக்கு அது பிடிக்கவில்லை. அவர் விக்ரமினுடைய நாடியைப் பரிசோதித்தார். அவர் தன் பெட்டியைத் திறந்து விக்ரமிற்கு ஓர் ஊசி போட்டார். பாரேலால் அந்த மருத்துவரை அனுப்பி விட்டார். மாட்டு வண்டிக்காரன் வேறொரு மருத்துவரைத் தேடிப் போனான். எங்களைச் சுற்றிலும் ஆள் கூட்டம் சேரத் தொடங்கியது. அவர்கள் தாழ்ந்த சாதியைச் சேர்ந்தவர்களாக இருந்தார்கள். அவர்கள் சூடான பால் கொண்டு வந்து கொடுத்தார்கள். ஆனால் விக்ரமினால் அதைக் குடிக்க முடியவில்லை. நான் அவர் தலையைத் தாங்கிப் பிடித்துக் கொண்டேன். உச்சி நேரமாகிவிட்டது. ஆனாலும் மாட்டுவண்டிக் காரனோ மருத்துவரோ வந்து சேர்ந்திருக்கவில்லை.

விக்ரம் தீனக் குரலில் ஏதோ முணுமுணுத்ததை நான் கவனித்தேன். தன் தம்பி ராம்பாலைக் கண்டுபிடிப்பதற்காக ஒரு வாடகைக் காரை எடுத்துக் கொண்டு தான்சிக்குப் போகலாம் என்று அவர் சொன்னார். ராம்பால் ஒரு பள்ளிக் கூடத்தில் ஆசிரியராக இருந்தார்.

தான்சி போன்ற ஒரு பெரிய நகரத்திற்கு இதற்கு முன் நான் சென்றதில்லை. அங்கே நூற்றுக்கணக்கான பள்ளிக்கூடங்கள் இருக்குமில்லையா? ராம்பால் இருக்குமிடம் அறிந்த ஒருவரைத் தனக்குத் தெரியும் என்றார் பாரேலால்.

யாரும் உதவி செய்யத் தயாராக இல்லை என்னும் செய்தியுடன் வண்டிக்காரன் திரும்பி வந்து விட்டான். விக்ரம் இன்னும் நினைவற்ற நிலையிலேயே படுத்துக்கிடக்கிறார். கம்பளிப் போர்வையினால் அவரைப் போர்த்தி வாடகைக் காரில் படுக்க வைத்து தான்சிக்குப் பறந்தோம்.

தான்சியில் தனக்குத் தெரியும் என்று சொன்ன மனிதனைப் பற்றி நான் சித்தப்பா பாரேலாலிடம் விசாரித்தேன். நாம் அவனை நம்பலாமா? அவனுக்கு விக்ரமைத் தெரியுமா?

"ஏராளமான கோதுமை வயல்களுக்குச் சொந்தக்காரனான

ஒரு பெரும் புள்ளி அவர்."

நாங்கள் தான்சியை அடைந்தபொழுது மாலை நேரம். விக்ரமினுடைய சுவாசம் மிகவும் குறையத் தொடங்கியது.

ஒரு பெரிய கான்கிரீட் பங்களாவில் பண்டிட் வாழ்ந்து கொண்டிருந்தார். பாரேலால் உள்ளே போய் அவரைக் கூட்டிக் கொண்டு வெளியே வந்தார்.

"ராம்பால் எங்கே?" நான் கேட்டேன்.

"அவன் இப்பொழுது இங்கே இல்லை. நீங்கள் இன்னும் சற்று நேரம் கழித்து வாருங்கள். "நீ விக்ரமின் மனைவியா?"

"ஆமாம்."

அவர் என்னை விக்ரமின் முதல் மனைவி என்று தவறாகப் புரிந்து கொண்டிருக்க வேண்டும். நான் அதைப் புரிய வைக்க முயல வில்லை. பூலான் தேவியைப் பற்றி அவர் கேள்விப்பட்டிருப்பாரோ என்று நான் பயப்பட்டேன். அவர் எங்களை உள்ளே வந்து காத்தி ருக்கும்படி சொன்னார். எப்படியாயினும், உண்மை நிலையை அவரிடம் தெரிவித்து விட நான் முடிவு செய்தேன்.

"விக்ரம் என்னுடன் வந்திருக்கிறார். அவருக்கு அடிபட்டிருக் கிறது. உதவி தேவைப்படுகிறது."

பண்டிட், அவருடைய மனைவியையும் வெளியே வரச் சொல்லி வாடகைக் காருக்குள் எட்டிப் பார்த்தார். இதற்குள் முற்றத்தில் நிறைய ஆட்கள் கூடிவிட்டிருந்தார்கள்.

பண்டிட் ஆட்களை விரட்டிவிட்டு ஓட்டுநரை வெளிவாசல் கதவருகில் போய் நிற்கச் சொன்னார். அவர் விக்ரமைக் காரிலிருந்து வெளியே எடுத்து வீட்டிற்குள் கொண்டு போனார். பாரேலால் ஓட்டுநருக்கு வாடகையைக் கொடுத்துவிட்டு, கார் போவதைப் பார்த்தபடி நின்றார்.

பண்டிட் ஒரு பெரிய அறையிலிருந்த கட்டிலில் விக்ரமைப் படுக்க வைத்தார்.

இரத்தம் படிந்த கைகளையும் இரத்தத்தில் நனைந்திருந்த கம்பளியையும் விக்ரமின் வெளுத்துப் போன முகத்தையும் மாறி மாறிப் பார்த்து விட்டு "என்ன நடந்தது" என்று கேட்டார்.

தமிழில்: மு.ந. புகழேந்தி

தயவு செய்து எங்களுக்கு உதவி செய்ய வேண்டும்...! வேறென்ன சொல்வது என்று எனக்குத் தெரியவில்லை.

விக்ரம் ஒரு கொள்ளையன் என்பதை அவர் அறிந்திருக்கக் கூடும். நான் நடந்தவற்றை விவரித்தேன்.

"நான் ஒரு போன் செய்து கொள்கிறேன்" அவர் சொன்னார்.

விக்ரம் படுக்கையில் அசைவற்றுக் கிடந்தார். நானும் சித்தப்பாவும் படுக்கையருகில் காத்துக் கொண்டிருந்தோம். விக்ரமின் உடலிலிருந்து இரத்தம் வடிவது நின்றிருந்தது. அவருடைய உதடுகள் அசைந்தன. தன் கைகளைத் தேய்த்து விடும்படி அவர் கேட்கிறார் என்பது எனக்குப் புரிந்தது. கைகள் குளிர்ந்து விறைத்திருந்தன. நான் அவைகளைத் தேய்த்துச் சூடாக்கினேன்.

ஒரு மருத்துவரை ஏற்பாடு செய்ய பண்டிட் மிகவும் முயற்சி எடுத்தார். மூன்று சகோதரர்களுக்கிடையில் சண்டை நடந்தது என்றும் அதில் தெரியாமல் துப்பாக்கி வெடித்து விட்டது என்றும் அவர் ஒரு கதையைச் சொன்னார். காவல்நிலையத்தில் தகவல் சொல்ல வேண்டும் என்றார் மருத்துவர். அவர் இரண்டு இலட்சம் ரூபாய் கேட்டார்.

பாரேலால் தொலைபேசியில் பேசுவதற்காக உள்ளே போனார். கடைசியில் மருத்துவர் ஒன்றரை இலட்சம் முன் பணத்திற்கும் அறுவை சிகிச்சைக்குப் பிறகு மேலும் முப்பதாயிரம் ரூபாய்க்கும் ஒத்துக் கொண்டார். இந்தப் பணத்தை ஏற்பாடு செய்து கொள்ளலாம் என்று நான் பண்டிட்டிடம் உறுதி கூறினேன்.

அப்பொழுது விக்ரமின் தம்பி அங்கே வந்தான். இதற்கு முன் அவனை நான் பார்த்ததில்லை. அவன் விக்ரமைவிட குள்ளமாகவும் குண்டாகவும் இருந்தான். பெண் குரல். விக்ரமைப் பார்த்தவுடன் ராம்பால் கதறி அழுதான். தன் அண்ணி என்பதால் எனக்கு மரியாதையுடன் வணக்கம் செய்தான். ஆனால் அவனால் எங்களுக்கு எந்தப் பயனும் இல்லை. அவன் தன் அண்ணனின் படுக்கையருகில் உட்கார்ந்து கண்ணீர் மட்டுமே விட்டுக் கொண்டிருந்தான்.

தொலைபேசிப் பேச்சு, என்னைக் குழப்பத்தில் ஆழ்த்தியிருந்தது. உடனே விக்ரமை ஊருக்கு வெளியில் இருந்த பண்டிட்டின்

மில்லிற்குக் கொண்டு போக வேண்டியிருந்தது. அங்கே வைத்துத் தான் மருத்துவர் சிகிச்சை தரப் போகிறார்.

நள்ளிரவில் நாங்கள் இன்னொரு வாடகைக்காரை ஏற்பாடு செய்தோம். விக்ரமிற்கு ஒரு புதுக்கம்பளி போர்த்தினோம். ஒரு பக்கம் ராம்பாலும் உட்கார்ந்து கொண்டான். ஓட்டுநர் எந்தக் கேள்வியும் கேட்கவில்லை. நல்ல வேளை! பண்டிட் எங்களுடன் வரவில்லை. நான் புடவைத் தலைப்பால் தலையை மூடிக் கொண்டு காரில் முன்சீட்டில் உட்கார்ந்தேன்.

ஒரு மணிநேரப் பயணத்திற்குப் பின் நாங்கள் அரைவை ஆலையை அடைந்தோம். அங்கே வாசலில் மூவர் எங்களுக்காகக் காத்திருந்தனர்.

எங்களை வெளியே நிற்கும்படி கூறிவிட்டு, அவர்கள் விக்ரமை ஆளில்லாத ஓர் அறைக்குள் கொண்டு போனார்கள். விக்ரம் மெதுவாக முணுமுணுத்தது என் காதில் விழுந்தது. "தண்ணீர்... ஒரு சொட்டுத் தண்ணீர்..."

மருத்துவர்களில் ஒருவர் வெளியில் வந்து பூலான் யாரென்று விசாரித்தார். ராம்பால் யோசிக்காமல் சொன்னான் : "அவள்தான்; அண்ணனின் மனைவி". பூலான்தேவியையும் விக்ரம் மல்லாவையும் அவர்கள் அடையாளம் கண்டுகொள்ளக்கூடாது என்று நான் பிரார்த்தனை செய்தேன். எங்களுடைய தலைகளுக்கு விலை அறிவிக்கப்பட்டிருக்கிறதில்லையா? புடவைத் தலைப்பால் தலையை மூடிக் கொண்டு நான் மருத்துவருடன் உள்ளே போனேன். விக்ரமின் சீருடை கத்தரிக்கோலால் அறுத்தெடுக்கப்பட்டிருந்தது. அவர் நிர்வாணமாக ஒரு மேசையின் மேல் கிடத்தப்பட்டிருந்தார். ஒரு மருத்துவர் கடல்நுரையால் காயங்களிலிருந்த இரத்தத்தைச் சுத்தப் படுத்தினார்.

அவர்கள் தங்கள் பைகளைத் திறந்து அறுவைச் சிகிச்சைக்கான கருவிகளை எடுத்து ஒரு வெள்ளைத் தட்டில் அடுக்கி வைத்தனர். "இனி நீங்கள் போகலாம்" என்று ஒரு மருத்துவர் கூறினார். "அனஸ்தெடிக் கொடுப்பதற்காக நாங்கள் காத்துக் கொண்டிருக்கிறோம். அதற்குப்பிறகு நாங்கள் அறுவைச் சிகிச்சையைத் தொடங்கிவிடுவோம்."

அந்த அறையை விட்டு வெளியில் வர எனக்கு மனமில்லை. எனக்கு அவர்கள் மீது நம்பிக்கை இல்லை என்பதுதான்

உண்மை.

ஒரு நீளமான எஃகுக் கத்தியால் அவர்கள் அவருடைய மேல் தோலைக் கீறத் தொடங்கினார்கள். என்னை வெளியில் அனுப்பும்படி மூன்றாவது ஆளிடம் மருத்துவர்கள் சாடை காட்டினார்கள். வெளியில் காத்துக் கொண்டிருக்கும் பொழுது நான் பாரேலாலிடம் கேட்டேன்:

"அனஸ்தெடிக் என்றால் என்ன சித்தப்பா?" "அது நினை விழக்கச் செய்யும் மருந்து, பூலான். அதைக் கொடுத்தால் அறுவை சிகிச்சை செய்வது தெரியாது." "அழாதே. பூலான். எல்லாம் சரியாகிவிடும்."

"எனக்குத் தெரியும், சித்தப்பா... தேவி துர்கை அவரைக் காப்பாற்றி விடுவாள்" என்று நான் கூறினேன். நான் நம்பிக்கை யிழந்து விடவில்லை.

அடுத்த நாள் உச்சி வேளை. நான் அவருடைய குரலைக் கேட் டேன். "பூலான் நீ எங்கே இருக்கிறாய்? இங்கே வா!"

நான் அறைக்குள் ஓடினேன். "எனக்கு நன்றாக இருக்கிறது பூலான்."

விக்ரம் என்னைப் பார்த்துப் புன்னகை செய்தார். மகிழ்ச்சியால் நானும் சிரித்தேன்...

24

மருத்துவர் சொல்வதைக் கவனித்துக் கொண்டு அறையின் ஒரு மூலையில் உட்கார்ந்து கொண்டிருந்தேன்.

காயம்பட்ட இடத்திலிருந்து தையலைப் பிரித்த பொழுது விக்ரம் வலியால் துடித்தார் என்றாலும் அழுகவில்லை. "இந்தப் பகுதியில் இரண்டு கொள்ளைக்காரர்கள் நுழைந்திருப்பதாக நான் கேள்விப்பட்டேன்." மருத்துவர் மிகச் சாதாரணமாகத்தான் சொன்னார். "விக்ரம் மல்லாவும் பூலான் தேவியும். அதில் விக்ரமிற்குக் குண்டு பாய்ந்துள்ளது."

"நாங்கள் கொள்ளைக்காரர்கள் இல்லை என்று உங்களுக்குத் தெரியுமில்லையா." விக்ரம் சொன்னார்.

"தெரியும், தெரியும். அவர்கள் இங்கே எங்கேயோ ஒளிந்து கொண்டிருப்பதாக நான் கேள்விப்பட்டேன். நகரம் முழுவதிலும் காவலர்கள் நிறைந்திருக்கிறார்கள். அவர்கள் அனைத்து மருத்துவமனைகளிலும் கிளினிக்குகளிலும் சல்லடை போட்டுத் தேடிக்

தமிழில்: மு.ந. புகழேந்தி

கொண்டிருக்கிறார்கள்."

விக்ரம் அமைதியானார்.

"இன்னும் ஒரு வாரம் படுக்கையில் இருக்க வேண்டும். அத்துடன் எல்லாம் சரியாகிவிடும்." விக்ரமின் முதுகில் தட்டிக் கொடுத்தவாறே மருத்துவர் சொன்னார் : "துப்பாக்கி குண்டின் ஒரு சிறுபகுதி இன்னும் உள்ளே இருக்கிறது. அதை எடுக்க முடியவில்லை. இனிமேல் உடம்பை அசைக்கும் பொழுது மிகவும் கவனமாக இருக்க வேண்டும். நீங்கள் ஒரு லாரி ஓட்டுநர் என்று தானே சொன்னீர்கள்?"

"ஆமாம், சார்."

தொடக்கத்திலிருந்தே அவருக்கு எங்கள் மீது சந்தேகம் இருக்கிறது. அதனால் தான் அறுவை சிகிச்சை செய்ய அவ்வளவு பணம் கேட்டது. விக்ரமால் நன்றாக நடக்க இயலவில்லை. ஆனால் அங்கிருந்து போக வேண்டிய நேரம் வந்து விட்டது. அடுத்த நாள் வழக்கம்போல் வந்து பார்ப்பதாகச் சொல்லிவிட்டு மருத்துவர் சென்று விட்டார். அறுவை சிகிச்சை முடிந்த பிறகு எல்லா நாட்களிலும் அவர் வந்து பார்த்துக் கொண்டிருந்தார். ஆனால், மற்ற இரண்டு மருத்துவர்கள் வரவேயில்லை.

"அவர் உன்னிடம் ஏதாவது கேட்டாரா, பூலான்?" விக்ரம் கேட்டார்.

"இல்லை. ஆனால், சித்தப்பா பாரேலாலையும் என்னையும் உற்றுப் பார்த்தார்." நான் சொன்னேன்.

"நீங்கள் உடனே இங்கிருந்து போய் விடுங்கள். காவலர்கள் வந்தால் எனக்கு என்ன நடந்தாலும் பரவாயில்லை. நீங்கள் பிடிபட்டு விடக் கூடாது!"

"உங்களை இங்கே விட்டுவிட்டுப் போக என்னால் முடியாது."

"நமக்கு வேறு வழியில்லை, பூலான். என்னால் நடக்க முடியாது. நாம் மூன்று பேரும் பிடிபட்டுவிடுவதை நான் விரும்பவில்லை. சித்தப்பா பாரேலாலுடன் நீ இப்பொழுது இங்கிருந்து கிளம்பிப் போய்விட வேண்டும் என்பதுதான் என் முடிவு."

திடீரென்று எனக்கு ஓர் எண்ணம் தோன்றியது. மில்லின் இன்னொரு பக்கத்தில் லாரிகள் வந்து போய்க் கொண்டிருந்தன. சில ஓட்டுநர்களுடன் நான் பேசிக் கொண்டிருந்தேன். கணவருக்கு உடல் சுகமில்லை என்று நான் சொன்னேன். என் கணவரையும் மைத்துனனையும் கான்பூரில் விட்டு விடுகிறீர்களா என்று கேட்கவும் செய்தேன். ஒருவர் சம்மதித்தார்.

அசையாமல் படுத்துக் கொண்டிருக்க வேண்டும் என்று தான் விக்ரமிடம் மருத்துவர் சொல்லியிருந்தார். நடக்க முயற்சிக்கும் போது தன் உடம்பு இரண்டாக முறிந்து போவது போல் இருப்பதாக விக்ரம் கூறினார். இருப்பினும் அவர் ராம்பாலின் உதவியுடன் கொஞ்ச தூரம் நடந்தார்.

மருத்துவர் சென்ற ஒரு மணி நேரத்திற்குப் பின் விக்ரமும் ராம்பாலும் லாரியில் புறப்பட்டனர். அவர்கள் கான்பூர் வரை போகப் போவதில்லை. அறிமுகமான ஒரு வியாபாரியின் வீட்டில் ஓய்வெடுப்பதற்காக அவர்கள் வழியிலேயே இறங்கிக் கொள்வார்கள். சித்தப்பா பாரேலாலும் நானும் புகைவண்டியில் ஓராயி சென்று, பின் அங்கிருந்து விக்ரமின் சொந்த ஊரான கௌஹானியை அடைவது; விக்ரம் அவரது உறவினர்களிடம் கொடுத்து வைத்துள்ள பணத்தை வாங்கிக் கொண்டு நாங்கள் அவருடன் சேர்ந்து கொள்வது என்பது தான் எங்கள் திட்டம். ஓய்வில் இருப்பதற்கு எங்களுக்குக் கொஞ்சம் பணம் வேண்டியிருந்தது. அறுவை சிகிச்சைக்காக மருத்துவருக்குக் கொடுத்த பணம் இருந்திருந்தால், ஊரில் ஒரு நல்ல வீடு கட்டி தேவையான அளவு கால்நடைகள் வாங்கிக் கொண்டு ஒன்றரை ஆண்டுகள் ஒரு குடும்பம் சுகமாக வாழ முடியும்!

இருள் கவியத் தொடங்கியபொழுது நாங்கள் கௌஹானை அடைந்தோம். காவலர்களின் கண்காணிப்பில் ஊர் இருப்பதை நாங்கள் புரிந்து கொண்டோம். ஊர்க்கிணறை ஒட்டி ஒரு கூடாரம் அமைத்து அவர்கள் காவல் காத்துக் கொண்டிருந்தனர். ஒரு சிறு பெண், புடவைத் தலைப்பால் தலையை மூடிக் கொண்டு, தாக்கூரைப் போல மரியாதையாக ஆடை அணிந்த ஒருவருடன் நடந்து போவதைப் பார்த்த காவலர்களுக்கு எதுவும் வித்தியாசமாகத் தோன்றவில்லை...

விக்ரமின் மாமா நான் சொன்னது எதையும் நம்பவில்லை. "விக்ரம் இறந்து விட்டதாகக் காவலர்கள் கூறுகிறார்கள். என்னிடம்

பணம் கேட்க நீ யார்?" என்று அவன் கேட்டான். " நீ சொல்வதை நான் நம்புவதாக இருந்தாலும், என்னிடம் இப்பொழுது பணம் இல்லை. உடனே நீ இங்கிருந்து போகவில்லை என்றால் நான் காவலர்களைக் கூப்பிடுவேன்."

தன் மாமாவிடம் ஐம்பதாயிரம் ரூபாய் கொடுத்து வைத்துள்ளதாக விக்ரம் சொல்லியிருந்தார். ஆனால், விக்ரம் இன்னும் உயிருடன் இருக்கிறார் என்பதை நம்பாமல் இருக்கத்தான் அவன் மாமா மிகவும் விரும்புகிறார்! நாங்கள் அங்கிருந்து வெளியேறி, அரைமயக்கத்தில் இருக்கும் காவலர்களின் கண்முன்னால் சில தெருக்கள் தள்ளி உள்ள விக்ரமின் சொந்த வீட்டிற்குப் போனோம். விக்ரமின் அப்பாவும் நாங்கள் சொன்னதை நம்பவில்லை.

"நீ சொல்வது சுத்தப் பொய்! அவன் இறந்து விட்டதாகக் காவலர்கள் எங்களிடம் சொன்னார்கள். அவர்கள் போட்டோ வையும் எங்களுக்குக் காட்டினார்கள்."

"நீங்கள் எங்களை நம்புகிறீர்களா இல்லை காவலர்களை நம்புகிறீர்களா?" என நான் கேட்டேன். விக்ரமிற்கு உண்மையில் என்ன நடந்தது என்று நான் விவரித்தேன். அவர் கதறி அழத் தொடங்கினார். விக்ரம் அவனது மாமாவிடம் தான் பணம் கொடுத்திருக்கிறான் என்றும் தன்னிடம் இல்லை என்றும் அவர் கூறினார். ஒரு பெரிய குடும்பத்தைத் தான் காப்பாற்ற வேண்டியுள்ளதாக அவர் கூறினார். மூத்த பெண்கள் மூவருக்குத் திருமணம் முடிந்திருந்தது. விக்ரம் நாலாவது; ராம்பால் ஐந்தாவதும் ஆவர். அவர்களுக்கும் கீழ் இன்னும் இரண்டு மகன்களும் மூன்று பெண்களும் உள்ளனர். எப்படியாவது கொஞ்சம் பணம் தருவதாகக் கடைசியில் அவர் சம்மதித்தார். இருபதாயிரம் ரூபாயை வாங்கிக் கொண்டு, விக்ரமினுடைய மாமியாரைப் பார்க்க நாங்கள் அடுத்த ஊருக்குச் சென்றோம்.

மருமகன் சுடப்பட்டதையும், நடக்க முடியாமல் இப்பொழுது உயிருடன் இருக்கிறார் என்பதையும் அறிந்து அவர் கதறி அழுதார். விக்ரம் இறந்து விட்டதாகத் தான் அவரும் நினைத்துக் கொண்டிருந்திருக்கிறார். தன்னிடம் பணம் எதுவும் இல்லை யென்று அவள் சத்தியம் செய்தாள்.

"விக்ரம் உங்களிடம் ஐந்து லட்சம் ரூபாய் கொடுத்திருக்கிறார் இல்லையா? அவர் அப்படித்தான் எங்களிடம் சொன்னார். அதனால் தான் அவர் எங்களை இங்கே அனுப்பியிருக்கிறார்.

தற்பொழுது எங்களுக்கு ஐம்பதாயிரம் ரூபாய் போதும்" என்றேன் நான்.

மாமியார் தன் நகைகளைக் கழட்டிக் கொடுத்தார். அதை வாங்கிக் கொள்ளும்படி சித்தப்பா சொன்னார். சீருடையும், துப்பாக்கியும், சங்கமும் இல்லாதபொழுது நாங்கள் சக்தியற்றவர்கள் என்னும் உண்மையை நான் எண்ணிப் பார்த்தேன். இன்னும் இங்கே நேரத்தை வீணடித்துக் கொண்டிருப்பதில் பயனில்லை. எனக்கு இன்னொரு எண்ணம் உதித்தது. என் ஊருக்குப் போகலாம் என்று நான் சித்தப்பாவிடம் சொன்னேன். என் பெற்றோர்களிடம் பணம் இருக்காது என்பது எனக்குத் தெரியும். ஆனால் மாயாதீனிடம் பணம் ஏராளமாக இருக்கிறது இல்லையா?

நாங்கள் நடந்தோம். யாரும் தடுத்து நிறுத்தவில்லை. யமுனையின் கரையை அடைந்தவுடன் நாங்கள் படகில் பயணம் செய்தோம். எங்கள் ஊருக்கு சில மைல் தொலைவிருந்த கோர்ஹா என்ற ஊரில் இறங்கிக் கொண்டோம். எங்கிருந்து பூலான் தேவி திரும்பி வந்திருக்கிறாள் என்று சர்பஞ்சிற்கு அறிவிப்பதற்காக ஆளனுப்பினோம்.

மிகுந்த துணிச்சலுடன் நாங்கள் அதைச் செய்திருந்தோம். அவர்கள் காவலர்களிடம் விவரத்தைச் சொன்னால் போதும். மாட்டிக் கொள்வோம். துப்பாக்கியும் சீருடையும் அணிந்த துர்கை இப்பொழுது புடவை கட்டிய ஒரு சாதாரணப் பெண். அவளுடைய சங்கமோ காட்டில் வெகு தூரத்தில்! சர்பஞ்ச் அனுப்பியிருந்த கிராமப் பிரதிநிதிகள், வந்திருப்பது நான்தானா என்று நிச்சயப்படுத்திக் கொண்டு எங்களை வயலில் சந்தித்தனர். என்னைப் பாதுகாக்கக் கொள்ளைக்கூட்டத்தினர் மரங்களில் ஒளிந்திருக்கிறார்கள் என்று சர்பஞ்சும் அவன் ஆட்களும் நினைத்துக் கொள்ளட்டும் என்று நான் எண்ணிக் கொண்டேன். அவர்கள் எல்லோரும் நினைத்துக் கொண்டிருப்பது போல, விக்ரம் இறந்து விடவில்லை என்றும், உயிர் தப்பி குணமடைந்து வருவதாகவும் நான் அவர்களிடம் தெரிவித்தேன். "நன்கொடைகள் வாங்கிக் கொண்டு வரும்படி எங்களை அனுப்பியிருக்கிறார். உங்கள் ஒவ்வொருவரிடமும் இருந்தும் பத்தாயிரம் ரூபாய் வீதம் எதிர்பார்க்கிறார்!"

மாலை நேரத்திற்குள் பணம் வந்து விட்டது.

பணத்தைப் பார்த்தபொழுது சித்தப்பா வாய் விட்டுச் சிரித்தார்.

தமிழில்: மு.ந. புகழேந்தி

“ஒரு ரவை கூட உதிர்க்காமல் இவ்வளவு பணத்தையும் உன்னால் கைப்பற்ற முடிந்துள்ளது பூலான். அவர்கள் சிரித்துக் கொண்டே பணத்தை உன் காலடியில் வைக்கிறார்கள்.”

விக்ரம் அடிபட்டிருப்பதை அறிந்து கோர்ஹாவில் உள்ளவர்களும் நிறையப் பணம் கொடுத்தார்கள். “நாங்கள் இதை நல்லெண்ணத்துடன் தருகிறோம். எங்களுக்குத் திருப்பித் தர வேண்டாம்” என அவர்களுடைய சர்பஞ்ச் சொன்னார். “விக்ரம் எங்களைக் காப்பவர்” என்று ஒரு பெண் அழுதபடி கூறினாள்.

பணத்தை எப்படி எண்ணுவது என்று எனக்குத் தெரியாது. அடுத்ததாக, எங்கள் சங்கத்தினர்களைக் கண்டுபிடிக்க முயன்றோம். ஆஸ்தா என்ற ஊரின் அருகில் அவர்கள் ஒளிந்து கொண்டிருப்பார்கள் என்று எனக்குத் தெரியும். கல்ப்பியில் இருந்த பாலம் வரை நடந்து, அங்கிருந்த பேருந்தில் ஓராய் போனோம். வயலில் நின்று கொண்டிருந்த ஒருவனிடம் விக்ரமின் சங்கத்தைப் பற்றி ஏதாவது தெரியுமா என்று நான் கேட்டேன். அவன் தலையைக் குலுக்கினான். நான் யாரென்று அவனிடம் சொன்னேன்.

“நீங்கள் பூலானில்லை! அவர் சீருடையணிந்து குதிரையின் மீது பயணம் செய்வார்! அவர் இப்படிச் சாதாரணப் புடவை அணிந்து ஒரு விவசாயத் தொழிலாளி போல நடந்து கொண்டிருக்க மாட்டார்” என அவன் சொன்னான்.

“முட்டாளே! என்னை நன்றாகப் பார்!”

“ஓ சகோதரி! என்னை மன்னித்து விடுங்கள்! என்னால் உங்களை அடையாளம் கண்டு கொள்ள முடியவில்லை.”

“போய் நான் இங்கே இருக்கிறேன் என்று அவர்களிடம் சொல்.”

சங்கத்தினர் எல்லோரும் விக்ரம் இறந்து போய்விட்டதாக நினைத்துக் கொண்டிருக்கிறார்கள். மலையடிவாரத்தில் அவரது உடலைக் காவலர்கள் அடக்கம் செய்து விட்டார்கள் என்றும், சிறீராம் சகோதரர்கள் தாக்காமல் இருப்பதற்காக அவருடைய குடும்பத்தார்க்குக் காவலர் பாதுகாப்புத் தரப்பட்டுள்ளதாகவும் பத்திரிகைகள் செய்தி வெளியிட்டிருந்தன.

ரகுநாத் என் சீருடையைக் கொண்டு வந்தான். “இதை அணிந்து கொள்ளுங்கள் பூல் சிங்! இப்பொழுது நீங்கள்தான் தலைவர்!

நாங்கள் அனைவரும் அதை ஏற்றுக் கொள்கிறோம்."

விக்ரம் உயிரோடு இருப்பதை நான் அவர்களிடம் தெரிவித்தேன். "காவலர்கள் தங்கள் மானத்தைக் காப்பாற்றிக் கொள்வதற்காகப் பச்சைப் பொய்யைப் பரப்பிக் கொண்டிருக்கிறார்கள்! நீங்கள் யாரை நம்புகின்றீர்கள்! என்னையா, செய்தித்தாள்களையா?"

அறுவை சிகிச்சைக்கு நிறையப் பணம் தேவைப்பட்டதென்றும், அதற்குப் பிறகு அவர் குணமடைந்து வருகிறார் என்றும் நான் விளக்கினேன். "அவர்தான் நம்முடைய தலைவர். நன்றாக நடக்க முடிந்தவுடன் அவர் திரும்பி வருவார்" என்று நான் உறுதியளித்தேன்.

சீருடை அணியும் நேரம் வரவில்லை. சித்தப்பாவும் நானும் விக்ரமிடம் போக வேண்டியிருந்தது. சங்கத்தினர்களும் எங்களுடன் வர விரும்பினர். ஆனால் கூட்டமாய்ப் பயணம் செய்வது ஆபத்தானது என்பதை நான் அவர்களுக்குப் புரிய வைத்தேன். இரண்டு வாரங்களுக்குள் திரும்பி வந்து விடுவதாக உறுதியளிக்கவும் செய்தேன். நான் ஒரு துப்பாக்கியை எடுத்துக் கொண்டேன்.

அரைமணி நேரத்திற்குப் பிறகு நாங்கள் கான்பூர் செல்லும் முக்கிய சாலையில் திரும்பி நடந்தோம். பாதை நெருங்கியதும், துப்பாக்கியை மறைத்து வைப்பதற்கான இடத்தைத் தேடி நாங்கள் ஒரு மல்லா கிராமத்தில் நின்றோம். அங்கே விக்ரமின் இன்னொரு தம்பியை சுக்பாலை காவலர் கைது செய்து, சித்தரவதை செய்ததை அறிந்தோம். பூலானை உடனே பிடித்து விடுவோம் என்று கூறியிருந்ததையும் நாங்கள் தெரிந்து கொண்டோம். என் தலைக்கு ஐயாயிரம் ரூபாயும் விலை வைத்திருந்தார்கள்.

நானும் சித்தப்பாவும் வயலில் இறங்கி நடந்தோம். ஐந்தோ ஆறோ டெபுடி சூப்ரண்டுகளின் தலைமையின் கீழ் ஆயுதமேந்திய ஏராளமான காவலர்கள் கண்காணிப்பில் ஈடுபட்டிருந்தனர்.

எங்களுடைய சங்கத்தைச் சேர்ந்த ஒருவரைக் காவல்துறை பிடித்திருக்கக் கூடும் என்றும், எங்களுடைய பயண முறைகளைப் பற்றி அவர்களிடம் அவன் தெரிவித்திருக்கக் கூடும் என்றும் சந்தேகப்படுவதாக பாரேலால் கருதினார்.

ஒரு குழியில் எங்கள் துப்பாக்கிகளை ஒளித்து வைத்தோம்.

பாரேலால் காட்டிற்குள் போவது என்றும், நான் அருகிலுள்ள கோத்திசாலா என்னும் ஊரின் தலைவனைப் பார்ப்பதற்காக அங்கே போவது என்றும் முடிவு செய்தோம்.

நான் அந்த வீட்டைக் கண்டுபிடித்து கதவைத் தட்டினேன்.

"யாரது?"

"நான், பூலான்."....

அவர் பயத்துடன் என்னை உள்ளே கூப்பிட்டார்.

"காவலர்கள் இங்கேயும் வந்திருந்தார்களா?" நான் கேட்டேன்.

"ஆமாம். அவர்கள் எல்லா இடத்திலும் சல்லடை போட்டுத் தேடிக் கொண்டிருக்கிறார்கள். நீங்கள் இந்த வட்டாரத்தில் இருப்பதை அவர்கள் அறிந்துள்ளார்கள். பூலான் ஒரு நீலப்புடவை அணிந்துள்ளார் என்பதைக் கூட அவர்கள் தெரிந்து வைத்துள் ளார்கள். நீங்கள் இங்கே இருக்க முடியாது. பகல் முழுவதும் அவர்கள் ஊரில் இருப்பார்கள்."

நான் அவர் கொடுத்த லுங்கியைக் கட்டிக் கொண்டேன். பிறகு ஒரு மண் குடம் நிறையத் தண்ணீர் எடுத்துத் தோளில் வைத்துக் கொண்டு கிராமப் பாதையில் நேராக நடந்தேன்.

"நீ எங்கே போகிறாய்?" இரு காவலர்கள் என்னைத் தடுத்து நிறுத்திக் கேட்டனர். "வயலுக்கு," காலைக்கடன்களை முடித்துக் கொள்வதற்கு!" நான் சொன்னேன்.

பதினெட்டு வயதாகியிருந்தாலும் பார்ப்பதற்குப் பதினைந்து வயதானவள் போலத் தோற்றம் தருவது எவ்வளவு வசதியாக இருக்கிறது! லுங்கியும் உள்பாவாடையும் அணிந்துள்ள என்னைப் பார்த்தால் கிராமப் பெண்ணைப் போலவே தோன்றும். அவர்கள் மறுபடியும் என்னைத் திரும்பிப் பார்க்கக் கூட இல்லை.

அன்று பகல் முழுவதும் அருகிலிருந்த மாந்தோப்பில் ஒளிந்து கொண்டிருந்துவிட்டு, இருட்டியதும் நான் மறுபடியும் தலைவனுடைய வீட்டிற்குச் சென்றேன். இம்முறை அவருடைய பயம் இரட்டித்தது.

"காவலர்கள் இப்பொழுதுங்கூட இங்கெல்லாம் சுற்றிக் கொண்டிருக்கிறார்கள்." அவர் சொன்னார்.

எங்கள் சங்கத்தைச் சேர்ந்த ஒருவன் பிடிபட்டிருப்பான் என்ற சந்தேகம் உறுதியானது. அவன் பெயர் ராகேஷ். விக்ரம் தன் தம்பியுடன் தங்கியிருக்கிறான் என்று அவர்களுக்கு அவன் தான் சொல்லியுள்ளான். அதனால் தான் காவலர்கள் சுக்பாலைக் கைது செய்ததும் சித்ரவதை செய்ததும். ஆள் மாறிவிட்டது.

"பூலான், நீங்கள் இங்கே தங்க முடியாது." தலைவன் சொன்னான்

"நான் சித்தப்பா பாரேலாலுக்காகக் காத்திருக்கிறேன். அவர் காட்டில் ஒளிந்து கொண்டிருக்கிறார். துப்பாக்கிகளைத் திருப்பி எடுப்பதற்காக நாங்கள் இன்றிரவு சந்தித்துக் கொள்வது என முன்பே முடிவு செய்திருக்கிறோம்."

பாரேலால் இருக்குமிடம் அறிந்து வர, தான் உதவுவதாகத் தலைவர் சம்மதித்தார். அவர் எனக்குக் கொடுத்த சிறிது உணவை நான் ஆசையுடன் சாப்பிட்டேன். பாரேலாலையும் கைது செய்து விட்டார்கள் என்றால் நான் என்ன செய்வது என்பது தான் என் யோசனையாக இருந்தது. பணம் முழுவதும் அவரிடம் இருக்கிறது. ஒரு மணி நேரத்திற்குப் பின் தலைவர் பதட்டத்துடன் திரும்பி வந்தார். காவலர்கள் அவரைத் தடுத்து நிறுத்தி விசாரித்ததுதான் அதற்குக் காரணம். எப்படியோ பாரேலாலை அவர் கண்டு பிடித்திருந்தார். துப்பாக்கிகளுடன் அவர் வயலில் காத்துக் கொண்டு நிற்கிறார் என்று கூறி, தலைவர் எனக்கு டீ சர்ட்டும், பொருத்தமான காலணிகளும் கொடுத்தார்.

"நாங்கள் இருவரும் இருளில் நடந்து பப்ரோளி என்னும் ஊரை அடைந்தோம் . விக்ரமின் சகோதரிகளில் ஒருவர் அங்கு தான் இருக்கிறாள். அவருடைய வீட்டைக் கண்டுபிடித்தோம். அவள் எங்களைப் பார்த்த உடனே கதறி அழுதாள்."

"என் உடன் பிறந்தவன் செத்துப் போய்விட்டானே!"

நாங்கள் கதை முழுவதையும் அவளிடம் திருப்பிச் சொல்ல வேண்டியிருந்தது. அந்தப் பகல் நேரத்தை அங்கு நாங்கள் கழித்தோம்.

இளைஞனான சுக்பாலுக்கு என்ன நடந்தது என்றும் காவலர் களுடைய அடுத்த நடவடிக்கை என்னவாக இருக்கும் என்றும் நாங்கள் அறிய வேண்டியிருந்தது. விக்ரமின் சகோதரி ஒரு

செய்தித்தாளை வாங்கிக் கொண்டு வந்து எங்களுக்குப் படித்துக் காட்டினாள்.

விக்ரமின் நெருங்கிய நண்பர்களான பரதும் மாதவும் கொல்லப்பட்டு விட்டனர். காவலர்கள் பதுங்கியிருந்து அவர்களைப் பிடித்திருக்கிறார்கள். பரத் என் மேல் மிகவும் பாசம் வைத்திருந்தார். மகளே என்று தான் அவர் என்னை அழைப்பார். விக்ரமை நினைத்தபோது என் துக்கம் அதிகரித்தது.

மாதவ், விக்ரமின் அத்தை மகன். அளவாகப் பேசுபவன். அதிகம் படித்திருந்தவன். சங்கத்தின் கணக்கு முழுவதும் அவன் கையில்.

இருள் கவிந்தவுடன் விக்ரமின் சகோதரி கொடுத்த புடவையை அணிந்து கொண்டு நானும், மைத்துனன் கொடுத்த உடைகளை அணிந்து கொண்டு பாரேலாலும் பயணத்திற்குத் தயாரானோம். நடந்தே ஓராயியை அடைந்த நாங்கள், கல்ப்பிக்குச் செல்லும் பேருந்தில் ஏறி, இடையிலேயே இறங்கி ஒரு குறுக்குப்பாதை வழியாக, விக்ரம் ஓய்வெடுத்துக் கொண்டிருந்த ஊர் போய்ச் சேர்ந்தோம்.

மோசமான செய்திகளுடன் விக்ரமைப் பார்க்கப் போய்க் கொண்டிருக்கிறோம் என்பதை நினைத்த பொழுது நான் சோர்ந்து விட்டேன்.

"நீங்கள் கொல்லப்பட்டு விடுவீர்களோ என்று நான் பயப்பட்டேன், பூலான். நாம் பிரிந்து மூன்று நாட்கள் கழிந்து விட்டன"

உயிர் நண்பர்கள் கொல்லப்பட்டதையும், தம்பி சிறையில் அடைக்கப்பட்டதையும், சங்கம் சின்னாபின்னமாகி விட்டதையும் விக்ரமிற்கு எப்படி எடுத்துச் சொல்வது என்று எனக்குப் புரியவில்லை.

நான் அவரிடம் செய்தித்தாளைக் கொடுத்தேன். அதைப் படித்து விட்டு அவர் அழத்தொடங்கினார். அதைப் பார்த்து நானும் அழுதேன்.

வாழ்க்கையில் ஒவ்வொரு நிமிடமும் அவர் என்னுடன் இருக்க வேண்டும் என்று நான் ஆசைப்பட்டேன். அவர் இறந்து விட்டால் அதற்குப் பிறகு நான் என்ன செய்வது என்று நினைத்துப்

பார்க்கக் கூட முடியவில்லை. அவர் அப்பொழுதுங்கூட மிகவும் களைத்துப் போயிருந்தார். துப்பாக்கிக் குண்டின் சிறுபகுதி இடுப்பிலிருந்து அகற்றப்படவில்லை. வலி இருந்தது என்றாலும் இப்பொழுது சிறிது நடக்க முடிகிறது. முழுவதுமாய் நிமிர்ந்து நிற்க முடியவில்லை.

என் மடியில் தலைவைத்துக் கொண்டு அவர் சொன்னார்: இந்த மென்மையான உன் கைகளால் தடவி, உன்னால் என்னைக் குணப்படுத்தி விட முடியும், பூலான்."

நான் மெதுவாக அவர் முதுகைத் தடவிக் கொடுத்தேன்.

"நீ தொடும் பொழுது என் வேதனை ஓடிப்போய் விடுகின்றது. சத்தியம் பூலான்! நீ துர்காதேவிதான்! நான் இன்னும் உயிருடன் இருப்பதற்கு உனக்குக் கடமைப்பட்டிருக்கிறேன்...!"

அவர் முன்பு எப்பொழுதும் பேசாதவற்றை இப்பொழுது என்னிடம் பேசினார். என்னிடம் மன்னிப்புக் கேட்டார். "நான் உன் வாழ்க்கையை நாசமாக்கி விட்டேன், பூலான். என்னை மன்னித்து விடு!"

அவர் என்னைக் காப்பாற்றத்தான் செய்திருக்கிறார் என்று நான் சொன்னேன். அவர் முழுவதும் குணமடைந்து, இழந்த பலத்தைத் திரும்பப் பெறும்வரை நாங்கள் வியாபாரியின் வீட்டில் தங்கியிருந்தோம். அப்பொழுது காவலர்களின் தேடுதல் வேட்டை மந்த நிலையை அடைந்தது.

என் ஊரைச் சேர்ந்த இரண்டு இளைஞர்கள் லக்னோ நகரத்தில் சட்ட வகுப்பு நடத்திக் கொண்டிருப்பது எனக்குத் தெரியும். நாங்கள் ஒரு வாடகைக் காரில் கல்ப்பி பாலத்தைக் கடந்து அங்கே போனோம். அவர்களைக் கண்டுபிடித்தோம். அவர்கள் எங்களை ஒரு வழக்கறிஞரிடம் அறிமுகப்படுத்தி வைத்தனர். காவலர்களுடன் ஒரு சந்திப்பு நடத்தினால் நல்லது என்று நான் கருதினேன். அதற்கு விக்ரமும் ஒத்துக் கொண்டார். தான் காவலர்களிடம் பேச்சு வார்த்தை நடத்துவதாகவும், அதுவரை நேபாளத்தில் நாங்கள் தங்கியிருக்க வேண்டும் என்றும் அந்த வழக்கறிஞர் சொன்னார். அங்கே நாங்கள் பாதுகாப்பாக இருப்போம் என்றும், அங்குள்ள தனக்குத் தெரிந்த மருத்துவர் ஒருவர் மூலம் விக்ரமிற்கு மற்றொரு அறுவை சிகிச்சை செய்யச் சொல்லலாம் என்றும் அவர் மேலும் தெரிவித்தார்.

தமிழில்: மு.ந. புகழேந்தி

இமாலயத்தில் நாங்கள் (நானும், என்னுடைய உடல் நலமில்லாத கணவனும், பாரேலாலும், வழக்கறிஞரும்) சுற்றித் திரிந்தோம். அளவு கடந்த அமைதியாலும், ஆச்சரியத்தாலும் என் மனம் நிறைந்தது. மருத்துவரைப் பார்க்க விக்ரம் தனியாகத்தான் சென்றார். இன்னொரு அறுவை சிகிச்சை செய்வது என்பது முடியாத ஒன்று என்று மருத்துவர் கருத்துத் தெரிவித்தார். குண்டின் சிறு பகுதி நடு எலும்பில் தைத்திருக்கிறது என்றும், அதுதான் வலிக்கான காரணம் என்பது கண்டுபிடிக்கப்பட்டது. அதை நீக்க முயற்சி செய்வது ஆபத்தானது. விக்ரம் மனம் தளரவில்லை.

"நாம் திரும்பிப் போய்விடலாம். நான் நிறைய வேலைகளைச் செய்து முடிக்க வேண்டியிருக்கிறது." விக்ரம் சொன்னார். இவ்வளவு விரைவில் காட்டுக்குத் திரும்பிப் போவது எனக்குத் தயக்கமாக இருந்தது. "இன்னுங்கொஞ்ச நாள் கழித்துப் போகலாம்" என்று நான் சொன்னேன். சித்தப்பா பாரேலாலும் என்னுடன் சேர்ந்து கொண்டார். "தற்பொழுது நமக்குத் தேவையான பணம் இருக்கிறது. இன்னும் சிறிது காலம் இங்கே தங்கலாம்" என்று அவர் சொன்னார்.

"சரி. ஆனால் நான் சிலரிடம் கணக்குத் தீர்க்க வேண்டியுள்ளது." விக்ரம் சொன்னார்.

25

சித்தப்பா பாரேலால் என்னுடன் சேர்ந்து கொண்டார். யமுனையின் கரைகளில் உள்ள காட்டுப்பகுதிகளுக்கு மறுபடியும் திரும்பிப் போவது ஆபத்தானது. "நம்மிடம் தேவையான அளவு பணம் இருக்கிறது. உன் பழைய வாழ்க்கையை விட்டுவிட்டு நகரத்தில் வாழலாம். காட்டில் போய் நீ என்ன செய்யப் போகிறாய்? சிறீராமையும் லாலாராமையும் வேட்டையாடப் போகிறாயா?" அவர் கேட்டார்.

அப்பொழுது விக்ரமிற்கு வயது இருபத்திநான்கு. எனக்குப் பதினெட்டு. எங்களுடைய வாழ்க்கையை மாற்றி அமைத்துக் கொள்ளலாம். விக்ரம் கண்டிப்பாக ஒரு வேலை தேடிக் கொள்ள முடியும். நாங்கள் ஒரு சாதாரண வாழ்க்கை வாழ முடியும்...

"நீங்கள் கண்டிப்பாகக் காட்டிற்குப் போக விரும்புகிறீர்கள் என்றால், என்னை இங்கே விட்டு விடுங்கள். அப்படிப்பட்ட வாழ்க்கை இனிமேல் எனக்கு வேண்டாம்." நான் சொன்னேன்.

"முடியாது!" விக்ரம் மறுத்தார்.

தமிழில்: மு.ந. புகழேந்தி

“நீ என்னுடன் இருந்தேயாக வேண்டும். மாதவும் பரத்தும் இறந்து விட்ட இந்நிலையில் நீ என்னுடன் இருந்தே தீர வேண்டும். நான் உன் கணவனில்லையா?”

ஒரு மனைவி தன் மரணம் வரை கணவனுடன் நம்பிக்கையுடன் இருக்க வேண்டும் இல்லையா? நான் ஒரு மிகச்சிறு பெண்ணாய் இருக்கும் பொழுது என் குடும்பத்தார் ஒரு இராட்சசனுக்குத் திருமணம் செய்து வைத்தனர். இப்பொழுதோ, நான் ஒரு கொள்ளைக்காரனுடைய மனைவி ஆகியிருக்கிறேன். விக்ரம் எனக்குக் கொடுத்த நகைகளை அணிந்திருக்கிறேன் என்றாலும், அது ஒரு உண்மையான திருமணமாக இருக்கவில்லை. எனக்குப் பல வகையான எண்ணெய் தேய்த்துக் குளிக்க வைக்க என் அம்மாவோ சகோதரிகளோ என்னருகில் இருக்கவில்லை. சாதாரண ஒரு குடும்பத் தலைவியாக இருந்ததில்லை. அதற்குப் பதிலாக, கொள்ளைக்காரன் விக்ரம் மல்லாவின் மனைவி பூலான்தேவியென்னும் கொள்ளைக்காரியாகியிருக்கிறேன்!

அது சிராவண மாதம். என்னைக் கடத்திக் கொண்டு வந்து ஓராண்டு முடிந்து விட்டது. ஒரு பெண்ணாய்ப் பிறப்பது என்பதன் பொருள் பலவீனமானவளாய்ப் பிறப்பது தான் என்றும் தனியாக நிற்க முடியாது என்பதையும் நான் புரிந்து கொண்டேன். எனவே காட்டுக்குத் திரும்பிப் போவதைத் தவிர எனக்கு வேறு வழியில்லை.

அதற்கு முன், நாங்கள் விக்ரமின் முதல் மனைவி இருந்த ஊருக்கு அருகில், யமுனை நதிக்கரையோரம் உள்ள விபூதிச் சாமியார் தங்கியுள்ள கடப்பாரக் கோயிலுக்கு வழிபாடு செய்வதற்காகப் போனோம். கொள்ளைக்காரர்கள் எப்பொழுதும் தாங்கள் கொள்ளையடித்ததில் மூன்றில் ஒரு பகுதியை தெய்வங்களுக்குக் கொடுப்பது வழக்கம்.

ஆசாரங்களில் தீவிர நம்பிக்கை உடையவராக இருந்தார் விக்ரம்.

அவர் கோயிலுக்குள் சென்று பிரார்த்தனை செய்து கொண்டிருந்த பொழுது, நான் வெளியில் ஆற்றிலிருந்த கற்படிகளில் நின்று பிரார்த்தனை செய்தேன். எங்களை அடையாளம் கண்டு கொள்ளக் கூடியவர்கள் இங்கே இருக்கிறார்கள் என்று எனக்குத் தெரியும்.

பிரார்த்தனைக்குப் பிறகு, பலத்த மழையில் நனைந்த படி மணிக்கணக்கில் நடந்தோம். விக்ரமின் ஊரான கௌஹானை நெருங்கிக் கொண்டிருந்தோம். பழி தீர்த்துக் கொள்ள விக்ரம் தீர்மானித்திருக்கிறார் என்பது அவருடைய முகத்தில் தெளிவாய்த் தெரிந்தது. தாக்கூர்கள் மேலிருந்த பகை இரு மடங்காகிவிட்டது. தாக்கூர்களுடன் இருந்த வழக்குகளுக்கு அப்பா தன்னை இழுத்திருக்காவிட்டால், தான் கொள்ளைக்காரனாக மாறியிருக்க மாட்டேன் என்று விக்ரம் அடிக்கடி சொல்லிக் கொண்டிருந்தார். தன் அப்பா தான் தன் வாழ்க்கையைக் கெடுத்தது என்று அவர் கருதினார்.

கௌஹானை அடைந்தவுடன் விக்ரம் தன் வீட்டிற்குச் சென்று இனிமேல் தன்னை மகன் என்றழைக்கக்கூடாது என்று தன் அப்பாவிடம் சொன்னார். மாமாவைப் பார்த்தவுடன் அவரது கோபம் எல்லை கடந்தது. அவனைக் கொன்று விடுவதாக மிரட்டினார். ஏனெனில், விக்ரமின் பணத்தில் தான் அவன் வாழ்ந்து வந்தான். நான் ஒரு விதமாக அவரைச் சமாதானப் படுத்தினேன். தன் குடும்பத்தினர்க்குத் தன் பணத்தின் மேல் மட்டும் தான் பாசம் இருக்கிறது என்று சொன்னார். பின்னர் நாங்கள் அங்கிருந்து கிளம்பி விட்டோம்.

அடுத்த ஊரில் பாதுகாப்பான வீடொன்றில் ரகுநாத் ஓய்வெடுத்துக் கொண்டிருப்பதை நாங்கள் கண்டுபிடித்தோம். அவனை எனக்குப் பிடிக்கும். காவலர்களின் பிடியில் சிக்காமல் அவன் எங்களுக்காகக் காத்துக் கொண்டிருக்கிறான். அவன் ஐந்து பேர் கொண்ட புதிய சங்கத்தை உருவாக்கியிருந்தான். சித்தப்பா பாரேலால் தவிர, மிஸ்ரா என்னும் பெயருள்ள ஒரு புதிய உறுப்பினனும் எங்களுடன் சேர்ந்திருந்தான். விக்ரமினுடைய மெய்க்காப்பாளனாக இருந்த மாதவுக்குப் பதிலாக, அவரது தம்பி சுக்பால் அனுப்பியிருந்த ஆள்தான் மிஸ்ரா. அத்துடன் நாங்கள் ஒன்பது பேர் கொண்ட சங்கம் ஆனோம்.

நாங்கள் அருகிலிருந்த ஊர்களில் இரண்டு கொள்ளைகள் அடித்தோம். தான் இப்பொழுதும் உயிரோடு இருப்பதை அனைவரும் தெரிந்து கொள்ள வேண்டும் என்பது விக்ரமிற்கு நிர்பந்தமாயிருந்தது. விக்ரமின் 'மரணத்தை' உறுதி செய்வதற்காக காவலர்கள் ஓர் ஏழை இடையனைக் கொன்ற விவரத்தை அறிந்து விக்ரம் மனவேதனைப்பட்டார். அவன் உடலுக்கு விக்ரம் அணிவதைப் போல் ஒரு சீருடையை அணிவித்து,

மார்பின் குறுக்காக ஒரு துப்பாக்கியை வைத்து, விக்ரம் இறந்து விட்டார் என்று நம்ப வைப்பதற்காக ஒரு புகைப்படமும் எடுத்தனர். அதனைச் செய்தி ஏடுகளில் வெளியிட காவலர்கள் ஏற்பாடு செய்திருந்தனர். விக்ரமின் குடும்பத்தினர் இதை நம்பி மரணத்தின் பின் செய்யும் பதின்மூன்றாம் நாள் சடங்குகளைச் செய்திருக்கின்றனர். (டெபுடி போலீஸ் சூப்பிரண்டினுடைய மேற் பார்வையில்தான் மேற்படி கபட நாடகம் அரங்கேறியது)

ரப்பர் முத்திரை ஒன்று செய்து, தான் கொள்ளை நடத்துகின்ற வீடுகளின் கதவுகளில் விக்ரம் அதனைப் பதிய வைத்துக் கொண்டிருந்தார். "பூலானும் விக்ரமும் சொர்க்கத்தில் இருந்து திரும்பி வந்திருக்கிறார்கள்" என்ற சொற்கள் அம்முத்திரையில் இருந்தது.

கொள்ளை அடித்து விட்டு நாங்கள் யமுனையின் வடபகுதியில் உள்ள அடர்ந்த காடுகளுக்குள் சென்றோம். நாங்கள் எங்கே ஒளிந்து கொண்டிருக்கிறோம் என்பதை அறிவித்துக் கொண்டும், எங்களைப் பிடிக்க வாருங்கள் என்று அழைப்பு விடுத்துக் கொண்டும் விக்ரம் காவலர்களுக்கு ஒரு கடிதம் எழுதினார். தாமதிக்காமல் காவலர்கள் வரவும் செய்தனர்.

"'சிப்பாய்'களே நான் இங்கே இருக்கிறேன்! நான் விக்ரம் மல்லா! இதோ இங்கே இருக்கிறேன். நான் இறந்து போய் விட்டேன் என்பதை உண்மையில் நீங்கள் கூட நம்பவில்லை. இல்லையா? சிப்பாய்களே! பாருங்கள்! நான் இதோ உயிருடன் இருக்கிறேன்! நான் கொள்ளையடிப்பதையும் நிறுத்தவில்லை!"

ஒலிபெருக்கி மூலம் விக்ரம் கத்தினார்.

நாங்கள் குன்றின் உச்சியில் சுடுவதற்குத் தயாராகி நிலத்தில் கவிழ்ந்து படுத்துக் கொண்டிருந்தோம். விக்ரமோ, பாறை மேல் தனியாக நின்றார். அவர் ஆபத்தை வரவேற்று இரசித்துக் கொண்டிருப்பதைப் போலத் தோன்றியது. அருகில் வந்து பிடித்துக் கொள்ளும்படி அவர் காவலர்களுக்கு அறைகூவல் விடுத்தார். வலை விரிக்கப்பட்டிருப்பதைப் புரிந்து கொண்டு அவர்கள் பின்வாங்கிய பொழுது, விக்ரம் அவர்களை இடித்துக் கூறினார். "கோழைகளே! ஓடிப் போகாதீர்கள்! தைரியம் இருந்தால் திரும்பி வந்து சண்டை போடுங்கள்!".

படபடவென்று, சுட்டுக் கொண்டு விக்ரம் காவலர்களைப் பின்

தொடர்ந்து சென்றார். காவலர்களுடைய குண்டுகள் சீறிப்பாய்ந்து விக்ரமை உரசிச் சென்றன. கடுமையான போராட்டத்திற்குப் பின் சில சிப்பாய்களை அவர் வளைத்துக் கொண்டார். "கையை உயர்த்துங்கள்!" அவர் கத்தினார். உயிருக்கு அஞ்சி அவர்கள் துப்பாக்கிகளைக் கீழே வைத்தார்கள். விக்ரம் அவர்களை இலக்காக வைத்து நிலத்தில் குண்டுகளைப் பொழிந்தார்.

அவர் பாதுகாப்பாய் இருப்பதையும், காவலர்கள் பின்வாங்கு வதையும் பார்த்தவாறே நான் பாறையில் உட்கார்ந்திருந்தேன். விக்ரம் உண்மையிலேயே ஒரு தலைவராய் இருந்தார். காவலர்களை விடவும் திறமையாக அவர் துப்பாக்கியைப் பயன்படுத்தினார். காவலர்கள் எப்படித் தாக்குவார்கள் என்பதை முன் கூட்டியே அவரால் கணிக்க முடிகிறது.

காவலர்கள் அவர்களுடைய ஜீப்புகளுக்கும், லாரிகளுக்கும் திரும்பிப் போனார்கள். அவர்களில் பலரை நாங்கள் கொன்றிருக்க முடியும். ஆனால், நாங்கள் அப்படிச் செய்யவில்லை. அவசிய மில்லாமல் கொலை செய்வதை நாங்கள் விரும்பவில்லை. ஓர் எதிரியைப் பழி வாங்குவதும், ஒரு கொள்ளைக்கு இடையில் தற்காத்துக் கொள்வது என்பதும் வெவ்வேறானவை. தாக்குதல் நடத்தும் போது கூட விக்ரம் மிக மனிதாபிமானத்துடன் நடந்து கொண்டார். அவர் எதைச் செய்ய விருப்பப்பட்டாரோ அதை அவர் செய்து விட்டார். விக்ரம் மல்லா இன்னும் உயிருடன் இருக்கிறார் என்பதைக் காவலர்கள் நேருக்கு நேராகப் பார்த்து விட்டனர்!

எந்தக் காரியமாக இருந்தாலும் விக்ரம் என்னுடன் கலந்து ஆலோசிப்பார். நாங்கள் என்ன செய்ய வேண்டும், அதை எப்படிச் செய்ய வேண்டும் என்று முடிவு செய்த பிறகு சங்கத்தினர்களுடன் பேசுவோம். மறுபடியும் என் பெற்றோர்களைச் சந்திக்கும் வாய்ப்பு எனக்குக் கிடைத்தது. சங்கத்தினர்களைப் பக்கத்து ஊரில் ஓய்வெடுத்துக் கொள்ளச் சொல்லிவிட்டு, நானும் விக்ரமும் வீட்டிற்குப் போனோம். என்னை மறுபடியும் பார்க்க முடிந்ததில் அம்மாவிற்கு மகிழ்ச்சியாக இருந்தது. எனினும், கொல்லப்படும் முன்பாக ஏன் நாங்களிருவரும் சரணடைந்து விடக்கூடாது என அறிவுரை சொன்னாள். துர்காதேவியின் உதவியுடன் செய்து முடிக்க வேண்டியுள்ள காரியங்கள் முடிந்தவுடன், தான் சரணடைந்து விட முடிவு செய்துள்ளதாக விக்ரம் பதிலளித்தார். கொலை செய்ய வேண்டாம் என்று அப்பா கெஞ்சினார். "ஒரு

மனித உயிரைக் கொல்வது தான் மிகவும் பயங்கரமான செயல். வாழ்க்கை முழுவதும் உன் மேல் அந்த சாபம் இருக்கும்." அவர் உபதேசித்தார். நான் அதைச் செய்ய மாட்டேன் என்று அப்பாவிற்கு உறுதி அளித்தேன். எப்போதாவது சரணடைவேன் என்று நான் நினைத்துக் கூடப் பார்த்ததில்லை.....

நாங்கள் அங்கிருந்து புறப்படுவதற்கு முன் ஒரு பெண் என்னருகில் வந்து என் கால்களைத் தொட்டுக் கும்பிட்டாள். அவளுடைய பெயர் குசுமா.

எங்கள் சங்கத்தில் உறுப்பினராயிருந்த மாதவிற்கு டில்லியில் இவளுடன் உறவு இருந்திருக்கிறது. அவளை என்னுடன் கூட்டிக் கொண்டு போய்விட வேண்டுமென்று அவள் என்னிடம் கெஞ்சினாள். ஒரு கொள்ளைக்காரியாக எங்களுடன் இருக்கவும் ஆசைப்படுவதாக அவள் சொன்னாள். கைம்மாறாக அவள் தன்னுடைய வளையல்களைக் கொடுப்பதாகச் சொன்னாள்.

"மாதவின் கூட்டாளி என்று கூறி என்னையும் சிறையிலடைக்க முயற்சி நடந்து கொண்டிருக்கிறது! என்னிடம் பணமில்லை. மாதவ் போய்விட்ட பிறகு என்னைக் காப்பாற்றுவதற்கு யாருமில்லை, தயவு செய்து என்னைக் காப்பாற்றுங்கள்!"

அவள் மறுபடியும் என் காலில் விழுந்து அழுதாள். எனக்கு வருத்தமாக இருந்தது. ஆனால், விக்ரமிடம் நான் விவரத்தைச் சொன்ன போது, அவருக்கு விருப்பமில்லை என்பது புரிந்தது. காட்டிற்குள் வேறொரு பெண்ணைக் கூட்டிக் கொண்டு போக வேண்டாம் என்று அவர் எண்ணுவதாக நான் கருதினேன்.

சென்றமுறை, தங்களுடன் இருந்தபொழுது அவள் ஆண்களுடன் நெருங்கிப் பழகிப் பல பிரச்சினைகளை ஏற்படுத்தினாள் என்று விக்ரம் விளக்கினார். இருந்தாலும் எனக்கு அவள் மீது கருணை பிறந்தது. அவளைக் காப்பாற்ற யாரும் இல்லை. அவளுக்கு இன்னும் ஒரு சந்தர்ப்பம் கொடுக்க வேண்டும் என்று நான் விக்ரமைக் கட்டாயப்படுத்தினேன். அதிலிருந்து ஒவ்வொரு பிரச்சினையாகத் தலை தூக்கத் தொடங்கியது. விக்ரம் உட்பட எல்லா ஆண்களிடமும் குழையத் தொடங்கினாள். அவள் அழகானவளாயிருந்தாள். ஆனால் அவளிடம் சுயக்கட்டுப்பாடு இல்லை. அவளைப் பற்றி முதலில் குற்றம் சொன்னவர் சித்தப்பா பாரேலால் தான். "அவள் எப்பொழுதும் என்னைச் சுற்றி வருகிறாள். குழையவும் செய்கிறாள்! அதுவும் என்னைப் போன்ற

ஒரு வயதானவனிடம்! விக்ரம், நீ ஏதாவது செய்தாக வேண்டும். அவளை சங்கத்திலிருந்து அனுப்பி விடு. இல்லையென்றால், நானே அடித்துத் துரத்திவிடுவேன்."

இனிமேல் இவ்வாறு நடந்து கொள்ளக் கூடாது என்று அவளை அழைத்து எச்சரிக்கை செய்தேன். வயதானவரைத் தொந்தரவு செய்யக் கூடாது என்று சொன்னேன். ஆனால் அவள் அதைப் பற்றி வெட்கப்படவில்லை என்பது அவள் பார்வையிலேயே புரிந்தது.

"அவர் விக்ரமின் சித்தப்பா என்பதால் அவரிடம் நீ இப்படிக் குழைந்து கொண்டிருக்கிறாய். அதுவும், விக்ரம் தலைவனாக இருப்பதால்?" நான் கேட்டேன்.

அவள் தலையாட்டினாள்.

"இந்த நிமிடம் முதல் நீ என்னுடன்தான் இருக்க வேண்டும். ஆண்கள் இருக்கும் பக்கமே போகக்கூடாது" என்று நான் சொன்னேன். ஆண்களை எப்படிக் கவர்வது என்பதை அவள் அறிந்து வைத்திருந்தாள். அடுத்து அவள் மீது இதே போன்றதொரு குற்றச்சாட்டு ரகுநாத்திடமிருந்து வந்தது. அவளுடைய இந்த வெட்கங்கெட்ட செயல்கள் எனக்கு அவள் மீது வெறுப்பைத் தோற்றுவித்தன.

"நீ எப்பொழுதும் ஆண்களின் பின்னாலேயே சுற்றிக் கொண்டிருக்கிறாய், குசுமா. முதலில் ஒருவர் பிறகு இன்னொருவர். ஆண்களின் பின்னால் இளித்துக் கொண்டு நான் போவதை எப்போதாவது நீ பார்த்திருக்கிறாயா? நீ ஏன் இப்படி நடந்து கொள்கிறாய்?" என்று நான் கேட்டேன்.

என் அனுதாபத்தைப் பெறுவதற்காக என்னை "அக்கா" என்று அழைத்து அவள் கூறினாள்: "நீங்கள் வித்தியாசமானவர்கள். ஆனால், ஓர் ஆண் இல்லாமல் என்னால் வாழ முடியாது. அதனால் தான் நான் இப்படி எல்லாம்...."

ரகுநாத் ஒரு 'பொட்டை' அதனால் தனக்கு அவன் வேண்டாம் என்றும், விக்ரம் தான் தனக்கு வேண்டும் என்றும் அவள் சொன்னாள்.

ஆத்திரத்தில் நான் அவளுக்கு ஓங்கி ஓர் அறை கொடுத்தேன். அதற்குப் பிறகு குசுமா என்ன சொல்லியிருக்கிறாள் என்று

தெரிந்து கொள்ள நான் விக்ரமிடம் போனேன்.

"அவளுக்குப் பைத்தியம் பிடித்திருக்கிறது! உனக்குப் பதிலாக நான் அவளை மனைவியாக ஏற்றுக் கொள்ள வேண்டும் என்று அவள் சொல்கிறாள்!" விக்ரம் சொன்னார். "அவள் உன்னைவிட அழகானவள் என்றும், உன்னைவிட அதிகமாக என்னை நேசிக்கிறாள் என்றும் அவள் மடத்தனமாக என்னென்னவோ பேசுகிறாள்." அவள் மனதைத் தெரிந்து கொள்வதற்காக, உன்னை என்ன செய்வதென்று கேட்டதற்கு, "ஓ! நாம் அவளை அடித்துத் துரத்தி விடலாம்!" என்று பதிலளித்தாள். அதைக் கேட்ட உடனேயே நான் அவளை விரட்டி விட்டேன். "பூலான், உனக்குத் தெரியுமில்லையா, எனக்கு அவள் வேண்டவே வேண்டாம்! அவள் எல்லோருடனும் போகக் கூடியவள்!"

"இதைப் பற்றி நீங்கள் ஏன் என்னிடம் முன்னமே சொல்ல வில்லை!"

"உன்னைச் சங்கடப்படுத்த வேண்டாம் என்று நினைத்துதான் சொல்லவில்லை. உடனே நாம் அவளைக் கொண்டு போய் ஊருக்குள் விட்டு விடலாம். அவள் வழி கண்டுபிடித்து டில்லிக்குத் திரும்பிப் போய்க் கொள்ளட்டும்".

விக்ரமிற்கு என் மேலுள்ள நம்பிக்கை, அவருடைய களங்கமற்ற தன்மை, எங்களுக்குள் இருந்த மன ஒற்றுமை எல்லாம் அவரை நம்பச் சொல்லி என் மனம் சொல்லியது. இருப்பினும், அவளை நினைத்தால் பரிதாபமாக இருந்தது.

"அவளுக்குத் துணையாக இருப்பது நாம் மட்டுந்தான். அவளை ஊருக்குள் கொண்டு போய் விடுவது எளிது. காவலர்கள் கண்ணில் அவள் பட்டுவிட்டால், அவர்கள் அவளை என்னதான் செய்ய மாட்டார்கள்! அவளுடைய வழக்கு முடியும் வரை காத்திருப்போம். அதற்குப் பிறகு அவளைத் திருப்பி அனுப்பிவிடலாம்" என்று கூறினேன் நான்.

விக்ரம் சம்மதித்தார்.

இரவு. எல்லோரும் ஆழ்ந்த உறக்கத்தில் இருந்தார்கள். நான் இவ்வளவு காலம் பயப்பட்டிருந்தது நடந்தே விட்டது. யாரோ சிலர் நடந்து வருவதைக் கண்ட காவல்காரன் எங்களுக்கு எச்சரிக்கை ஒலி கொடுத்தான். சில நிமிடங்களுக்குள் நாங்கள் துப்பாக்கிகளுடன்

தயாரானோம். கிராமத்திலிருந்து வந்த பிரதிநிதிகள் எங்களுக்குத் தெரிந்தவர்களும் நம்பிக்கைக்குப் பாத்திரமானவர்களுமாக ஏறக் குறைய பத்துப் பனிரண்டு பேர். அவர்களிடம் ஆயுதங்கள் எதுவும் இல்லை. விக்ரமுக்கும் சிறீராமுக்கும் இடையில் உள்ள பிரச்சினையைப் பற்றிப் பேசுவதற்காக வந்திருப்பதாகச் சொன் னார்கள்.

என் காலுக்குக் கீழ் நிலம் பிளந்து விட்டதாக எனக்குத் தோன்றியது. இம்முறை முடிவு நெருங்கிவிட்டது என்று நான் பயப்பட்டேன். ஒரு வேப்ப மரத்திற்குக் கீழ், மூங்கில் இலைகளைக் கொண்டு நாங்கள் அமைத்திருந்த குடிசைக்குள், வந்திருந்தவர் களில் ஒருவரை ஒரு பணக்காரரை பேசுவதற்காக உள்ளே வரச் சொன்னோம்.

"உங்களுக்கும் சிறீராமுக்கும் உள்ள பகையைப் பேசித் தீர்த்து வைக்கத்தான் நாங்கள் வந்துள்ளோம். அவர் உங்களைக் கொல்ல முயற்சி செய்யவில்லை என்று ஆணையிட்டுச் சொல்கிறார். ஆனால், அதைச் செய்யத் தயங்காத வேறு சிலர் இருக்கிறார்கள். அப்படிப்பட்டவர்கள் இவ்விடங்களில் சுற்றித்திரிந்து கொண்டிருக் கிறார்கள். மஸ்தானா, எல்லோருக்காகவும் வேண்டி, அவனுடன் தாங்கள் இணைந்து கொள்ள வேண்டும்."

"விக்ரம் தன் முட்டிகளை மடக்கினார்." "அவன் என் கண் முன்னால் வந்தான் என்றால் அந்த நிமிடமே அவனைச் சுட்டுக் கொன்று விடுவேன்!"

எங்களைச் சுற்றி ஒரு வலை பின்னப்பட்டிருப்பதை என்னால் உணரமுடிந்தது என்றாலும், அதன் உள்நோக்கத்தைப் புரிந்து கொள்ள முடியவில்லை.

"முதல்முறை சிறீராமிடமிருந்து இவர் சிரமப்பட்டுப் பிழைத் துள்ளார். இப்பொழுது அவன் இன்னும் ஒரு முயற்சி செய்து பார்க்கலாம் என்று நினைக்கிறான் இல்லையா? அதற்குத்தானே உங்களை அவன் இங்கு அனுப்பியிருக்கிறான்?" என்று நான் பிரதிநிதியிடம் சொன்னேன்.

"இந்தப் பெண் சொல்வதை நீங்கள் கேட்கக் கூடாது, விக்ரம். இக்காரியத்தில் இவளுடைய அபிப்பிராயத்தைக் கேட்காதீர்கள். இதில் நீங்கள் தான் முடிவு செய்ய வேண்டும். உங்களைச் சுடவில்லை என்று அவன் சொல்கிறான். அவன் ஒரு தாக்கூர்.

உங்கள் சங்கத்தின் தலைவனாகவும் இருந்திருக்கிறான். நீங்கள் அவன் மேல் குற்றம் சாட்டுவதற்கு முன் அவன் என்ன சொல்ல வருகிறான் என்பதை நீங்கள் கேட்க வேண்டும்."

விக்ரம் யோசனை செய்துவிட்டுச் சொன்னார்: "சரி, அவனைக் கூட்டிக் கொண்டு வாருங்கள்!"

பிரதிநிதிகள் திரும்பிச் சென்றனர். அவர்கள் சொல்வதைக் கேட்க வேண்டாம் என்று நான் விக்ரமிடம் சொன்னேன். "சிறீராமின் உறவு நமக்கு வேண்டாம்!"

"அவன் என்ன சொல்ல விரும்புகிறான் என்பதைக் கேட்கக் கூடாதா? அதில் என்ன தப்பு?" விக்ரம் கேட்டார்.

விக்ரமிற்கு அனைத்தையும் கற்றுக் கொடுத்திருக்கிறான் சிறீராம். அவனைக் கொல்லத் துடித்துக் கொண்டிருந்த விக்ரம் இப்போது அவனைச் சந்திக்கத் தயாராகியிருக்கிறார்! இதற்கான காரணத்தை என்னால் புரிந்து கொள்ள முடியவில்லை. கிராமப் பிரதிநிதி சொன்னது போல் அவன் ஒரு தாக்கூர். விக்ரமின் தலைவனுமாய் இருந்தவன். அவ்விரு தகுதிகளும் எனக்குக் கிடையாது. என்னால் அவருக்குப் புரியவைக்க முடியவில்லை என்றால், அவரே தானாக முடிவு செய்து கொள்ள விட்டுவிடலாம் என்று தான் நினைத்தேன். ஆனால், சிறீராமைக் கொன்றுவிட விக்ரம் முடிவு செய்தார் என்றால், அதைச் செய்து முடிப்பவள் நானாகத் தான் இருப்பேன்!

விக்ரமைக் கொலை செய்ய, தான் முயற்சி செய்யவில்லை என்று சிறீராம் விக்ரமிற்குப் புரிய வைப்பதில் வெற்றி பெற்றுவிட்டால், அந்த மனித மிருகம் இனி என்னிடம் திரும்பும் என்று நான் பயப்பட்டேன். அவனைப் பொருத்தவரை நான் ஒரு மல்லா விபச்சாரி. சிந்தித்துப் பார்த்தால் அவன் உண்மையில் கொல்ல விரும்பியது என்னைத்தான்...

கிராமத்தினர் சிறீராமுடனும் அவனுடைய சங்கத்தினருடனும் திரும்பி வந்தனர். பொழுது புலரவில்லை. தாக்கூர் திரும்பி வந்ததில் எங்கள் சங்கத்தினர் எல்லோரும் அமைதியற்றும் விரோதம் கொண்டும் இருந்தனர். என்னைப் போலவே அவர்களும் சமாதானப் பேச்சை விரும்பவில்லை. விக்ரம் சிறீராம் பேச்சு வார்த்தையில் நான் கலந்து கொள்ளாமல் ரவைகள் நிறைந்த துப்பாக்கியுடன் புல்தரையில் போய் உட்கார்ந்தேன். லாலாராம்

மட்டுந்தான் அருகில் வந்து என்னைக் கும்பிட்டான்.

விடியத் தொடங்கியது.

"நான் தான் உன்னைச் சுட்டது என்னும் எண்ணத்தை நீ உன் மனதிலிருந்து நீக்கிவிடு விக்ரம்." காட்டின் அமைதியில் சிறீராமுடைய சொற்களைக் கேட்டேன். "அந்த தர்பூசணி வியாபாரிதான் அதைச் செய்தது. நான்தான் உன்னைச் சுட்டது என்று நீ நினைத்துக் கொள்ளட்டும் என்று கருதியிருக்கிறான். நீ பிழைத்துக் கொள்ளட்டும் என்று நான் பிராத்தனை செய்தேன். அப்படி, சகோதரா, நீ உயிருடன் நலமாக இங்கே வந்திருக்கிறாய்!" அதற்குப் பிறகு என் காதில் விழும்படியாக அவன் சத்தமாய்ச் சொன்னான். "அவளைக் கூப்பிடு! அவளுக்கு இன்னும் என் மேல் கோபம் இருப்பதாகத் தோன்றுகிறது."

நான் அசையவில்லை. விக்ரம் அவனை நம்புவதாக நடித்துக் கொண்டிருக்கிறாரோ என்ற சந்தேகம் என்னுள் எழுந்தது. ஆனால் அவர் என்ன திட்டம் போட்டிருக்கிறார் என்பதை என்னால் புரிந்து கொள்ள முடியவில்லை.

சூரியன் உதித்து உயர்ந்ததுடன், இணைப்புப் பேச வந்த கிராமத்தவர்கள் புறப்படவும், இரண்டு சங்கங்களும் காட்டிற்குள் போனோம். அவர்கள் எட்டுபேரும், குசுமாவைச் சேர்க்காமல் நாங்கள் ஒன்பது பேரும் இருந்தோம்.

நான் அவனை மறந்து விட்டிருந்தேன். ஆனால் அங்கிருந்து புறப்படுவதற்காகக் கூடாரங்களைக் கழற்றிக் கொண்டிருந்த பொழுது அவள் சிறீராமின் கால்களில் விழுவதை நான் பார்த்தேன். தாக்கூராகிய அவன் தான் சங்கத்தின் உண்மையான தலைவன் என்று அவள் உறுதி செய்திருந்தாள். கெட்டவனும் பயங்கரமானவனுமான அவனுக்காக வேண்டி ஆபாச நடனங்கள் ஆட அவள் தயாராக இருந்தாள். குசுமாவைப் போன்றவர்கள், அதிகாரம் படைத்த ஆண் யாராக இருந்தாலும் அவன் பின்னால் போவதற்குத் தயாராக இருந்தனர். அவள் கீழ்த்தரமான புத்தியுடன் கொஞ்சிக் குலாவியபடி அந்த பயங்கரமானவனின் பின்னால் சென்றாள். தலைமைப்பதவியைத் திரும்பப் பிடிப்பதற்கு என்ன விலை கொடுக்கவும் தயாராக சிறீராம் இருக்கும் பொழுது, அவள் எதற்கு விக்ரம் மல்லாவைக் கண்டு கொள்ளப் போகிறாள்!

நாங்கள் வயல்வரப்புகளின் வழியாகவும் குன்றின் சரிவுகள்

வழியாகவும் நடந்து போய்க் கொண்டிருக்கும் பொழுது அவள் என்ன செய்ய நினைத்துக் கொண்டிருக்கிறாள் என்று நான் விக்ரமிடம் சொன்னேன். ஆனால், அதை அவர் பெரிதாக எடுத்துக் கொள்ளவில்லை. "அவள் எதற்கும் தயாரானவள்! அவள் விருப்பம் போல் நடந்து கொள்ளட்டும்." அவர் சொன்னார். சிறீராமும் அவளைப் பொருட்படுத்தவில்லை. அவனுடைய தம்பி லாலாராம் அவளைப் பற்றி எச்சரிக்கை செய்திருப்பான் போலிருக்கிறது. "அவளுக்கு என்னை வசீகரம் செய்ய வேண்டியிருந்தால் அவள் அதைச் செய்து கொள்ளட்டும்" என்று சிறீராம் சொன்னான். சஃபாரி சூட் அணிந்துள்ள தன் சங்கத்துடன் அவன், அவளுக்கு முன்னால் நெளிந்து நடந்தான். மல்லாக்களான நாங்கள், பணத்தேவை உள்ள காவலர்களிடமிருந்து விலைக்கு வாங்கிய சிப்பாய் 'சீருடை' மட்டுமே அணிந்திருந்தோம். விக்ரமிற்கு எங்கே சிகிச்சை செய்யப்பட்டது, யார் துணையாய் இருந்தார்கள் என்பதைப் போன்ற விவரங்களை அறிய சிறீராம் முயற்சி செய்தான். ஆனால் விக்ரம் அதற்குச் சரியாகப் பதிலளிக்கவில்லை. காயங்கள் தானே ஆறிவிட்டதாக மட்டுமே சொன்னார்...

அன்று இரவு இரண்டு சங்கங்களும் தனித்தனியாகத்தான் உறங்கினோம். குசுமாவோ, நாணம் இல்லாமல் சிறீராமின் அருகில் படுத்துக் கொண்டாள்.

விக்ரமோ நானோ சிறிது நேரம்கூடக் கண்களை மூட வில்லை. சிறீராம் திரும்பி வந்துள்ளதைப் பற்றிப் பேசி இரவைப் பகலாக்கினோம். சிறீராமின் மேல் அதிகமாகக் கோபப்படக்கூடாது என்றும், சில நாட்களுக்குச் சாதாரணமாய் இருக்க வேண்டும் என்றும் அவர் எனக்கு அறிவுரை கூறினார். அவனுடைய ஜாமீனுக்காகச் செலவழித்த பெரிய தொகையை அவன் எனக்குத் தர வேண்டியிருக்கிறது. நாங்கள் பண விவகாரத்தை முடித்துக் கொள்கிறோம். அதற்குப் பிறகு நாம் நம் வழியில் போய்க் கொள்ளலாம்!

மேலும் இரண்டு நாட்கள் கழிந்தன. சிறீராமும் அவனது நண்பர் களும் எப்பொழுதும் அங்கேயே இருந்தார்கள். அவன் என்னைக் கோபப்பட வைக்கத் தருணம் பார்த்துக் கொண்டிருந்தான்.

"பூல்சிங்! என்னை மன்னித்து விட்டாயா? நாமிருவரும் சகோதர சகோதரிகள். நீ ஏன் என் அருகில் வந்து உட்காரக்கூடாது?"

அவன் அருகில் போகும் எண்ணம் எனக்கில்லை. ஒரு நொடி கூட அம்மனித மிருகத்தினை நம்ப நான் தயாராக இல்லை. அந்த முகத்திலிருந்த கபடத்தை நான் தெளிவாய்ப் புரிந்து கொண்டிருந்தேன்.

நான் நேராகக் குசுமாவின் அருகில் சென்றேன். கருப்பு மார்க்கச்சையும், ஜட்டியும் அணிந்து கொண்டு அவள் ஆண்களுக்கு முன்னால் ஆடிக் குழைந்து கொண்டிருந்தாள்! இந்தக் காட்சி என்னை அதிர்ச்சியடையச் செய்ததால், நான் முதன்முதலாக சிறீராமிடம் பேசத் துணிந்தேன். "நீங்கள் இரண்டு பேரும் இங்கே என்ன செய்து கொண்டிருக்கிறீர்கள்? அவளை உடைகளை அணியச் சொல்லுங்கள்!"

"எல்லாப் பெண்களும் உன்னைப் போல இல்லை பூல்சிங்! அவள் என்னை விரும்புகிறாள். அதனால் தான் எனக்கு எல்லா வற்றையும் அவிழ்த்துக் காட்டவும் செய்கிறாள்!"

எங்கள் சமுதாயத்தைச் சேர்ந்த எந்தப் பெண்ணும் அப்படி நடந்து கொள்ள தைரியப்பட மாட்டாள். ஆண்களுக்கு முன் தன் காமவெறியை இப்படி வெளிப்படையாகக் காட்ட ஒரு பெண்ணால் எப்படி முடிகின்றது? இந்தக் காரியத்திற்கு ஒரு முடிவு கட்ட வேண்டும் என்று நான் விக்ரமிடம் சொன்னேன். அவருக்கும் இதில் கடுங்கோபம். அவர் அவளுடைய தலைமுடியைப் பிடித்துக் கொண்டு மரத்திலிருந்து ஒரு கொம்பை ஒடித்தார்.

"பிரச்சினைகளை உண்டாக்கக் கூடாது என்று நான் உனக்கு அன்றைக்கே சொல்லியிருந்தேன். அடித்தால் தான் உனக்குப் புரியுமா?" அவர் கேட்டார்.

"எனக்கு விருப்பமானவைகளை எல்லாம் நான் செய்வேன்!" என்று குசுமா பதிலளித்தாள்.

அவளுடைய கூச்சமின்மை விக்ரமின் கோபத்தை அதிகரித்தது. அவர் அவளை நிலத்தில் வீசி எறிந்து கொம்பால் அடிக்கத் தொடங்கினார். ஆண்கள் அதனைப் பார்த்துக் கொண்டிருந்தனர் சிலர் மட்டமான ரசனையுடனும் மற்றும் சிலர் பல்லிளித்துக் கொண்டும். யாரும் ஒரு வார்த்தை கூடப் பேசவில்லை. அவள் கூச்சல் போட்டு உதவி கேட்டு அழுதபோதிலும் அவளுடைய செம்பட்டை முடிக்காரன், இரட்சகன் ஏனென்று கூடக்

தமிழில்: மு.ந. புகழேந்தி

கேட்கவில்லை. மார்புகளை வெளியில் காட்டிக் கொண்டும் இடுப்பை ஆட்டிக் கொண்டும் ஏறக்குறைய நிர்வாணமாக இருந்த அவள் என்னைப் பார்த்தாள். அடி வாங்கியதால் இரத்தம் ஒழுகிக் கொண்டிருந்த நிலையிலும் அவள் சிறீராமின் மேல் உள்ள சிநேகத்தை வெளிப்படுத்தினாள். ஆனால், அவனுக்கு குசுமாவிடம் இருந்து கிடைக்க வேண்டியது கிடைத்து விட்டதால், அவளைப் போல் உள்ள ஓர் ஈன சாதித் தேவடியாளுக்காக சுண்டு விரலைக்கூட அசைக்க அவன் தயாராக இல்லை!

அப்போது உண்மையில் நான்தான் அவளைவிட வெட்கப் பட்டேன். சிறீராமைப் போன்ற ஒரு தாக்கூர் எப்பொழுதும் தாழ்ந்த சாதிப் பெண்களை மரியாதை இல்லாமல் தான் பார்ப்பார்கள் என்ற உண்மையை குசுமா இன்னும் புரிந்து கொள்ளவில்லை எனத் தோன்றியது. அதுவும் அப்படிப்பட்ட ஒருத்தியுடன் அவன் படுக்கையை பங்குபோட்டுக் கொண்டிருந்தும் அப்படி நடந்து கொண்டுள்ளான்.

வெட்கங்கெட்ட இந்தக் காட்சியை அதற்கு மேல் என்னால் பார்த்துக் கொண்டிருக்க முடியவில்லை. “அவளை விடுங்க, விக்ரம்! அவள் போய்த் தொலையட்டும்!” என நான் சத்தமாய்ச் சொன்னேன்.

பிறகு அவளைப் பார்த்தேன். “நீ விபச்சாரியைப் போல நடந்து கொள்கிறாய், குசுமா . முதலில் ரகுநாத்துடன் நெருங்கிப் பழகினாய். பிறகு விக்ரமிற்கு வலை வீச முயற்சி செய்தாய். அவரும் உன்னைத் துரத்திய பிறகு நீ சிறீராமுடன் நெருங்கியிருக்கிறாய். யாராவது ஒருவரைத் தேர்ந்தெடு. எல்லோருடனும் படுத்துக் கொள்ளாதே. உனக்கு சிறீராமைப் பிடித்திருக்கிறதென்றால் அதை வெளியில் சொல். அவனைத் திருமணம் செய்து கொள்!”

“அவனை நீங்கள் வேண்டுமானால் எடுத்துக் கொள்ளுங்கள்! நான் விக்ரமைத் திருமணம் செய்து கொள்கிறேன்!”

தன்னிலை இழந்த நான் அவள் முகத்தில் அறைந்தேன். அவள் தலைசுற்றிக் கீழே விழுந்தாள். “இனி இப்படி நடந்து கொள் ளாதே.” நான் அவளை எச்சரிக்கை செய்தேன்.

விக்ரம் சொன்னது சரிதான். அவளுக்கு புரியக்கூடிய மொழி அதுதான்.

அந்த விடியற்காலை அழகில் ஆபத்து ஒரு கழுகைப் போல அங்கே நிழல் விரித்துக் கொண்டிருப்பதை என்னால் உணர்ந்து கொள்ள முடிந்தது. மரணத்தின் வாசம் இருப்பதாக அப்பொழுது நான் புரிந்து கொண்டேன். எனக்கு அந்த வாசம் அடிக்கத் தொடங்கியது.

விக்ரமும் எதையோ உணர்ந்திருக்க வேண்டும். அன்றைக்கே இரண்டு சங்கங்களும் தனித்தனியாகப் பிரிய வேண்டும் என்று அவர் தீர்மானித்தார். சிவன் கோயிலில் வழிபாடுகள் நடத்த நாங்கள் வெவ்வேறு வழிகளில் போகவேண்டும் என்றும் தீர்மானித்தோம். ஆனால், விக்ரம் உத்தரவுகள் போடுவதை சிறீராம் விரும்பவில்லை. எங்கேயோ ஏதோ குழப்பம் இருக்கிறது.

உச்சி நேரம் முடிந்தவுடன் நாங்கள் ஆற்றின் கரையில் உள்ள கடப்பாறா கிராமத்தில் இருந்த சிறு கோயிலை அடைந்தோம். அங்கே தானே சித்தபாபா என்னும் புனிதன் இருப்பது. சிறீராமிடம் பணத்தைத் திருப்பிக் கேட்கவும் சங்கங்கள் பிரிவதை உறுதிப்படுத்தவும் விக்ரம் தீர்மானித்தார். அவர் சிறீராமிற்குக் கணக்கு நோட்டைக் காட்டினார்.

"சரி!" சிறீராம் சொன்னார். நீ எனக்கு இன்னும் இரண்டு நாட்கள் அவகாசம் கொடு!"

யமுனையின் கரையில் என்னருகே விக்ரம் வந்து அமர்ந்த பொழுது, மேற்கு அடிவானத்தில் ஒரு தீக்கோளம் போல துர்நிமித்தக்காரியாக சூரியன் கீழே இறங்கிக் கொண்டிருந்தது.

புன் சிரிப்புடன் என் தலையைத் தடவிக் கொண்டு விக்ரம் சொன்னார்: "நீ ஒரு குழந்தையைப் போல விளையாடிக் கொண்டிருக்கிறாய்! நானும் உன்னுடன் சேர்ந்து கொள்ளட்டுமா?"

"சரி!" நான் சம்மதித்தேன்.

தோள்களில் துப்பாக்கிகள் தொங்கிக் கொண்டிருக்கின்ற, சீருடை அணிந்த இரண்டு குழந்தைகளாய் இருந்தோம் நாங்கள்! மரச் சில்லுகளால் தண்ணீரைத் தெளித்துக் கொண்டிருந்த அவர் திடீரென்று என்னைப் பார்த்தார். அந்த முகம் கவலை நிறைந்ததாக இருந்தது.

"பூலான், நான் உன் வாழ்க்கையை நாசமாக்கி விட்டேன்.

நான் பெரும் பாதகம் செய்து விட்டேன்!"

இந்த முறை நான் எந்த பதிலும் சொல்லவில்லை.

"நான் இறந்து விட்டால் உன் கதி என்னவாகும்?"

அப்படிப்பட்ட ஒரு கேள்வியை நான் கொஞ்சங்கூட எதிர் பார்க்கவில்லை.

"உங்களுக்கு எதுவும் நடக்காது. மஸ்தானா, சங்கங்கள் இரண்டாகப் பிரிந்த பிறகு எல்லாம் சரியாகிவிடும்."

"என் மனதில் என்னென்னவோ எண்ணங்கள் தோன்றுகின்றன பூலான்." நனைந்த கண்களுடன் அவர் விக்கி விக்கி அழுதார்.

"அப்படியென்றால் நாம் இப்பொழுதே இங்கிருந்து போய் விடலாம்."

"இந்த நிமிடமே!" நான் அவசரப்படுத்தினேன். கல்வேலிகளுக்கு மேலே கோயிலின் அருகில் சிறீராமும் லாலாராமும் நின்று கொண்டிருப்பதை நான் பார்த்தேன். செம்பட்டை முடி சிறீராமிற்குப் பேய் வேடம் போட்டுப் பார்த்தேன். விக்ரம் கைகளால் தண்ணீரை அள்ளித் தெளித்து கண்ணீரைக் கழுவிக் கொண்டார். அப்பொழுது நான் கவனித்தேன். அந்த உதடுகள் விதும்பிக் கொண்டிருந்தன! இரத்தக் களரியான ஓர் அத்தியாயம் முடிவிற்கு வருவதைப் போல சூரியன் மறைந்த அந்த வேளையில் அவருடைய துக்கம் நிறைந்த முகத்தை என் உயிர் உள்ள வரை மறக்க முடியாது..

"நாம் போகலாம், பூலான்! இரண்டு நாட்களில் அனைத்தும் சரியாகி விடக்கூடும். நான் என் குடும்பத்தினரைப் பார்க்க வேண்டும்." விக்ரம் சொன்னார்.

மழையில், நாங்கள் சங்கத்தினர்களுடன் சேர்ந்து இரண்டு படகுகளில் ஏறி, விக்ரமினுடைய முதல் மனைவியின் ஊரான பஜாமாவுக்குச் சென்றோம். சங்கத்தினர்கள் மிகவும் களைத்துத் தளர்ந்திருந்தார்கள்.

சித்தப்பா பாரேலால், வேப்பமரங்களுக்குக் கீழ் படகைக் கொண்டு போய்க் கட்டி வைத்தார். நாங்கள் தூங்குவதற்காகப் படுத்தோம். குசுமாவின் அடிவயிற்றில் கைவைத்துக் கொண்டு

சிறீராம் தன் படகில் படுத்துக் குறட்டை விடத் தொடங்கினான். லாலாராமும் மற்ற தாக்கூர்களும் உறக்கத்தில் ஆழ்ந்தனர். ஆனால் எனக்குத் தூக்கம் வரவில்லை. நான் விக்ரமையும் அவருடைய கண்ணீரையும் பற்றி யோசித்துக் கொண்டிருந்தேன். அதற்குக் காரணம் அவருடைய உள் மனதில் ஏதாவது தோன்றியிருக்க வேண்டும். நான் எழுந்து, விக்ரமின் மெய்க்காப்பாளன் மிஸ்ராவை எழுப்பினேன்.

"கேள், மிஸ்ரா" நான் மெதுவாகச் சொன்னேன். விக்ரம் இன்று சிறிது நேரம் அழுதார். ஆளுக்கொருவராக நாம் சிறீராம் சகோதரர்களைக் கொன்று விடலாம்.

"கூடாது. விக்ரமிற்குத் தெரியாமல் நாம் தனியாக இதைச் செய்யக் கூடாது."

"அவர்கள் குறட்டை விட்டுத் தூங்கிக் கொண்டிருக்கிறார்கள். அவர்களுக்குத் தெரியாமல் அவர்களுடைய துப்பாக்கிகளை ஆற்றில் எறிந்து விடலாம்."

"அது முடியாது. சகோதரி, நீங்கள் இப்பொழுது இதைச் செய்ய வேண்டும் என்றால் விக்ரமை எழுப்பி அனுமதி வாங்க வேண்டும்."

நான் விக்ரமை எழுப்பித் திட்டத்தைச் சொன்னேன். "நாம் அப்படிக் கணக்குத் தீர்க்க முடியாது, பூலான்" என்றார் விக்ரம்.

"நான் இப்பொழுதே அவர்களைக் கொல்ல வேண்டும்" நான் பிடிவாதம் செய்தேன்.

"பூலான், அவர்கள் தூங்கிக் கொண்டிருக்கிறார்கள் தூங்கிக் கொண்டிருப்பவர்களை நான் கொல்வதில்லை." அவர் என் ஏமாற்றத்தைக் கண்டு புன்னகை செய்தார். "இந்தக் காரியத்தில் நீ உன் கைகளை அழுக்காக்கிக் கொள்ள வேண்டாம். இந்தப் பிசாசை நேரம் வரும்பொழுது நானே கொன்று விடுகிறேன்." சிறீராமின் குரல் ஒலித்தது "இந்த மல்லாக்கள் இரவும் பகலும் மனிதனின் நிம்மதியைக் கெடுக்கிறார்கள்!..."

அன்றிரவே நான் அவர்களைக் கொன்றிருக்க வேண்டும். மற்றொருவர் உதவியை நாடாமல் நானே அதைச் செய்திருக்க வேண்டும். ஒரு பாம்பைப் போல நான் அவன் படகில் ஊர்ந்து ஏறி, அவர்களுடைய துப்பாக்கிகளை யமுனையில் போட்டுவிட்டு

சிறீராமிற்கு நேராக நான் 'பாயிண்ட் பிளாங்கி'ல் குண்டை உதிர்த்திருக்க வேண்டும்.

அப்படிச் செய்திருந்தால் அடுத்த நாள் அது நடந்திருக்காது....

ஆனால் விதியைத் தடுப்பதற்கு நான் யார்?

26

யமுனையின் கரையிலிருந்து சிறிது தொலைவில் இருந்த மலையிடுக்கில் தான் பஜாமாவு கிராமம் உள்ளது. தன் குடும்பத்தைப் பார்க்கப் போகும் போது எங்களுடன் சித்தப்பா பாரேலாலையும் விக்ரம் வரச் சொன்னார். அடிபட்டதற்குப் பிறகு அவர் தன் முதல் மனைவியையோ குழந்தைகளையோ பார்க்கவில்லை. சிறீராமிற்கு எதிராக நாங்கள் சதித்திட்டம் தீட்டுவதாக நினைத்துக் கொள்ளக் கூடாது என்பதற்காக விக்ரம் லாலாராமையும் எங்களுடன் வரச் சொன்னார்.

குசுமாவைத் திருமணம் செய்து கொள்ளப் போவதாக சிறீராம் அறிவித்து விட்டான். லாலாராமிற்கு அது பிடிக்கவில்லை. நல்லது தான் என்று நினைத்துக் கொண்டேன். ஒரு தாக்கூர் சூத்ரசாதியின் ஒரு பிரிவை (நயன்)ச் சேர்ந்த பெண் ஒருத்தியைத் திருமணம் செய்து கொள்வது சரியில்லை என்பது லாலாராமின் கருத்து. அவள் கெட்டவள் என்றும் குற்றம் சாட்டினான். ஆனால், அதற்கெல்லாம் சிறீராம் கூச்சப்படவில்லை. தன் நண்பர்களை

தமிழில்: மு.ந. புகழேந்தி

ஆற்றங்கரையில் காத்திருக்கச் சொல்லிவிட்டு, கிராமத்திற்கு அவளையும் கூட்டிக் கொண்டு வந்தான்.

சித்தப்பா பாரேலால் மற்றவர்களுடன் முன்னால் நடந்தார். விக்ரமும் நானும் எட்டு நண்பர்களுடன் ஒரு பிரிவாகவும், சிறீராம் சகோதரர்களும் ஏழு தாக்கூர்களும் இன்னொரு பிரிவாகவும் நடந்தோம். விக்ரம் குசுமாவை அடித்ததாலும் சிறீராமின் கணக்கைத் தீர்க்க விரும்பியதாலும் ரகுநாத் சங்கத்தை விட்டு வெளியேறியிருந்தான்.

உச்சி நேரம் முடிந்து விட்டது. காய்ச்சலில் படுத்திருந்த தன் ஆண் குழந்தையை விக்ரம் கவனித்தார். குழந்தை என் மடியில் உட்கார்ந்த உடன் வாந்தி எடுத்தான். குழந்தையின் அம்மா என்னைப் பார்த்து மகிழ்ச்சி அடைந்தாள். "சகோதரி! என்னை மறந்து விடாதே!" என்று நான் புறப்படும் பொழுது சொன்னாள். விக்ரமிற்குத் தெரியாமல், குழந்தைக்கென சிறிது பணத்தை நான் அவளிடம் கொடுத்தேன்.

நாங்கள் ஆற்றங்கரைக்குத் திரும்பிக் கொண்டிருந்த பொழுது அண்ணனின் திருமண முடிவு குறித்து லாலாராம் குறைப்பட்டுக் கொண்டிருந்தான். குசுமா அவனை கோபித்துக் கொண்டாள்.

"நாளைக்கு நாங்கள் திருமணம் செய்து கொள்ளப் போகிறோம் அக்கா" குசுமா உற்சாகத்துடன் சொன்னாள். "எனக்கும் அதில் மகிழ்ச்சி தான்" என்றேன் நான்.

விக்ரமும் சிறீராமை வாழ்த்தினார். சிறீராம் மனதில் என்ன நினைத்துக் கொண்டிருக்கிறான் என்பதைத் தெரிந்து கொள்ள நான் ஆசைப்பட்டேன். விக்ரம் மகனுடன் இருக்கும் பொழுது சிறீராம் கணக்கு நோட்டைப் பரிசோதித்துக் கொண்டிருப்பதை நான் பார்த்திருந்தேன்.

"இந்த மல்லா நாய் நான் என்ன செய்ய வேண்டும் என்று எனக்குக் கட்டளையிடலாம் என்று நினைத்துக் கொண்டிருக் கிறான்! என்னிடம் பணம் கேட்குமளவிற்கு அவனுக்குத் தைரியம் வந்திருக்கிறது!" எனத் தன் தம்பியிடம் சிறீராம் கூறிக் கொண்டி ருந்ததை நான் கேட்டேன்.

இப்பொழுதெல்லாம் விக்ரம் நினைப்பது போல் காரியங்கள் நடப்பதில்லை என்பதை நான் கவனித்தேன். இரவாகி விட்டது. அந்த நாள் அவ்வாறு கழிந்ததில் நான் மகிழ்ச்சியடைந்தேன்.

சில மரக்கிளைகளில் கோர்த்துக் கட்டிய ஒரு தார்ப்பாய்க்குக் கீழ் விக்ரமிற்குப் படுக்கை விரிக்கப்பட்டது. களைப்புடன் அவர் அதில் படுத்தார். நான் கையில் தலையணையுடன், எங்கே படுத்துக் கொள்வது என்று சித்தப்பா பாரேலாவிடம் கேட்டேன். விக்ரம் என் கையை எட்டிப் பிடித்துக் கொண்டு பாசத்துடன் சொன்னார்.

“என் பக்கத்தில் வா.”

“இல்லை. நீங்கள் களைப்புடன் இருக்கிறீர்கள்!”

“ஆம். இருந்தாலும் என் பக்கத்தில் உட்கார்.”

அடிபட்டதற்குப் பிறகு வழக்கமாய் அவரைத் தனியாகத்தான் படுக்க விட்டிருந்தேன். அவருக்கு சக்தி குறைந்து விட்டது என்று மருத்துவர்கள் சொல்லியிருந்தார்கள். நடு எலும்பில் சிக்கிக் கொண்டுள்ள குண்டின் பிசிறு அவருக்கு அதிக வேதனையைக் கொடுத்துக் கொண்டிருக்கிறது என்பது எனக்குத் தெரியும். ஆனால் அன்று அவருடைய அழைப்பை என்னால் மறுக்க முடியவில்லை...

நான் அவர் அருகில் படுத்துக் கொண்டேன். அவர் என்னு டைய துப்பாக்கியை வாங்கி அவருடைய துப்பாக்கியின் அருகில் கைக்கெட்டும் தூரத்தில் வைத்தார்.

நாங்கள் மிகவும் களைத்திருந்தோம். மழைத்துளிகள் தார்ப் பாயின் மீது மெதுவாக விழுந்து கொண்டிருந்தன. இளங்காற்று காட்டு மரங்களைப் பாசத்துடன் தடவிக் கொண்டிருந்தது. விபரீதமான ஏதோ ஒன்று நடக்கப் போகிறது என்று உள்மனம் திரும்பத் திரும்பச் சொல்லிக் கொண்டிருந்தும் அன்று நான் ஏன் தூங்கினேன்?

அவர் என்னருகில் படுத்துக் கொண்டிருக்கிறார் என்னும் எண்ணம் என் அனைத்து நினைவுகளையும் மறக்கச் செய்து விட்டது.

அன்று தான் நாங்கள் இருவரும் ஒன்றாக இருக்கப் போகும் கடைசி இரவு என்று நான் நினைக்கவில்லை. காட்டில் எங்களுடைய பாதுகாப்பு ஏற்பாடுகளைத் தவிர்த்து விட்டு, கணவன் மனைவியைப் போல நாங்கள் தூங்கிய முதல் இரவு.

வெடிச்சத்தம் கேட்டபொழுது நான் எங்கே இருக்கிறேன் என்று ஒன்றும் புரியவில்லை. ஒன்றன் பின் ஒன்றாக எல்லா திசைகளில் இருந்தும் வெடிச்சத்தங்கள்! விக்ரம் அப்பொழுதும் என் அருகில் தான் இருந்தார். ஆனால் கண்ணுக்கெட்டிய தொலைவில் கோடைப்பனியில் இருந்து வருவதைப் போல அந்தச் சத்தம் மிகவும் பலவீனமாயிருந்தது.

"பூலான், அந்த நன்றி கெட்டவன் என்னைச் சுட்டு விட்டான்!"

இருட்டில் நான் துப்பாக்கிகளைத் தட்டித் தடவித் தேடிக் கொண்டிருந்தேன். அவைகள் அங்கே இல்லை.

விக்ரம் எழுந்து அவர் துப்பாக்கியை எடுக்கக் கை நீட்டினார். அடுத்த நிமிடம் சிறீராம் அவர் மேல் அடுத்த குண்டையும் உதிர்த்தான்.

அவன் அவருடைய நெஞ்சில் எட்டி உதைத்தான்.

"பூலான்". மிகவும் பலவீனமான குரலில் விக்ரம் சொன்னார்: "நான் இறந்து கொண்டிருக்கிறேன்."

"இல்லை. இல்லை. நான் சமாதானப்படுத்தினேன். உங்களுக்கு ஒன்றும் ஆகவில்லை." என்னால் எதையும் பார்க்க முடிய வில்லை.

சிறீராம் என்னும் மனித மிருகம் மேலும் இரண்டு மூன்று குண்டுகளை விக்ரமின் மேல் பொழிந்தான். ஆனால், என்மீது குண்டு படவில்லை.

"புழுத்த நாயே!" அவன் வார்த்தைகளைத் துப்பினான். "நீ நினைத்துக் கொண்டாய், நீதான் இந்த சங்கத்தின் தலைவன் என்று! நான் என்ன செய்ய வேண்டும் என்று நீ எனக்குக் கட்டளையிடலாம் என்று நினைத்துக் கொண்டிருந்தாய் அல்லவா?"

என் மீது குண்டுகள் பாயவில்லை என்றாலும் என்னால் எழுந்திருக்க முடியவில்லை. தலை சுற்றியது. காரமான ஒரு நெடி என் மூக்கில் நுழைவதைப் போலிருந்தது. திடீரென்று அது என்னவென்று புரிந்தது. ஆட்களைக் கடத்திக் கொண்டு போவதற்கு நாங்கள் பயன்படுத்தும் குளோரஃபாம் நெடி.

துப்பாக்கியின் கைப்பிடியால் சிறீராம், விக்ரமின் தலையை அடித்து உடைப்பதை நான் பார்த்தேன். "நிறுத்து!"நான் கெஞ்சினேன். "அவரைக் கொன்று விடாதே! அவருக்குப் பதிலாக என்னைக் கொன்று விடு!"

அந்தக் காட்டு மிருகம் துப்பாக்கியால் என்னையும் அடித்தான். நான் தரையில் விழுந்தேன்.

மற்றவர்கள் எங்கே?

ஒரு விதமாய் நான் தவழ்ந்து கயிற்றுக் கட்டிலில் ஏறினேன். விக்ரம் தரையில் கிடந்தபடி சொன்னார்.

"நான் செத்துக் கொண்டிருக்கிறேன் பூலான்!"

சிறீராம் என் தலைமுடியைப் பிடித்து இழுத்தான். யாரெல்லாமோ சேர்ந்து என்னைத் தூக்கி வீசியெறிந்தார்கள். "என்னைக் கொன்று விடுங்கள்!.... என்னைக் கொன்று விடுங்கள்"... நான் அலறினேன்.

என்னால் விக்ரமைப் பார்க்க முடியவில்லை. அவர் உயிருடன் இருக்கிறாரா இறந்து விட்டாரா என்று கூட என்னால் தெரிந்து கொள்ள முடியவில்லை.

எங்களுடைய சங்கத்தைச் சேர்ந்த நான்கு பேரின் உயிரற்ற உடல்கள் தரையில் வரிசையாகக் கிடந்தன.

அதில் சித்தப்பா பாரேலாலின் உடலும் இருந்தது. குளோரோஃபாமில் முக்கி எடுத்த ஒரு கிழிந்த துணி அவருடைய முகத்தின் மேல் கிடந்தது. இரத்தம் பொங்கியிருந்தது. மற்ற நான்கு பேரை மரங்களில் சேர்த்துக் கட்டி வைத்திருக்கிறார்கள். இறந்தவர்கள் யார் யார்? உயிருடன் இருப்பவர்கள் யார் யார்? ஒன்றும் தெளிவாய்த் தெரியவில்லை.

மழைத்துளிகள் முகத்தில் விழுந்த பொழுது எனக்கு நினைவு திரும்பியது. எங்களுடைய ஆட்களுக்கு குளோரோஃபாம் கொடுத்து, அவர்களிடம் இருந்த துப்பாக்கிகளை சிறீராமும் அவனது கூட்டத்தினரும் கைப்பற்றியிருக்கின்றனர் என்று நான் ஊகித்தேன். கடந்த இரண்டு நாட்களாக அவர்கள் இதைத்தான் திட்டம் போட்டுக் கொண்டிருந்திருக்கிறார்கள். இதற்காகத் தான் அவர்கள் நன்றாகத் தூங்கி ஓய்வெடுத்திருக்கிறார்கள்.

தமிழில்: மு.ந. புகழேந்தி

என்னை உடனடியாகக் கொல்லப் போவதில்லை என்பதை நான் மனபயத்துடன் புரிந்து கொண்டேன்.

என் நகைகளைப் பிடுங்குவதற்காக குசுமா ஓர் ஓநாய் போல என்மேல் விழுந்தாள். நான் அணிந்திருந்த வளையல்கள், தங்க நெக்லேஸ், விக்ரம் எனக்குக் கொடுத்திருந்த விலையுயர்ந்த அன்பளிப்புகள் அனைத்தையும் அவள் கைப்பற்றிக் கொண்டாள். என் கைக் கடிகாரத்தையும் துர்கையினுடைய உருவம் பதித்திருந்த மோதிரத்தையும் தட்டிப் பறித்துக் கொண்டாள்.

அவள் என் உடைகளை இழுத்துக் கிழித்து என்னை நிர்வாணம் ஆக்கினாள். அவளுடைய ஆட்கள் என் கைகால்களைக் கட்டி என்னை ஏதோ ஒரு முள்காட்டில் தூக்கி வீசினார்கள். என் உடலில் கத்தி முனைகளைப் போல முட்கள் குத்தின. பிறகு அவர்கள் என்னைத் தூக்கியெடுத்து கரையில் இருந்த படகில் தூக்கி வீசினார்கள்.

படகு கட்டவிழ்க்கப்பட்டு, துடுப்புப் போடப்படும் சத்தம் எனக்குக் கேட்டது. என்னைச் சித்திரவதை செய்வதற்காகக் கொண்டு போகிறார்கள்!... படகில் படுத்துக் கொண்டு முகத்தை உயர்த்திய பொழுது எனக்கு மிக அருகில் செம்பட்டை முடிக்காரனான இரத்த வெறி பிடித்த இராட்சசன் நிமிர்ந்து நின்று கொண்டிருப்பதை நான் பார்த்தேன். முகத்தைக் கோணலாக வைத்துக் கொண்டு பல்லிளித்தபடி அவன் கேட்டான்.

“சரி. இப்பொழுது நீ என்ன செய்யப் போகிறாய்?”

“நீங்கள் ஏன் என்னைக் கொல்லாமல் வைத்திருக்கிறீர்கள்?”நான் கேட்டேன்.

“ஓ, நீ இன்னும் எங்களுக்கு நிறையப் பயன்படப் போகிறாய்!”

துடுப்புப்போடும் சத்தமும், தண்ணீர் சிதறுகின்ற சத்தமும் என் காதில் விழுந்தன. மேலே வானில் நட்சத்திரங்கள் மின்னிக் கொண்டிருந்தன. விக்ரம் இறந்து விடவில்லை என்றும் உடனே வந்து என்னைக் காப்பாற்றுவார் என்றும் நம்பிக்கை கொள்ள முயன்றேன். படகு கரையை அடைந்தது. அவர்கள் என் கண்களைக் கட்டினார்கள்.

அது ஏதோ ஒரு சிற்றூர். சிறீராம் சத்தம் போட்டு ஊர்

மக்களை எழுப்பினான்.

"விக்ரம் மல்லாவை இவள் கொன்று விட்டாள்! இந்தக் தேவடியாள் அவனைக் கொன்று விட்டாள். ஆனால் நாங்கள் அவளைப் பிடித்து விட்டோம். நீங்கள் எல்லோரும் வந்து இவளைப் பாருங்கள்."

ஆட்கள் கூடத் தொடங்கியதும் அவர்கள் என்னைத் தூக்கித் தரையில் வீசினார்கள். அதற்குப் பிறகு 'அது' ஆரம்பமானது!....

முதலில் சிறீராம். அதற்குப் பிறகு மற்ற தாக்கூர்கள். பிறகு விருப்பப்பட்டவர்கள் எல்லோரும்...

என்னை அனுபவிக்கும்படி சிறீராம் அவர்கள் ஒவ்வொரு வரையும் உற்சாகப்படுத்தினான்.

என் நிர்வாண உடல் ஒவ்வொருவர் கையிலும் மாறிப் போய்க் கொண்டிருந்தது...

"சொல்!" சிறீராம் அலறினான். "விக்ரமிற்கு என்ன நடந்தது என்று சொல்! விபச்சாரியான நீ குற்றத்தை ஒப்புக் கொள்! அவனை நீதான் கொன்றாய்...என்று அவர்களிடம் சொல்!"

ஒரு மணி நேரத்திற்குப் பிறகு, கெஞ்சுவதற்கான சக்தி என்னிடம் மீதமிருந்தது. எனக்கு உதவி செய்யும்படி நான் குசுமாவிடம் கெஞ்சினேன். என்னால் அவளைப் பார்க்க முடியவில்லை என்றாலும் அவளுடைய சத்தம் கேட்டுக் கொண்டிருந்தது. "உன்னைக் காப்பாற்ற உன் கணவனைக் கூப்பிடு!" அவள் ஏளனமாகச் சொன்னாள். "நீ கர்வம் பிடித்தவளாக இருந்தாயல்லவா. பெரிய சாமர்த்தியக்காரி என்றும் நினைத்துக் கொண்டிருந்தாய். இப்பொழுது உனக்கு அருகதையானது கிடைத்திருக்கிறது! அவ்வளவுதான்!"

எந்த ஊரில் இருக்கிறேன் என்பதும் எத்தனை இரவு பகல்கள் கழிந்து போயின என்றும் புரியவில்லை. நான்கைந்து ஊர்கள் கடந்ததும், வேறொரு ஊரில் அங்கிருந்த மக்களுக்கு முன்னால் என்னை நிர்வாணமாகப் படுக்க வைத்தார்கள். ஒவ்வொரு முறையும் சிறீராம் என்னை 'மல்லாத் தேவடியாள்' என்று சொல்லித் திட்டிக் கொண்டிருக்கிறான். விக்ரமைக் கொன்றது நான்தான் என்று சொல்லிக் கொண்டு, அந்த மனித மிருகம் என்னைத் தரையில் வீசி எறிந்தான். விருப்பம் போல் அனுபவித்துக்

கொள்ளும்படி மக்களைத் தூண்டி விட்டான்...

நினைவிழந்திருந்ததனால், விக்ரமைப் போல நானும் இறந்து விட்டதாக நினைத்தேன்.

"ஒன்று, அவளைக் கொன்று விடு! இல்லையென்றால், ஊர்ஊராய் இப்படிச் செத்த மிருகத்தைப் போல அவளை இழுத்துக் கொண்டு போவதை நிறுத்து!" என்று லாலாராம் தன் அண்ணனிடம் சண்டை போடுவதை நான் கேட்டேன்.

என்னைக் கொன்று விடும்படி நானும் அவனிடம் கெஞ்சினேன்!

ஓநாய்களைப் போல அவர்கள் என்மேல் பாய்ந்தார்கள். எத்தனை பிறவி எடுத்தாலும் மறக்க முடியாத கொடிய துயரங்களுக்கு நான் இரையானேன். கூட்டத்திற்கு இடையில் நான் நிர்வாணமாய் இருந்தேன். நகரத்தில் இருந்து இராட்சசர்கள் என்னைக் கற்பழிக்க, முடிவில்லாமல் வந்து கொண்டிருக்கிறார்கள். என்னைக் காப்பாற்ற, என்னை வாழ அனுமதிக்க, வயல்களில் ஓடித் தப்பித்துக்கொள்ள, செம்பட்டை முடிக்காரனான இராட்சசனைப் பழிவாங்க, என்னைத் தயார்படுத்திக் கொள்ள நான் தெய்வங்களிடம் வேண்டிக் கொண்டேன். இருள் கவிந்தது. அப்பொழுது ஒரு படு கிழவன் என் நிர்வாண உடலை அள்ளிப் பிடித்துக் கொண்டிருந்தான்.

எல்லாம் முடிந்து விட்டது!

நான் ஒரு கயிற்றுக் கட்டிலில் கிடந்தேன். சூரியன் உதித்து மேலே வந்திருந்தான். உடற்காயங்களின் வலி தாங்க முடியவில்லை. அப்பொழுதுங்கூட நான் நிர்வாணமாகத்தான் இருந்தேன்.

கண்களில் இருந்து கட்டு அவிழ்க்கப்பட்டிருந்தது. கிராமத்திற்கு வெளியே எங்கேயோ என்னை வீசியிருந்தார்கள்.

ஆண்கள் பேசிக் கொண்டிருந்தது என் காதில் விழுந்தது. "வேண்டாம். வேண்டாம். அவள் இறந்து விட்டாள். நான் அவளைத் தொடமாட்டேன்" யாரோ ஒருவரின் குரல்.

"நீங்கள் இவளுக்குத் தண்ணீர் கொடுக்கவில்லை என்றால் உடனே அவள் இறந்து விடுவாள்" அது ஒரு பெண்ணின் குரல்.

அவள் எனக்கு ஒரு வாய்த் தண்ணீர் கொடுத்தாள்.

என் உடல் முழுவதும் காயங்களும் உறைந்து போன இரத்தக் கட்டிகளும் இருந்தன. எத்தனை நாட்கள் கழிந்திருக்கின்றன என்று புரிந்து கொள்ள முடியவில்லை.

"சகோதரி நான் உங்கள் காலைப் பிடித்துக் கெஞ்சுகிறேன். தயவுசெய்து எனக்கு ஒரு உடை உடுத்திவிடு. நானும் உங்களைப் போல ஒரு பெண்ணில்லையா?"

ஆனால் அவள் அங்கிருந்து மறைந்து விட்டாள். அவளுடைய இடத்தில் மனித மாமிசம் தின்னும் சிறீராம் நின்று கொண்டிருந்தான்.

வழக்கம் போல அவன் குதித்துக் கொண்டிருந்தான். திரும்பிவந்த பெண் என்னை ஒரு கம்பளியால் போர்த்தி விட்டாள்.

அவன் என்னைக் கயிற்றுக் கட்டிலில் இருந்து கீழே தள்ளிவிட்டு மறுபடியும் தடியால் அடிக்கத் தொடங்கி விட்டான். கம்பளி என் உடம்பிலிருந்து நழுவிக் கீழே விழுந்தது. அவன் என் முடியைப் பிடித்து என் முகத்தை உயர்த்திப் பார்த்தான்.

அவர்கள் வாக்குவாதம் செய்து கொண்டிருப்பது என் காதில் விழுந்தது. அவர்களில் ஒருவன் அப்பொழுதே என்னைக் கொன்றுவிடும்படி சொன்னான். என்னைக் காவலர்களிடம் ஒப்படைத்து விடலாம் என்றும், அதனால் என் தலைக்கு நிர்ணயிக்கப்பட்டுள்ள பரிசுத் தொகையை வாங்கிக் கொள்ளலாம் என்றும் வேறொருவன் சொன்னான். என்னைக் கற்பழிக்க இனியாரும் அங்கு மீதமில்லை என்று ஒருவன் அடித்துச் சொல்வது என் காதுகளில் விழுந்தது.

அவர்கள் மறுபடியும் என்னைக் கொண்டு போய்க் கரையில் இருந்த படகில் தள்ளினார்கள்.

எங்களுடைய சங்கத்தைச் சேர்ந்த நான்கு பேர் அப்பொழுதும் கைகால் கட்டப்பட்ட நிலையில் அங்கே இருந்தனர்.

"விக்ரமைப் பற்றி ஏதாவது தெரியுமா? அவர் இறந்து விட்டாரா?" நான் அவர்களிடம் கேட்டேன். "ஸ்ஸ்ஸ்... பேசாதீர்கள். ஆமாம்... அவர் இறந்து விட்டார்..."

என்னை ஏற்றியிருந்த படகு சிம்ரா என்ற ஊரை நோக்கி நகர்ந்தது. இணைப்பு பற்றி எங்களிடம் பேச வந்திருந்த

வஞ்சனை நிறைந்த தாக்கூர்களின் ஊர்.

சிம்ராவை அடைந்தவுடன் எங்களைக் கரையிறக்கி, வேப்ப மரத்தின் கீழ் வரிசையாகக் கட்டிவைத்தார்கள். காவலர்களிடம் விவரத்தைச் சொல்லப் போவதாக லாலாராம் கூறினான். காவல்துறை சங்கங்களுக்கிடையே மோதல் என்ற பொய்யான சூழ்ச்சியால் எங்களைப் பழிவாங்கலாம். தொடக்கம் முதல் சிறீராம் இப்படிப்பட்ட வேலைகளைத்தான் செய்து வந்தான்.

விக்ரமையும் சிறீராமையும் இணைந்து செயல்படச் செய்ய வேண்டும்என்னும் எண்ணத்தோடு இணைப்பு முயற்சிக்கு வந்திருந்த தாக்கூர்களும் இதில் பங்கெடுத்துக் கொண்டனர். லாலாராம் அவர்களிடம் பணம் வேண்டும் என்று கேட்டுக்கொண்டிருந்தது என் காதில் விழுந்தது. நாங்கள் தாழ்த்தப்பட்டவர்கள் என்பதினாலும், தாக்கூர்களை எதிர்த்ததினாலும் எங்களை முற்றிலுமாக அழிக்க, சிறீராமிற்குப் பணம் கொடுக்க அவர்கள் பணம் வசூல் செய்திருக்கிறார்கள் என்பது எனக்குப் புரிந்தது.

என் உடல் செத்து விட்டிருந்தது என்றாலும் மனம் இயங்கிக் கொண்டிருந்தது. ஒரு பெண்ணை இப்படி எல்லோர் முன்னிலையிலும் நிர்வாணப்படுத்திக் காட்டுவது தப்பு என்று சொல்லக் கூடியவர்களும் அக்கூட்டத்தில் இருந்தனர். அவர்கள் ஏழைகளாகவும், வேறு சாதியினராகவும் இருந்தார்கள். எனக்கு உடை அணிவிக்க அவர்கள் தாக்கூர்களிடம் கேட்டுக் கொண்டார்கள். சிறீராம் அவர்கள் மேல் கோபப்பட்டான். ஆனால், எங்களை அப்படி விட்டுச் செல்வதற்கு அவர்கள் சிறீராமை அனுமதிக்கவில்லை. என்ன செய்வது என்று தெரிந்து கொள்வதற்காக பிராமணனை (கிராமப் புரோகிதன்) பார்ப்பது என்று தீர்மானித்தார்கள்.

அவ்வூரைச் சேர்ந்த ஒருவர் இரண்டு கால் சட்டைகளையும் ஒரு சட்டையையும் எடுத்துக் கொண்டு திரும்பி வந்தார்.

"எழுந்து உடம்பைக் கழுவு" என அவன் இரக்கத்துடன் என்னிடம் சொன்னான்.

கால் வீங்கியிருந்ததால் காலணி அணிய நான் மிகவும் வேதனைப் பட்டேன். அப்பொழுதும் என் கட்டுகள் அவிழ்க்கப்படாமல் இருந்ததனால் என்னால் உடை உடுத்திக் கொள்ள முடியவில்லை. கருணையுள்ளம் படைத்த அந்த மனிதன் என் கைகால்களை

விடுவித்தான். "அவள் உடை உடுத்திக் கொள்ளட்டும்" என்று அவர் சொன்னார். "அதற்குள் நான் என் அப்பாவைக் கூட்டிக் கொண்டு வருகிறேன்." தாங்கமுடியாத வேதனையுடன் ஒருவிதமாக கால்சராயும் சட்டையும் அணிந்து கொண்டேன். படிகளில் குனிந்து நின்று ஆற்றிலிருந்த தண்ணீர் எடுத்து நான் முகம் கழுவினேன். ஊர் மக்கள் நீளமான வெள்ளைக் குர்தா அணிந்திருந்த கிழவனுடன் திரும்பி வந்த பொழுதும் சிறீராம் அவர்களுடன் வாக்குவாதம் செய்தான்.

ஒரு நிமிடம்! நான் அவரை அடையாளம் கண்டு கொண்டேன். அவர் தான் கிராமப் புரோகிதர்.

"சிறீராம் தாக்கூர்." அவர் சொன்னார். "விக்ரம் மல்லாவை நீங்கள் கொன்றது ஒரு நல்ல காரியம்தான்! அவன் கொல்லப்பட வேண்டிய ஒரு கொள்ளைக்காரனாக இருந்தான். அதைப் போல் இந்த இராட்சசியையும் நீங்கள் கொன்றுவிட வேண்டும்!"

எனக்கு உடைகள் கொடுத்தது அவருடைய மகன்தான். அப்படியிருந்தும் அவர் என்னைக் கொன்றுவிட வேண்டும் என்கிறார். தனக்குச் சாதகமாகப் பேசும் ஒரு பலமான ஆள் கிடைத்து விட்டதில் சிறீராமுக்கு மகிழ்ச்சி. அப்படியென்றால் என்னைக் காப்பாற்ற யாரும் இல்லையா..?

"இவளை என் வீட்டிற்குள் கூட்டிக் கொண்டு வாருங்கள்" அவர் உத்தரவிட்டார். "அங்கே நாம் விக்ரமினுடைய மரணத்தைக் கொண்டாடலாம்."

என்னால் எழுந்து நிற்கக்கூட முடியவில்லை. ஆனால், அவர்களுடன் நடக்கக் கட்டாயப்படுத்தப்பட்டேன். புரோகிதன் என்னை முன்னால் உந்தித் தள்ளிக் கொண்டு போனான்.

அவனுடைய வார்த்தைகள் ஈவிரக்கமின்றி இருந்தன.

ஊருக்குள் செல்வதற்கு முன்பே நான் சரிந்து, விழுந்து இறந்து விடுவேன் என்று எனக்குத் தோன்றியது. என் காவலுக்கு இருந்த காளி, சிறீராமின் சங்கத்தைச் சேர்ந்தவனாக இருந்தான் என்றாலும், மற்ற காவல்காரனைப் போலவே அவனும் தாழ்த்தப் பட்ட சாதியைச் சேர்ந்தவனாக இருந்தான். ஒரு தாக்கூர் என்னைத் தொட்டால் தீட்டு என்று சொல்லி, சிறீராம் அவர்கள் இருவரையும் இந்த வேலைக்குப் பணித்திருக்கிறான். என்னை ஒரு மண் குடிசைக்குக் கொண்டு போனார்கள். சிறீராமின் ஆட்கள்

எனக்குக் காவல் நின்றார்கள்.

வீட்டில் சிறீராமும் குசுமாவும் சிரித்துக் கொண்டிருப்பதை என்னால் கேட்க முடிந்தது. அவர்கள் திருமணத்தையும் அத்துடன் விக்ரமின் மரணத்தையும் கொண்டாடுகிறார்கள் போலும். என் உடலில் குத்திய ஒரு முள் அப்பொழுதும் என்னை வேதனைப் படுத்திக் கொண்டிருந்தது.

சூரியன் மறைந்த பொழுது கிராமப் புரோகிதன் சிறீராமுடன் குடிசையின் கதவருகில் வந்தான். அவர்கள் என்னைக் கொல்லப் போகிறார்கள் என்று நான் பயப்பட்டேன். "முதலில் அவளை என் அறைக்குக் கொண்டு வாருங்கள்!" கிராமப் புரோகிதன் கட்டளையிட்டான்.

"சரி, நீங்கள் வேண்டும் வரை அனுபவித்துக் கொள்ளுங்கள்!" என்றான் சிறீராம்.

சென்றமுறை சந்தித்தபோது, நான் பாசத்துடன் அப்பா என்று அழைத்த, மரியாதை கொடுத்த கிழவன், என்னை இப்போது கற்பழிக்கப் போகிறான்.

காவல்காரர்கள் என்னை வெளியில் கொண்டு வந்தார்கள். என் கைகளை மறுபடியும் கட்டிவிட்டு அவர்கள் என்னை வீட்டிற்குள் உந்தித் தள்ளினார்கள். அழுது கொண்டே நான் அவருடைய கால்களில் விழுந்தேன். "அப்பா, தயவு செய்து 'அது' செய்யாதீர்கள்! நீங்களாவது...!

"நான் உன்னை ஒன்றும் செய்ய மாட்டேன் மகளே! முதலில் நீ அமைதியாக இரு. தண்ணீர் குடித்துத் தெம்பாக இரு. இதற்குப் பிறகு அவர்கள் என்னைக் கொன்றார்கள் என்றால் நீ அவர்களைச் சும்மா விட்டுவிடக் கூடாது. உன்னை அவர்கள் என்ன செய்தார்களோ அதை நீ திருப்பிச் செய்ய வேண்டும், பூலான். பழிவாங்குவதற்குண்டான சக்தியை துர்காதேவி உனக்கு அருள்வாள்!" அவர் சொன்னார்.

நான் கேட்பது உண்மையா, பொய்யா? அவர் தன் வாழ்க்கையைப் பணயம் வைத்து, எனக்கு உதவி செய்யப் போகிறார்! அவர் என்னைக் காப்பாற்றப் போகிறார்!

அவர் எனக்கு ஒரு கோப்பைக் கஞ்சித் தண்ணீரையும் ஒரு பழைய 12 போர் துப்பாக்கியும் கொடுத்தார். அவரிடம் மூன்று

வெடிகுண்டுத் திரிகள் இருந்தன. துப்பாக்கி, நாட்டுத் தயாரிப்பாய் இருந்ததினால், அதைக் கொண்டு நான் சிறீராமைச் சுடுவதை அவர் விரும்பவில்லை என்று எனக்குத் தோன்றியது. தண்ணீர் குடிக்கும் சக்தியை நான் இழந்திருக்கவில்லை.

"நீ ஏதாவது சாப்பிடுகிறாயா மகளே?" அவர் தேடிப் பார்த்தார்.

"வேண்டாம் அப்பா, தண்ணீர் மட்டும் போதும்".

நான் மறுபடியும் சாதாரணமாக சுவாசிக்கத் தொடங்கினேன். அப்பொழுது முற்றத்தின் கதவு தட்டப்படும் சத்தம் கேட்டது. வெளியில் சிறீராம் சத்தம் போட்டான்! "ஏ, பிராமணா, இன்னும் ஆசை தீரவில்லையா? ஹா, ஹா, ஹா...."

கிழவனுடைய குழிவிழுந்த கண்கள் அப்பொழுது நிறைந்து தளும்பிக் கொண்டிருந்தன. அவர் பதில் சொன்னார்! "செய்கின்ற வேலையை நான் முடித்துக் கொள்கிறேன்,சிறீராம்!"

முற்றத்திலிருந்த மண்சுவரை அவர் எனக்குச் சுட்டிக் காட்டினார். சாதாரண நிலையில் அதைத் தாண்டிக் குதிப்பது என்பது எனக்கு எளிது. ஆனால், இப்போது எனக்கு அதற் குண்டான சக்தி இல்லை. மதிலில் இருந்த ஒரு ஓட்டை வழியாக நாங்கள் அந்தப் பக்கம் போனோம். அந்தப் பக்கம் பரந்த ஒரு சோளக்காடு. "நீ எங்காவது ஒளிந்து கொள்ளலாம், மகளே. இனி நான் அங்கே போகிறேன்..." அவர் சொன்னார்.

"தயவு செய்து அங்கே போகாதீர்கள், அந்த மிருகங்கள் உங்களைக் கொன்று விடுவார்கள், அப்பா!" நான் விக்கி அழுதேன்.

"ஓ! நான் அதைப்பற்றிக் கவலைப்படவில்லை மகளே. மிகவும் வயதானவன் என்பதால் அவர்கள் கொஞ்சமாவது எனக்கு மரியாதை கொடுப்பார்கள். காவல் நிற்கும் அந்த இரண்டு ஆட்களையும் நான் இங்கே வரச் சொல்கிறேன். அவர்களுடன் நீ இங்கிருந்து தப்பிப் போய் விட்டதாகச் சொல்லிவிடுவேன். அந்த தாழ்த்தப்பட்டவர்களுக்கு இந்த மோசமான தாக்கூர்களிடம் ஒரு மதிப்பும் இல்லை. அவர்கள் நான் சொல்வது போலச் செய்வார்கள்."

"சிறீராமிற்கு யாரிடமும் ஒரு மரியாதையும் கிடையாது. அப்பா,

அவர்கள் உங்களையும் உங்களுடைய குடும்த்தினர்களையும் கொன்று விடுவர்!”

“என் குடும்பத்தினர் முன்பே இவ்வூரை விட்டுப் போய் விட்டார்கள், மகளே. முன்னதாகவே அவர்களை அனுப்பி விட்டேன். என்னை நினைத்து நீ கவலைப்பட வேண்டாம். என்னைக் காப்பாற்றக் கடவுள் இருக்கிறார்.”

சோளக் கதிர்களின் மறைவில் வெள்ளைத் தலைப்பாகை மறைந்து விட்டது. அந்த மெலிந்த உடல் திரும்பிப் போவதை நான் தாங்க முடியாத வேதனையுடன் பார்த்துக் கொண்டிருந்தேன். நாட்டுத் துப்பாக்கியை நெஞ்சோடு சேர்த்துப் பிடித்துக் கொண்டு சோளக் கதிர்களின் மறைவில், வேப்ப மரத்திற்குக் கீழ் நான் நீட்டிப் படுத்தேன்.

கூடாது! நான் தூங்கக்கூடாது! கடந்த முறை நான் தூங்கிய பொழுது அவர்கள் விக்ரமைக் கொன்றுவிட்டார்கள். இனியும் நான் தூங்கினேன் என்றால் அது என் மரணத்திற்கான முறை என்று எனக்குப் புரிந்தது.

பிராமணனுடைய வீட்டில் சத்தம் கேட்டது. அதைத் தொடர்ந்து இரண்டு நிழல் உருவங்கள் என்னை நோக்கி ஓடி வருவதை நான் கண்டேன். அது காவல்காரர்கள். “நில், பூலான்! நாங்களும் வருகிறோம்!”

அவர்கள் என்னைப் பிடித்து எழுந்து நிற்க வைத்து காட்டுக்குள் இழுத்துச் சென்றார்கள். அப்பொழுது நன்றாக இருட்டி விட்டது.

நாங்கள் ஆற்றங்கரையை அடைந்தோம். பின்னால் வெடிச் சத்தங்களும் கூச்சல்களும் கேட்டவாறிருந்தன!....

அமைதியான இரவில் நீலவானத்தில் பெரும் தீ நாக்குகள் உயர்ந்து கொண்டிருந்ததை நாங்கள் கண்ணுற்றோம். கோபம் கொண்ட சீரீராம் கிராமத்தையே எரித்துக் கொண்டிருக்கிறான் போலும்! அவன் எஞ்சியிருந்த விக்ரமின் நண்பர்களையும் கொன்று விட்டதுடன், புண்ணிய ஆத்மாவான பிராமணனையும் கட்டி வைத்து பெட்ரோல் ஊற்றி உயிருடன் கொளுத்திவிட்டதாக நாங்கள் பின்னர் அறிந்தோம்.

27

எங்களில் யாருக்கும் சிறிது நேரம் கூட கண்மூட நேரமிருக்கவில்லை. சாப்பிட்டு இரண்டு நாட்களாகி விட்டன. மூன்றாம் நாள் காலை நாங்கள் மலை உச்சியில் நின்று கொண்டிருக்கும் பொழுது படைகள் எங்களை வளைத்துக் கொண்டிருப்பதைப் பார்த்தோம்....

பசியை தாங்கிக்கொள்ளலாம். ஆனால், தாகத்தை? நாங்கள் தாகத்தில் தவித்துக் கொண்டிருந்தோம். சுற்றிலும் பயிரிடப்படாத வயல்களுடன் கூடிய மலை உச்சி எங்களுக்குப் பாதுகாப்பானதாக இல்லை. பிரச்சினை வராது என்று தெளிவாகும் வரை நாங்கள் அங்கிருந்து கீழே இறங்க முடியாது. சிறு சத்தத்தைத் கூடக் கவனித்தபடி, படபடப்புடன் அங்கே படுத்துக் கொண்டிருப்பதைத் தவிர எங்களுக்கு வேறு வழி கிடையாது.

தாகம் தாங்க முடியாத அளவுக்குப் போய், ஊருக்குள் போய் படைகளிடம் சிக்கிக் கொண்டால் என்ன என்று கூட யோசித்தேன். அவர்கள் சுடக்கூடும்,

அதனால் என்ன? இப்பொழுது, தண்ணீர் கிடைக்காமல் சாகப்போகிறோம். பிறகு, ஒளிந்து கொண்டிருப்பதால் என்ன பயன்? இங்கிருந்து ஒரு வழியாகத் தப்பிச் சென்றால்கூட, ஒரு பக்கம் காவலர்கள், மறு பக்கம் சிறீராமின் ஆட்கள் என இருவரிடமிருந்தும் நாங்கள் மறைந்து வாழ வேண்டிவரும். அதனால் மலை உச்சியில் இருந்து கீழே இறங்கவும் வயலைக் கடந்து ஒரு வாய்த் தண்ணீரைத் தேடவும் நாங்கள் முடிவு செய்தோம்.

நாங்கள் குன்றின் மறுபக்கம், பாறை இடுக்குகளின் வழியாகத் தட்டித்தடவி நடந்தோம். சுட்டெரிக்கும் உச்சி வெயில். கடைசியில் மர நிழலிருந்த ஓரிடத்திற்குச் சென்றோம். அதோ, அங்கே ஒரு காட்டருவி!

அந்தக் குளிர்ந்த நீரை முடிந்த மட்டும் குடித்தேன். முகத்தையும் காயங்களையும் கழுவிக் கொண்டேன். சொல்ல முடியாத ஓர் ஆனந்தம்! காளியும், புதியவனான சரணும் செழித்து வளர்ந்திருந்த கோதுமை வயல்களில் எனக்கு முன்பாக நடந்தார்கள். சிறு சத்தம் கேட்டாலும் உடனே நாங்கள் கவிழ்ந்து படுத்துக் கொள்வோம். மறுபடியும் தாகம் எங்களை வாட்டியபொழுது ஒன்றும் செய்ய முடியாமல் அமைதியாக நடந்தோம். சிம்ரா எல்லையைத் தாண்டி, யமுனையின் கரையை அடைந்தோம். அங்கே தெல்கன் என்னும் கிராமத்தில் வாழ்ந்து கொண்டிருக்கும் ஒரு குஞ்ஞும்மாவினுடைய வீட்டிற்குப் போய்விட நான் முடிவு செய்தேன்.

நினைத்தது போலவே எவர் கண்ணிலும் படாமல், தெல்கனை அடைந்தோம். அவருடைய வீட்டிற்குச் செல்ல இருட்டும் வரை காத்திருக்க வேண்டும்...

காளியையும் சரணையும் கிடங்கில் ஒளிந்து கொள்ளச் சொல்லிவிட்டு, நான் வீட்டிற்குள் எட்டிப் பார்த்தேன். அடுப்பில் சப்பாத்தி சுட்டுக் கொண்டு அவள் முற்றத்திலேயே நின்று கொண்டிருக்கிறாள். தனியாகத்தான் இருக்கிறாள். அதனால் நான் சீக்கி அடித்து என்னைப் பின் தொடர்ந்து வரும்படி பையன்களுக்கு சைகை காட்டினேன். சீருடை அணிந்த இரண்டு பையன்களுடன் என்னை அந்த நேரத்தில் அங்கே பார்த்த அவள் ஆச்சரியப்பட்டாள். என்னைக் கட்டிப் பிடித்துக் கொண்டு, என்ன நடந்தது என்று கேட்டாள். நான் மௌனமாக இருந்தேன். நாங்கள் வந்திருப்பது தாக்கூர்களுக்கு செல்வாக்குள்ள ஊர்.

அதுவுமின்றி, சிறீராமிற்கு இங்கும் ஒற்றர்கள் உள்ளனர்.

திடீரென்று பின்னால் சில சத்தங்கள் கேட்டன. நான் திரும்பிப் பார்த்த பொழுது பல நிழல் உருவங்கள் தெரிந்தன. அந்த ஊர்க்காரர்கள். அவர்கள் என்னை அடையாளம் கண்டு கொண்டார்கள்.

"அவளைப் பிடியுங்கள்! நாம் அவளைக் காவலர்களிடம் ஒப்படைக்க வேண்டும்" ஒருவன் குரலெழுப்பினான்.

யோசித்துக் கொண்டு நிற்காமல், கண்ணிமைக்கும் நேரத்தில் மாட்டுத் தொழுவத்தில் ஒளிந்து கொண்டு அவர்களை, "நாய்களே! நான் உங்களைக் கொல்லப் போகிறேன்!" என்று எச்சரிக்கை செய்தேன்.

தோளில் இருந்து துப்பாக்கியை எடுத்து நான் வானத்தை நோக்கிச் சுட்டேன். அவர்கள் பயந்து, முற்றத்திலிருந்து ஓடி விட்டார்கள். நான் வீட்டின் பின்வழியாக காளியையும் சரணையும் கூட்டிக் கொண்டு ஊருக்கு வெளியே பாய்ந்தேன். அப்பொழுது யாரோ என் வழியைத் தடுத்தார்கள். ராம் சேவக், என் உறவினன்.

"இதில் போக வேண்டாம், பூலான். இது அவர்கள் வந்த வழி. அவர்கள் நிறையப் பேர் இருக்கிறார்கள். உன்னைத் தேடிக் கொண்டு இருக்கிறார்கள்" என்று ராம் சேவக் மெதுவாகக் கூறினார்.

இருட்டில் காட்டிற்குள் மறைந்தே தீர வேண்டும். கனத்த காலணிகளும் கத்திகளும் இல்லாமல் அங்கு போவது என்பது இயலாத காரியம். எனவே நாங்கள் ஆற்றங்கரை வழியாக முக்கிய சாலைக்குச் சென்றோம். அது வேறொரு ஊருக்குப் போவதற்கான பாதை. நாங்கள் நடந்து செல்வதைப் பார்த்துக் கொண்டும் ஒருவருக்கொருவர் முணுமுணுத்துக் கொண்டும் ஆட்கள் நின்று கொண்டிருந்தார்கள். நடு இரவு ஆகியிருந்தும் கூட, அவர்கள் தூங்கியிருக்கவில்லை. "அது பூலான் தேவி. அவர்தான். நாம் அவருடன் பேசலாம்."

விக்ரமுடன் நானும் கொல்லப்பட்டுவிட்டதாக கேள்விப் பட்டிருந்தோம் என்று அவர்கள் சொன்னார்கள். ஊரின் எல்லை யிலிருக்கும் கோயில்வரை, நடந்தவற்றைத் தெரிந்து கொள்வதற்காக

தமிழில்: மு.ந. புகழேந்தி

ஆவலுடன் அவர்கள் எங்களைப் பின்தொடர்ந்தார்கள். எதனால் நான் தனி ஆளாக ஆனது என்றும், என்னுடன் இருக்கும் இரண்டு பையன்கள் யார் என்றும் அவர்கள் தெரிந்து கொள்ள ஆசைப்பட்டார்கள். நான் அவர்களுக்குப் பதில் சொல்லும் முன்பே சீருடையும் துப்பாக்கிகளும் அணிந்த ஒரு ஆண்கள் கூட்டம் எங்களுக்கு எதிரே வந்து கொண்டிருப்பது என் கண்ணில் பட்டது. அது கொள்ளைக்காரர்கள் என்று நான் நினைத்துக் கொண்டேன்.

"நீங்கள் யார்? நான் சத்தமாய்க் கேட்டேன்.

"முதலில் நீ யாரென்று சொல்!" என்று பதில் வந்தது.

அது பாபா கன்சியாமினுடைய சங்கம் என்று நினைத்து, நான் சொன்னேன்: "நான் தான், பூலான் தேவி."

என் பதிலைக் கேட்டவுடன், அவர்களில் சிலர் ஓரத்தில் இருந்த பள்ளத்தில் இறங்கி சுடத் தொடங்கினார்கள். ஏதோ தவறு நடந்து விட்டது, ஆபத்து என்பதை உணர்ந்த நான் காளியிடமும் சரணிடமும் ஓடி ஒளிந்து கொள்ளச் சொன்னேன். எங்கள் மீது தாக்குதல் நடத்தியவர்கள் காவலர்கள். நான் திருப்பிச் சுட்டேன். இனி என்னிடம் ஒரு சரம் தோட்டாக்கள் மட்டுமே மீதமிருக்கிறது.

இருட்டில் நான், என் நண்பர்களைப் பிரிந்து விட்டேன். ஒருவன் காட்டிற்குள்ளும் மற்றொருவன் வயலிலும் பாய்ந்து மறைந்து விட்டார்கள். நான் மறுபடியும் பாதையைத் தவிர்த்து மலைச்சரிவுகளைக் கடந்து ஒரு நீரோட்டத்தின் அருகில் சென்றேன். நீரோட்டத்தில் சாய்ந்து நின்று கொண்டிருந்த ஒரு மரக்கொம்பில் சிரமப்பட்டு ஏறினேன். அப்பொழுதும், அந்தப் பகுதியில் வெடிச் சத்தம் கேட்டுக் கொண்டிருந்தது. என்னால் அசையக்கூட முடியவில்லை. நெஞ்சுத் துடிப்பு அதிகரித்தது. இனி எங்கே போவது என்று ஒன்றும் புரியவில்லை. மலையடிவாரம் முழுவதும் அவர்கள் சுற்றி வளைத்திருப்பார்கள்.

ஏறக்குறைய ஒரு மணிநேரம் கடந்த பின் மேலும் அதிகக் காவலர்கள் வந்து விட்டார்கள். நான்கு பக்கங்களிலும் வெளிச்சம் பரவியது. வீடு வீடாகப் புகுந்து சோதனை செய்து கொண்டிருக் கிறார்கள் என்பது எனக்குப் புரிந்தது.

ஒவ்வொரு கிளையாக எச்சரிக்கையோடு பற்றி மெதுவாக நான் கொம்பிலிருந்து கீழே இறங்கினேன். கொம்பொடிந்து கீழே விழுந்தேன் என்றால் கீழே அதள பாதாளம்.

இன்னும் துப்பாக்கி வெடிச்சத்தம் கேட்டுக் கொண்டிருந்தது.

அவர்கள் நிழல்களைச் சுட்டுக் கொண்டோ அல்லது வயல்களில் என்னைத் தேடிக் கொண்டோ இருக்கலாம். இல்லையெனில் காளியையும், சரணையும் வேட்டையாட அலைந்து கொண்டிருக்கலாம். நான் அவர்கள் பார்வையில் இருந்து வெகுதொலைவில் இருக்கிறேன். நான் இருக்குமிடத்திற்கு இருட்டில் அவர்களால் வரமுடியாது என்று எனக்குத் தெரியும். என்னுடன் என் சங்கமும் இருப்பதாக அவர்கள் நினைத்துக் கொண்டிருப்பார்கள்...

அவர்களிடம் மாட்டிக் கொள்வதை விடத் தற்கொலைதான் நல்லது என்று நான் தீர்மானித்தேன்.

அடிவாரத்தில் நிறையக் காவலர்கள் இருந்தார்கள். சித்ரவதைகளின் காயங்களுடன், பதினெட்டு வயதான நான் உடலால் மிகவும் தளர்ந்து களைப்புடன் இருந்தேன். காவல் அறையில் வைத்துக் தாக்கப்பட்ட என் மணிக்கட்டு இன்னும் சரியாக வில்லை. என்னிடம் கடைசியில் மீதமுள்ளது கேவலம் ஒரு ரவுண்ட் தோட்டாக்கள் மட்டுந்தான்...ஆனால் ‘சிப்பாய்’ களைப் பொருத்த வரை நான் இப்பொழுதும் ‘கொள்ளைக்காரி’ பூலான் தேவிதான்.

இனிமேல் நான் ஒரு பெண்ணாக இருக்கப் போவதில்லை என்று அன்றிரவு நான் சபதம் செய்தேன். இன்று முதல் நான் என்ன செய்தேன் என்றாலும் அது ஓர் ஆண் செய்வதைப் போல் இருக்கும். ஓர் ஆணின் உணர்வுகளுடன் நீண்ட நாள் வாழ்ந்தவள் நான். இனிமேல் நான் இழப்பதற்கு எதுவும் இல்லை. நான் முன்னைக் காட்டிலும் இப்போது அனுபவம் நிறைந்தவள்!...

28

மலையின் மறுபுறம் காட்டாறு கரை தட்டி ஓடிக் கொண்டிருந்தது. ஆற்றைக் கடந்து நீந்த இயலாது என்பதால், நான் கொஞ்ச தூரம் நடந்தேன். முட்டிவரை சேறு. அதற்கு மேல் நான் காலில் செருப்பு ஏதுமின்றி கால் ஓயும்வரை நடந்தேன். சிக்கிக் கொள்ளாமல் இருக்க வேண்டும் என்ற ஓரே எண்ணம் தான் என் மனதில் இருந்தது.

விடியற்காலை நான் வேறொரு சமவெளியை அடைந்தேன். கல்ப்பி அங்கிருந்து வெகு அருகில்தான் இருந்தது. ஏதோ ஒரு ஊரின் எல்லையை அடைந்த பொழுது நான் ஒரு வேப்பமரத்தில் ஏறிப் பல மணி நேரங்கள் காத்திருந்தேன். கவனமாக மீதமிருந்த மூன்றாவது ரவுண்ட் தோட்டாக்களைத் துப்பாக்கியில் நிறைக்க முயலும்போது, அது கை தவறி விழுந்து விட்டது. அதைத் திரும்ப எடுக்க நான் மரத்தில் இருந்து இறங்க நினைத்தபொழுது, அந்த வழியாக வந்து கொண்டிருந்த பனிரெண்டு காவலர்கள் நான் இருந்த மரத்திற்குக் கீழே வந்து நின்றார்கள். அவர்கள் தங்கள் காலணியில் பதிந்திருந்த சேற்றை

மரத்தில் தட்டி சுத்தப்படுத்தத் தொடங்கினார்கள்.

அவர்கள் பேசிக் கொண்டிருந்தது அனைத்தையும் நான் கேட்டேன். அவர்கள் என்னைப் பற்றித்தான் பேசிக் கொண்டிருந்தார்கள்.

ஒரு பாம்பைப் போல மரக் கொம்பைக் கட்டிப் பிடித்துக் கொண்டிருக்கும் பொழுது பார்வை முழுவதும் கீழே விழுந்திருந்த தோட்டாவின் மேலேயே இருந்தது.

அவர்கள் தலை உயர்த்திப் பார்க்கவில்லை. நான் இருந்த கிளையிலிருந்து வேறு கிளைக்கு மாறியதைக்கூட அவர்கள் அறிந்திருக்கவில்லை....

பழி வாங்குவதற்காக உயிருடன் இருக்க வேண்டும் என்ற எண்ணம் என்னை முன்னுக்குத் தள்ளியது. செம்பட்டை முடிக்காரனான இராட்சசன் எனக்குச் செய்த கொடுமைகளை இந்தப் பிறவியில் என்னால் மறக்கவே முடியாது. கண் முன்னில் வைத்து அவனைச் சித்திரவதை செய்ய வேண்டும். ஒவ்வொரு உறுப்பாக அறுத்தெடுத்து நாய்க்குப் போட வேண்டும்!

ஓர் இடையனின் மனைவி என்னைப் பார்த்தாள். அவள் குடிசைக்கு என்னைக் கூட்டிக் கொண்டு போனாள். காயம்பட்டிருந்த என் கைகளில் களிமண் குழம்பைப் பூசி விட்டாள். அவளுடைய மகனிடம் நான் ஒரு கடிதம் கொடுத்தனுப்பினேன்.

பல மல்லாக்கள் என்னைப் பார்க்க வந்தார்கள். அப்படி மறுபடியும் நான் அம்மாவைப் பார்த்தேன்.

வாழ்க்கையில் முதல்முறையாக என் ஊர்க்காரர்கள் சர்பஞ்ச் உட்பட அனைவரும் என்னுடன் சேர்ந்தார்கள்! அவருடைய மகன் சுரேஷ் எனக்கு ஒரு துப்பாக்கியை அன்பளிப்பாகக் கொடுத்தான். ஒரு பிராயச்சித்தத்தைப் போல. என்னைவிட தாக்கூர்களுக்கு அதிகம் பயப்பட்டதன் விளைவாகவே இப்படிச் செய்கிறார்கள் என்பதை நான் புரிந்து கொண்டேன்.

துப்பாக்கியுடன் நான் மறுபடியும் காட்டிற்குத் திரும்பினேன். எனக்கென்று ஒரு சங்கத்தை உருவாக்கிக் கொள்வதுதான் என் முதல் லட்சியமாக இருந்தது. 'கதரியா' சாதியைச் சேர்ந்த ஓர் இடையனும் கொள்ளைக்காரனுமான பல்வானை நான் தொடர்பு கொண்டேன். சில நாட்களுக்கு நான் அந்தச் சங்கத்தில் இருந்து

கொள்ள அவன் சம்மதித்தான். அவனிடம் பன்னிரண்டு பேர் இருந்தனர். திரும்பவும் இன்னொரு கூட்டணியில் சேர நான் விரும்பவில்லை. இப்பொழுது எனக்கு யாருடைய பாதுகாப்பும் தேவையில்லை. நான் யாருடைய உத்தரவுகளுக்கும் தலைசாய்க்கத் தயாராக இல்லை. நான்தான் தலைவியாக இருக்கவேண்டும். ஒரு சங்கத்தில் இரு பிரிவுகள் இருப்பது சாதிச்சண்டைக்கும் உட்பூசலுக்கும் வழி வகுக்கும் என்பதை அனுபவங்கள் எனக்குக் கற்றுக் கொடுத்திருந்தன. சந்தேகம் வந்து விட்டால் நண்பர்களைக் கூடக் கொன்றுவிடத் தயங்காத உறுதியானவன் பல்வான் என்பதை நான் புரிந்து கொண்டேன்.

அவனுடைய சங்கத்தில் நான் இணைவதாகச் சொன்னவுடன், ஆயுதங்களும் மற்ற பொருட்களும் வாங்க எனக்குப் பொருளுதவி தருவதாகச் சொன்னான். யாருக்கும் கடன் பட்டு விடக்கூடாது என்று நினைத்துக் கொண்டிருந்ததால் அதை நான் மறுத்து விட்டேன்.

"நான் என்னை ஒரு பெண்ணாக நினைத்துக் கொள்ளவில்லை. எனக்கு மற்றவர்களுடைய பாதுகாப்போ உதவியோ தேவையில்லை. எல்லாவற்றையும் நானே செய்து கொள்ள விரும்புகிறேன். உங்களிடம் இருந்து ஒரு துப்பாக்கியை வாங்கினால், நான் அதற்குண்டான விலையை அப்பொழுதே கொடுத்துவிடுவேன்." நான் சொன்னேன்.

பல்வான் காரியத்தில் நான் மிகவும் எச்சரிக்கையாக இருந்தேன். அவனைப் போன்றவர்கள் பணத்திற்காக மட்டுந்தான் கொள்ளைக் காரர்களாக ஆகியிருக்கிறார்கள். ஆடுகளைத் திருடியது மூலம் ஒரு சிறு திருடனாகத்தான் அவன் இதில் நுழைந்தது. அவனை நம்பக்கூடாது என்று எனக்குத் தோன்றியது.

"என்னைப் பின்பற்றத் தயாராக உள்ளவர்கள் யாராவது இந்த சங்கத்தில் இருந்தால் சொல்லுங்கள்! அவர்களை எடுப்பதா வேண்டாமா என்று தீர்மானிக்கிறேன்" என்று கேட்டேன்.

முதலில் லகன்தான் முன்னால் வந்தான். ஏறக்குறைய முப்பத்தைந்து வயதிருக்கும். உயரமான தாடிக்காரன். நீளமான முடியைப் பின்புறம் கட்டி வைத்துள்ளான். பிற்காலத்தில் அவன் எனக்கு உயிர்த் தோழனும் சகோதரனும் ஆனான். சங்கத்தில் சேரும் முன் ஒரு வங்கியில் பணி புரிந்திருக்கிறான். அறிவாளி. உண்மையானவன். நான் அவனை என் கணக்குப் பிள்ளையாக

வைத்துக் கொள்ளத் தீர்மானித்தேன்.

நான் பல்வானுடன் இருந்தபொழுது, அவனுடைய முன்னாள் தலைவனும் ஒரு முஸ்லீம் சங்கத்தினுடைய தலைவனுமாய் இருந்த பாபாமுஸ்தாக்கிமும் நாங்களும் சந்தித்தோம். அவருக்கு கொள்ளைக்காரர்களிடையே மிகவும் நல்ல பெயர் இருந்தது. அதனால் அந்தச் சந்திப்புக்கு நான் ஒத்துக் கொண்டேன். அவரைப் பார்த்தால் கொள்ளைக்காரனென்று தோன்றவில்லை. அழகாக உடை அணிந்து மிகவும் மரியாதையானவராயும் இருந்தார். எனக்கு நடந்தவற்றை எல்லாம் கேள்விப்பட்டதாகவும், எனக்கு எல்லாவிதமான உதவியும் செய்வதில் மகிழ்ச்சி அடைவதாகவும் சொன்னார். நான் அவரிடம் இருந்து ஒரு தானியங்கித் துப்பாக்கியை வாங்கினேன். அதற்கு முன்பணமாக என்னிடம் இருந்த இருபத்தையாயிரம் ரூபாயைக் கொடுத்தேன். என்னுடன் இணைந்து செயல்படுவதில் அவருக்கும் மிகுந்த விருப்பம் இருந்தது. நான் மிகுந்த முயற்சிக்குப் பிறகு அவரை அந்த எண்ணத்திலிருந்து மாற்றினேன்.

"என் உதவி உங்களுக்குத் தேவையில்லை என்றால், என் சங்கத்திலிருந்து உங்களுக்கு விருப்பமான பத்துப் பேரைத் தேர்ந் தெடுத்துக் கொள்ளுங்கள்." அவர் சொன்னார். எனக்கு இணங்கிப் போகக் கூடியவர்களாயும் அதே சமயம் பழிவாங்கும் எண்ணம் கொண்டவர்களாயும் இருக்க வேண்டும். கற்பழிப்பதற்கும் பணத்திற்கும் ஆசைப்படுபவன் மோசமான கொள்ளையன். எதிரிகளைப் பழி வாங்குபவன் தான் ஒரு நல்ல கொள்ளைக்காரன். இப்படித்தான் நான் நினைத்தேன்.

நான் அவர்களை ஒவ்வொருவராய்க் கூப்பிட்டுக் கேள்வி கேட்டேன். "என்னை உங்கள் தலைவியாய் ஏற்றுக் கொள்கிறீர் களா?" "ஆமாம்" என்று பதில் சொன்னவரிடம், நான் அடுத்த கேள்வியைக் கேட்டேன். "உங்களைப் பொருத்தவரை நான் ஆணா? பெண்ணா?"

செம்பட்டை முடிக்காரனான இராட்சசனைத் தேடும் அவசரத்தில் இருந்தேன் நான். அப்படித்தான் என் சங்கம் உருவானது. அவர்களில் மான்சிங், பிறகு என்னுடைய மெய்க் காப்பாளனும் சகோதரனும் ஆனான். மற்றவர்கள் (பாலாதின், ராம்தாஸ், தல்லார், லால்து, ஜாகேஷ்வர், முனிராம், கரக்) என் சாதிக்கும் சமமான சாதியைச் சேர்ந்தவர்களாய் இருந்தார்கள்.

மான்சிங்கின் தோற்றம் முதலில் என்னைப் பயப்பட வைத்தது. அகலமான நெற்றியில் ஆழமான நீளக்கோடுகள். ஊடுருவும் பார்வை, பருந்தின் மூக்கு. மான்சிங் தன் சங்கத்தின் மூத்த உறுப்பினர் என்றும், அவன் எனக்கு மிகவும் உதவியாய் இருப்பான் என்றும் பாபா முஸ்தாக்கிம் சொன்னார். மான்சிங் கொள்ளைக்காரனாக மாறியிருந்ததற்கான பின்னணியும் ஏறக் குறைய என்னுடையதைப் போன்றதுதான் என்றும் அவர் தெரிவித்தார்.

பாபா முஸ்தக்கிம் தன்னுடைய சங்கத்தினர்களை எழுந்து நிற்கும்படி கட்டளையிட்டார்.

"பூலான்தேவியை ஒரு பெண்ணாகப் பார்க்க மாட்டோம் என்று உறுதி எடுங்கள்! அவரை உங்களுடைய சகோதரனாக நினைத்துக் கொள்வோம் என்று சபதம் செய்யுங்கள்! இந்த உறுதி மொழியை மீறுபவர்களை நானே கொன்று விடுவேன். பூலான் என் சகோதரன். உங்களுக்கும் அதே தான்."

அவர் என் நெற்றியில் ஒரு சிவப்புத் துணியைக் கட்டினார். பழி வாங்குதலின் அடையாளம்.

நண்பர்களுடன் அருகில் இருந்த காட்டிற்குத் திரும்புவதற்கும் முன்பு பாபா முஸ்தாக்கிம் எனக்கு ஓர் அன்பளிப்புக் கொடுத்தார். நான் உயிருடன் இருப்பதை அனைவரும் தெரிந்து கொள்வதற்காக விக்ரம் உண்டாக்கியிருந்ததைப் போன்ற ஒரு முத்திரை. அதில் இப்படி எழுதப்பட்டிருந்தது: "கொள்ளை ராணி பூலான் தேவி".

கொள்ளை அடிக்கும் பொழுது விக்ரம் செய்ததைப் போல கதவுகளில் என்னுடைய பெயருள்ள முத்திரையைக் குத்துவதற்கு எனக்கு அப்படியொரு சந்தர்ப்பம் கிடைத்தது. சங்கம், மக்கள் கூட்டம் மிகுந்த கல்ப்பி நகரத்தில் ஒரு கொள்ளை நடத்த வேண்டும் என்று பல்வானும் பாபா முஸ்தாக்கிமும் தீர்மானித்திருந்தார்கள். மூன்று ஆண்டுகளுக்கு முன்பு என்னை லாக் - அப்பில் வைத்து மிகக் கொடூரமான முறையில் சித்தரவதை செய்திருந்தது அந்த ஊரில்தான்.

கோடைக்காலம். மாலைநேரம். நாங்கள் தாக்குதலைத் தொடங்கினோம். இரண்டு நகை வியாபாரிகளைக் கடத்திக் கொண்டு போய்விட வேண்டும் என்பது திட்டம். துப்பாக்கியின் பாத்தியால் அடித்ததில் சன்னல்கள் தவிடுபொடியான

பொழுது வியாபாரிகள் விலையுயர்ந்த நகைகளை விட்டுவிட்டு உயிரைக் காப்பாற்றிக் கொள்ள ஓடினார்கள். பாபாவும் நானும் ஊக்குவித்ததால் ஏழைகள் கூட்டமாய்க் கையில் கிடைத்தவைகளை எல்லாம் எடுத்துக் கொண்டார்கள். “எடுத்துக் கொள்ளுங்கள்! எடுத்துக் கொள்ளுங்கள்!” பாபா முஸ்தாக்கிம் சிரித்தபடி சத்தம் போட்டுச் சொன்னார். என்னுடன் சேர்ந்து ஒரு கொள்ளையை நடத்துவது அவருக்கு மகிழ்ச்சியைத் தோற்றுவித்திருக்க வேண்டும். மின்னும் நகைகள் ஏழைகளின் கைகளில் நிறைந்திருக்கும் காட்சியைப் பார்த்து நானும் மகிழ்ச்சியடைந்தேன். எங்களுடன் பணயக் கைதிகள் இருந்ததால் நாங்கள் உடனே அவ்விடத்தை விட்டுப் போக வேண்டியிருந்தது. நாங்கள் இரயில் பாதையைத் தாண்டிச் செல்லத் தீர்மானித்தோம். இரயில் பாதைக்கு அருகில் அடுக்கி வைக்கபட்டிருந்த மணல் மூட்டைகளுக்குப் பின்னால் காவலர்கள் எங்களுக்காகக் காத்து நின்று கொண்டிருந்தார்கள்.

அவர்களுடைய தாக்குதலில் இருந்து நான் அற்புதமாய்த் தப்பித்துக் கொண்டேன்.

“ஓடிவிடு, பூலான், ஓடிவிடு!” பாபா சத்தம் போட்டுச் சொன்னார்.

சுற்றுப்புறம் முழுவதும் வெடிமருந்தின் நாற்றம். இரயில் பாதையின் ஒரு பக்கத்தில் காவலர்களும், மறுபக்கத்தில் எங்களுடைய ஆட்களும் நின்று கொண்டு சுட்டுக் கொண்டிருக்கிறார்கள். இரண்டிற்கும் இடையில் நான் சிக்கிக் கொண்டேன். கருங்கல் சில்லுகள் சீறிக் கொண்டு என்னை உரசிச் சென்றன. காவலர்கள் கிரேனேடுகளையும் பயன்படுத்தினார்கள். நான் கவிழ்ந்து படுத்து எங்களுடைய ஆட்கள் இருக்குமிடத்துக்கு ஊர்ந்து சென்றேன். ஒரு வழியாக நாங்கள் யமுனையின் மேலுள்ள இரயில் பாலத்தை அடைந்தோம். அங்கிருந்து காவலர்களின் கண்ணில் படாமல், சிறு சிறு கூட்டங்களாகப் பிரிந்து காட்டிற்குள் சென்றோம்.

இராத்திரியான பின்பும் எங்களுடைய இரண்டு பணயக் கைதிகளுக்கும் உயிர் இருந்தது. அவர்கள் ஓடிவந்த களைப்புடனும் தாகத்துடனும் இருந்தனர். முஸ்தாக்கிமின் ஊரான கிளோளியில் சந்திக்கலாம் என்று முதலிலேயே முடிவு செய்திருந்தோம். நாங்கள் அங்கு போய்ச் சேரும்போது இரவு பத்து மணி. நள்ளிரவில் மற்றவர்களும் அங்கே வந்து சேர்ந்தனர். நாங்கள் ஒன்று சேர்ந்தவுடன் காவலர்கள் சுடத் தொடங்கினர். பணயக்

கைதிகளை நாங்கள் விட்டு விட்டு ஓட வேண்டியிருந்தது.

"எங்களுக்குப் பணம் கொடுத்து அனுப்பவில்லை என்றால் என்ன நடக்கும் தெரியுமா? நாங்கள் மறுபடியும் வருவோம்! பணம் தருவோம் என்று உறுதியளிங்கள்!" என்று பயமுறுத்தி அவர்களை விட்டு விட்டோம்.

"நாங்கள் பணம் கொடுத்து விடுகிறோம், உறுதியாகத் தந்து விடுகிறோம்" அவர்கள் அழுது கொண்டு சொன்னார்கள்.

பகல் வெளிச்சத்தில் கல்ப்பி போன்ற ஒரு நகரத்தில் ஒரு மின்னல் வேகத்தாக்குதல் நடத்தியது புல்லரிக்க வைக்கும்படியான ஓர் அனுபவமாக இருந்தது. ஓர் ஆண் போல என்னாலும் ஒரு சங்கத்தை நடத்த முடியும் என்று நான் புரிந்து கொண்டேன்.

தனியாய் தியானத்தில் உட்கார்ந்து கொண்டிருக்கும் பொழுது ஒரு சிறுபெண் என்னருகில் வந்து மெதுவாகச் சொன்னாள்: "அந்த வழியில் போக வேண்டாம், பூலான். காவலர்கள் அங்கே காத்து நின்று கொண்டிருக்கிறார்கள்".....

அந்தச் சிறு பெண் துர்காதேவியாக இருந்தாள். என்னைக் காத்து இரட்சிக்கும் துர்காதேவி! சங்கத்தினர்களிடம் சொன்ன போது அவர்களும் அதை நம்பினார்கள். என்னுடைய நம்பிக்கை அவர்களுக்கு தைரியத்தைக் கொடுத்தது.

"நாங்கள் அங்கிருந்து உயிருடன் திரும்பி வந்தது உங்களால்தான், சகோதரி" அவர்கள் சொன்னார்கள்.

நான் பாக்கியத்துடன் வந்திருக்கிறேன் என்று பாபா முஸ்தாக்கிம் சொன்னதை பல்வானும் தலையசைத்து ஆமோதித் தார். அவர்களுடைய நட்பும் உதவியும் கிடைத்ததில் நான் மகிழ்ச்சி அடைந்தேன். ஆறுமாத காலம் நாங்கள் ஒரே சங்கமாக இருந்தோம்.

சில நாட்களாகவே நாங்கள் ஒரு கிராமத்தைக் கவனித்துக் கொண்டிருந்தோம். அங்கிருந்த பெரும் நிலக்கிழார் ஒருவனிடம் மிகுந்த செல்வம் இருந்தது. தன்னிடம் கடன் வாங்கிய ஏழைகள் மற்றும் தனது நிலத்தில் கூலி வேலைக்கு வருபவர்கள் அனைவருக்கும் மிகுந்த தொந்தரவு கொடுத்து வந்தான். அவனிடம் கணக்குக் கேட்பதென்று நாங்கள் முடிவுசெய்தோம்... அவன் நிறையப் பணத்தை வீட்டில் ஒளித்து வைத்திருக்கிறான் என்றும்

கேள்விப்பட்டிருந்தோம். தீபாவளி அன்று விடியற்காலையில் நாங்கள் அவனுக்கு ஒரு கடிதம் அனுப்பினோம். "நீங்கள் ஏழைகளிடம் இருந்து பறித்த நிலத்தை அவர்களுக்குத் திருப்பிக் கொடுத்து விடுங்கள்."

"கொள்ளைக்காரர்களிடம் இருந்து இதுபோல நிறைய மிரட்டல்களைப் பார்த்தவன் நான்!" என அவன் பதில் அனுப்பியிருந்தான்.

அடுத்த நாள் நாங்கள் அவனுடைய வீட்டிற்குச் சென்றோம்.

கோட்டை போல் மதில்களால் சூழப்பட்ட, அழகான நந்தவனம் உள்ள ஒரு பங்களாவில் அவன் வாழ்ந்து கொண்டிருந்தான். ஐம்பது பேர் அடங்கிய எங்கள் சங்கத்தைப் பார்த்த உடனேயே, அவனுடைய வேலைக்காரர்களும் காவல்காரர்களும் அங்கிருந்து தலைதெறிக்க ஓடிவிட்டனர்.

வயதானவனாய் இருந்ததால் அவனை நாங்கள் எங்கள் கட்டுப்பாட்டிற்குக் கொண்டு வருவது எளிதானதாய் இருந்தது.

"கிழவா, நீங்கள் ஒரு பேரரசன் என்று நினைத்துக் கொண்டிருக்கிறீர்கள். ஆனால் உங்களுடையது என்று ஒன்று கூட உங்களிடம் இல்லை! உங்களிடம் உள்ளவைகள் எல்லாம் இந்த ஏழைகளிடம் இருந்து பறித்துக் கொண்டவைதானே! என்ன சொல்கிறீர்கள்?"

அவன் முகத்தில் அறைந்தவாறே நான் கேட்டேன்.

"அப்படியில்லை, சகோதரி. யாருக்கும் நான் துரோகம் செய்திருக்கவில்லை."

"என்னைச் சகோதரி என்று அழைக்காதீர்கள்! எங்கே பணத்தை பத்திரப்படுத்தி வைத்திருக்கிறீர்கள்?"

மிரண்டு போய் எதிர்ப்புத் தெரிவிக்காமல் பணத்தைப் பத்திரப் படுத்தி வைத்திருந்த இடத்தை நந்தவனத்தை அவன் எங்களுக்கு காட்டினான். அவனுடைய அழகான நந்தவனத்தைத் தோண்டிப் பார்த்தோம். இவ்வளவு தங்கம், வெள்ளி ஆபரணங்களையும் இதற்கு முன் நான் பார்த்தது கிடையாது. பணயமாக வாங்கியுள்ள எதையும் ஒரு காலத்திலும், தான் திருப்பித்தர வேண்டியிருக்காது என்ற நினைப்பில் எல்லாவற்றையும் அவன்

புதைத்து வைத்திருந்தான். ஒரு குடம் நிறையத் தங்கம், ஒரு குடம் நிறைய வெள்ளி, மற்றொன்றில் பணயம் வைத்த பத்திரங்கள் என எல்லாம் அங்கே இருந்தன!

"நீங்கள் கைப்பற்றி வைத்துள்ளவற்றை எல்லாம் உரியவர் களுக்குத் திருப்பிக் கொடுத்துவிடப் போகிறோம்!" நான் அறிவித் தேன்!

வீட்டு மாடியில் நின்று கொண்டு ஆபரணங்கள், நிலம், வீடுகளைப் பணயம் வைத்திருந்தவர்கள் வந்து அவைகளைப் பெற்றுக் கொள்ளும்படி ஒலி பெருக்கியில் சொன்னேன். வாழ்க்கையில் சிரமப்பட்டு சம்பாதித்த பொருட்கள் தங்களுக்குக் கிடைக்கப் போகிறது என்று தெரிந்த பொழுது அவர்களுக்கு முதலில் நம்பிக்கை ஏற்படவில்லை. பின்னர் உற்சாகத்துடன் கூட்டமாய் ஓடிவந்து கிடைத்ததை எல்லாம் எடுத்துக் கொண்டார்கள்.

"கிழவா, இப்போதும் நீங்கள் பணக்காரர்தானா?" நான் கேட்டேன்.

"இல்லையில்லை! நான் சத்தியம் செய்கிறேன்!" அவன் சொன்னான். எங்களால் எடுத்துச் செல்ல முடிந்த அளவு பணத்தை நாங்கள் எடுத்துக் கொண்டோம். குறைந்தது இருபது லட்சம் இருக்கும் என்று லகன் சொன்னான். யாரும் உரிமை கொண்டாடாத ஆபரணங்களை, தூக்கிச் செல்ல கனமாக இருந்த காரணத்தினால் அங்கேயே விட்டு விட்டோம்....ஆனால், நான் விரும்பியது வேறொன்று.

சில நிமிட இடைவெளியில் சிறீராமும் லாலாராமும் என்னிட மிருந்து தப்பிச் சென்று விட்டனர். அவர்கள் ஊர் குறித்த தகவல் ஓர் ஒற்றன் மூலம் எனக்குக் கிடைத்திருந்தது. எங்களுடைய ஆட்கள் உடனடியாக அந்த ஊரைச் சுற்றி வளைத்தனர். அங்கு அவர்கள் ஒளிந்திருந்த வீட்டைக் கண்டுபிடித்து, நாங்கள் அங்கு செல்வதற்குள் அவர்கள் தப்பியோடி விட்டனர். அவ்வூரைச் சேர்ந்தவர்கள் சிலரைப் பிடித்து உதைத்தோம். "அவர்கள் எங்கே?" என்று கோபத்துடன் கத்தினேன். அவர்கள் பெண்வேடம் அணிந்து தப்பிச் சென்று விட்டார்கள் என்று ஒருவன் சொன்னான். சரிதான், பதினைந்து நிமிடங்களுக்கு முன் இரண்டு பெண்கள் நடந்து போனதை நாங்கள் பார்த்திருந்தோம். அவர்கள் விறகுடன் காட்டை நோக்கிப் போய்க் கொண்டிருப்பதைப் பார்த்ததும்

எனக்குச் சந்தேகம் ஏற்பட்டது. நான் பாபா முஸ்தக்கிடம் அதைப்பற்றிக் கூறியபோது, நம் நல்ல பெயர் கெட்டு விடும் என்ற காரணத்தால், பெண்கள் காரியத்தில் குறுக்கிட வேண்டாம், என்று பதிலளித்து விட்டார்.

'செம்பட்டை நாயை' மறைத்து வைத்திருந்ததற்காக அந்த ஊர் மக்களைத் திட்டினேன். நான் அவர்களுடைய உடைகளை அவிழ்த்து அடிக்கவும், நிர்வாணமாய்த் தெருவில் நடக்கவும் வைத்தேன். 'பூலான்தேவி நீண்ட நாட்கள் வாழட்டும்' என்று அவர்களைச் சொல்ல வைத்தேன்.

நான் ஒலிபெருக்கியில் கத்தினேன்: " சிறீராம்! எங்கிருந்தாலும் உடனே வெளியில் வா! உனக்கு முதுகெலும்பிருக்கிறதென்றால் வெளியே வா!"

சிறீராமிற்கும் அவன் ஆட்களுக்கும் அடைக்கலம் கொடுத்திருந்தவர்களை நான் பழி வாங்கினேன். என்னை நிர்வாணமாகவும், நிராயுதபாணியுமாகவும் ஆக்கியவர்கள் அவர்கள். என்னைச் சித்ரவதை செய்தபோது சுண்டுவிரலைக் கூட அசைக்காமல் பார்த்தபடி நின்று கொண்டிருந்தவர்கள்! நான் கோபத்தால் துடித்தேன். நான் அனுபவித்த வேதனை என்னவென்று அவர்களும் தெரிந்து கொள்ள வேண்டும் என்று நான் விரும்பினேன். நான் துப்பாக்கியின் பாத்தியால் அவர்களை அடித்தேன்...

என் சாதிக்காரர்கள் இவற்றை எல்லாம் விசாரித்துக் தெரிந்து கொண்டார்கள். அயோக்கியர்களிடம் இருந்து ஓர் அம்மா மகளையோ, ஓர் அப்பா மனைவியையோ, சகோதரியையோ காப்பாற்றுவதற்காகச் செய்ய வேண்டியிருந்ததை அதற்கான தண்டனையை பூலான் தருவாள் என்பதை கற்பழிப்பவர்களுக்கு தெரியப்படுத்திக் கொள்கிறாள்.....?

ஏழைகளுக்கு நான் பணம் கொடுத்து உதவினேன். பாவிகளுக்கு அவர்களுக்குத் தகுந்த தணடனையைக் கொடுத்தேன். ஏனெனில், ஏழைகளின் குற்றச்சாட்டுகளுக்குக் காவலர்கள் செவிசாய்க்கத் தயாராய் இருக்கவில்லை. மானக்கேட்டைத் தவிர்ப்பதற்காக ஆபத்தான கருச்சிதைவு செய்து கொண்டவர்களையும், ஆற்றிலும் கிணற்றிலும் விழுந்து தற்கொலை செய்து கொண்ட நூற்றுக்கணக்கான நல்ல பெண்களையும் பற்றிக் கேள்விப் பட்டிருந்தேன்.

நாங்கள் அதிரடித் தாக்குதல் நடத்தும் பொழுது தாக்கூர் ஒருவரின் வீட்டில் வேலைக்காரப் பெண் யாரையாவது நான் பார்த்தேன் என்றால் அவளைப் பிடித்து, " என்ன வேலை செய்து கொண்டிருக்கிறாய்" என்று கேட்பேன்... "இரவு முழுவதும் அவர்கள் குடித்துவிட்டு என்னைத் தொந்தரவு செய்வார்கள். குடும்பமே என்னை அனுபவிக்கும்" என்பது தான் அவளது பதிலாக இருக்கும்.

அதனால் தான் பெண்களைத் தொந்தரவு செய்பவர்களின் பிறப்பு உறுப்பை நான் நாசப்படுத்தினேன். பெண்கள் அனை வரின் சார்பாகவும் அப்படித்தான் பழி வாங்கினேன்.

"பூலான் தேவி நல்லவள், கருணை நிறைந்தவள்" என கிராமத்த வர்கள் சொன்னார்கள்.

தன் வட்டாரத்தில் உள்ள கிராமங்களின் எல்லாப் பெண்களையும் கற்பழித்த ஒரு கிழவன் இருந்தான். நாங்கள் அவனைக் காட்டிற்குள் கடத்திச் சென்று எட்டு நாட்கள் வைத்திருந்தோம். "சொல், என்னிடம் எல்லாவற்றையும் சொல்" நான் மிரட்டிக் கேட்டேன். அவன் என்னிடம் எல்லாவற்றையும் மறைக்காமல் சொன்னான். அவன் தொந்தரவும், அவமானமும் செய்த பெண்கள், சிறுமியர் குறித்த எல்லா விவரங்களையும் சொன்னான். மேலும், தன் உடல் பசிக்காக ஓரினப் புணர்ச்சிக்குச் சிறுவர்களைப் பயன்படுத்தியதையும் ஒப்புக் கொண்டான். இந்தத் தாக்கூர் ஒரு குரூரமானவனாகவும், காமவெறி பிடித்த வனாகவும் இருந்தான்.

நாங்கள் அவனைச் சித்தரவதை செய்தோம். முதலில் பிறப்புறுப்பு, அதற்குப் பிறகு கை, கால் அனைத்தையும் வெட்டி விட்டேன்.

நான் இவற்றையெல்லாம் துர்காதேவி சிலை முன் வைத்துத்தான் செய்தேன். தேவிக்கு சாந்தி கிடைப்பதற்காக....

இறுதியில் அவனைச் சுட்டுக் கொன்று விட்டோம்...

29

சிறீராமும் அவன் சங்கத்தினர்களும் பஹ்மாய் என்னும் கிராமத்தில் ஒளிந்திருப்பதாக ஓர் ஒற்றன் தெரிவித்தான்.

பாலைவனம் போன்ற ஒரு வரண்ட பிரதேசம். யமுனைக் கரையிலிருந்து தள்ளி உள்ள ஒரு குன்றுப்பகுதியைச் சுற்றியுள்ளது பஹ்மாய் கிராமம். அதை அறிந்ததும் எங்களுடைய ஆட்கள் அங்கே போக மிகவும் அவசரப்பட்டார்கள். சிறீராமிடம் ஆள்பலமும் ஆயுதபலமும் அதிகம் என்பது எங்களுக்குத் தெரியும். அவனது ஆட்கள் அனைவரும் தாக்கூர்கள். அவர்கள் விரும்பிய உணவுகள், துப்பாக்கிகள், பெண்கள் சுற்றியுள்ள ஊர்களிலிருந்து வேண்டிய அளவு கிடைத்துக் கொண்டிருந்தன. நாங்கள் நடந்து இன்க்வி என்னும் 'இடைய' கிராமத்தை அடைந்தோம். மண்சுவர்களாலான வைக்கோல் குடிசைகள் நிறைந்த ஊர் அது. அதனருகில் நாங்கள் கூடாரம் போட்டோம். என் இரைகள் என் கைகளில் சிக்கியுள்ளன என்னும் நினைப்பு என் தூக்கத்தைப் போக்கிவிட்டது.

யாராவது சிறீராமை நேரில் பார்த்திருக்கிறார்களா என்பதைத் தெரிந்து கொள்ள மான்சிங் இன்க்வி கிராமத்தினுள் போனார். எப்படி பஹ்மாய்க்குப் போவது என்று அவ்வூர் மக்கள் வழி சொல்லிக் கொடுத்தனர். சிறீராம் அங்கேதான் இருக்கிறான் என்று அவர்கள் உறுதியாகச் சொன்னார்கள். "இங்கே வைத்துத்தான் அவன் உங்களை மானபங்கப்படுத்தியது." மான்சிங் எனக்கு நினைவூட்டினான்.

ஒரு குன்றுப் பகுதியில் சாப்பிடுவதற்காக நாங்கள் ஓய்வெடுத்த பொழுது மதியம் ஆகிவிட்டது. பங்குனி மாதத் தொடக்கம். இன்னும் சில நாட்களில் வசந்தகாலம் தொடங்கி விடும். மலைமேல் உள்ள அமைதியான சூழ்நிலையைக் கெடுத்துக் கொண்டு ஒலிபெருக்கி முழங்கியது. அது சிறீராமின் குரல்

பேட்டரியில் இயங்கும் ஓர் ஒலிபெருக்கி அவனிடம் இருப்பது எனக்குத் தெரியும். பஹ்மாயிலுள்ள ஒரு வீட்டின் கூரையில் நின்று கொண்டு அவன் எங்களுக்கு சவால் விடுத்தான். இடையிடையே ஆபாசமான சொற்களால் பாபா முஸ்தாக்கிமையும் திட்டிக் கொண்டிருந்தான்.

"முஸ்தாக்கிம், நீ என்னைப் பிடித்து விடலாம் என்று நினைத்துக் கொண்டிருக்கிறாய், இல்லையா? நான் சிறீராம் தாக்கூர்! நீயும் உன் கூட்டாளிகளும் நரகத்திற்குப் போய்த் தொலையுங்கள்!

பல்வானையும் திட்டினான். "பல்வான், நீயும் சேர்ந்து கொண் டாயா! தாழ்த்தப்பட்டவனான இடையா! நாங்கள் ஏற்கெனவே உனக்கு ஒரு பாடம் புகட்டிவிட்டோம். நீ இன்னொரு பாடம் படிக்க விரும்புகிறாய் இல்லையா?"

நாங்கள் வருவதை யாரோ அவனுக்குத் துப்புக் கொடுத்திருக் கிறார்கள்.

நொடிப் பொழுதில் எங்களுடைய ஆட்கள் துப்பாக்கிகளுடன் தயாராகி விட்டார்கள்.

அவன் குரல் வந்த திசையை நோக்கி நாங்கள் முன்னேறினோம். அப்பொழுதும் அவன் அசிங்கமான வார்த்தைகளில் எங்களைத் திட்டிக் கொண்டிருந்தான்.

மூன்று பிரிவுகளாகப் பிரிந்து ஊருக்குள் நுழைய நாங்கள் தீர்மானித்தோம். ஒரு பிரிவுக்கு பாபா முஸ்தாக்கீமும்,

இரண்டாவதிற்கு நானும், மூன்றாவதிற்கு பல்வானும் தலைமை தாங்கினோம்.

நாங்கள் முன்னேறிக் கொண்டிருக்கும் போது பல்வானின் அலறலும் தொடர்ச்சியாகத் துப்பாக்கிச் சத்தமும் கேட்டன. அவனுடைய ஆட்கள் கிராமத்தினரைப் பயன்படுத்திக் கொண்டிருக்கிறார்கள் போலிருக்கிறது. அவர்கள் கூச்சலிட்டுக் கொண்டு நாலாபக்கமும் சிதறி ஓடினார்கள். நிறையப் பேர் ஊரை விட்டு ஓடிக் கொண்டிருப்பதைப் பார்த்தேன். அது சிறீராமும் அவன் கூட்டத்தினரும்!

நான் சிறீராமைப் பார்த்துச் சுட்டுக் கொண்டிருக்கும் போது பாபா முஸ்தாக்கிம், பல்வானையும் அவனது ஆட்களையும் எங்களுடன் சேர்ந்து கொள்ளும்படி சத்தம் போட்டுச் சொல்லிக் கொண்டிருப்பது என் காதில் விழுந்தது. நான் கோபத்துடன் கத்தினேன்: “அதோ, அவன் தப்பித்து ஓடுகிறான்!”

நானும், முஸ்தாக்கிமும் எங்கள் குழுவினருடன் சேர்ந்து சீறீராமையும் அவனது ஆட்களையும் துரத்திச் சென்றோம். எனினும், எதிர்த்துச் சண்டையிட அவர்களுக்குத் தைரியம் இல்லை. அவன் அன்று எங்களிடம் இருந்து தப்பிச் சென்று விட்டான்.

மொத்தம் இருபது ஆண்கள் அன்று கொல்லப்பட்டனர்.

அனைவரும் தாக்கூர்கள்.

ஊரெங்கும் ஒரே களேபரம். கூக்கூரலிட்டுக் கொண்டும், கெஞ்சிக் கொண்டும் பெண்கள் நாலாபுறமும் ஓடினார்கள்.

கிராமத்திற்குத் தீவைத்துவிட பல்வான் ஆசைப்பட்டான்.

“மடையா!” பாபா முஸ்தக்கீம் அலறினார். “இங்கே மக்கள் குடும்பத்துடன் வாழ்ந்து கொண்டிருக்கிறார்கள். உனக்கென்ன பைத்தியமா?”

திரும்பிப் போக பாபா உத்திரவிட்டார்.

“நாம் இப்போது பெரும் பிரச்சினை ஒன்றை எதிர்நோக்க வேண்டியிருக்கும். நாளைய செய்தித் தாள்களில் என்ன செய்தி வரும்? இந்தியாவெங்கும் காவலர்கள் நம்மை வேட்டையாடுவதில்

தீவிரமாக இருப்பார்கள். நாம் ஒன்றாக இருப்பது ஆபத்து. நாம் உடனே பிரிந்து விட வேண்டும்" என்று அவர் சலிப்புடன் கூறினார்.

பல்வான் சங்கத்தை விட்டுப் போனான். அதற்குப் பிறகு அவனைப் பற்றி நாங்கள் எதுவுமே கேள்விப்படவில்லை. ராம் அவதார் உட்பட மூன்று நான்கு பேரை பாபா முஸ்தாக்கிமும், மான்சிங் உட்பட ஏழுபேரை நானும் ஏற்றுக் கொண்டோம்.

பாபா முஸ்தாக்கிம் கூறியதுபோல காவல்துறை தனது தேடுதல் வேட்டையைத் தீவிரமாக்கியது. அது நீண்ட காலம் நீடித்தது.

பஹ்மாய் என்னும் ஊரைப்பற்றியும், தாக்கூர்களின் இரத்தத்தைக் குடித்துத் தாகத்தைத் தணித்துக் கொண்ட பூலான் தேவி பற்றியும் சில நாட்களுக்கு வானொலி தொடர்ந்து அறிவித்துக் கொண்டிருந்தது....

"கொள்ளைக்காரர்களுடைய ராணி தன் சங்கத்தின் முழு அணியுடன் எங்களைக் கொன்றுவிட வந்திருந்தாள்" என்று கிராமத்தினர் சொன்னார்கள்.

"ஏனெனில், விக்ரமின் சாவுக்கும், பூலானின் கற்பழிப்புக்கும் காரணமான சிறீராம் ஒரு தாக்கூர். அவள் கொன்று குவித்ததும் தாக்கூர்களைத்தான். பூலான்தான், இந்தக் கூட்டுக் கொலையைச் செய்தது" கிராமத்தவர்கள் உறுதியாகச் சொன்னார்கள். "இப்பொழுது ஆடுகளும் குழந்தைகளும் விதவைகளும் தான் மீதமிருக்கிறோம்" என்று சின்னாபின்னமாகக் கிடந்த கிராமத்துக்கு வந்த காவல்துறையிடம் அவர்கள் பூலானைப் பற்றித் தவறான செய்தியைச் சொன்னார்கள்.

செய்தித்தாள்கள் என்னை ரத்த வெறி கொண்ட ராட்சசியாகவும் கொள்ளை ராணியாகவும் உருவகப்படுத்தினர். அரசுக்கு நெருக்கடி அதிகரித்ததால், முதலமைச்சர் பதவி விலக வேண்டியதாயிற்று. நான் ஆறடிக்கும் மேல் உயரமாக இருப்பேன் என்று என்னை நேரில் பார்த்த சாட்சிகள் கூறியதாக சில நாளேடுகளில் செய்திகள் வெளியாகியிருந்தன. நான் குரங்கைப் போல அசிங்கமாக இருப்பேன் என்று சில ஏடுகளும், துர்காதேவி போன்று அழகாக இருப்பேன் என்று சில ஏடுகளும் செய்தி வெளியிட்டிருந்தன. ஒரு நாள் ஏதோ ஒரு புத்தகத்தில் என் படம் என்று சொல்லி வேறு யாருடைய படத்தையோ அச்சிட்டு வெளியிட்டிருந்தனர். என்

வட்டாரத்திலுள்ள மக்களுக்கு மட்டுமே நான் எப்படி இருப்பேன் என்று தெரியும். தாழ்த்தப்பட்டவர்கள் மேல்சாதித் தாக்கூர்கள் மேல் நடத்திய ஒரு கூட்டுக் கொலை என்று அச்சம்பவத்தை ஏடுகள் விவரித்தன. சிறப்புச் செய்திகள் வெளியிட்டன. ஏழை மல்லாப் பெண்ணான நான் கொள்ளைக்காரர்களுடைய ராணி என்று சிறப்பிக்கப்பட்டேன்!....

அதன்பிறகு, புதிய முதலமைச்சர் எங்களைப் பிடிப்பதற்காக கூடுதல் படைகளை உருவாக்கியிருப்பதாகக் கேள்விப்பட்டோம். ஊர் முழுவதும் பாதுகாப்புப் பலப்படுத்தப்பட்டது. எங்களைக் கண்டவுடன் சுட உத்தரவு பிறப்பிக்கப்பட்டது. உயிருடன் இருக்கும் என் ஜென்மப் பகைவனான சிறீராமைத் தேடி நானோ காடுகளில் அலைந்து கொண்டிருந்தேன்.

அவனை எப்படியும் தேடிப்பிடிக்க வேண்டும் என்னும் என் உறுதியான எண்ணத்திலிருந்து எந்தச் சக்தியாலும் சமாதானப் படுத்த முடியவில்லை.

சிறீராமுக்கு யாராவது அடைக்கலம் கொடுத்திருக்கிறார்கள் என்று தெரிந்தால் நான் அவர்களைக் கொன்று விடுவேன் என்றும் சொல்லப்பட்டது. கண்ணை மூடிக் கொண்டு நான் யாரையும் கொலை செய்ததில்லை. தப்பு செய்தவர்களை மட்டுமே நான் தண்டித்திருந்தேன்.

சிறீராமைக் கண்டுபிடித்துத் தண்டனை கொடுப்பதற்கும், அவனுடைய மாமிசத்தை நாய்களுக்குப் போடுவதற்காக மட்டுந் தான் நான் இன்னும் உயிருடன் இருந்தேன். அவன் உயிரைக் குடிக்கத் துடித்துக் கொண்டிருந்தேன்....

காவல்துறைக்கு உளவு பார்க்கும் கிராமத் தலைவன் ஒருவனைப் பற்றிய செய்தி என் காதில் விழுந்தது. அவன் சிறீராமுக்கு சில நாட்கள் அடைக்கலம் கொடுத்திருக்கிறான். சிறீராமைப் போலவே இவனும் பல அப்பாவிப் பெண்களை தன் காமப்பசிக்கு இரை யாக்கி இருக்கிறான்.

காவலர்கள் போல், இரவில் நாங்கள் அவன் வீட்டுக்குச் சென்றோம். என் சீருடையை அணிந்து, ஒரு துப்பாக்கி ஏந்தி, ஒரு வெள்ளைத் தலைப்பாகை அணிந்து நான் அங்கு போனேன். மான்சிங்கும் மற்றவர்களும் காவலர்கள் சீருடை அணிந்திருந்தனர். நாங்கள் யாரென்பது குறித்து அவனுக்கு எந்தச் சந்தேகமும்

தமிழில்: மு.ந. புகழேந்தி

எழவில்லை. எங்களை உள்ளே வரச் சொன்னான். என்னை ஒரு இளம் காவலர் என்றும், மான்சிங்கை என் மேல் அதிகாரி என்றும் எண்ணி அவன் எங்களுக்குக் கொஞ்சம் பணம் கொடுத்தான். காவலர்களுக்குக் கைக்கூலி கொடுத்து சரிக்கட்டுவது என்பது அவனுடைய வழக்கமான தந்திரம். அவன் எங்களுக்கு விஸ்கி தருவதாகச் சொன்னான். காட்டில் நாங்கள் யாரும் மது அருந்துவது கிடையாது. தண்ணீர் மட்டும் போதும் என்று கூறிவிட்டு, அவனைப் பேசுவதற்கு உற்சாகப்படுத்தினோம்.

என் மேலதிகாரிக்குப் பொழுதுபோக்குவதற்கு ஏதாவது வழி இருக்கிறதா என்று நான் அவனிடம் கேட்டேன். "உங்கள் கட்டுப்பாட்டில் ஏதாவது பெண் இருக்கிறாளா? உங்களிடம் நிறையப் பேர் இருப்பதாக நான் கேள்விப்பட்டிருக்கிறேன்."

"இருக்கிறார்களே! நிறையப் பேர் இருக்கிறார்கள்! எனக்கு ஒரு நாளைக்கு ஒருத்தி வேண்டும். என்ன, ஊருக்குள் போய் அழைத்து வரவேண்டும். அவ்வளவுதான். ஒருமுறை இல்லை யென்றால் இன்னொரு முறை இவள்களை எல்லாம் உபயோகித் திருக்கிறேன்."

"அவர்களுக்கு எவ்வளவு பணம் கொடுக்க வேண்டும்?" நான் கேட்டேன்.

"பணமா? இந்தக் கூட்டத்திற்குப் பணம் வேறு கொடுக்க வேண்டுமா? இவர்களை அனுபவித்தால் மட்டும் போதும்!"

ஏழைப் பெண்களை, தான் சுலபமாக அனுபவிப்பதைப் பற்றி இந்த முட்டாள் உற்சாகம் பொங்கச் சொல்லிக் கொண்டிருந்ததை, என் ஆட்கள் மௌனமாகக் கூர்ந்து கேட்டுக் கொண்டிருந்தனர். அதன் பிறகு, எங்களுக்காக இரண்டு பெண்களை ஏற்பாடு செய்வதாகச் சொன்னான்.

"வெறும் இரண்டு பேர்தானா?" என்று நான் கிண்டலாகக் கேட்டேன்.

"இரண்டு பேரை வைத்துக் கொண்டு நாங்கள் இத்தனை பேர் என்ன செய்வது? ஆளுக்கு ஒருத்தர் வீதம்..."

அவன் ரசித்துச் சிரித்துக் கொண்டு வேலைக்காரனை அழைத்து, ஊருக்குள் இருந்து இன்னாருடைய மகளையும், இன்னாருடைய மனைவியையும் கூட்டிக் கொண்டு வரும்படி

சொல்லியனுப்பினான்.

இதற்கிடையில், நான் சிறீராம் பற்றிப் பேச்சுக் கொடுத்தேன். "நீங்கள் எதற்காக அவனை இங்கே தங்க வைத்திருந்தீர்கள்?"

"பெண்களைக் கவர்வதில் அவன் மிகுந்த சாமர்த்தியசாலி. தான் போகும் இடங்களில் எல்லாம் அவன் அவர்களைக் கண்டு பிடித்துக் கொள்வான்."

"எப்படிப்பட்ட பெண்கள்?"

"மல்லா, ஜாதவ் போன்ற சாதிப் பெண்கள்."

"கேளுங்கள், தலைவரே. இதுதான் காரியம். என் மேலதிகாரிக்கு இன்று இரவு உங்களுடைய மனைவி கிடைத்தால் நன்றாக இருக்கும் என்று நினைக்கிறார்."

"ஓ! முடியாது. அவள் ஒரு சத்திரிய சாதியைச் சேர்ந்தவள். நாங்கள், சத்திரியர்கள் இப்படிப்பட்ட காரியங்களைச் செய்வ தில்லை. அவரைப் பொறுமையாக இருக்கும்படி சொல்லுங்கள். நல்ல கிளி போல் இருக்கும் ஒரு பெண்ணை நாம் அவருக்குக் கொடுக்கலாம்!"

விரைவில் இரண்டு இளம் பெண்கள் வந்து சேர்ந்தார்கள்! பதினைந்து பதினாறு வயதிருக்கலாம். காமத்துடன், அவர்கள் என்ன செய்ய வேண்டும் என்று அந்தப் பெண்களுக்குச் சொல்லிக் கொடுத்தான். அப்பொழுது, அந்தப் பெண்களின் வயதில் நான் அனுபவித்த சித்திரவதைகள் என் மனதில் கடந்து போயின. இவனைப் போன்ற உடற்பசி நிறைந்தவர்களிடம் இருந்து தப்பித்துக் கொள்வதற்காக நான் மணிக்கணக்கில் மரங்கள் மேலும் தொழுவத்தின் மேலும் ஒளிந்திருக்கிறேன்.

"ஏன் தலைவரே, பக்கத்து ஊரில் மிக அழகான ஒரு பெண் இருப்பதாக நான் கேள்விப்பட்டிருக்கிறேனே."

"இருக்கிறாள். ஒரு பிராமணப் பெண். அப்சரஸ் போன்ற அழகி!"

"நாங்கள் அங்கே போக வேண்டியிருக்கிறது. பூலான்தேவியும், அவள் சங்கமும் இந்தப் பகுதியில் தான் இருப்பதாகக் கேள்விப்பட்டோம். ஒரு வேளை அவர்கள் எங்கே ஒளிந்து

தமிழில்: மு.ந. புகழேந்தி 297

கொண்டிருக்கிறாள் என்று அவளுக்குத் தெரிந்திருக்கக்கூடும்!"

"நானும் உங்களுடன் வரட்டுமா? இந்தப் பெண்களை விட அவள் அழகானவள். இவர்களெல்லாம் கருப்பாக இருக்கிறார்கள். எதற்கும் உதவாதவர்கள்! என் மகன்களுக்கு நல்ல நிறம் உள்ளவர் களைத்தான் பிடிக்கும்! பிராமணப் பெண், கோதுமைக்கதிர் போல அழகானவள்."

"நாங்கள் உங்களைக் கூட்டிக் கொண்டு போக முடியாதே தலைவரே. எங்கள் மேலதிகாரிக்குத் தெரிந்தால் தலை போய்விடக் கூடிய காரியம் இது!"

"ஓ! அது சிரமமாச்சே! சரி. என்னிடம் தற்போது இந்த இரண்டு பெண்கள்தான் இருக்கிறார்கள். காரியங்கள் நடக்கட்டும்.... நான் இன்னுங் கொஞ்சம் குடித்துக் கொள்கிறேன்."

அவனுக்கு மிகுந்த போதை ஏறிவிட்டது. நாங்கள் தண்ணீர் மட்டுந்தான் குடித்தோம். சட்டையை அவிழ்க்கவும், பெண்களைப் படுக்கும்படி கட்டளையிடவும் செய்யும்பொழுது அவன் முழு நிதானத்தையும் இழந்திருந்தான். எந்த எதிர்ப்பும் காட்டாமல் அவர்கள் அவன் சொற்படி நடந்தனர். கீழ் சாதியைச் சேர்ந்த ஒரு பெண்ணிற்கு, சத்திரிய சாதியைச் சேர்ந்த ஓர் ஆணின் இச்சைக்குக் கீழ்ப்படியமால் இருப்பதற்கான சுதந்திரம் இல்லையென்று நினைத்துக்கொண்டு, பயத்துடன் பெண்கள் கண்களை மூடி காத்துக் கொண்டிருந்தனர்.

நான் என் தலைப்பாவை அவிழ்த்தேன். முடியை அவிழ்த்து விட்டேன். துப்பாக்கியை நீட்டிக் கொண்டு நான் கத்தினேன்:

"புழுத்த நாயே! நான் யாரென்று உனக்குத் தெரியுமா?"

"இல்லை, என்ன காரியம்?"

நான் துப்பாக்கியின் பாத்தியால் அவனை அடித்தேன். அவன் கீழே விழுந்தான். ஆட்டுக் குட்டிகளைப் போல் பயந்து அரண்ட அந்தப் பெண்கள் நடுங்கிக் கொண்டே ஒரு மூலையில் போய் நின்றார்கள். நான் அவர்களை அடித்தேன்.

"கூப்பிட்டால் உடனே நீங்கள் வருவீர்கள் இல்லையா? அவன் கூப்பிடுகிறான்! நீங்கள் வந்து படுக்கிறீர்கள்!" என்று நான் சொன்னேன்.

“வரமறுத்தால் அவன் எங்களைச் சும்மா விட மாட்டான். சாப்பிடக் கூட அனுமதிக்க மாட்டான்.”

“அப்படி என்றால் இந்த ஊரை விட்டுப் போய்விடுங்கள்! இந்தப் பாழாய்ப் போன ஊரில் குடியிருக்க வேண்டாம். வேறு எங்காவது போய் நிம்மதியாக வாழுங்கள்.”

நிதானம் கெட்டு, நேராக நிற்க முடியாத அவன் தன்னை மன்னித்து விடும்படி எங்களிடம் கெஞ்சினான். ஒரு பன்றியைக் கட்டுவதைப் போல ஒரு கயிற்றை அவனுடைய கழுத்தில் கட்டி, ஊருக்குள் இழுத்துக் கொண்டு போனோம். அவன் கற்பழித்திருந்த இளம் பெண்களும், பெண்களும் அந்தக் காட்சியைப் பார்க்க வேண்டும் என்று நாங்கள் விரும்பினோம்.

“அவன் உங்களை மானபங்கம் செய்தபொழுது நீங்கள் இவனை இதுபோல நிர்வாணமாகப் பார்த்திருக்கிறீர்களா? அவன் இந்தக் கோலத்தில் உங்களுக்காக நடனம் ஆடட்டும்!”

அவன் மனைவி அங்கு வந்து தன் கணவனுக்குக் கருணை காட்டும் படி கெஞ்சினாள். தன்னையும் தன் குழந்தைகளையும் அனாதையாக்கி விடவேண்டாம் என்றும் அழுதாள்.

“இன்றைக்கு அவனை மன்னிக்கச் சொல்கிறீர்கள். நான் இங்கிருந்து சென்றதும், மீண்டும் அவன் முன்போலவே தனது பழைய வாழ்க்கையையே தொடர்வான். கவலைப்படாதே. நான் அவனைக்கொல்லப் போவதில்லை. ஆனால் அவன் பழையபடி இருக்க மாட்டான்.”

நான் என் ஆட்களில் ஒருவனைக் கூப்பிட்டு கிராமத் தலைவனு டைய பிறப்புறுப்பை அறுத்து விடும்படி கட்டளையிட்டேன்.

அது மட்டும் போதாது என்று என் ஆட்கள் தீர்மானித்திருந் தார்கள். அவனது மூக்கையும் அறுத்துவிடலாம் என்று கூறினர். அத்தோடு மட்டுமின்றி அவன் காவலர்களின் ஒற்றன் என்பதையும் அவர்கள் சுட்டிக் காட்டினர்.

அறுத்தெடுக்கப்பட்ட உறுப்பை அவன் கழுத்தில் கட்டித் தொங்கவிட்டு, அவனை மறுத்துவமனைக்குக் கூட்டிக் கொண்டு போவதற்கு நான் அவனது மனைவிக்குப் பணம் கொடுத்தேன்.

சில நாட்களுக்குப் பின் அவன் என்ன செய்து கொண்டிருக்கிறான்

என்று போய்ப்பார்த்தேன். தான் இப்பொழுது ஒரு பிளாஸ்டிக் டியூப் மூலம் மூத்திரம் போய்க் கொண்டிருப்பதாக அவன் என்னிடம் தெரிவித்தான்.

"என்னைக் கொல்லவா இப்போது வந்திருக்கிறீர்கள்?" என்று அவன் கேட்டான்.

"உன்னைக் கொல்லத் தேவையில்லை. இப்பொழுதும் உங்களால் எந்தப் பெண்ணையும் தொந்தரவு செய்ய முடியாதில்லையா?"

நான், சிலருக்கு இப்படித்தான் தண்டனை விதித்தேன். அது நீதிதான் என்று நானே என்னைச் சமாதானப்படுத்திக் கொண்டேன். காரணமின்றி நான் ஒருவரையும் தண்டித்ததில்லை.

30

என்னைப் பிடித்துக் கொடுப்பவர்களுக்கு ஒரு இலட்சம் ரூபாயும், மான்சிங்கைப் பிடித்துக் கொடுப்பவர்களுக்கு ஐயாயிரம் ரூபாயும் பரிசு கொடுப்பதாக முதலமைச்சர் அறிவித்திருப்பதாக ஏடுகள் செய்தி வெளியிட்டிருந்தன. நான் உயிருடனோ, கொல்லப்பட்டோ பிடிபட்டு விடுவேனென்றும், பூலான் தேவியின் அச்சுறுத்தலிலிருந்து சம்பல் பள்ளத்தாக்குப் பகுதிகள் விடுபடும் என்றும் முதலமைச்சர் சபதம் செய்திருந்தார். சம்பல் பள்ளத்தாக்குக் காடுகளில் தீமழை பொழிவதை நான் கண்டேன். மேலே வானில் ஹெலிகாப்டர்களும், கீழே தரையில் டாங்கிகளும் நிறைந்தன. சிரமமான மலைப்பகுதிகளிலும் நிறையக் காவலர் படைப் பிரிவுகளும் ஏற்பாடு செய்யப்பட்டிருந்தது.

எவரையும் - சொந்த ஆட்களைக்கூட நம்பிவிடக் கூடாதென்பது விக்ரமின் அறிவுரை. ஒரு இலட்சம் ரூபாய் பரிசு என்பது மான்சிங்கையோ, பாலா தீனையோ, இல்லையென்றால் எனக்கு மிகவும் உண்மையானவனான கணக்குப்பிள்ளை லகனையும்

கூட சபலப்பட வைக்கக்கூடும். என் உண்மையான நண்பன், எனக்கு நம்பிக்கை ஊட்டும் உயிர்த்தோழன், என்னுடைய தானி யங்கித் துப்பாக்கிதான். (ஆட்டோமேடிக் ஸ்டென் கன்).

நாங்கள் அந்த ஆட்டிடையனைப் பார்க்கும்பொழுது, குன்றின் சரிவில் தன் ஆட்டு மந்தையுடன் அவன் தனியாகத்தான் இருந்தான். சம்பல் நதிக்கும் யமுனைக்கும் இடையில் உள்ள அடர்ந்த காடுகளில் ஓய்வெடுக்க நாங்கள் சென்று கொண்டிருந்தோம். நான் அவனிடம் குடிக்கத் தண்ணீர் கேட்டேன். அவன் என் துப்பாக்கியை ஆசையுடன் பார்த்தான்.

"இதற்கு முன் நீ துப்பாக்கியைப் பார்த்ததில்லையா?" நான் கேட்டேன்.

"ஓ! பார்த்திருக்கிறேன். என் வீட்டிலும் ஒரு துப்பாக்கி இருக் கிறது."

"உனக்கு அது எப்படிக் கிடைத்தது?" நான் ஆச்சரியத்துடன் கேட்டேன்.

"காட்டில் ஆடு மேய்த்துக் கொண்டிருந்த போது கீழே கிடைத்தது."

"சரி. நீ அதை யாரிடமும் சொல்லாதே. நான் அதைப் பார்க்க வேண்டும்."

காவலர்கள் யாராவது பயன்படுத்தி எறிந்து விட்ட ஒரு பழைய கைத்துப்பாக்கியுடன் திரும்பி வருவான் என்று நான் நினைத்துக் கொண்டிருந்தேன். ஆனால் அவன், அவனுடைய மனைவி, அப்பா, அவனது நண்பனான இன்னொரு இடையன் ஆகியோருடன் திரும்பி வந்தான். அவர்கள் தானியங்கள் நிறைந்த ஒரு கூடையை என் காலடியில் வைத்தார்கள். அதன் அடியில்தான் கைத்துப்பாக்கி இருந்தது! திரீஸ்பீட் ஆட்டோ மேடிக் ஸ்டென் ரைஃபிள்! அவன் என்னை வியப்போடு பார்த்துக் கொண்டிருக்கும் போது நான் அதைச் சோதனை செய்து பார்த்தேன். முதல் தரமானது!

"நீ இதைக் காலர்களிடம் திருடினாயா?" என்றேன்.

"இல்லை. இல்லை. சத்தியமாய் எனக்கு இது காட்டில்தான் கிடைத்தது.

நான் தொப்பி அணிந்திருந்ததனாலும், துப்பாக்கியை எளிதாகக் கையாண்டதாலும் அவன் என்னை ஓர் இளைஞன் என்று கருதிவிட்டான்.

"சரி, உனக்கு இதற்கு என்ன விலை வேண்டும்?"

"எனக்குப் பணம் வேண்டாம். பணத்தை வைத்துக் கொண்டு இங்கே என்ன செய்வது? உங்களுக்கு வேண்டும் எனில் எடுத்துக் கொள்ளுங்கள். எனக்கு இதைப் பயன்படுத்தத் தெரியாது. இது என்னிடம் இருப்பதை அறிந்த ஒரு தாக்கூர் வந்து கேட்டான். தர மறுத்ததால் என்னை அடிக்கவும் செய்தான். இதை எடுத்துக் கொண்டு போய்விடுவான் என்று ஒளித்து வைத்திருக்கிறோம்."

நான் அவனுக்கு ஐம்பதாயிரம் ரூபாய் கொடுத்தேன். ஓர் இடையனைப் பொருத்தமட்டில் மிக அதிகமான தொகை அது.

"தன் வாழ்க்கையில் ஒருமுறை கூட உன் அப்பா இவ்வளவு பணத்தை ஒன்றாகப் பார்த்திருக்க மாட்டார். நீ பணக்காரனாகி விட்டாய், மகனே!" என்று அவனிடம் சொன்னேன். "நாம் இதைக் கொண்டு நிலம் வாங்கலாம்" என்று அவன் தன் குடும்பத்தாரிடம் சொன்னான்.

"உனக்கு பூலான் தேவியைத் தெரியுமா?" நான் கேட்டேன்.

"தெரியுமே. நான் அவளைப் பற்றி நிறையக் கேள்விப்பட்டிருக் கிறேன். குண்டாக இருப்பாள்! சில சமயங்களில் என் ஆடுகளைத் திருடுவதற்காக வருவது உண்டு."

"என்ன? பூலான்தேவி உன் ஆடுகளைத் திருட வருவாளா? அப்படியென்றால் உன் ஆடுகளைத் திருட வருவது பூலான்தேவியாய் இருக்காது." நான் தொப்பியைக் கழட்டி முடியை அவிழ்த்து விட்டேன்.

"பார்! நான் தான் பூலான் தேவி! நான் அவளைப் போலவா இருக்கிறேன்?"

கண்கள் விரிய வியப்புடன் என்னைப் பார்த்தான். "நான் சொல்லும் பெண் குண்டாக இருப்பாள். அவளுடன் ஒருவன் துப்பாக்கியும், ஒருவன் லத்தியையும் வைத்துக் கொண்டு வருவார் கள். அவர்கள் அடிக்கடி என் ஆடுகளைத் திருடுவார்கள்."

"அந்தப் பெண் உன்னை ஏமாற்றிக் கொண்டிருக்கிறாள். அடுத்த முறை நீ அவளைப் பார்க்கும் பொழுது, அவள்பொய் சொல்கிறாள் என்றும், உண்மையான பூலான் தேவியை நீ நேரில் பார்த்ததாகவும் சொல்ல வேண்டும்."

புதிய பூலான் தேவியைப் பார்ப்பதற்காக நாங்கள் இரண்டு நாட்கள் அங்கே காத்திருந்தோம்... இரண்டாவது நாள் இரண்டு ஆண்களுடன் அவள் வந்தாள். மரங்களுக்குப் பின்னால் நின்றுகொண்டு நாங்கள் உற்று கவனித்துக் கொண்டிருந்தோம். இவள்தான் 'கதாபாத்திரம்' என்று இடையன் வந்து சொன்னான். "எங்களுக்கு நீ ஓர் ஆட்டைத் தரவில்லையென்றால் இங்கே ஆடுகளை மேய்க்க முடியாது" என்று அவர்கள் பயமுறுத்தியதாக அவன் சொன்னான். சில நிமிடங்களுக்குள் 'கதாபாத்திரங்களை' நாங்கள் பிடித்தோம். கிழிந்திருந்த ஒரு பழைய சீருடையை அவள் அணிந்திருந்தாள். என்னை விடக் குண்டாக இருந்தாள். தலையில் ஒரு சிவப்புக் கட்டு.

"ஓ! நீங்கள் தான் பூலான் தேவி இல்லையா? இவர்கள் உங்களுடைய சங்க அங்கத்தினர்கள். மொத்தம் மூன்று பேர் மட்டுந்தான் உங்கள் சங்கத்தில் இருக்கிறீர்களா?"

"ஆமாம், நான்தான் பூலான் தேவி!"

"ஓ, அப்படியானால் சரி, நான் ஒரு காவல் அதிகாரி. நாங்கள் உங்களைத்தான் தேடிக் கொண்டிருந்தோம். நான் உங்களை அடித்து லாக்கப்பில் தள்ளப் போகிறேன்."

அவள் பயந்து நடுங்கிக் கொண்டு சொன்னாள்: "ஐயோ நான் பூலான்தேவி இல்லை. பொய் சொன்னேன். நான் சத்தியமாய்ச் சொல்கிறேன். நாங்கள் அடுத்த கிராமத்தைச் சேர்ந்தவர்கள். என்னுடன் இருப்பவர்கள் என் கணவனும் மைத்துனனும்....."

நான் அவர்களை அடித்தேன். ஏழை இடையனுடைய ஆடுகளை இனிமேல் திருடமாட்டேன் என்று அந்தப் பெண் சத்தியம் செய்தாள். ஆறுமாதமாக இப்படிச் செய்து வருவதாகவும், திருடிய ஆடுகளைச் சந்தையில் விற்றுவிட்டதாகவும் அவள் ஒத்துக் கொண்டாள். அந்தத் தொகையை இடையனுக்குக் கொடுத்துவிட வேண்டும் என்று நான் உத்தரவு போட்டேன். என்னிடம் பணம் இல்லை. நாங்கள் ஏழைகள். எங்களுக்கு நிலமோ, ஆடுமாடுகளோ எதுவும் கிடையாது. ஒரு நேரக் கஞ்சிக்காகத்தான்

இப்படிச் செய்தோம். சத்தியம்!" முதலில் எனக்கு அவர்கள் மேல் கோபம் தான் வந்தது. இருப்பினும், கிழிந்த உடைகளும் அந்தத் தலைக்கட்டும் அணிந்த பரமஏழையான அப்பெண்ணையும் அவளுடன் இருந்த மற்றவர்களையும் பார்த்தபோது இரக்கம் ஏற்பட்டது. நான் அவர்கள் ஒவ்வொருவருக்கும் ஐநூறு ரூபாய் வீதம் கொடுத்தேன். "இதை வைத்து ஒரு சென்ட் பூமி வாங்கிக் கொள்ளுங்கள். இந்த ஏழையின் ஆடுகளைத் திருட இனிமேல் இங்கே வராதீர்கள்....."

ஏழைகளுக்குப் பணம் கொடுப்பது எனக்குத் திருப்தியைத் தந்தது. அதற்காகவே நிறையப் பணம் சேர்க்கவேண்டும் என்று விரும்பினேன். விக்ரம் முதன்முதலாய் எனக்குக் கொடுத்த நூறு ரூபாய்த் தாளுடன் வீட்டிற்கு ஓடிச் சென்று அதை அம்மாவிடம் கொடுப்பதற்கு நான் எவ்வளவு ஆசைப்பட்டேன்! ஆனால், அன்று நான் காட்டில் கைதியாக இருந்தேன். கொள்ளைக் காரர்கள் பணக்கட்டுகளுடன் வீட்டிற்குப் போகும் பொழுது அவர்களுடைய உள்ளம் நிறைந்திருந்ததை என்னால் கற்பனை செய்து பார்க்க முடிந்தது. அவர்களிடமிருந்த பணம் ஆடம்பர வாழ்க்கைக்கு அல்ல, அடிப்படைத்தேவைகளை நிறைவேற்றவே அது பயன்பட்டது.

மற்றவர்களின் தயவை எதிர்பார்க்காத பெண்களுக்குத் தான் பணம் கொடுக்க நான் மிகவும் விரும்பினேன். ஆண்களுக்கு மிகவும் அபூர்வமாகத்தான் நான் பணஉதவி செய்திருக்கிறேன். அவர்களால் வயலில் வேலை செய்யமுடியும். ஊர் ஊராகச் சுற்றி அலைய முடியும். எப்படியாவது பணம் சம்பாதிக்க முடியும். ஆனால் பெண்கள் அப்படி இல்லை. அவர்களுக்கு உதவ யாரும் இல்லை. கணவர்கள் கூட ஒரு சல்லிக்காசு கொடுப்பதில்லை. பணமில்லாமல் அவர்கள் பழியையும் மானக்கேட்டையும் பொறுத்துக் கொள்ள வேண்டிய கட்டாயத்திற்கு ஆளாகியிருக்கிறார்கள். ஆண்கள் போதைக்கும் சூதாட்டத்திற்கும் உள்ளாகி, இருப்பதை எல்லாம் தொலைத்த பொழுது, பெண்கள் தங்கள் உடல்களை விற்பனைப் பொருளாக்கி...

செல்வத்திற்கும் செழிப்பிற்கும் தேவதையான இலட்சுமி தேவியைப் போல நான் பணத்தை அள்ளிக் கொடுப்பதை இடையனும் அவனது குடும்பத்தினரும் திகைப்புடன் பார்த்துக் கொண்டிருந்தார்கள்.

கொள்ளைகளை நடத்தியபோது, நான் பொருட்களையும் பணத்தையும் பார்த்துத் திகைப்படைந்தது ஒரே ஒரு முறைதான்.

பஹ்மாயில் பாபா முஸ்தாக்கிமிடம் இருந்து பிரியும் பொழுது என்னுடன் வெறும் ஏழு பேர் மட்டுந்தான் இருந்தார்கள். மெய்க்காப்பாளனாய் மான்சிங், கணக்குப்பிள்ளையாய் லகானும் என்னுடன் இருந்தனர். முஸ்தாக்கிமுடன் இருந்த ராம் அவதார் தலைமையில் இருந்த சங்கம் எங்களுடன் இணைந்தது. அவர்களையும் சேர்த்து இருபத்தி ஐந்து பேரானோம். அவர்களில் பெரும்பாலானோர் முஸ்லீம்கள்.

ஜாலன் சமவெளிப்பகுதி எல்லையில் உள்ள குன்றின் அடிவார நகரமான ஜகமன்பூரில், யமுனையின் அருகில் இருக்கும் அரண்மனையைக் கொள்ளையிட நாங்கள் தீர்மானித்தோம். அங்கு எப்போதும் நூற்றுக்கணக்கானவர்களின் நடமாட்டம் இருக்கும். எங்களைக் கண்டவுடன் அவர்கள் எல்லோரும் தலைதெறிக்க ஓடிவிட்டார்கள்! படிக்கட்டுகளில் ஏறி உப்பரிகைக்கும், அங்கிருந்து மேல்மாடிக்கும் போனேன்.

"என் பெயர் பூலான் தேவி" ஒலி பெருக்கியில் நான் அறிவித்தேன். "இந்த அரண்மனையை நான் கொள்ளையடிக்கப் போகிறேன். மன்னரே! நீங்கள் எங்கிருக்கிறீர்கள்? வெளியில் வாருங்கள்!"

வேலைக்காரர்கள் ஓடி ஒளிந்து கொண்டதால் அரண்மனை வெறிச்சோடி விட்டது. நாங்கள் வானத்தை நோக்கிச் சுட்டவுடன், பயந்து நடுங்கிய பெண்கள், சுற்றிப்பிணைத்திருந்த நீளமான புடவைகளுடன் உயிரைக் காப்பாற்றிக் கொள்ள அங்குமிங்கும் ஓடத் தொடங்கினர். மகாராணி ஒரு தங்கச் சுரங்கம் என்று நான் கேள்விப்பட்டிருந்தேன். அவளைப் பிடிப்பதற்காக நான் கீழே இறங்கினேன்.

"பயப்படாதீர்கள்! பெண்களுக்கு நான் தைரியம் கொடுத்தேன். நாங்கள் திருட மட்டும் தான் போகிறோம்."

அதை அவர்கள் நம்பவில்லை. பலவண்ணப் புடவைகளைக் காற்றில் பறக்க விட்டுக் கொண்டு, அவர்கள் பயத்தால் நாலா திசைகளிலும் பாய்ந்தார்கள். விலைமதிக்க முடியாத பட்டாடைகள் அணிந்திருந்த ஆண்களும் ஓடி ஒளிந்து கொள்வதில் பின் தங்கிவிடவில்லை. நான் அவர்களில் ஒருவனைப் பிடித்து

துப்பாக்கியின் பாத்தியில் அவன் அடிவயிற்றில் குத்தினேன்.

"நீங்கள்தான் மன்னரா?" நான் கேட்டேன்.

"இல்லை, இல்லை. அதோ அவர்தான் மன்னர். அங்கே ஓடிக் கொண்டிருப்பவர்!"

அவனைப் பார்த்தால் ஒரு மன்னர் போல் தோன்றவில்லை. ஒரு சாதாரண வேட்டி கட்டியிருந்த அவனைப் பார்த்தால் ஒரு கிராமத்தானைப் போலிருந்தது.

அங்குமிங்கும் ஓடியதில் அவன் அரைநிர்வாணமாகக் காட்சி யளித்தான்.

"நீங்கள் எதற்கு இப்படிப் பயந்து தலைதெறிக்க ஓடுகிறீர்கள்? ஒலி பெருக்கியில் நான் கேட்டேன். முதலில் உடைகளைச் சரி செய்து கொள்ளுங்கள்! உங்களுக்கு முகத்தைக் காண்பிப்பதற்காகத் தான் நாங்கள் வந்திருக்கிறோம். இதுவரையில் நீங்கள் ஒரு கொள்ளைக்காரனைக் கூட அரண்மனையில் நுழைய விட்டிருக்க மாட்டீர்கள் என்று எங்களுக்குத் தெரியும்! நீங்கள் அவர்களைச் சுட்டுக் கொன்று இருக்கிறீர்கள் இல்லையா?"

ஆளற்ற அரண்மனையில் நிதியை எடுத்துக் கொள்வதற்கான உரிமையை எங்களிடமே விட்டுவிட்டு அதன் உரிமையாளர்கள் அங்கிருந்து ஓடிவிட்டனர். பெரிய நிலைக் கண்ணாடிகள் பொருத்தப்பட்ட சலவைக்கல் பதித்த அறைகள், சுவர்களில் கலை நயத்துடன் மாட்டியிருந்த வாள்களையும் துப்பாக்கிகளையும் நாங்கள் சுதந்திரமாக, வியப்புடன் பார்த்துக் கொண்டிருந்தோம்.

வெள்ளி வாள் ஒன்றை நான் எடுத்துப் பார்த்தேன். அதன் கைப்பிடியில் முத்துக்களும் இரத்தினங்களும் பதிக்கப்பட்டிருந்தன. அதன் உறை கூட வெள்ளியால் செய்யப்பட்டிருந்தது.

ஒரு போர் வீரனைப் போல நான் அதைச் சுழற்றிப் பார்த்தேன். "பாருங்கள்! நான் தான் துர்காதேவி!" நான் சொன்னேன்.

அதற்குப் பிறகு நான் பால்கனிக்கு ஓடிச் சென்று, வெகு தொலைவில் நகரில் நின்று கொண்டு எங்களை நோக்கிச் சுட்டுக் கொண்டிருந்த சிப்பாய்களை நோக்கி, வாளைச் சுழற்றிக் கொண்டு அலறினேன்: "கோழைகளே! சுடுவதை நிறுத்துங்கள். வாளை எடுத்து துர்காதேவியிடம் மோதுங்கள்!"

படுக்கை அறைகள் மிகவும் அழகாக இருந்தன. கருஞ்சிவப்புக் கம்பளம் விரித்து, சித்திர வேலைப்பாடுகள் நிறைந்த கட்டிலில், பயத்துடன் சில ஆட்கள் சாய்ந்து நின்று கொண்டிருப்பதை நான் பார்த்தேன். கட்டிலின் மேல் வெல்வெட் தலையணைகள். அதன் அறைகளில் ஆட்கள் பணத்தையும் ஆபரணங்களையும் தேடிக் கொண்டிருந்த பொழுது, நான் அந்த ராஜா மஞ்சத்தில் ஒரு முறை படுத்துப் பார்த்தேன். தங்கமும், வெள்ளியும், கண்களை கூசச் செய்யும் ஆபரணங்களும் சுவர் அலமாரிகளில் இருந்தன. எங்களால் அவற்றை எடுக்க முடியவில்லை. நிலத்தில் விலையுயர்ந்த பட்டு விரிப்புகள், இரத்தினத்தினாலான பொருட்கள். எல்லாமே விலை உயர்ந்தவை. ஆனால் ஒரு ரூபாய் கூடக் கிடைக்கவில்லை. வசந்த காலத்தின் வன இதயத்தைப் போல, நறுமணம் பரப்பிக் கொண்டிருந்த பூஞ்செடிகள் அரண்மனையினுடைய வளத்திற்கு மேலும் மெருகூட்டின.

அந்த சுகமான வசதிகளும், ராஜகம்பீரமும் என்னை வெறி பிடிக்க வைத்தன. நான் வெறுந்தரையில் படுத்துத் தூங்கும் போது இந்தக் கிழட்டு மன்னர் வெல்வெட் மஞ்சத்தில் படுத்து சொர்க்க சுகம் அனுபவிப்பது என்னை மிகவும் கோபப்பட வைத்தது.

பொறாமைக்காரனும், உல்லாசவாழ்க்கை வாழ்ந்து கொண்டிருப் பவனுமான மன்னனைச் சாபமிட்டுக் கொண்டே பூச்சாடிகளை அடித்து உடைத்தேன். ஊரிலுள்ள எனது வீடு இந்தக் கட்டிலின் அளவுகூட இல்லை! பரந்திருந்த இந்த அரண்மனையின் முற்றத்தில் என் சமுதாயத்தவர்களுடைய இரண்டு கிராமங்கள் வாழமுடியும்...

அழகான பொருட்கள் இன்னும் ஏராளமாக இருந்தன. ஆனால், அவற்றை எடுத்துக் கொண்டு போகவும் இயலாது.

வெள்ளியாலான, ஆள் உயரம் இருந்த ஒரு மிகப் பெரிய அழகான பொருளைப் பார்த்த பொழுது எனக்கு அதை எடுத்துக் கொண்டு போய்விட வேண்டும் என்று தோன்றியது. ஆனால், என் ஆட்கள் அதைக் கிண்டல் செய்தனர்.

"காட்டில் நம்மால் இதையும் தூக்கிக் கொண்டு ஓடமுடியுமா?" என்று அவர்கள் கேட்டார்கள். ஒரு மணி நேரம் அங்கிருந்தோம். இருப்பினும் கூட சங்கத்தினர்களுக்குக் கிளம்ப மனம் இல்லை. படுக்கையில் படுத்தும், மேசைகளின் மேல் ஏறி உட்கார்ந்தும், விரிப்புகளில் நின்று நடனமாடியும், அவர்கள் குழந்தைகள் போல்

மதிமறந்து விளையாடி ரசித்தனர். சீக்கிரம் அங்கிருந்து கிளம்ப நான் அவர்களைக் கட்டாயப்படுத்த வேண்டியிருந்தது.

நாங்கள் நினைத்தால் பெரிய அரண்மனைக்குள் கூட நுழைய முடியும் என்று மன்னருக்கு உணர்த்த வேண்டும் என்று தான் நினைத்தேன். அதைச் செய்து காட்டியும் விட்டோம்.

அரை மணிநேரத்திற்குப் பின் நாங்கள் நகரின் நடுவில் அமைந்துள்ள சந்தைக்குப் போனோம். அங்கே, என் அம்மா செய்வதுபோல, பெண்கள் தங்கள் நிலங்களில் விளைந்த வெள்ளரியையும், தர்பூசணியையும் விற்பனை செய்து கொண்டிருந்தார்கள்.

என்னைப் பார்த்தவுடன் ஆட்கள் 'பூலான்தேவி நீண்ட நாட்கள் வாழட்டும்' என்று உரக்கச் சொல்லி, என்னை வணங்கினர். "எங்களுக்கு ஏதாவது கொடு!" அவர்கள் ஒரே குரலில் கேட்டனர்.

என்னிடம் அப்போது கையில் பணமில்லாததால், என் சங்கத்தினரிடமிருந்து கடன் வாங்கி மகிழ்ச்சியுடன் அவர்களுக்குக் கொடுத்தேன். என்னிடம் இருந்தவைகளை எல்லாம் பாபா முஸ்தாக்கிம் எனக்கு நட்புடன் அன்பளிப்பாகக் கொடுத்திருந்த மோதிரம் உட்பட நான் அவர்களுக்குக் கொடுத்தேன். அரண்மனையிலிருந்து எடுத்து வந்திருந்த வாளை ஓர் இடையனுக்குக் கொடுத்தேன்.

சில சமயங்களில் என் ஆட்கள் என்னிடம் பேசக்கூடப் பயப்பட்டார்கள். சில நேரங்களில் நான் அவர்கள் அனைவரையும் வெறுத்தேன். வேறு சில சமயங்களில், நான் அவர்களை பாசமுள்ள சகோதரர்களைப் போல நேசித்தேன். விக்ரமின் மரணத்திற்குப் பிறகு நான் யாரையும் நம்புவதில்லை.

ஒளி பொருந்திய அழகான ஒரு பெண் எப்பொழுதும் என் நினைவு மண்டலத்தில் இருந்து கொண்டேயிருந்தாள். அவள் என்னிடம் சொல்வாள்: " அந்தத் தண்ணீரைப் பருகாதே, அந்த வழியில் போகாதே, இந்த கிராமத்தில் இனி இருக்காதே...."

தமிழில்: மு.ந. புகழேந்தி

31

பாபா முஸ்தாக்கிம் மரணமடைந்து விட்டார் என்ற வானொலிச் செய்தியைக் கேட்டபொழுது, நான் முதலில் யார் அவரைக் காட்டிக் கொடுத்தது என்று விசாரித்தேன்.

பருவமழை மீண்டும் தொடங்கிவிட்டது. அப்பொழுது, நாங்கள் முஸ்தாக்கிமின் குடும்பத்தினர் வாழ்ந்து கொண்டிருந்த குளோளி கிராமத்திற்குச் செல்லத் தீர்மானித்தோம். சிந்தித்துப் பார்த்தால், அவர் இறந்திருக்க மாட்டார் என்று தான் எனக்குத் தோன்றியது. விக்ரமிற்கு நடந்ததைப் போல, எங்களை ஏமாற்ற, இதுபோன்ற கட்டுக்கதைகளைப் பரப்புவது காவல்துறைக்குக் கை வந்த கலை.

சுரோளியில் இருந்த ஒரு பண்டிட்டிடம் தன் வருமானத்தில் பாதியை பாபா கொடுத்து வைப்பது வழக்கம். அவர், பண்டிட் சுத்தனின் பெயரில் லாரிகள் வாங்கி விட்டிருந்தார். சுரோளி ஓர் இந்து கிராமமாகவும் அதனுடன் சேர்ந்துள்ள குளோளி முஸ்லீம் கிராமமாகவும் இருந்தன. பாபா

310   நான் பூலான்தேவி

முஸ்தாக்கிமின் நண்பர்களில் ஒரே ஒரு இந்து, பண்டிட்தான். ஏனோ, எனக்கு அந்த ஆளைப் பிடிக்கவில்லை. அவனது ஓரக்கண் பார்வையை நான் கொஞ்சங்கூட விரும்பவில்லை. பாபாவின் உதவியால்தான் அவன் செல்வந்தனாயிருந்தான். பாபாவின் மரணம் உண்மையென்றால், இனிமேல் பண்டிட்டை நம்பக்கூடாது என்று நான் மனதுக்குள் எண்ணினேன்.

நள்ளிரவில் இந்த இரட்டை கிராமங்களை நாங்கள் அடைந்தோம். சிரமமின்றி பண்டிட்டினுடைய இரட்டை அடுக்கு மாடியைக் கண்டுபிடித்தோம். பண்டிட் சுத்தன் எங்களை மிகவும் நட்போடு வரவேற்றான். கண்ணீருடன் பாபாவின் மரணம் குறித்து விவரித்தான். "அவர் தன் சகோதரியைப் பார்ப்பதற்காக தஸ்தாம்புரிக்குச் சென்று கொண்டிருந்தார். நிராயுதபாணியான அவரைச் சுட்டுக் கொன்று விட்டார்கள். அவருடன் இருந்த மூன்று பேரும் இறந்து விட்டனர். அவர்கள் கொள்ளைக் காரர் களே இல்லை. அது ஒரு மின்னல்வேகத் தாக்குதலாய் இருந்தது என்றும், தாங்களும் நிராயுதபாணிகளாகத்தான் இருந்தோம் என்று காவலர்கள் சொன்னார்கள்.

பாபா முஸ்தாக்கிமின் மரணம் எங்களுக்கு ஒரு தந்தையின் இழப்பைப் போன்றது. பண்டிட்டுக்கோ தன் வருமானம் போய் விட்டது குறித்த கவலை மட்டும்தான். நாங்கள் மட்டுமே அவனுக்கு உதவி செய்ய முடியும் என்று கூறி எங்கள் பாது காப்பைக் கேட்டான்.

அவன் எங்களுக்கு உணவு அளித்துவிட்டு, நாங்கள் எங்கே ஒளிந்து கொள்ளப் போகிறோம் என்று ஆராய்ந்தான். நாங்கள் குளோளியில் உள்ள முஸ்தாக்கிமின் பெரியப்பா மகனுடைய வீட்டிற்குப் போகிறோம் என்றும் "மான்சிங்கையும், பாலாதீனையும் கூட்டிக் கொண்டு பாபாவின் குடும்பத்தைப் பார்க்கப் போகிறேன். மூன்று பேரை உங்கள் பாதுகாப்பிற்காக இங்கே விட்டுவிட்டுப் போகிறோம். நாங்கள் நாளை திரும்பி விடுவோம்" என்றும் கூறிவிட்டு நாங்கள் கிளம்பினோம்.

விடியற்காலை ஐந்து மணி ஆகிவிட்டது. பகல் நேரத்தில் நாங்கள் வெளியே நடமாடி எத்தனையோ நாட்கள் ஆகிவிட்டன.

முஸ்தாக்கிமின் உறவினளான முன்னாவின் வீட்டில் நாங்கள் அன்று தங்குவதெனத் தீர்மானித்தோம். நான் அங்கு பலமுறை சென்றிருக்கிறேன். முன்னாவின் வீட்டில் பாபா முஸ்தாக்கிமுடன்

கழித்த அந்த நாட்கள் குறித்து முன்னாவிடமும் அவளுடைய தாத்தாவிடமும் பேசிக் கொண்டிருந்தோம்.

மணி பதினொன்று இருக்கலாம். தொலைவில் வெடிச்சத்தம் கேட்டது.

"என்ன நடக்கிறது முன்னா?" என்று நான் கேட்டேன்.

"ஓ, அது யாராவது பட்டாசு வெடித்திருப்பார்கள்."

"எதுவாக இருந்தாலும் போய்பார்த்து விட்டு வா" என்று கூறினேன்.

பதட்டத்துடன் அவள் திரும்பி வந்தாள். காவலர்களால் கிராமம் சுற்றி வளைக்கப்பட்டிருந்தது. நாங்கள் கேட்டது சுரோளியில் நடந்த துப்பாக்கி வெடிச் சத்தம். என் சீருடை தெரியாமல் இருக்க, ஒரு போர்வையால் மூடிக் கொண்டேன். நான் வீட்டு மாடிக்குச் சென்றேன். குறுகலான தெருக்கள், வீட்டு மாடிகள், முற்றங்கள், என எங்கு நோக்கினும் காவலர்கள். ஒரு கிராமத்தில் இவ்வளவு எண்ணிக்கையில் காவலர்களை நான் இதற்கு முன்பு பார்த்ததில்லை. நான் பைனாகுலரின் மூலம் கிராமத்தில் என்ன நடக்கிறதென்று கவனித்தேன்.

எங்களால் வெளியே போக முடியாது! எல்லா இடங்களிலும் காவலர்களின் கண்காணிப்பு. நாங்கள் காவல்படையினரால் வளைக்கப்பட்டிருக்கிறோம். யாரோ எங்களைப் பற்றித் துப்புக் கொடுத்திருக்கிறார்கள். பண்டிட்டின் வேலையாக இருக்கலாம். அவன் முதலைக் கண்ணீர் வடித்திருக்கிறான் என்றும் அந்த ஓரப் பார்வையில் வஞ்சனை நிறைந்திருந்ததாகவும் எனக்குத் தோன்றியது.

குளோளியில் இருந்த அனைவருமே முஸ்லீம்கள். பாபா முஸ்தக்கிம் அவர்களுடைய மரியாதைக்குரிய வீரனாக இருந்தார். எனவே அங்கு யாரும் எங்களைக் காட்டிக் கொடுக்க நினைத் திருக்க மாட்டார்கள்.

நான் மாடியிலிருந்து வேகமாகக் கீழே இறங்கி வந்தேன்.

நாங்கள் மூன்று பேரும் மான்சிங், பாலா, நான் வலையில் சிக்கிக் கொண்டிருக்கிறோம். அந்தப் பகுதி முழுவதையும் வளைத்து விட்டதாகவும் அங்கிருந்த கிராம மக்கள் அனைவரையும்

வெளியேற்றப் போவதாகவும் ஒலிபெருக்கி மூலம் அறிவித்துக் கொண்டிருந்தனர்.

"உங்களுடைய கிராமத்தில் பூலான் தேவியின் கொள்ளைக் கூட்டம் ஒளிந்து கொண்டுள்ளது. கிராமத்தில் உள்ள ஒவ்வொரு வரும் ஏதாவதொரு அடையாளத்தைக் காட்ட வேண்டும். தயவு செய்து ஒத்துழைப்புக் கொடுங்கள்!"

கிராமத்தினர் பயந்து வீடுகளில் இருந்து வெளியே வந்தவுடன் மான்சிங்கும் பாலாதினும் தப்பிப்பதற்கான வழியைத் தீவிரமாக யோசித்தார்கள். தெருக்கள் சீருடைகள் அணிந்த காவலர்களால் நிறைந்திருந்தன.

"மூன்று பேர் கொல்லப்பட்டு விட்டனர். மூவரும் பூலான் தேவியின் சங்கத்தைச் சேர்ந்த கொள்ளையர்கள்."

பண்டிட்டினுடைய வீட்டில் நாங்கள் விட்டு வந்திருந்த அந்த மூன்று பேராக இருக்கக் கூடும். லால்து, ராம்சங்கர், சுகரன். இனி நாங்கள் மூன்று பேரும் ஜாகேஷ்வரும், கல்லுவும் மட்டுமே மீதமிருக்கிறோம். ஆமாம், வெறும் ஐந்து பேர்.

ஜாகேஷ்வரும் கல்லுவும் எங்கே இருக்கிறார்கள் என்று எங்களுக்குத் தெரியாது. எங்களிடம் மூன்று ஆட்டோமேடிக் துப்பாக்கிகள் உள்ளன. என்னிடம் ஸ்டென், மான்சிங்கிடம் *206*, பாலாதீனிடம் *303*. எங்களிடம் போதுமான அளவு ரவைகள் உள்ளன என்பது தான் ஒரே நிம்மதி.

நள்ளிரவை நெருங்கும்போது ஊரே வெறிச்சோடியிருந்தது. ஒரு மணி நேரத்திற்குப் பிறகு கடுமையான போர் தொடங்கியது.

எங்களுக்கு ஒரே வழிதான் இருந்தது. படபடவென்று சுட்டுக் கொண்டு வீடுகளில் இருந்து வீடுகளுக்கும், தெருக்களில் இருந்து தெருக்களுக்கும், மொட்டைமாடிகளிலும், சுவர்களிலும் தாண்டி முன்னேறுவது. நாங்கள் போவதை அனுசரித்து வீடுகளைத் தகர்த்தபடி ஹெலிகாப்டர்களில் இருந்து கிரேனேடுகளைப் பொழிந்தார்கள். சில நிமிடங்களுக்குள் கிராமம் ஒரு போர்க்களமாக மாறிவிட்டது. வெடிச்சத்தம் கேட்ட எல்லா இடங்களிலும் அவர்கள் விவேகம் இல்லாமல் குண்டுகளை வீசினார்கள். குழப்பத்திற்கிடையில் எங்கள் மீது மட்டுமன்றி அவர்களுடைய ஆட்களின் மீதும் குண்டுகளை வீசிக் கொண்டிருந்தார்கள்.

கடைசியில், இரவில், ஆளில்லாத ஒரு வீட்டில் நாங்கள் ஒளிந்து கொள்ள இடம் பிடித்தோம்.

"பூலான் தேவியின் சங்கத்தினர்களில் ஐந்து பேரை நாங்கள் சுட்டுக் கொன்று விட்டோம்."

ஒலிபெருக்கியில் காவல்துறை அறிவிப்புசெய்துகொண்டிருந்தது. ஜாகேஷ்வரனையும் கல்லுவையும் கூட அவர்கள் பிடித்திருக்கலாம். அப்படியானால் நாங்கள் மூவர் மட்டுமே மீதமிருக்கிறோம்.

திடீரென்று கிராமம் முழுவதும் பகலைப்போல் ஒளி பரவியது. குறுகலான தெருக்களில் போதுமான வெளிச்சம் கொடுக்க அவர்கள் பிரகாசமான 'சர்ச் லைட்' களைக் கொண்டு வந்து வைத்தார்கள். வாக்கி டாக்கிகளில் பேசிக் கொண்டு நிழல் உருவங்கள் ஒவ்வொரு வீடாய் ஏறி இறங்கிக் கொண்டிருப்பதைப் பார்க்க முடிந்தது. ஒருவருக்கொருவர் புரிந்து கொள்வதற்காக அவர்களுக்கு ஏதோ குறியீடு இருந்தது. அது என்னவென்று நாங்கள் தெரிந்திருந்தோம் என்றால்!...

ஒரு முறை நாங்கள் சுவரைத்தாண்டி அந்தப் பக்கம் குதித்த பொழுது அந்த வீட்டில் பனிரெண்டு காவலர்கள் இருந்தார்கள். நாங்கள் முற்றத்தில் குதித்திருந்தோம். அவர்கள், இருட்டில் புகைபிடித்துக் கொண்டு ஓரிடத்தில் உட்கார்ந்து கொண்டிருக் கிறார்கள்.

என் இரண்டு நண்பர்களையும் முற்றத்தின் ஒரு மூலையில் உட்கார்ந்து தூங்குவது போல நடிக்கச் சைகை செய்தேன். நானும் அதைப் போலவே உட்கார்ந்து கொண்டேன்.

"அந்த நாசமாய்ப் போன பெண்ணால் நம்மால் நிம்மதியாக உட்கார்ந்து புகைபிடிக்கக் கூட முடியவில்லை" என அவர்களில் ஒருவன் அலுப்புடன் கூறியதை நாங்கள் கேட்டோம்.

"என்ன நடந்து கொண்டிருக்கிறது என்று யாருக்கும் தெரியவில்லை. இப்படியே போனால் நாம்தான் ஒருவரையொருவர் அழித்துக் கொள்ளப் போகிறோம். இப்பொழுதே நம்மில் சில பேர் குண்டு பாய்ந்து இறந்து விட்டிருக்கிறார்கள்." அவர்கள் வீட்டை விட்டு வெளியேறினர்.

ஒருசிறிதும் கண்ணிமைக்காமல், ஒருவருக்கொருவர் பேசிக் கொள்ளாமல் காவலர்களின் குண்டு வீச்சால் தகர்ந்திருந்த அவ்

வீட்டின் இடிபாடுகளுக்கிடையில் நாங்கள் அன்றைய இரவைக் கழித்தோம்.

விடிந்ததும் மறுபடியும் போராட்டம் தொடங்கியது.

"பூலான் தேவி சீருடையும் தலைப்பாகையும் அணிந்து கொண்டிருக்கிறாள். மற்றவர்கள் காவலர்கள் சீருடையில் இருக்கிறார்கள்" என ஒலிபெருக்கி அறிவித்தது.

இந்த சந்தர்ப்பத்தில் நாங்கள் உடைகளை மாற்றிக் கொள்வதைத் தவிர வேறு வழியில்லை.

துணிகளை உலர்வதற்காகப் போடப்பட்டிருந்த ஒரு மொட்டை மாடி எங்களுடைய கண்களில் பட்டது. அங்கே போய் தேவைப் பட்டவைகளை எடுத்துக் கொண்டோம். திடீரென்று எங்களுக்குப் பின்னால் ஹெலிகாப்டரில் இருந்து போடப்பட்ட கிரேனேடுகளில் அந்த மாடி இடிந்து விழுந்தது. சில நிமிடங்களில், மயிரிழையில் உயிர் தப்பித்துக் கொண்டோம்!

மான்சிங்கும் பாலாதீனும் உடுத்துக் கொள்ள லுங்கிகளும் எனக்குப் புடவையும் கிடைத்தன. ஆளரவமற்ற இன்னொரு வீட்டிற்குச் சென்று, உடை மாற்றிக் கொண்டோம். நான் புடவை கட்டி, அதனுள் குண்டுகள் இருந்த கச்சையையும், துப்பாக்கியையும் மறைத்து வைக்க சிரமப்பட்டு முயற்சித்துக் கொண்டிருக்கும் போது, முற்றத்தின் கதவு ஒரு சத்தத்துடன் திறந்தது. வீட்டிற்கு மிக அருகில் காவல்படையின் ஒரு பிரிவு நின்றிருந்தது. நல்ல வேளை! மான்சிங்கும் பாலாதீனும் வேறொரு அறையில் இருந்தனர்.

"நீ இங்கே என்ன செய்து கொண்டிருக்கிறாய்? காவலர்களின் ஒருவன் என்னைத் திட்டினான். இங்கிருந்து போய்விடும்படி சொன்னோம் இல்லையா? குண்டடிபட்டு செத்துப் போகாதே!"

என்னை ஒரு முஸ்லீம் பெண் என்று அவன் தவறாகப் புரிந்து கொண்டிருக்க வேண்டும்.

இன்னொருத்தன் சொன்னான்: "அந்த நாசமாய்ப் போன பூலான் தேவியும் இப்படித்தான் இருப்பாள். இப்பொழுது அவள் இங்கு எங்காவதுதான் ஒளிந்து கொண்டிருப்பாள்."

அவர்கள் கைகளில் பெட்ரோல் நிறைக்கப்பட்டிருந்த

கேன்களைப் பார்த்தேன். வீடுகளைச் சோதனை போடுவதற்குப் பதிலாக, கேவலம், கொள்ளைக்காரர்களே வெட்கப்படும்படியாக காவலர்கள் கொள்ளையடித்துக் கொண்டிருந்தார்கள்.

அதற்கான சாட்சிகளை அழித்து விடுவதற்காக அவர்கள் கிராமத்தைக் கொளுத்திவிடப் போகிறார்கள். கொளுந்து விட்டெரியும் நாற்றம் நாலாபக்கங்களிலும் பரவியது...

"பூலான், சரணடைந்து விடு!" ஒலிபெருக்கி அழைத்தது. "வா, சகோதரி, நாங்கள் உங்களைத் தண்டிக்க மாட்டோம். கொல்லவும் மாட்டோம்."

மான்சிங்கும் பாலாதீனும் சரணடையத் தயாரானார்கள். கிராமம் முழுவதும் எரிக்கப்பட்டு விடுவதுடன் தாங்களும் சுட்டுக் கொல்லப்படுவோம் என அவர்கள் எண்ணியிருக்க வேண்டும். என்னைப் பொருத்தவரையில் எனக்கு அப்படியொரு பிரச்சினை எழவில்லை. இப்படிச் சொல்லித்தான் முஸ்தாக்கிமையும் அவரது கூட்டாளிகளையும் பிடித்திருந்தனர். அவர்களையும் ஒன்றும் செய்யமாட்டோம் என்று வாக்குக் கொடுத்திருந்தனர். இருந்தும், சுட்டுக் கொன்று விட்டனர். "மான்சிங், நீங்கள் காவலர்கள் அருகில் போனால் நானே உங்களைச் சுட்டுக் கொன்றுவிடுவேன்" என எச்சரிக்கை செய்தேன்.

தொண்டை வறண்டு கொண்டிருந்தது. ஆனால் அங்கு எங்குமே ஒரு துளி தண்ணீர் கூடக் கிடைக்கவில்லை. வீடுகளில் தங்கள் கண்களில் பட்ட குடங்களை எல்லாம் காவலர்கள் அடித்து உடைத்திருந்தனர்.

கொஞ்சம் கொஞ்சமாய் வெடிச்சத்தம் குறைந்து அமைதி நிலவியது. இருட்டத் தொடங்கிவிட்டது. சுடுவதை நிறுத்தச் சொல்லி அவர்கள் ஒலிபெருக்கி மூலம் உத்தரவு பிறப்பித்தார்கள். மாறாக, இந்நிலை நீடிக்குமானால் அவர்களே ஒருவரையொருவர் சுட்டுக்கொண்டு விடுவார்கள். கனமான புகை மூட்டம் நிறைந்திருந்ததால் மூச்சு விடுவது சிரமமாக இருந்தது. இடிந்து கிடந்த வீடொன்றினுள் சிறிது கூட நம்பிக்கையற்று மரண தேவதையை எதிர்பார்த்துக் கொண்டிருந்த இரண்டாவது இரவு அது.

ஒரு கிரேனேடு கூரையைத் தகர்த்தது. நாங்கள் எல்லா வீடுகளுக்கும் தீவைக்கப் போகிறோம் என்று அவர்கள் ஒலி

பெருக்கியில் அறிவித்தார்கள். அப்படிச் செய்தார்கள் எனில் எங்கள் கதை முடிந்து விடும்...

எனக்குப் பைத்தியம் பிடித்துக் கொண்டிருந்தது.

"போதும்!" நான் மான்சிங்கிடம் சொன்னேன். "நான் சுட்டுத் தற்கொலை செய்து கொள்ளப் போகிறேன்!"

"நீங்கள் சொல்வதை நினைத்துப் பாருங்கள், பூலான். நாம் சாகப் போகிறோம் என்றால், அவர்களில் சிலரையாவது நாம் கொன்றுவிட வேண்டும்."

எலிகளைப் போல, தப்பித்துச் செல்ல வழி இல்லாமல் மோசமான சூழ்நிலையில் சிக்கிக் கொண்டிருக்கிறோம் என்ற உண்மையை மறந்துவிட்டு, மிகுந்த களைப்புற்றிருந்த நான் படுத்துத் தூங்கிவிட்டேன். ஆழ்ந்த உறக்கத்தில் இருந்த எனக்கு ஒரு பெண்ணின் இனிய குரல் கேட்டது.

"காலணிகளைக் கழட்டிவிட்டு, அதோ அங்கே தெரியும் முஸ்லீம் பள்ளிவாசலுக்குப் பின்னால் ஓர் இடிந்த வீடு இருக்கிறது. அங்கே போய் ஒளிந்து கொள்ளுங்கள்."

நான் திடுக்கிட்டு எழுந்தேன். நாங்கள் ஒளிந்து கொண்டிருந்த வீடு பள்ளிவாசலுக்கு அருகில் இருந்தது. பகலில் நான் அதைப் பார்த்திருந்தேன். ஆனால் அங்கு போவதற்கான தெருவில் குண்டு வீச்சால் இடிந்து போன பொருட்கள் குன்றாகக் குவிந்திருந்தன. அவற்றின் மீது ஊர்ந்து ஏறிச் செல்ல வேண்டியதிருக்கும்.

நான் மற்றவர்களை எழுப்பினேன். "பாலாதீன், மான்சிங், நாம் போகலாம், காலணிகளை இங்கேயே விட்டுவிடுங்கள்."

"உங்களுக்கு என்ன ஆயிற்று, பூலான் எல்லா இடங்களிலும் காவலர்கள் இருக்கிறார்கள். மாடியில் அவர்கள் பேசும் சத்தம் கேட்கவில்லையா?"

"நாம் போகலாம்!" நான் உறுதியாகச் சொன்னேன். "பள்ளி வாசலுக்குப் பின்னால் போய் நாம் ஒளிந்து கொள்ளலாம்."

அங்கிருந்து போவதற்காக நாங்கள் எழுந்தவுடனே, தரையில் படுக்க வேண்டியிருந்தது.

"நீங்கள் இங்கே என்ன செய்து கொண்டிருக்கிறீர்கள்? குண்டடி

பட்டு சாகப் போகிறீர்ளா?"

அவர்கள், எங்களைக் காவலர்கள் என்று தவறாக நினைத்துக் கொண்டு, நாங்கள் குறிச் சொல்லைச் சொல்லுவோம் என்று கருதி நின்று கொண்டிருந்தார்கள். நாங்கள் அசையவில்லை. பல நிமிடங்கள் நீண்டு கொண்டிருந்த அமைதி.

"ஓ, தெரு நாய்கள் போலிருக்கிறது," கடைசியில் ஒருத்தன் சொன்னான்.

டார்ச் வெளிச்சம் கொஞ்சங் கொஞ்சமாய் விலகிப் போவதை நாங்கள் பார்த்தோம்.

இடிபாடுகளுக்கிடையில் பாம்புகளைப் போல் ஊர்ந்து சென்றோம். எங்களைச் சுற்றிலும் உள்ள மதில்களில் டார்ச் வெளிச்சம் விழுந்து மறைந்தது.

உண்மைதான், அங்கே ஒரு சிறு வீடு இருந்தது. இடிந்த, ஒரு குடிசையை விடச் சிறிய வீடு. கதவருகில் இருந்த பாறைகளை விலக்கிவிட்டு நாங்கள் உள்ளே நுழைந்தோம்.

இரவில் ஒரு முறை காவலர்களின் காலடிச் சத்தம் குடிசையின் அருகில் கேட்டது.

"அவள் தப்பிச் சென்று விட்டாள். கிராமத்தவர்கள் அவளுக்கு உதவியிருக்க வேண்டும்." அவர்கள் பேசிக் கொண்டார்கள்.

உண்மைதான், தொடக்கத்தில் கிராமத்தவர்கள் எங்களுக்கு உதவி செய்து கொண்டிருந்தார்கள். கிராமத்தினரை வெளியேற்றும் பொழுது, தப்பிப்பதற்கான முயற்சியில் நாங்கள் வீடு வீடாக ஏறி இறங்கிக் கொண்டிருந்த பொழுது, நான் என்னிடம் இருந்த பணம் முழுவதையும் அவர்களுக்குக் கொடுத்தேன். ஏறக்குறைய ஐம்பதாயிரம் ரூபாய். என் கருணை நிறைந்த செயலைப் பார்த்து, பெண்கள் அழுதபடியே பிரார்த்தனை செய்தார்கள்.

"சர்வ சக்தியும் கொண்ட அல்லா உங்களுக்குத் துணையாக இருப்பார்!"

அவர்கள் மிக ஏழையாக இருந்தாலும், எங்களைக் காட்டிக் கொடுக்கவில்லை. தாக்கூர்களிடம் அதிக பயமும் மரியாதையும் வைத்துள்ள ஒரு இந்து கிராமத்திற்கு நாங்கள் போயிருந்தால்

என்னைக் காப்பாற்ற ஒருத்தனும் முன்வந்திருக்க மாட்டான்...

அடுத்த நாள் ஒலிபெருக்கியில் காவலர்கள் அறிவித்தார்கள். "நீங்கள் வீடுகளுக்குத் திரும்பிச் செல்லலாம். பூலான் தேவி இந்தப் பகுதியிலிருந்து தப்பிச் சென்று விட்டாள்."

காலடிச் சத்தங்களும் ஆட்களின் பேச்சுக் குரல்களும் எங்கள் காதுகளில் விழத்தொடங்கின. சிதைந்து கிடக்கும் தங்கள் வீடுகளின் மேற்கூரைகளைப் பார்த்து அழுது கொண்டிருந்தார்கள் மக்கள்.

நாங்கள் கிராமத்தின் எல்லைக்குப் போனோம். வயல்களுக்குள் குனிந்து நடந்து யமுனைக் கரையை அடைந்தோம்.

தாங்க முடியாத தாகம், இதற்கு மேல் சுரப்பதற்கு வாயில் உமிழ்நீர் இல்லை. தாகம் தாங்க முடியாத நாய்களைப் போல நாங்கள் தண்ணீரில் குதித்தோம்.

அன்று நான் காவலர்களின் வலையில் இருந்து அதியற்புதமாகத் தப்பித்தேன். என்னைப் பிடிப்பதற்காக அவர்கள் ஓராயிரம் பேராவது இருந்திருக்க வேண்டும்...

பஹ்மாய் கூட்டுக்கொலைக்குக் காரணமான கொள்ளையர்களை எப்படியும் பிடித்து நீதிமன்றத்தில் நிறுத்துவோம் என்று பிரதம மந்திரி இந்திராகாந்தி அறிவித்தார்.

லால்து, சுபரன், ஜாகேஷ்வர், கல்லு, ராம்சங்கர் போன்றோர் கொல்லப்பட்டு விட்டனர்.

தண்ணீர் தாகத்தைத் தீர்த்துக் கொண்ட பிறகு, அடுத்து என்ன செய்வது என்று யோசித்தேன். எங்களைக் காட்டிக் கொடுத்தது பண்டிட்தானா என்பதைத் தெரிந்து கொள்ளவும், அவன்தான் அச்செயலைச் செய்தது என்றால் அவனை மூக்கறுக்கவும் எண்ணி பண்டிட்டினுடைய வீட்டிற்குப் போக நாங்கள் முடிவு செய்தோம். காட்டிக் கொடுத்தது அவனில்லை என்றால், அந்த நேரத்தில் எங்களுக்கு உதவக்கூடிய ஒரே ஒரு ஆள் அவன்தான். எங்களிடம் ஒரு சல்லிக் காசு கூட இல்லை. மாவட்டம் முழுவதும் காவல்துறை எங்களைத் தேடும் முயற்சியில் தீவிரமாக இறங்கியிருந்தது. கைத்துப்பாக்கிகளை உடைகளுக்குள் ஒளித்து வைத்துக் கொண்டு ஒன்றுமே நடவாதததைப் போல நடந்தோம். இரட்டை கிராமங்களுக்கு இடையில் நீண்டு செல்லும் ஒரு

கால்வாய் வழியாக நாங்கள் நடந்து சென்றோம்.

வரண்டு கிடந்த கால்வாயின் இருமருங்கிலும் வரிசையாக நிழல் மரங்கள் இருந்ததினால் நாங்கள் யார் கண்ணிலும் படவில்லை. பண்டிட்டினுடைய வீட்டின் அருகில் சென்று விட்டோம். கால்வாயில் காலைக்கடன்களை முடித்துக் கொண்டிருந்த ஒருவன் எங்களிடம், "அங்கே போக வேண்டாம். பண்டிட்டின் வீடு நிறையக் காவலர்கள் நிறைந்திருக்கிறார்கள்" என்று தெரிவித்தான்.

அப்படியானால் அவன்தான் தகவல் தெரிவித்தான். கல்ப்பியில் இருந்து காவலர்களைக் கூட்டிக் கொண்டுவர பண்டிட் ஒரு மோட்டார் சைக்கிளில் சென்றதைத் தான் பார்த்ததாகவும் அவன் சொன்னான்.

நாங்கள் கால்வாயைக் கடந்து, வயல்களின் வழியாகக் காட்டிற்குள் நுழைந்தோம். எனக்குத் தகவல் கொடுத்ததன் மூலம் நான் தப்பிக்க உதவியவன் எங்கள் ஆட்களில் ஒருவன் என்பதை நான் பின்னர் புரிந்து கொண்டேன்.

கண்ணிவெடித் தாக்குதலில் கால் முறிந்து போய் காவலர்களால் பிடிக்கப்பட்டு விட்ட கல்லு, தான் பூலானைக் காட்டிற்குள் செல்ல உதவியதாகக் காவலர்களிடம் சொல்லியிருந்தான். ஒரு ஹெலிகாப்டரில் என்னைக் காட்டிற்குள் கொண்டு போய்விட ஒரு காவலன் கைக்கூலி வாங்கியதாகவும் அவர்களை நம்ப வைத்திருந்தான்.

இதற்குள் கிராம மக்களுக்கு நாங்கள் இதிகாச கதாபாத்திரங்கள் ஆகிவிட்டோம் என்பதை நான் உணர்ந்தேன். வானொலியும் செய்தித் தாள்களும் என்னைப் பற்றிய செய்திகளைப் பரபரப்பாக வெளியிட்டுக் கொண்டிருந்தன.

32

குளோளியில் நடந்த வாழ்வா சாவா என்ற போராட்டத்திற்குப் பிறகு எஞ்சியிருந்தது நாங்கள் மூவர் மட்டுமே. என்னை உயிருடனோ பிணமாகவோ பிடிப்பதற்குக் காவல்துறை விடாமுயற்சி செய்து கொண்டிருந்தது. ஆனால் நான் அதைக்கண்டு அஞ்சவில்லை. வஞ்சகத்திற்குத் தான் நான் பயப்பட்டேன். ஏனெனில் என் தலைக்கு அன்பளிப்பாக அறிவிக்கப்பட்ட தொகை எவரையும் சபலப்பட வைக்கக் கூடும்.

அப்படியிருக்கும் பொழுது பாலாதீன் திடீரென்று காணாமல் போய்விட்டான். காட்டிற்கு அருகிலிருந்த கிராமத்திற்குப் போனவன் திரும்பி வரவேயில்லை.

உணவு தான் ஒரே பிரச்சனை. அதைப் பெறுவதற்கான ஒரே வழி, உணவை எடுத்துக் கொண்டு போகின்ற யாரிடமிருந்தாவது பிடுங்க வேண்டும். பாலாதீன் போய்விட்ட பிறகு, நாங்கள் இருவரும் வழிப்பறியில் விருப்பம் இல்லாமல் இருந்தோம். கொஞ்சங்கொஞ்சமாக மான்சிங்கின் மனமும் மாறத்

தொடங்கியது. பகல் வெளிச்சத்தைப் பார்க்காத இந்த வாழ்க்கை சலித்து விட்டதாக அவன் சொன்னான். அல்மானிப்பூர் மாவட்டத்தில் உள்ள தன் கிராமமான பராஹூாயிக்குப் பேய்விடலாம் என்று கூறினான். அங்குள்ள தன் சகோதரன் கொஞ்ச நாட்களுக்காவது நாங்கள் ஓய்வெடுக்க உதவி செய்வான் என்று அவன் சொன்னான். மலைச்சரிவுகளில் பல நாட்கள் நடந்து அலைந்து கடைசியில் நாங்கள் அங்கே போன போது மான்சிங்கின் சகோதரன் எங்களைச் சரணடையும்படி அறிவுரை கூறினான்.

“இந்தத் தொழிலை நீங்கள் விட்டுவிடுவதுதான் நல்லது” அவர் உறுதியாகச் சொன்னார். “எங்களால் இங்கே கொள்ளைக் காரர்களை வைத்துக் கொண்டு இருக்க முடியாது.”

இரவு முழுவதும் மான்சிங்கின் குடும்பத்தார் எங்களைச் சரணடைந்து விடும்படி வற்புறுத்தினர். இறுதியில், அவர்களுடைய நெருக்குதலுக்குக் கட்டுப்பட்டு மான்சிங் அங்கேயே தங்கினான். நான் தனியாகக் காட்டிற்குத் திரும்பினேன்.

மூன்று மாத காலம் நான் மனிதர்களுடைய தொடர்பில்லாமல் கழித்தேன். பயங்கரமான தனிமையில் உட்கார்ந்து கொண்டு நான் நடந்தவைகளை நினைத்துப் பார்த்துக் கொண்டிருந்தேன்.

கடைசியில், எப்படி என்றே தெரியவில்லை, என் பழைய சங்கத்தினர்களான முனிராமும் கரகும் என்னைக் கண்டுபிடித்து வந்து சேர்ந்தனர். எவ்வளவு நெருக்கடி வந்தும் மான்சிங் தன் குடும்பத்தினருக்குக் கட்டுப்படவில்லையென்று தாங்கள் கேள்விப்பட்டதாக அவர்கள் தெரிவித்தனர். அதைத் தொடர்ந்து நாங்கள் அவனைக் கண்டுபிடிக்க முடிவு செய்தோம்.

தன் குடும்பத்தினர் மீது தனக்கு நம்பிக்கை இல்லை என்று மான்சிங் சொன்னான். எங்களைக் கொன்றுவிடும்படி அவனுடைய மாமா சொன்னதை எங்களிடம் சொன்னான்.

“அப்படியானால், எங்களைக் கொன்றுவிடு!” நான் சொன்னேன்.

“பூலான், நான் சங்கத்தில் ஆரம்பத்தில் இருந்தே இருப்பவன்.”

மான்சிங் கவலை நிறைந்தும் சிந்தனையோடும் காணப்பட்டான்.

மிகவும் மெலிந்திருந்த அவன் நெற்றியில் ஆழமான கோடுகள் விழுந்திருந்தன. முன்பு தோள்களில் சுருள்சுருளாய் விழுந்து கிடந்த அழகான நீண்ட முடி, சடை பிடித்து அசிங்கமாய் இருந்தது. என்னைச் சோர்வுடன் பார்த்தவாறே கேட்டான்: "இத்தனை நாள் நீங்கள் எப்படித் தனியாக இருந்தீர்கள், பூலான்?"

"எப்படியோ...." நான் சொன்னேன். காட்டில் தனிமையான வாழ்க்கையின் இடையில் நான் மிகவும் இளைத்துப் போய்விட்டதாக அவனும் சொன்னான். காட்டுப் பழங்கள் மட்டும்தானே உணவாக இருந்தன. சப்பாத்தி, பருப்பு, சோறு, நெய் இவைகள் எல்லாமே கனவாகத்தான் இருந்தன. மற்றவர்களையும் கண்டுபிடிக்க நாங்கள் முடிவு செய்தோம். பாபா முஸ்தாக்கிமினுடைய ஒரு நெருங்கிய உறவினர் இட்டாவா பகுதியில் எங்கோ இருப்பதாக நாங்கள் அறிந்தோம். முஸ்லிம் என்று பெயர். அவனைச் சரணடைந்து விடும்படி கட்டாயப் படுத்த அவனது குடும்பத்தின் மீது காவல்துறை நெருக்குதல் கொடுத்து வந்தார்கள். எல்லோருமே சரணடைந்து விடுவதைப் பற்றியே பேசுகிறார்கள்...

நாங்கள் சற்றும் எதிர்பாராதவிதத்தில் அவனைச் சந்தித்தோம். தஸ்தாம்பூரில் உண்மையில் என்ன நடந்தது என்று முஸ்லிம் விளக்கமாய்ச் சொன்னான். அங்கேயும் ஒரு கூட்டுக் கொலை நடந்ததாகவும் அதற்குப் பின்னனியில் அவனும் நானும் இருந்ததாக ஏடுகளில் செய்திகள் வெளியாகியிருந்தன என்றும் அவன் தெரிவித்தான். பாபா முஸ்தாக்கிமினுடைய மரணத்திற்கு நாங்கள் பழிவாங்கி விட்டோமாம்! உண்மையில் அச்சம்பவம் நடந்தபோது, முஸ்லிம் அந்தப் பகுதியிலேயே இல்லை. நானோ குளோளியில் இருந்து தப்பி, காடுகளில் தனியாகச் சுற்றிக் கொண்டிருந்திருக்கிறேன்.

பாபாவின் மரணத்திற்குப் பழி வாங்கியது குளோளியில் உள்ள தன் சமுதாயத்தைச் சேர்ந்தவர்கள் தான் என்று முஸ்லிம் சொன்னான். "காவலர்கள் என்னும் பெயரில் அவர்கள் தஸ்தாம்பூருக்குப் போனார்கள். பாபா முஸ்தாக்கிமைக் காட்டிக் கொடுத்தவர்களுக்குச் சேர வேண்டிய சன்மானத்தைக் கொடுக்க வந்திருக்கிறோம் என்று அறிவித்தார்கள். அப்படித்தான் அவர்கள் அந்த ஒற்றர்களைக் கண்டுபிடித்திருக்கிறார்கள். அங்கேயே அவர்கள் பனிரண்டு பேரைச் சுட்டுக் கொன்று விட்டார்கள். பாபா முஸ்தாக்கிம் என்னுடைய உறவினர் என்றாலும் எனக்கும்

அந்தக் கொலைகளுக்கும் எவ்விதத் தொடர்பும் இல்லை. அப்படி யிருந்தும் காவல்துறை, நான் செய்தேன் என்றும் என்னுடன் நீங்கள் இருந்ததாகவும் என்மீது குற்றம் சுமத்துகின்றனர்."

பஹ்மாய் கூட்டுக் கொலைக்கும் தஸ்தாம்பூர் இரத்தக்களரிக்கும் பிறகு உத்தரப்பிரதேசம் எங்களுக்கு மிகவும் ஆபத்து நிறைந்ததாக இருந்தது. நாங்கள் மத்தியப் பிரதேசத்திற்குப் போய்விடத் தீர்மானித்தோம்.

அங்கே, அவசியமான பொருட்களை வாங்குவதற்கான பணத்திற்காக சில கொள்ளைகளை நடத்தினோம். ஒரு வழிப்பறி யுடன் எங்கள் செயல்கள் தொடங்கின. தொடர்ந்து சில நெடுஞ் சாலைகளில் பேருந்துகளை நிறுத்தி வியாபாரிகளிடம் இருந்து பணம் பறித்தோம். அத்துடன் சரணடையச் சொல்லி மத்தியப் பிரதேச அரசினுடைய எச்சரிக்கையும் வந்தது.

வானொலியில் நான் கேள்விப்பட்ட செய்தி என்னை மிகவும் வேதனைப்படுத்தியது. என் பெற்றோர்களைக் கைது செய்து சிறையில் அடைத்திருக்கிறார்கள்! அது என்னைக் கீழ்ப்படிய வைப்பதற்கான தந்திரம் என்று மான்சிங் சொன்னான். நான் இறந்து விட்டதாகக் காவலர்கள் அவர்களிடம் சொல்லியிருக்கிறார்கள். பிணத்தை அடையாளம் காட்ட வேண்டி வரும் என்றும் அவர்களிடம் சொல்லியிருக்கிறார்கள் என்பது பிற்பாடுதான் எனக்குத் தெரிந்தது. அதைக் கேட்ட உடனே என் பாட்டி ஆற்றில் குதித்துத் தற்கொலை செய்து கொள்ள முயற்சித்தாள் என்றும் படகோட்டிகள் அவளைக் காப்பாற்றினார்கள் என்றும் அறிந்தேன்.

அச்சூழ்நிலையில் ஒரு நாள் சிறீராமின் தம்பி லாலாராமிடம் இருந்து எனக்கோர் கடிதம் வந்தது.

"உங்களுடைய எதிரி இறந்து விட்டான்!"

ஒரு பெண்ணுக்காக சகோதரர்கள் இருவரிடையே ஏற்பட்ட வாக்குவாதம் முற்றி கைகலப்பாக மாறியதில், லாலாராம் தன் சகோதரனைக் கொன்று விட்டான். எப்படியோ செம்பட்டைப் பிசாசு இந்த உலகத்தில் இருந்து போய்விட்டானில்லையா! என் கைகளால் அவனைக் கொல்ல வேண்டும் என்று நான் ஆசைப்பட்டிருந்தேன் என்றாலும் இதுவும் எனக்கு நிம்மதியாக இருந்தது. ஆமாம், என் ஜென்ம எதிரி கொல்லப்பட்டு

விட்டான்.

சில பேருக்காவது என்னால் பாடம் புகட்ட முடிந்தது என்னும் நினைப்பு என்னைத் திருப்திப்படுத்தியது. செல்வந்தர்களிடம் இருந்து பணத்தை எடுத்து இல்லாதவர்களுக்குக் (ஏழைகளுக்கு) கொடுத்தேன். சீதனம் கொடுத்தேன். ஏழைப் பெண்களுக்குத் திருமணம் செய்து வைத்தேன். கற்பழிப்பவர்களையும், சொத்தை ஏமாற்றிப் பிடுங்கிக் கொண்டவர்களையும், ஒற்றர்களையும் தண்டித்தேன். அதனால் பெருமிதத்துடன் என்னால் தலை நிமிர்ந்து நடமாட முடியும்.

33

எப்படியாவது ஓர் உடன்படிக்கையை உருவாக்கி சரணடைந்து விட வேண்டுமென்று மான்சிங் சொல்லிக் கொண்டே இருந்தேன். நான் அதற்குத் தயாராக இருக்கவில்லை. எல்லோரையும் நான் சந்தேகப் பார்வையுடன் தான் பார்த்தேன். கடைசியில், முஸ்லிம் சரணடையத் தீர்மானித்தது ஒரு பெரிய அடியாக அமைந்தது.

சரண் அடைதல்! அந்த வார்த்தை கூட என்னை மிகுந்த கோபத்துக்கு ஆளாக்கியது. அது தொடக்கத்திலிருந்தே கொள்ளைக்காரர்களிடையே புழங்கிக் கொண்டிருந்த ஒரு வார்த்தை. இப்பொழுது வானொலி, செய்தித்தாள்களில் சாதாரணமாகப் பயன்படுத்தப்பட்டு வருகிறது. என் சங்கத்தினர்களும் அதைப் பற்றியே பேசிக் கொண்டிருக்கின்றனர்.

நகரங்களில் அக்காலத்தில் நிலவிய அரசியல் நடைமுறைபற்றி எனக்கு எதுவும் தெரியாது. காட்டைத் தவிர வேறு எங்கும் நான் வாழ்ந்ததில்லை.

உடனே மற்றவர்களும் சரணடைந்தார்கள்.

அவர்கள் ஆண்கள். பாபா முஸ்தாக்கிமினுடைய மனைவியை அவர்கள் கொன்று விட்டார்கள். நிர்வாணமாக்கி, மாட்டு வண்டியில் படுக்க வைத்து, கிராமத்திலிருந்த தெருக்களில் எல்லோரும் பார்க்கும்படி செய்திருக்கிறார்கள். ஒரு கொள்ளைக் காரனின் மனைவி என்பதைத் தவிர அவள் வேறு ஒரு குற்றமும் செய்திருக்கவில்லை. அவர்கள் என்ன செய்ய நினைக்கிறார்கள் என்று எனக்கு உறுதியாகத் தெரியும். இந்நிலையில் அப்படிப்பட்ட இழிவான செயல்களுக்கு என்னை நானே உட்படுத்திக் கொள்ளத் தயாரில்லை.

மூன்று ஆண்டுகளுக்குப் பிறகு நான் பாபா கனசியாமைப் பார்த்த பொழுது கடந்த கால நினைவுகள் அலையலையாய் வந்து போயின. விக்ரம், சித்தப்பா பாரேலால், பரத் மற்றவர்கள்...

"சரணடைவதைப் பற்றிப் பேசத்தான் நீங்கள் வந்திருக்கிறீர்களா? நான் சரணடைவதில் உங்களுக்கு என்ன இவ்வளவு நிர்ப்பந்தம்?"

நான் கடுமையாகக் கேட்டேன்.

"பூல்சிங்! நான் சொல்வதைக் கேளுங்கள். நீங்களும் எங்களுடன் சேர்ந்து சரணடைந்தால் நமக்கு நியாயமான தீர்ப்புக் கிடைக்கும். பரசுராம் உங்களுக்கும் பிடித்தமானவர் இல்லையா? அவரிடம் போய்க் கேளுங்கள். அவர் எல்லாவற்றையும் உங்களுக்கு விளக்க மாகச் சொல்வார்.

பந்தாரியா கிராமத்தின் சர்பஞ்ச்சான பரசுராம் ஒரு விவசாயி, தாக்கூர். ஓர் ஓய்வு பெற்ற பட்டாளத்தான். அவர் எப்பொழுதும் என்னுடன் என் நம்பிக்கைக்குரியவராக நடந்து கொண்டிருக்கிறார். விவரங்களைத் தெரிந்து கொள்வதற்காக அன்றிரவு அவரை நான் போய்ப்பார்ப்பது என்று தீர்மானித்தேன். அவருடன் பேசிய பிறகு நான் முடிவு சொல்வதாக கனசியாமிடம் கூறினேன்.

நள்ளிரவில் நாங்கள் அங்கே சென்றோம். அருகிலிருந்த குன்றின் மேல் ஆள் அரவமற்ற கோட்டையில் நாங்கள் தங்கிக் கொள்ளலாம் என்று பரசுராம் சொன்னார். அவர் எங்களுக்கு சூடான உணவையும் கொடுத்தார். திருப்தியான உணவுக்குப் பிறகு, சங்கத்தினர்கள் ஓய்வெடுத்தனர். அவருக்கு முன்னால் நான் ஒரு விரிப்பில் உட்கார்ந்து கொண்டு பேசினேன்...

"எனக்குத் தெரிந்த ஆளைப் பார்ப்பதற்கு நீ சம்மதிக்க

வேண்டும், பூலான். அவர் என்னுடைய நெருங்கின உறவினர் மட்டுமின்றி, காஷ்மீரில் ஓர் இராணுவ அதிகாரியாகவும் இருக்கிறார்."

அடுத்த நாள் விடியற்காலை, உடலை நடுங்க வைக்கும் குளிர்.

கோடைப்பனியில் பார்க்கவே முடியவில்லை. நாங்கள் தங்கியிருந்த பழைய கோட்டையில் பத்து ஆண்டுகளாக ஒரு வேளை நூறு ஆண்டுகளாகக் கூட இருக்கும் மனித வாடை இருந்ததற்கான அறிகுறிகள் ஏதுமில்லை. பயங்கரமான அமைதி நிலவும் சுற்றுப்புறம். இடிந்து விட்டிருந்த பெரிய கோட்டை மதில்கள்....

சங்கத்தைச் சேர்ந்த இருபத்தியாறு பேரையும் நான் சுற்றிலும் நிற்க வைத்தேன். ஒரு பெரிய பட்டாளப்படையையே எதிர் கொள்ள வேண்டி வரக்கூடும்...

பத்துமணியிருக்கும், பரசுராமும் இன்னொருவரும் வந்து கொண்டிருப்பதாக காவல்காரன் சொன்னான்.

பரசுராமுடன் வந்தவர் மேல் வைத்த கண் எடுக்காமல், நான் அவர்கள் இருவரையும் விரித்திருந்த விரிப்பில் உட்காரச் சொன்னேன்.

புதிதாக வந்திருந்தவனுக்கு சுமார் ஐம்பது வயதிருக்கலாம். அவன் கூர்மையான புத்தியுடையவன் என்பதைப் பார்த்த உடனே புரிந்து கொள்ளலாம்.

"நீங்கள்?" நான் கேட்டேன்.

"நான் ஒரு காவல் அதிகாரி; பெயர் ராஜேந்திர சதுர்வேதி. எனக்கு உங்கள் அப்பாவின் வயதிருக்கும். நீங்கள் என் மகள் மாதிரி. என்னை நம்புங்கள். நான் உங்களுக்கு ஒரு துரோகமும் செய்ய மாட்டேன்."

"உங்களுடைய சாதி?"

"பிராமணன்."

"சொல்லுங்கள், நீங்கள் என்ன பேச வேண்டும்."

"உங்களுக்காக நான் ஓர் ஆலோசனையுடன் வந்திருக்கிறேன்.

மத்தியப் பிரதேச அரசிடம் சரணடைவதாக இருந்தால், எல்லா விதத்திலும் அது ஒரு நல்ல காரியமாக இருக்கும்."

"என் குடும்பம் உத்தரப்பிரதேசத்தில் இருக்கிறது. அவர்களுக்கு என்ன நடக்கும்? அவர்களை யார் காப்பாற்றுவார்கள்?"

"உங்களுக்கோ எனக்கோ எந்தப் பிரச்சினையும் வராமல், அக்காரியங்களைப் பற்றிப் பேசுவதுதான் என் உத்தேசம். நீங்கள் என்மீது முழு நம்பிக்கை வைக்கலாம். நாம் ஒரு முடிவுக்கு வரலாம்." இரவில் என் ஆட்களின் பாதுகாப்புடன் அவர் திரும்பிச் சென்றார்.

மலையடிவாரத்தில் இருந்த காரை அடைய, இருளில் அவர் வெகுதூரம் நடக்க வேண்டியிருந்தது.

சில நாட்கள் கழிந்த பிறகு, நான், அந்த மனிதன், நாங்களிருவரும் சாப்பிட்டுக் கொண்டிருந்தது, தவிர இன்னும் சில படங்களும் முன்பக்கத்தில் வெளியாகியிருந்த செய்தித்தாள் ஒன்றை என்னிடம் காட்டினார்கள்.

"பூலான்தேவி நல்லவள், அவள் சரணடையத் தேவையான எல்லாவற்றையும் என்னால் செய்ய முடியும்" என்று படங்களின் கீழ் குறிப்பிடப்பட்டிருந்ததை மான்சிங் என்னிடம் படித்துக் காட்டினான்.

அந்த மனிதன் என்னை வஞ்சித்திருக்கிறான்.

அவர்களுக்கு எப்படி இந்தப் புகைப்படங்கள் கிடைத்தன என்று எனக்குத் தெரியவில்லை.

அந்த மனிதன் இவைகளை எடுத்திருக்கிறான் என்று எனக்குத் தெரிந்திருந்தால் நான் அந்தக் கேமராவை உடைத்திருப்பேன். அவர் என்னைப் பார்த்ததாகவும் (அது உண்மைதான்) நான் சரணடையப் போவதாகவும் எழுதப்பட்டிருந்தது.

அவர் ஏன் இப்படிச் செய்திருக்கிறார். நான் எதையும் தீர்மானித்திருக்கவில்லை.

யாரும் எப்போதும் என் புகைப்படத்தைப் பார்த்ததில்லை. இப்பொழுது அவர் என்னைப் பெரிய ஆபத்தில் சிக்கவைத்தி ருக்கிறார்!

நேராக உத்தரப்பிரதேசத்திற்குக் கிளம்பினோம். இரண்டு வார காலம் எங்கும் நிற்காமல் நாங்கள் பத்திரமாக ராஜஸ்தான் எல்லையின் வழியாக வடக்கே பயணம் செய்தோம்.

ராஜேந்திர சதுர்வேதி, அவருடைய அதிகாரத்திற்கு உட்பட்டிருந்த மத்தியப்பிரதேசத்தில் வைத்து நான் சரணடைய வேண்டும் என்று நினைத்துக் கொண்டிருப்பார். ஆனால் அக்காரியத்தை நான் நான் மட்டுந்தான் தீர்மானிப்பேன்!

முஸ்லிம் சரணடைய விரும்பினான். கனசியாமும் மான்சிங்கும் அவனுக்குப் பின்னால் இருந்தார்கள். அவர்கள் அனைவரும் என் முடிவுக்காகக் காத்திருக்கிறார்கள்.

நான் சரணடைவதில் இவர்களுக்கு ஏன் இவ்வளவு அக்கறை என்று எனக்குப் புரியவில்லை.

அதிலிருந்து நான் இன்னும் எச்சரிக்கையாய் இருந்தேன்.

பஹ்மாய் கூட்டுக் கொலைக்குப் பிறகு உத்தரப்பிரதேசக் காவலர்கள் என்னைப் பிடிக்க அலைந்து கொண்டிருக்கிறார்கள். அதனால் நான் மிகவும் கவனமாகத்தான் இருந்தாக வேண்டும்.

சில வாரங்களுக்குப் பிறகு முஸ்லிமுடனும் அவன் சங்கத்துடனும் நாங்கள் உத்திரப்பிரதேசத்திலுள்ள அம்பப்பூரில் கூடாரம் போட்ட பொழுது மறுபடியும் தொல்லை தொடங்கியது. இம்முறை ஓர் ஆள் மட்டுமல்ல, ஒரு கூட்டமே என்னைப் பார்க்க விரும்பியது. காவல்காரன் அவர்களைத் தடுத்துநிறுத்தி விட்டு, எங்களை எச்சரிக்கை செய்வதற்காக ஓடிவந்தான்...

"அவர்கள் நிறையப் பேர் இருக்கிறார்கள். ஒரு ஜீப்பில் வந்திருக்கிறார்கள். அவர்களில் ஒருவன் நிராயுதபாணியாக இங்கே வந்திருக்கிறான்."

"யார் அவன்?"

"தன் பெயர் மிர்சாகிப் என்றும் அம்ருதயில் இருந்து வருவதாகவும் அவன் சொல்கிறான். அவனுடன் ஒரு பெண்ணும் இருக்கிறாள்."

"காத்திருக்கச் சொல்"

என்னுடைய அல்லது முஸ்லிமினுடைய சங்கத்தைச் சேர்ந்த

வர்கள் யாருமே இப்படிப்பட்ட ஒரு ஆளைப்பற்றிக் கேள்விப் பட்டதேயில்லை. அவர்களை விசாரிக்கப் போயிருந்த காவல்காரன் பிரமைபிடித்தவன் போலத் திரும்பி வந்தான்.

“உங்களைப் பார்ப்பதற்காக உங்களுடைய அம்மாவையும் கூட்டிக் கொண்டு வந்திருப்பதாக அவன் சொல்கிறான். சகோதரி, அவர்கள் உங்களுடைய தம்பி. சிவநாராயணனுடன் ஜீப்பில் உட்கார்ந்திருக்கிறார்கள்.”

நான் என் அம்மாவைப் பார்த்து இரண்டு ஆண்டுகள் ஆகியிருந்தன என்றாலும், எனக்கு முதலில் கோபம் தான் வந்தது. வந்திருப்பவர்கள் யார் என்றும் அவர்களுக்கும் அம்மாவுக்கும் என்ன தொடர்பு என்று அறிந்து கொள்ள வேண்டும். அவர்களை வரச் சொல்லும்படி காவலனுக்குக் கட்டளையிட்டேன். அம்மா , சிரமப்பட்டு மலையேறி வருவதை நான் பைனாகுலர் மூலாமாக பார்த்தேன்.

“மகளே பூலான்!”

ஓடிச் சென்று கட்டிப்பிடித்துக் கொள்வதற்கு மாறாக, நான் அவளிடம் கோபத்துடன் பேசினேன். “உங்களுக்கு இங்கே என்ன வேலை? அவர்களுக்கும் உங்களுக்கு என்ன உறவு? நான் இங்கே இருப்பது உங்களுக்கு எப்படித் தெரியும்?”

“எனக்கு எதுவும் தெரியாது, மகளே! இந்த மிர்சாகிப்தான் எங்களை இங்கு அழைத்து வந்தது. அவர் உன்னுடன் பேச வேண்டுமாம். பூலான், நான் சொல்வதைக் கேள். அவர்கள் எங்களைப் பலநாட்கள் சிறையில் வைத்திருந்தனர். நீ உயிருடன் இருக்கும் போதே ? இறந்து விட்டதாகச் சொன்னார்கள். எதை நம்புவது என்றே எனக்குத் தெரியாமல் இருந்தது!”

“நீங்கள் என்னை எப்படியாவது கொன்றுவிடவேண்டும் என்று நினைத்திருக்கிறீர்கள்! அதற்காக அவர்கள் உங்களுக்குப் பணம் கொடுத்திருப்பார்கள். உங்களுக்குப் பணம்தான் வேண்டும்!”

“பூலான், நான் சொல்வதைக் கேள். உனக்கு விருப்பமான இடத்தில் அது இட்டாவாகவோ, கான்பூராகவோ நீ சரணடை யலாம். அவர்கள் உனக்குத் துரோகம் செய்ய மாட்டார்கள்.”

சிவநாராயணன் என் அருகில் வந்து என்னைக் கட்டிப்பிடித்துக் கொண்டான். என் தம்பி வளர்ந்து ஆளாகியிருக்கிறான்! அறிவைப்

பறை சாற்றும் கண்கள். அறிவுரை சொல்லும் அளவு, என் காது வரை உயரமாக வளர்ந்துள்ளான்.

கண்களில் நீர்வழிய, கூப்பிய கைகளுடன் அம்மா இன்னும் அழுது கொண்டிருந்தாள். "அவர்கள் சொல்வதைக் கேள் மகளே! அவர்கள் என்ன சொல்ல வந்திருக்கிறார்கள் என்று தெரிந்து கொள்ளலாமில்லையா."

அம்மாவுடன் வந்திருப்பவர்கள் காவலர்கள் என்று உறுதியாகிவிட்டது. அவர்கள், அம்மாவை அடிக்கவோ இல்லையென்றால் மறுபடியும் சிறையில் அடைத்துவிடுவோம் என்றோ பயப்படுத்தியிருக்கலாம் என்று நான் ஊகித்தேன். காவலர்கள் தங்களைப் பல மாதங்களாகத் தொந்தரவு செய்து கொண்டிருக் கிறார்கள் என்று அம்மா சொன்னாள். இருபத்திநாலு மணிநேரமும் அவர்கள் கண்காணித்துக் கொண்டிருப்பதாக அம்மா சொன்னாள். வீட்டில் கடுமையான பட்டினி. அப்பாவிற்கு வேலையில்லை. அவர்கள் சொல்லுக்கு நான் கட்டுப்படவில்லை என்றால் என் குடும்பத்தினருக்கு இன்னும் பல பிரச்சினைகளைத் தருவார்கள். அவர்களுக்காக மிர்சாகிப் சொல்வதைக் கேட்க நான் தீர்மானித்தேன்.

"நான் ஒரு பத்திரிகையாளன். என்னுடன் இருப்பவர்களும் பத்திரிகைத் துறையைச் சேர்ந்தவர்கள் தான். நாங்கள் உங்களுடன் பேசவும், உங்களைப் புகைப்படம் எடுக்கவும் வேண்டும்."

"புகைப்படம் எடுக்க வேண்டாம். அவை வெளிவருவதை நான் விரும்பவில்லை. நாம் பேசலாம்" நான் சம்மதித்தேன்.

"நாங்கள் உத்தரப்பிரதேச முதலமைச்சரைச் சந்தித்தோம். பூலான் தேவி சரணடைந்தால் அரசு அவளுடைய குடும்பத்திற்கு நூறு சென்ட் நிலமும், குடும்பத்தில் உள்ளவர்களுக்கு வேலையும், எல்லோருக்கும் துப்பாக்கி வைத்துக் கொள்ள அனுமதியும் தருவதாக உங்களுடைய அம்மாவிற்கு அவர் வாக்குக் கொடுத் திருக்கிறார். எட்டு ஆண்டு சிறை தண்டனைக்குப் பிறகு உங்களை விடுதலை செய்து விடுவதாகவும் அவர் உறுதி கொடுத் திருக்கிறார்."

"நான் உத்தரப்பிரதேசத்தில்தான் சரணடைய வேண்டும் என்று நீங்கள் நினைக்கிறீர்களா?"

"ஆமாம். வெறும் எட்டு ஆண்டு சிறைத் தண்டனை மட்டும்தான் என்று அவர் வாக்குக் கொடுத்திருக்கிறார் இல்லையா?"

"நான் மத்தியப்பிரதேசத்தில் சரணடைவதில் ஏதாவது பிரச்சனை இருக்கிறதா?"

"எதற்கு அப்படிச் செய்கிறீர்கள்? அது உங்களுடைய ஊர் இல்லையே? இங்கேதான் நீங்கள் சரணடைய வேண்டும். உத்தரப் பிரதேசம் தான் உங்கள் ஊர்."

"சரி. நான் யோசிக்கிறேன்."

இனிமேல் முடிவுகளை நானே எடுக்கத் தீர்மானித்தேன். சதுர்வேதியுடன் இன்னும் நான் பேசவேண்டியிருக்கிறது என்று பரசுராமிற்குத் தெரிவித்தேன்.

தன் வீட்டில் வைத்து சதுர்வேதியுடன் பேச்சுவார்த்தை நடத்துவதற்கான ஏற்பாடுகளை பரசுராம் செய்து தந்தார்.

சதுர்வேதி வருவதற்கு முன்பே நாங்கள் அங்கே போய்ச் சேர்ந்தோம். துப்பாக்கியையும், தோட்டாக்களையும் அனைவரிட மிருந்தும் நான் வாங்கி வைத்துக் கொண்டேன்.

நான் மிகவும் உணர்ச்சிவசப்பட்டுக் கொண்டிருந்தேன். ஏனெனில், விவேகமில்லாத யாரோ ஒருவன் அவரைச் சுட்டு விட்டால், அது எனக்குப் பாதகமாய் முடிந்து விடும். முழுவதுமாய் என்னை நம்பி வந்துள்ள அவரை நான் ஏமாற்றிவிட்டேன் என்று குற்றச்சாட்டை ஏற்க வேண்டி வரும். என் மரியாதையும், வாழ வேண்டும் என்னும் என் ஆசையும் ஆபத்தில் முடிந்து விடும். அவர் எங்காவது கொல்லப்பட்டு விட்டால் மத்தியப்பிரதேசக் காவல்படை முழுவதும் என் இரத்தத்தைக் குடிக்கக் கூக்குரலிடும்.

"நீங்கள் சரணடைவதை எங்கள் அரசாங்கம் அங்கீகரிக்கத் தயாராக இருக்கிறது." அவர் சொன்னார். "பிரதமர் இந்திரா காந்தியின் நேரடி உத்தரவைத் தொடர்ந்து, முதலமைச்சர் அர்ஜீன் சிங் தான் என்னை இங்கே அனுப்பியிருக்கிறார்."

இந்திராகாந்தியைப்பற்றி நான் கேள்விப்பட்டிருக்கிறேன். எனக்கு அவர்மேல் மிகுந்த மரியாதை இருந்தது. எப்படியிருப்பினும் அவரும் ஒரு பெண்தானே? அவருடைய வாழ்க்கை

தமிழில்: மு.ந. புகழேந்தி

பற்றி எனக்கு நிறைய எதுவும் தெரியாது என்றாலும், என்னைப் போல அவரும் தன் வாழ்வில் நிறைய எதிரிகளைச் சந்தித்திருக்க வேண்டியிருந்திருக்கும் என்று நான் ஊகித்தேன். இந்திராகாந்தியைப் பார்க்க ஆசைப்படுகிறேன் என்று ஒரு முறை நான் சதுர்வேதியிடம் தெரியப்படுத்தினேன்.

"அது முடியாது." அவர் சொன்னார். "ஆனால், நம் முதலமைச்சரைப் பார்ப்பதற்கான ஏற்பாடுகளை வேண்டுமானால் நான் செய்து தருகிறேன்."

முதலமைச்சர் என்றால் யாரென்று சத்தியமாக நான் அறிந்திருக்கவில்லை. வயதான, ஓர் உயர்ந்த அரசு அதிகாரி என்று நினைத்துக் கொண்டேன்.

"இல்லை, அவர் ஓர் அரசியல் கட்சியின் தலைவர். ஒரு மாநிலத்தின் தலைவர். நீங்கள் அவருக்கு முன்னால் சரணடைந்தால் அவர் உங்களை கௌரவிப்பார். உங்களுடைய பாதுகாப்பிற்கு ஏற்பாடு செய்ய வேண்டும் என்று பிரதமர் அவரிடம் தனிப்பட்ட முறையில் உத்தரவு பிறப்பித்திருக்கிறார்."

"அப்படியானால், என் குடும்பத்தினர்கள்?".

"அவர்களையும் நீங்கள் இங்கே கூட்டிக் கொண்டு வந்து விடலாம்."

"எனக்கு எத்தனை ஆண்டு சிறைத் தண்டனை?"

"எட்டு ஆண்டுகள்"

"எதற்கு எட்டு ஆண்டுகள்?"

"எட்டு ஆண்டிற்கு நான் ஒத்துக் கொண்டுள்ளேன்."

"சரி. அதுதான் உங்களுடைய எண்ணம் என்றால் அப்படியே ஆகட்டும்."

"சரி , நான் யோசிக்கிறேன்..."

சதுர்வேதியைப் போல சமாதானப் பேச்சுக்கு ஒத்துவராத ஓர் உயர் காவல் அதிகாரி உத்தரப்பிரதேசத்தில் இருந்தார். அவர், கொள்ளைக்காரர்களை எல்லாம் கூண்டோடு அழித்துவிட வேண்டும் என்ற எண்ணம் கொண்டவர். ஆனால், எங்களை

உயிருடன் பிடிக்க வேண்டும் என்னும் உத்தரவுதான் சதுர்வேதிக்கு மேலிடத்திலிருந்து கொடுக்கப்பட்டிருக்கிறது. தங்களுடைய சட்ட திட்டங்களில் அடுத்த மாநிலத்தைச் சேர்ந்த ஒரு காவல் அதிகாரி தலையிடுவது உத்தரப்பிரதேச அரசுக்கு மிகுந்த எரிச்சலைக் கொடுத்தது.

சதுர்வேதி மறுபடியும் வந்தார். இந்தமுறை அவருடன் அவரது மனைவியையும் அழைத்து வந்தார். அழகும் நட்பும் நிறைந்த அவருடைய விழிகளில் கருணை ததும்பிக் கொண்டிருந்தது. அவர்கள் எனக்கு வேண்டி சமைத்த உணவுப் பொருட்களையும், புது ஆடைகளையும், அன்பளிப்புகளையும் கொண்டு வந்திருந் தனர். அந்தப் பாசத்தைக் கண்டு உணர்ச்சி மேலீட்டால் என்னால் பேசக்கூட முடியவில்லை. என் குடும்பத்தினரை மத்தியப்பிரதேசத்துக்கு அழைத்துக் கொண்டு வரப்போவதாகவும் சதுர்வேதி அறிவித்தார்.

தொடர்ந்து மத்தியப்பிரதேச முதலமைச்சரின் சிறப்புத் தூதுவராக ராம்சங்கர் சிங் வந்து சேர்ந்தார். அவரிடம் இருந்த ஒலிநாடாவில் முதலமைச்சருக்கு என் கருத்தைத் தெரிவிக்க வேண்டும் என்று அவர் கேட்டுக் கொண்டார். நான் என் கோரிக்கைகளை வரிசையாகச் சொன்னேன்:

தூக்கில் போடக்கூடாது.

விசாரணையை மத்தியப்பிரதேசத்தைத் தவிர வேறெங்கும் வைத்துக் கொள்ளக்கூடாது.

எட்டு ஆண்டு சிறைத் தண்டனை தான் கொடுக்க வேண்டும்.

என் குடும்பத்தினர்க்குத் தற்காப்பிற்காக துப்பாக்கி வைத்துக் கொள்ள அனுமதிக்க வேண்டும்.

அவர்களுக்கு நிலமும், வாழ்வதற்குத் தேவையான வேலை யையும் கொடுக்க வேண்டும்.

என்னுடைய அனைத்துக் கோரிக்கைகளையும் ஏற்றுக் கொள் வதாக அரசின் அதிகார முத்திரையிட்ட காகிதத்தில் குறித்துத் தரவேண்டும்.

அதற்குப் பிறகு, மற்றொரு குறிப்பில் இதைப் போலவே

முஸ்லிமிற்கும், பாபாகனசியாமிற்கும், அவர்களுடைய சங்கத்தினர்களுடன் சரணடைவதையும் அங்கீகரிக்க வேண்டும் என்று நான் கேட்டுக் கொண்டேன்.

வசந்தகாலம் இன்னும் தொடங்கவில்லை.

என்ன நடக்கப் போகிறது என்பது குறித்து அப்பொழுது நான் மிகவும் எதிர்பார்ப்புடன் இருந்தேன். உணர்ச்சி வசப்பட்டுக் கொண்டும் இருந்தேன்.

எதிர்பார்த்துக் கொண்டிருந்த அரசின் கடிதத்துடன் ராஜேந்திர சதுர்வேதியும், ராம் சங்கர் சிங்கும் வந்தபொழுது நான் பரசுராமினுடைய வீட்டில் இருந்தேன். அது அதிகார முத்திரையிடப்பட்டிருந்த கடிதம். மேலே இந்திய அரசாங்கம் என்ற முத்திரை வைக்கப்பட்டிருந்தது.

என் கோரிக்கைகளெல்லாம் அதற்குக் கீழ் எழுதப்பட்டிருந்தன. கீழே கையெழுத்துக்களும் இருந்தன. பரசுராம், கடிதத்தை எனக்கும், என் சங்கத்தினர்களுக்கும் படித்துக் காட்டினார்.

"இனி நீங்கள் கையெழுத்திடுங்கள்" சதுர்வேதி சொன்னார்.

ஒரு பேனாவைக் கொண்டு எப்படிக் கையெழுத்துப் போடுவது என்று எனக்குத் தெரியாது.

நான் கணக்குப் பிள்ளை முனிராமிடம் எனக்குப் பதிலாகக் கையெழுத்திடச் சொன்னேன்.

அதற்குப் பிறகு நான் சங்கத்தினர்களைப் பார்த்துச் சொன்னேன்.

"இப்பொழுது நீங்கள் சுதந்திரமானவர்கள். நீங்கள் என்னுடன் இருக்கவோ, என்னைவிட்டுப் போகவோ செய்யலாம்."

மான்சிங் அறையை விட்டு வெளியே போய், மாடியிலிருந்து கீழே குதித்து, காட்டிற்குள் போனான். மற்றவர்கள் என்னுடன் இருந்தனர்.

"இனி, நீங்கள் தான் ஒரு நாளை முடிவு செய்ய வேண்டும்." சதுர்வேதி சொன்னார். "எப்பொழுது சரணடைகிறீர்கள்?"

"ஆறு நாட்களுக்குள்".

அவர்கள் சுவரிலிருந்த காலண்டரைப் பார்த்தார்கள்.

"12, பிப்ரவரி, 1983."

ஆறு இரவு பகல்கள்...

எல்லாம் நல்லபடியாக முடியும் என்று என்னை நானே சமாதானப்படுத்திக் கொள்ள முயற்சி செய்து கொண்டிருந்தேன்.

அவர்கள் சொன்ன சொல்லைக் காப்பாற்றுவார்களா? என்னைத் தூக்கில் போடமாட்டார்கள் என்பதில் உறுதியாக இருப்பார்களா?

அந்த நிச்சயமில்லாத் தன்மை என் மனதை சந்தேகப்பட வைத்தது.

இனிமேல் கிராமங்களுக்குள் போகக்கூடாது என்றும், குறிப்பிட்ட நாள்வரை அமைதியாக இருக்க வேண்டும் என்றும் சதுர்வேதி கட்டளையிட்டார். இருப்பினும் என்னைப் பார்க்க விரும்பியவர்களைப் பார்க்க முடியவில்லையே என்ற வருத்தம் எனக்கிருந்தது.

ஆடுமாடு மேய்ப்பவர்கள் முதல் செல்வந்தர்கள் வரை எல்லோரும் என்னைப் பார்க்க விரும்பினர். அவர்களுடைய கிராமங்களை நான் ஆசிர்வதிக்க வேண்டும் என்றும், அவர்களுடைய வீடுகளைப் புனிதப்படுத்த வேண்டும் என்றும் அவர்கள் வேண்டிக் கொண்டனர். செல்வந்தர்கள் அவர்களுடைய 'காணிக் கைகளை' ஏற்றுக் கொள்ளவேண்டும் என்று சொன்னார்கள்.

ஏழைகள், நான் அவர்களுடைய வேண்டுதல்களைக் கேட்க வேண்டும் என்று சொன்னார்கள்.

தமிழில்: மு.ந. புகழேந்தி

34

ஆறு இரவு பகல்களை நான் கிராமங்களில் கழித்தேன். ஏதாவது ஒரு வீட்டில் உணவருந்தி உறங்கினேன்....

விக்ரம் உயிருடன் இருந்திருந்தால் நாங்கள் ஒன்றாகச் சரணடைந்திருப்போம்.

மரணமடைவதற்கு முன் ஒரு நாள் அவர் என்னிடம் சொன்னவை நினைவுக்கு வந்தன: "சிறீராம் தரவேண்டிய பணம் கிடைத்து விட்டதென்றால் நாம் இந்த வாழ்க்கையை விட்டுவிடவேண்டும் பூல்சிங்!"

செய்த குற்றங்களுக்கு அபராதம் செலுத்திவிட்டோ அல்லது சிலகாலம் சிறைத்தண்டனை அனுபவித்து விட்டோ நாங்கள் மகிழ்ச்சியாக வாழ்ந்திருப்போம். ஆனால் நடந்ததோ? விக்ரம் அகால மரணமடைந்து விட்டார். நானோ பழிவாங்கும் உணர்வு கொண்ட வளாய் அலைந்து கொண்டிருந்தேன்.

கடைசிநாள்.

காட்டுப் பகுதியில் உள்ள கப்பற்படைப்பிரிவுக்குச்

சொந்தமான ஒரு திறந்த வெளியில் காவலர்கள் ஒரு பெரிய பந்தல் போட்டு அலங்கரித்தார்கள். நிறைய மின்விளக்குகள்..

மக்கள் கூட்டத்தின் இடையில் உள்ளே நுழைந்த என்னைப் பாதுகாப்பாய் கவனித்துக் கொண்டனர். பத்திரிகையாளர்கள் என்னைச் சூழ்ந்து கொண்டார்கள்.

நடு இரவில் ஒரு காவலர் வண்டியில் கனசியாமையும் சங்கத் தினர்களையும் கொண்டு வந்தார்கள். மனம் மாறிய மான்சிங்கும் அவர்களுடன் இருந்தான்.

கேமரா, டேப்ரிக்கார்டர் சகிதம் செய்தியாளர்கள் என்னைச் சுற்றித் தேனீக்களைப் போல மொய்த்துக் கொண்டனர்.

"என்னைத் தனியாக இருக்க விடுங்கள்! இங்கிருந்து வெளியே போங்கள்!" ஒரு பைத்தியக்காரியைப் போல நான் அவர்களைப் பார்த்துச் சீறினேன்.

நான் சாப்பிடவோ தண்ணீர் குடிக்கவோ இல்லை. முதல்நாள் இரவு சிறிது நேரங்கூட தூங்கியிருக்கவில்லை. காலையில் என் உடல் நிலை குறித்துச் சோதனை செய்ய மருத்துவர் வந்தார்.

எனக்கு விஷம் கொடுக்கப் போகிறார்கள் என்று என் ஆட்கள் நினைத்துக் கொண்டனர்.

"பூலான் உடம்புக்கு என்ன, டாக்டர்?" மான்சிங் கோபத்துடன் கேட்டான்.

"ஒன்றுமில்லை. அவர் மன இறுக்கத்துடன் இருக்கிறார். அவரால் அதைத் தாங்கிக் கொள்ள முடியாது என்பது தெரியு மில்லையா? அதனால் தான் இப்படியிருக்கிறார்."

விடியற்காலை ஆறுமணிக்கு அவர்கள் எங்களை வெயியே வரச் சொன்னார்கள். எங்கு பார்த்தாலும் மக்கள் கூட்டம். நிறைய வாகனங்கள் நின்றிருந்தன.

செய்தியாளர்கள் என்னைச் சூழ்ந்து கேள்விக்கணைகளைத் தொடுத்த வண்ணம் இருந்தனர். என் ஆட்கள் ஒரு பேருந்திலும் நான் சதுர்வேதியுடன் காரிலும் ஏறினோம்.

"செய்தியாளர்களிடம் கோபப்பட வேண்டாம், பூலான். அவர்கள் உங்களைப் பற்றி மோசமாக எழுதி விடுவார்கள்"

என்று சதுர்வேதி அறிவுரை செய்தார்.

"நாம் எங்கே போகிறோம்?" நான் வினவினேன்

"முதலில் கோயிலுக்குப் போகப் போகிறோம்" என்றார் சதுர்வேதி. கோயிலுக்கு வெளியே எங்களைச் சுற்றிக் கூடிவிட்ட மக்கள் கூட்டத்தைக் கலைப்பதற்காகக் காவலர்கள் வானத்தைப் பார்த்து சுட வேண்டி வந்தது.

சதுர்வேதியிடம் எனக்குக் கோபம் வந்தது. ஏனெனில், என்னுடைய ஸ்டென் அவருடைய தோளில் தொங்கிக் கொண்டிருந்தது. நான் அதைப் பிடுங்க முயன்றேன். அந்தக் காட்சியை ஒரு நிருபர் உடனே புகைப்படம் எடுத்தார்.

ஆனால், இதைப் பார்த்துக் கொண்டிருந்த ஒரு காவல் அதிகாரி நொடியில் அவர்மேல் பாய்ந்து புகைப்படக்கருவியை வாங்கி நெகட்டிவை எடுத்துக் கொண்டார்.

இறைவனை வழிபட்டு விட்டு நாங்கள் கிளம்பினோம். ஒரு பெரிய கட்டடத்தின் முன் கார் நின்றது.

அது ஒரு பள்ளிக்கூடம். அங்கு காவலர்கள் தற்காலிக முகாம் ஒன்றை அமைத்திருந்தனர்.

ஹோம் கார்டுகள் எங்கள் காரை வளைத்து நின்று கொண்டார்கள்.

நாங்கள் காரில் இருந்து இறங்கி, ஓர் ஆளில்லாத அறைக்குள் நுழைந்தோம்.

எங்களைச் சீக்கிரம் தயாராகச் சொல்லி சதுர்வேதி கட்டளை இட்டார். "முதலமைச்சர் இப்பொழுது வந்து விடுவார். கழிப் பறைகளும் குளியலறைகளும் அதோ அங்கே இருக்கின்றன."

"உங்களுக்குத் தேவையான புத்தாடைகளும் தயாராக இருக் கின்றன. நீங்கள் முதலமைச்சரின் முன் சென்று, ஆயுதங்களை அவர் காலடியில் வைத்துவிட்டு, அவரை வணங்க வேண்டும்."

ஓ, அப்படியானால், சரணடைவது என்பது இதுதானா!

ஆயுதங்களை அவர் காலடியில் வைத்துவிட்டு, அவரை வணங்குவது, அவ்வளவுதான். மந்திரங்களை உருப்போடும்

பிராமணன் இருப்பான், சாப்பாடு இருக்கும், என்னை ஏதாவது சொல்லச் சொல்வார்கள் என்றெல்லாம் நான் நினைத்துக் கொண்டிருந்தேன். அறையின் ஒரு மூலையில் கனசியாமும், ஆட்களும் புத்தாடை அணிந்து, முதலமைச்சரிடம் இருந்து பரிசு பெறப் போகிறவர்களைப் போல திருப்தியுடன் நின்று கொண்டிருந்தார்கள். நான் குளிக்கச்சென்றேன். காட்டில் அலைந்ததினாலும், வியர்வையினாலும் நாற்றத்துடன் கசங்கியிருந்த சட்டையையும் காலணியையும் கழட்டிவிட்டு, தலைவாரிக் கொண்டேன். குளிர்ந்த நீரால் முகம் கழுவிக் கொண்டேன். அப்பொழுது என் கைகள் நடுங்கிக் கொண்டிருந்தன.

நான் திரும்பி வந்த பொழுது அவர்கள் என் துப்பாக்கியையும் குண்டுகள் இருந்த கச்சையையும் என்னிடம் திருப்பிக் கொடுத்தனர். துப்பாக்கியில் இருந்து குண்டுகள் எடுக்கப்பட்டுவிட்டன என்றாலும் கச்சையில் நிறைய குண்டுகள் இருந்தன.

வெளியே ஆரவாரம் (கூச்சல்). அங்கே ஒரு மேடை அமைக்கப்பட்டிருந்தது. அதிலிருந்து ஒருவர் ஒலிபெருக்கியில் மக்களிடையே உரையாற்றிக் கொண்டிருந்தார். பிரதேச மொழி வேறுபாட்டினாலோ என்னவோ என்னால் ஒரு வரியைக் கூடப் புரிந்து கொள்ள முடியவில்லை. இரண்டு காவல் அதிகாரிகள் ஓடிவந்து, அவனை மேடையிலிருந்து பிடித்து இறக்கிக் கொண்டிருப்பதைப் பார்த்தேன்.

மான்சிங் சிரித்தான்: “இன்றைக்குச் சரணடையப் போகின்ற கொள்ளைக்காரர்களின் பெயர்களை அவன் அறிவித்துக் கொண்டிருந்தான். ஆனால், உங்களுடைய பெயர் வரும்பொழுது அந்த முட்டாளுக்கு என்னவோ ஆகிவிட்டது. அவன், இந்நாட்டின் முதலமைச்சர், பூலான் தேவியின் முன்னால் சரணடையப் போகிறார் என்று சொல்லிவிட்டான். அதனால் தான் அவர்கள் அவனைப் பிடித்துக் கீழே இறக்கி விட்டார்கள்.”

மான்சிங் ரசனையுடன் கூறியது எனக்கும் சிரிப்பை வரவழைத்தது.

அப்பொழுது சதுர்வேதி வந்து முதலமைச்சர் வந்து விட்டதாகத் தெரிவித்தார்.

முதலமைச்சர் மேடைக்கு வந்து விட்டார். நான் தான் முதலில் போக வேண்டும்.

காவல் அதிகாரிகள் என்னைச் சுற்றிலும் நின்று கொண்டார்கள். என் துப்பாக்கிகளை மேலும் ஒரு முறை சோதனை செய்து கொள்கிறோம் என்று மிகவும் பணிவுடன் கேட்டார்கள். அவர்கள் துப்பாக்கியைத் திருப்பிக் கொடுத்தபொழுது நான் அதை வழக்கம்போலத் தோளில் மாட்டிக் கொண்டேன். அவர்கள், என்னை மேடைக்கு வரச் சொன்னார்கள்.

மேடை உயரமாக இருந்தது. கீழே மக்கள் வெள்ளம் என்னை உற்றுப் பார்த்துக் கொண்டிருந்தது. மேலே சுட்டெரித்துக் கொண்டுள்ள உச்சி வெயில்.

மேடையின் ஒரு பக்கத்தில் மூன்று வண்ணச் சித்திரங்கள். ஒன்று, கொள்ளைக்காரர்கள் சரணடைய வழி வகுத்தவரான ஆச்சார்யா வினோபாவினுடையது. அடுத்தது மகாத்மா காந்தியினுடையது.

"பூலான் தேவி இப்பொழுது தன் ஆயுதங்களைக் கீழே வைக்கப் போகிறார்." ஒலிபெருக்கியில் ஒருவர் அறிவித்தார்.

"தானே முன்வந்து சரணடையும் அவருடைய முடிவை அரசு அங்கீகரித்துள்ளது. அவருடைய கோரிக்கைகளையும் அரசு ஏற்றுக் கொண்டுள்ளது. இல்லை, அவர் அரசாங்கத்தினுடைய நிபந்தனைகளை ஏற்றுக் கொண்டுள்ளார்."

முதலில் தவறாகப் பேசிக் கொண்டிருந்த அதே ஆள்தான் அப்பொழுதும் ஒலிபெருக்கியில் பேசிக் கொண்டிருந்தான்.

நொடிப்பொழுதில் செய்தியாளர்கள் நூற்றுக்கணக்கான படம் எடுத்தார்கள். ஓர் உயர்காவல் அதிகாரி என்னைப் பிடித்து முன்னால் நிற்க வைத்தார்.

"துப்பாக்கியை மரியாதைக்குரிய முதலமைச்சரிடம் கொடு" அவர் சொன்னார்.

நான் நடுங்கும் கைகளால் தோளிலிருந்து துப்பாக்கியை எடுத்து அவரிடம் கொடுத்த பிறகு, குண்டுகள் இருந்த கச்சையை எடுத்து அவருடைய கைகளில் வைத்தேன். அருகில் நின்று கொண்டிருந்த காவல் அதிகாரி கைகூப்பி வணங்கும்படி சைகை செய்தார்.

முதலமைச்சரையும் தொடர்ந்து சபையையும் நான் வணங்கினேன். பூமாலையை அவருடைய கழுத்தில் நான் அணிவிக்க முயன்றபோது, அதிகாரி அதைத் தடுத்தார். "கழுத்தில் அணிவிக்க

வேண்டாம். அவருடைய கையில் கொடுத்தால் போதும்" அவர் சொன்னார்.

முதலமைச்சர் புன்னகைத்தபடியே "அவள் அப்படியே செய்து கொள்ளட்டும்!" என்றார்.

அதற்குப் பிறகு நான் ஒரு பூமாலையை எடுத்து துர்காதேவி யினுடைய படத்திற்குச் சார்த்தினேன்.

என் உள்மனதால் நான் சரணடைந்தது துர்காதேவியின் முன்னிலையில் தான்.

தொடர்ந்து மான்சிங், கனசியாம், சங்கத்தினர் ஒவ்வொருவராக வந்தனர். ஒரே சடங்கு, ஒரே பூமாலை, சபையில் இருந்து ஒரே உற்சாகக்குரல்...!

இறுதியாக, என்னை நகரத்திற்கு வெளியில், நடுக்காட்டில் உள்ள ஒரு சிறு வீட்டிற்குக் கொண்டு சென்றார்கள். அங்கே இன்னொரு கூட்டம். பத்திரிகை நிருபர்கள் காத்துக் கொண்டிருந்தார்கள். அங்கே ஒரு சிறப்புக் கூட்டம் ஏற்பாடு செய்திருப்பதாக என்னிடம் சொன்னார்கள். நான் அவர்களுடைய கேள்விகளுக்குப் பதில் சொல்ல வேண்டும் என்று காவலர்கள் விளக்கினார்கள்.

பத்திரிகைக்காரர்களின் சரமாரியான கேள்விகள்...

"இப்பொழுது உங்களுக்கு என்ன தோன்றுகிறது?"

"ஒரு துப்பாக்கியும் இல்லாமல் இருப்பது எப்படி இருக்கிறது?"

"நீங்கள் எதற்காக மத்தியப்பிரதேசக் காவல்துறையை நம்பினீர் கள்?" இங்கிருந்து ஓடிப்போய்விட வேண்டும் என்று எனக்குத் தோன்றியது.

மத்தியப்பிரதேச அரசு வாக்குறுதிகளைக் கொடுத்துள்ளது என்பதை மட்டுமே என்னால் சொல்ல முடிந்தது.

தொடர்ந்து வந்து கொண்டிருந்த கேள்விகள் என்னைக் குழப்பின. நான் அவர்களிடம் ஒரு கேள்வியைத் திருப்பிக் கேட்டேன்.

"சரி, இப்பொழுது உங்களுக்கு என்ன தோன்றுகிறது?"

"எப்படியோ, நீங்கள் ஆயுதங்களைக் கீழே போட்டு விட்டது

எங்களுக்கு மகிழ்ச்சியைத் தருகிறது" என ஒருவர் பதிலளித்தார்.

"சரி, உங்களுக்கு மகிழ்ச்சி என்பதை நினைத்து நானும் மகிழ்ச்சியடைகிறேன். தயவு செய்து இனியாவது எனக்குச் சற்று ஓய்வு தாருங்கள்."

அந்த அக்னிப் பரிட்சைக்குப் பிறகு காவலர்கள் எங்களை ஜீப்பில் ஏற்றினார்கள். குவாலியருக்குப் போனோம். எங்களுடைய வாகன வியூகத்தில் மூன்று வாகனங்கள் இருந்தன.

குவாலியர் காவல் அதிகாரியுடன் நான் ஒரு ஜீப்பிலும், தொடர்ந்து பின்னால் வந்து கொண்டிருந்த காரில் கனசியாமும் பயணம் செய்தோம். அதற்கும் பின்னால் இன்னொரு கார் வந்து கொண்டிருந்தது. ஓரிடத்தில் ஜிப் நிற்கவும், மூன்றாவது காரில் இருந்த ஒரு காவல் அதிகாரி இறங்கி எங்கள் அருகில் வரவும் செய்தார்.

"அவருக்கு உங்களுடன் ஒரு வார்த்தை பேச வேண்டியிருக்கிறது. தயவு செய்து என்னுடன் வாருங்கள்."

நான் ஜீப்பில் இருந்து இறங்கினேன். அடுத்த நிமிடம் ஒரு ஸ்டென் துப்பாக்கி என்னை நோக்கி நீண்டது. என்ன நடக்கிறதென்று புரிந்து கொள்ள முடியவில்லை. கண்மூடித் திறப்பதற்குள் காவலர்கள் என்னை வளைத்து பாதுகாப்பாய் நின்றார்கள். ஸ்டென் வைத்திருந்தவனுக்கு நேராகத் துப்பாக்கியை நீட்டினார்கள். என்னை ஜீப்பில் ஏற்றி வேகமாக ஓட்டிக் கொண்டு போனார்கள்.

இந்த நாடகம் ஒரு நிமிடத்தில் முடிந்து விட்டது. அப்பொழுது காவலர்கள் வானொலியில் இருந்து ஒரு அறிவிப்பு வந்தது. "பூலான் தேவி ஒரு கொலை முயற்சியில் இருந்து இதோ, ஆச்சரியப்படும் படியாக தப்பித்துக் கொண்டுள்ளார்!" ஸ்டென் வைத்திருந்தவன் இட்டாவா ஜில்லா காவல் அதிகாரிபோல் வேடமணிந்து வந்த ஒரு பயங்கரவாதி. நல்ல வேளையாக மத்தியப்பிரதேசக் காவலர் கள் அவனைத் தக்க சமயத்தில் பிடித்து விட்டார்கள்.

குவாலியர் காவல் அதிகாரி தாங்கமுடியாக் கோபத்தில் இருந் தார்! "நீங்கள் எதற்கு வாகனத்தில் இருந்து கீழே இறங்கினீர்கள்?" அவர் கேட்டார். "நீங்கள் மிகவும் எச்சரிக்கையாக இருக்க வேண் டும், பூலான். நாங்கள் உங்களுடைய உயிரைக் காப்பற்றப் பெரும் முயற்சி செய்து கொண்டிருக்கும் பொழுது, இப்படி ஒரு நிகழ்ச்சி

நடந்திருக்கிறது."

நாங்கள் வேகமாக சிறைக்குப் போனோம். சிறையைத் தவிர வேறு எந்த வித நினைப்பும் என் மனதில் இல்லை. பாதை ஓரங்களிலிருந்த நிழல் மரங்கள், காட்டைப் போல, என் சுதந்திரத்தைப் போல, என்னுள் இருந்து அகன்று ஓடிப்போய்க் கொண்டிருப்பதை வேறு வழியின்றிப் பார்த்துக் கொண்டிருந்தேன்...

சிலநாட்களுக்கு முன்பு நடந்த ஒரு சம்பவம் என் நினைவிற்கு வந்தது.

நாங்கள் கூடாரம் போட்டிருந்த இடத்திற்கு அருகிலிருந்த புனிதனுடைய பாதத்தை வணங்குவதற்காக நான் அந்தக் கோயிலுக்குப் போயிருந்தேன்.

"நீ இவ்வளவு காலம் ஏன் என் கோயிலுக்கு வராமலிருந்தாய்?" அவர் கோபத்துடன் கேட்டார்.

"பாபா, உங்களுக்கு கொள்ளைக்காரர்கள் என்றால் வெறுப்பு இல்லையா? நீங்கள் என்னை சாபமிட்டு விடுவீர்கள் என்று எனக்குப் பயமாக இருந்தது."

"உன்னை இவ்வளவு அருகில் பார்த்ததில் எனக்கு மகிழ்ச்சி யாக இருக்கிறது மகளே! நீ கோயிலுக்கு வா."

நாங்கள் கோயிலுக்குப் போய் எல்லா தெய்வங்களுக்கும் வழிபாடுகள் நடத்தினோம். திடீரென்று, அந்தப் புனிதன் என் கண்களை உற்றுப்பார்த்து விட்டுச் சொன்னார். "ஆறு மாதங் களுக்குள் நீ சிறைப்பட்டு விடுவாய், மகளே!"

"அப்படிச் சொல்லாதீர்கள், அதைவிட நான் இறந்து விடுவதே மேல்!" என்று நான் சொன்னேன்.

இனிமேல் எந்தக் காவல் அதிகாரியுடனும் பேசக்கூடாது என்றும், சரணடையக்கூடாது என்றும் அன்றைக்கு நான் சபதம் செய்திருந்தேன்...

ஜீப் குலுங்கவும், அந்தப் புனிதனுடைய வாக்கை நான் மறந்து விட்டிருந்தது எனக்குப் புரிந்தது.

ஆமாம், என்னுடைய விதியை நான் மறந்து விட்டிருக் கிறேன்!

தமிழில்: மு.ந. புகழேந்தி

35

கனமான இரும்புக் கதவுகள் ஜீப்பை விழுங்கிக் கொண்டன. உள்ளே போய் நாங்கள் ஜீப்பில் இருந்து இறங்கினோம். ஒரு கோட்டைக்குள் நுழைந்ததைப் போலிருந்தது. எங்களை ஒரு கட்டடத்திற்குள் கூட்டிக் கொண்டு போனார்கள்.

சிறைச்சாலை இப்படி இருக்கும் என்று நான் நினைக்கவில்லை. இருநூறு முந்நூறு கைதிகள் கூட்டமாய் நெருக்கியடித்துக் கொண்டிருக்கின்ற ஒரு பெரிய அறையில் என்னை இருக்கச் சொன்னது என்னை நிம்மதியிழக்கச் செய்தது. தனியறையொன்று கொடுப்பதாக எனக்கு வாக்குறுதி கொடுத்திருந்தனர். அது என்ன ஆனது என்று தெரியவில்லை. ஒரு இரும்புக்கட்டிலும் விரிப்பும் போடப்பட்டிருந்தன. மிகவும் களைத்திருந்த என்னை வயிற்று வலி வாட்டத் தொடங்கியது. கடைசியில் சிறைச்சாலை மருத்துவர் வர வேண்டியிருந்தது. அவர் எனக்கு வலி நிவாரண மாத்திரையைக் கொடுத்தார். எங்கே வலிக்கிறது என்று கேட்டபோது நான் சலித்துக் கொண்டேன். எல்லா இடங்களிலும் வலி இருந்தது.

நான் பூலான்தேவி

மறுநாள் விடியற்காலை நாலு மணிக்கு, காட்டிலிருந்தது போல் வழக்கப்படி நான் விழித்துக் கொண்டேன்..

புதிய 'காட்டை' நான் தெளிவாகப் பார்த்தேன். அறைக்கு வெளியே, மூன்று பெரிய ஆலமரங்கள். ஒரு சிறு ஆலமரம், அதற் கருகில் உயரமான மண்மேட்டின்மேல் அமைந்த சிவன்கோவில், ஒரு மூலையில் கேண்டீன்.

முற்றத்தில் இருந்த தண்ணீர்க்குழாயின் அருகில் முகம் கழுவுவதற்காக கைதிகள் கூட்டமாய் நின்று கொண்டிருந்தனர். அங்கே நிற்காமல், நாங்கள் நேற்று உள்ளே வந்த உயரமான இரும்புக் கதவுவரை நான் நடந்தேன்.

"கதவைத் திறங்கள். நான் வெளியே போக வேண்டும்." நான் சொன்னேன்.

"தயவு செய்து, சகோதரி, என்னைத் திறக்கச் சொல்லிக் கேட்காதீர்கள்" என்று கார்டு கெஞ்சினான்.

"ஏன்?"

"எனக்கு, என் வேலை போய்விடும்."

"நீங்கள் என்ன சொல்கிறீர்கள்? எனக்கு வெளியே போய்வரும் சுதந்திரம் கிடையாதா?"

கொள்ளைக்காரர்களில் சிலர் என்னருகில் வந்தார்கள். அவர் களைப் போல என்னையும் சிறைச்சாலை வளாகத்திற்குள் உலாத்திக் கொள்ள வேண்டும் என்று சொன்னார்கள்.

"வெளியே அடர்ந்த காடு இருக்கிறதில்லையா? எனக்குக் காலைக் கடன்களை முடித்துக் கொள்ள வெளியே போகவேண்டி யிருக்கிறது."

"அதற்கு அனுமதி கிடையாது. நாங்கள் சொல்வது போலத்தான் நீங்கள் நடக்க வேண்டும்."

ஆமாம். நான் வஞ்சிக்கப்பட்டிருக்கிறேன்.....

கழிப்பறை எங்கே இருக்கிறது என்று தேடினேன். எல்லோராலும் பயன்படுத்தப்படுகின்ற, இடிந்த ஒரு மிகப்பழைய கட்டடத்தை அவர்கள் சுட்டிக் காட்டினார்கள்.

நாற்றம் தாங்க முடியவில்லை. மயக்கம் வரும் போலிருந்தது. இறைவனை வேண்டிக்கொண்டேன். வெறுங்காலுடன் இருந்த நான் சுற்றிலும் இருந்த அசிங்கங்களைத் தாண்டி ஓடினேன். கோபத்துடன் நான் திட்டியதைக் கேட்ட காவல்காரர்கள் கழிவறையைச் சுத்தப்படுத்துவதற்காக இரண்டு கைதிகளை ஏற்பாடு செய்தனர். ஆனால், அவர்கள் கொஞ்சம் மலத்தை வாளியில் எடுத்துக் கொண்டு போய் வெளியில் இருந்த குழியில் கொட்ட மட்டுமே செய்தனர். அப்பொழுது அங்கேயும் துர்நாற்றம் பரவியது. அவ்வளவு தான்.

தரப்பட்ட, ஒரு குடம் தண்ணீரில் குளித்து முடித்தேன். அவர்கள் கொடுத்த காலை உணவு வயிற்றைக் குமட்டச் செய்தது. தீய்ந்து போன சப்பாத்தியும் பருப்பும். சப்பாத்திக்குப் பயன்படுத்திய கோதுமை மணல்கரைத்து அரைத்தது போலிருந்தது. நெய்யில்லை. பழைய எண்ணெயில் செய்திருந்தார்கள் போலிருக்கிறது.

தேநீரோ கலங்கிய யமுனையின் சேற்றுத் தண்ணீர்போல் இருந்தது. தண்ணீருடன் திருப்தி அடைந்து கொண்டேன்.

இவ்வாறாக, சிறையில் எனது முதல் நாள் வாழ்க்கை ஏதோ வேண்டுதலுக்காக நான் பட்டினி இருந்தது போல் அமைந்தது.

அப்பொழுது வெளிக்கதவருகில் மக்கள் கூட்டம் நின்றிருந்தது. சிலர் கதவின்மேலிருந்த கம்பிகளின் மேல் ஏறிநின்று கொண்டு காவல்காரர்களிடம் என்னை வெளியே விடும்படி கேட்டுக் கொண்டிருந்தனர்.

சிறை அதிகாரி என்னைப் பார்த்து, “உங்களைப் பார்ப்பதற்காக ஆவலுடன் வந்திருக்கும் அவர்களை நீங்கள் போய்ப்பாருங்கள்” என்று கூறினார். “நீங்கள் காட்டில் இருந்தபொழுது எப்படி இருந்திருப்பீர்கள் என்று நான் திகைத்ததுண்டு. மக்கள் உங்களுக்கு எந்தவித தொந்தரவும் தரமாட்டார்கள். நீங்கள் இப்பொழுது காட்டில் இருப்பதாக நினைத்துக் கொள்ளுங்கள். என்ன ஓரே வேறுபாடு, இங்கு உங்களை நோக்கி யாரும் துப்பாக்கியை நீட்ட மாட்டார்கள். அவ்வளவு தான்.”

அவர் கதவைத் திறந்து அவர்களை சிறைச்சாலைக்குள் வர விட்டார். இது பல நாட்கள் நீடித்தது.

என்னை மிகவும் தொந்தரவு செய்தவர்கள் செய்தியாளர்கள்

தான். அவர்களுக்கு என்னைக் கிண்டல் செய்யும் விதத்தில் படங் கள் தேவைப்பட்டன. என்னுடைய ஒவ்வொரு அசைவும் படம் பிடிக்கப்பட்டன. அவர்களுக்கு அது வேடிக்கை. நான் அவர்கள் மீது சீறினால் அதனையும் படமாக்கிக் கொள்வார்கள். 'கிளிக்' சத்தம் கேட்டால் நான் ஒரு பெண்புலிபோல சீறினேன்...

மூன்றாம் நாள் 'என் பெயர் அசோக் ராய்' என்று தன்னைத்தானே அறிமுகம் செய்து கொண்டு ஒருவர் வந்தார். 'பூலானின் கதை' என்னும் பெயரில் தான் ஒரு திரைப்படம் எடுத்திருப்பதாகவும், அதன் முடிவு குறித்து அதாவது நான் கொல்லப்படுவேனா அல்லது சிறையிடப்படுவேனா அறிந்து கொள்ளக் காத்திருப்பதாகவும் சொன்னார். நான் அவனுடைய சட்டைக் காலரைப் பிடித்துக் கொண்டு,

"உங்களுக்கு எப்படி அந்தத் தைரியம் வந்தது? சினிமா என்றால் என்ன? உங்களுக்கு என்ன வேண்டும்?" என்று சீறினேன். அவனைப் பிடித்துக் குலுக்கிய குலுக்கலில் அவனது சட்டைக் காலர் கையோடு வந்து விட்டது. தன் புகைப்படக் கருவியைப் பொறுக்கி எடுத்துக் கொண்டு ஓடிவிட்டான்.

என் அனுமதியின்றி என்னைப் பற்றிய திரைப்படம் எடுக்க அவனுக்கு எப்படி தைரியம் வந்தது என்று நான் தெரிந்து கொள்ள விரும்பினேன். அவன் என்னைச் சந்திக்க வருவதற்கு முன்பே, நான் மோசமானவள் என்று என்னைப் பற்றிய தோற்றத்தைச் சித்தரித்திருந்தான் என்றும், அவை எனக்குப் பிரச்சினைகளைத் தோற்றுவிக்கலாம் என்றும் கைதிகளில் சிலர் கூறியிருந்தனர். அவனது படம் ஒரு பொய்களின் குவியல் என்றும் அவர்கள் சொல்லியிருந்தனர்.

ஆனால், பொதுமக்கள் அதை உண்மை என்று நம்பிக் கொள்வார்கள் இல்லையா?

"அத் திரைப்படம் வெளிவருவது ஒரு கொடிய விபத்து. அது உங்களுக்கு பிரச்சனைகளை உண்டாக்கும்" என்று ஒரு கைதி தெரிவித்தான்.

அவன் ஒரு முயலைப்போல பயந்து ஓடிப்போனது எனக்கு மன அமைதியைக் கொடுத்தாலும், அது ஒரு தொடக்கம் தான் என்று என்னுடன் இருந்தவர்கள் எனக்கு எச்சரிக்கை செய்தனர்.

தமிழில்: மு.ந. புகழேந்தி

எதற்காக இந்த உலகம் இப்படி என்னை வேட்டையாடுகின்றது, கடவுளே!...

மத்தியப்பிரதேச அரசு, என் குடும்பத்தினரை ஒரு பயணியர் விடுதியில் தங்க வைத்திருந்தது.

குடும்பத்தினர் அனைவரும் சேர்ந்து ஒரு நாள் என்னைப் பார்க்க வந்திருந்தனர்.

அம்மா, அப்பா, சகோதரிகள், தம்பி என எவரிடமும் எந்த மாறுதலும் இருக்கவில்லை.

அப்பா எப்பொழுதும் போல் களைப்புடனும் மனச்சோர்வுடனும் இருந்தார்.

"எதற்கு நீங்கள் இத்தனை பேர் வந்திருக்கிறீர்கள் அப்பா?" நான் வருத்தத்தை வெளிப்படுத்தினேன். "உங்களால் தான் நான் இந்த நரகத்திற்கு வந்துள்ளேன். ஆனால், நான் யாருக்கும் கட்டுப்படப் போவதில்லை. நான் தற்கொலை செய்து கொள்ளப் போகிறேன்!"

"பயப்படாதே, மகளே! நீ அமைதியாக இரு, உன்னால் அது முடியும். உன் தலைமறைவு வாழ்க்கையை விட எவ்வளவோ உயர்ந்தது சிறை வாழ்க்கை. நீ இந்த வாழ்க்கைக்குப் பழகிக் கொள்ள வேண்டும். பிறரிடம் சண்டை போடக்கூடாது. நல்ல வளாகவும் கருணை உள்ளவளாவும் இரு. உனக்கு அமைதி கிடைக்கும்..."

சகோதரிகளான ருக்மிணி, சோட்டி, பூரி அனைவரையும் கண்டதில் அன்று எனக்கு மகிழ்ச்சியாக இருந்தது.

பின்னர் அப்படி அப்பாவிடம் பேசியிருக்கக்கூடாது என்று வருத்தப்பட்டாலும், அப்பாவின் மேலிருந்த கோபத்தை வெளிப்படுத்தாமல் இருக்க முடியவில்லை.

நான் அவரைக் கடைசியாகப் பார்த்தது அன்றைக்குத்தான்.

நான் சிறையிலிருந்து வெளிவருவதற்குள், அவர் இறந்து விட்டார்.

குளிக்கும் அறை, படுக்கை அறை என இரண்டு அறைகள்

கொண்ட ஒரு வீட்டை உருவாக்கியிருந்தனர். வீட்டைச் சுற்றிலும் உயரமான மதில், இரும்புக் கதவு, முற்றத்தில் ஒரு சிறு புல்தரை. வீட்டின் பின்புறம் ஒரு தோட்டம். நான் அங்கே மிளகு, தக்காளி, உருளைக்கிழங்கு போன்றவைகளைப் பயிரிட்டேன். முன்னாள் கொள்ளைக்காரன் கரன் என்னுடைய சமையல்காரனாக இருந்தான்.

"நன்றாக இருக்கிறது! சிறை அதிகாரி பாராட்டினார். இப்பொழுது நீங்கள் ஒரு காட்டு விலங்கு அல்ல. மனிதர்களைப் போல வாழ முயற்சி செய்யுங்கள். மற்றவர்களுடன் பழகிப் பாருங்கள். சிறிது நேரம் பிரார்த்தனை செய்வதற்காக ஒதுக் குங்கள்."

குவாலியரில் எனக்கு நிறைய ஓய்வு நேரம் இருப்பது புரிந்தது. காடு எங்கேயோ கண்ணுக்குத் தெரியாத தொலைவில் இருக்கிறது. பிற சங்கத் தலைவர்களைப் போல என்னிடம் பணமில்லை. சிறைக்கு வெளியிலிருந்து உணவைத் தருவிக்க வேண்டும் என்றால் பணம் இருந்தால் தான் முடியும். சிறையில் வழங்கப்பட்ட உணவு மோசமானதாக இருந்தது. இங்கு வரும்போது என்னிடம் ஒன்பதாயிரம் ரூபாய் மட்டுமே இருந்தது. மற்ற கொள்ளைக்காரர்களிடம் பை நிறையப் பணம் இருந்தது. ஒரு நாள், நல்ல சாப்பாட்டை வாங்குவதற்கு எனக்குப் பணம் தேவைப்படுகிறது என்பதை அறிந்து சில பத்திரிகையாளர்கள் எனக்குப் பணம் கொடுத்தும், வெளியில் இருந்து பழங்கள் வாங்கித் தந்தும் உதவினர்.

நான் திருமணம் செய்து கொள்ள விரும்புகிறேனா, வீடு, கணவன், குழந்தைகள் உள்ள வாழ்க்கையை வாழ நினைக்கிறேனா என்று ஒரு பத்திரிகையாளன் தெரிந்து கொள்ள விரும்பினான்.

அப்படி ஓர் எண்ணம் இல்லை என்று நான் விடை யிறுத்தேன்.

மான்சிங் தான் என் கணவன் என்று சொல்லிக் கொண்டிருப்பதாக சிறை அதிகாரி எனக்குத் தெரியப்படுத்தினார். ஆனால், நான் மான்சிங்கிடம் அது குறித்துக் கேட்டபோது அவன் அதை மறுத்தான். நாங்கள் சரணடைந்ததற்குப் பின் அவன் பலவற்றையும் பேசி வம்புக்கு இழுத்துக் கொண்டிருக்கிறான். அது என் காதில் விழுந்தது. இந்த வம்புகளுக்கெல்லாம்

தமிழில்: மு.ந. புகழேந்தி

ஒரு முடிவுகட்ட வேண்டும் என்று, எல்லோருக்கும் தெரியும்படி, யாரும் என் கணவன் இல்லை என்றும், எப்போதும் யாரும் என் கணவனாக முடியாது என்றும் சந்தேகத்திற்கிடமில்லாமல் நான் அறிவித்தேன். ஆனால் நான் வியப்பில் ஆழ்ந்து போகும் வண்ணம் பலபேர் என்னைத் திருமணம் செய்து கொள்வதாகச் சொல்லிக் கொண்டு என்னைச் சந்தித்துப் பேசச் சிறைச்சாலைக்கு வந்தனர். தில்லியில் ஜைனக் குடும்பத்தைச் சேர்ந்த ஓர் இருபது வயது இளைஞன் வந்திருந்தான். அவனைத் திட்டி அனுப்பி னேன். அதன் பின் ஒரு பஞ்சாபியும் ஒரு சீக்கியரும் வந்தார்கள். பெரிய தலைப்பாகை கட்டிய, தடியனான சீக்கியன் ஊனமானவன். ஒரு காலை இழந்தவன். தான் ஒரு பெரும் பணக்காரன் என்றும், நிறைய லாரிகள் உள்ள ஒரு போக்குவரத்துக் கம்பெனி தனக்குச் சொந்தமாக இருப்பதாகவும், என் பெயரில் சிறைச்சாலையில் ஒரு லட்ச ரூபாய் கொடுத்து வைப்பதாகவும் அவன் சொன்னான். மனைவியும் குழந்தைகளும் இருந்தாலும், அவன் என் மேல் மோகம் கொண்டிருந்தான்.

சூழ்நிலையின் காரணமாக மோசமான வாழ்க்கைக்குத் தள்ளப் பட்ட பெண்ணுக்கு வாழ்க்கை கொடுக்க, நல்ல மனதுள்ள ஆண்களும் இருக்கிறார்கள் என்னும் உண்மையை நான் இந்த உலகத்திற்குச் சொல்லியாக வேண்டும்.

தொழிற்சாலை ஒன்றின் உரிமையாளனான ஒரு பிரெஞ் சுக்காரன் என்னைத் திருமணம் செய்து கொண்டு இந்தியாவில் வாழ ஆசைப்படுவதாகவும் சொன்னான். என் விடுதலைக்காக எவ்வளவு பணம் செலவாகும் என்பதையும் அவன் விசாரித்தான். நான் அத்திருமணத்திற்கு ஒத்துக் கொள்கிறேனா என்பதைத் தெரிந்து கொள்ள, எங்களுக்கிடையில் மொழி பெயர்ப்பாளனின் துணையோடு இரண்டு மணி நேரம் என்னிடம் கேள்விகள் கேட்டான்.

திருமணம் எனக்கு ஒத்துவராததாக இருந்தது. புட்டிலால் என்னை நிராகரிக்கவும், ஏதோ ஒரு தீராத நோயுள்ளவள் என்பதைப் போல கிராமத்தினர் என்னை விலக்கி வைக்கவும் செய்திருந்ததால், திருமணம் என்பது என்னைப் பொருத்தவரை கானல் நீராகிவிட்டது. விக்ரமுடனான எனது வாழ்க்கை ஓர் விதிவிலக்கு. ஆனால், அவரும் இடைக்காலத்தில் விட்டு விட்டுப் போய்விட்டார்.....

நான் காட்டில் ஒரு கருங்கல்லாய் இருந்தேன். உணர்ச்சிகளோ, பரிதாபமோ இல்லாத ஒரு கருங்கல். இப்படி நான் மாறக் காரணம் ஓர் ஆண் என்பதால், அந்த ஆணைத் திருமணம் செய்ய ஒரு கல்லால் முடியாதில்லையா.....

தமிழில்: மு.ந. புகழேந்தி

36

குவாலியர் சிறையிலிருந்து என்னை 1991இல் விடுதலை செய்வார்கள் என்று கூறப்பட்டது. என்னை விசாரணை செய்வார்கள் என்று சரணடையும் போது தெரிவித்திருந்தார்கள். ஆனால் அப்படி எதுவும் நடக்கவில்லை. மாறாக, நான் வைத்த கோரிக்கைகளைத் தவிர நான் கேட்காதனவெல்லாம் கிடைத்தன.

குவாலியர் மிகவும் மோசமானதாக இருந்தது. பணம் ஒன்றை மட்டுமே பெரிதாகக் கருதுவதும், மறைமுகச் செயல்பாடுகளும் சேர்ந்த ஒரு விசித்திர உலகம் அது. அங்கே எதை வேண்டுமானாலும் வாங்கவோ விற்கவோ முடியும் என்று நான் புரிந்து கொண்டேன். தலைவர் பதவிக்காக, முன்னாள் கொள்ளைக்காரர்கள் கீரியும் பாம்பும் போல மோதிக் கொண்டிருந்தனர். சிறுவர்களை அவர்கள் சுரண்டிக் கொண்டிருந்தார்கள். சிறையில் தாஸ்யுசாம்ராட் என்னும் பெயரில் ஒரு கொள்ளைக்கூட்டத் தலைவன் இருந்தான். அவன் தான் செய்திருந்த பெண் வியாபாரங்களை மணப்பெண் கிடைக்காத

கெட்டவர்களுக்காக பெண்களைக் கடத்திக் கொண்டு போய் பத்தாயிரத்துக்கும் பதினைந்தாயிரத்துக்கும் விற்பனை செய்த கதைகளைப் பற்றி பெருமையாகப் பேசிக் கொண்டிருந்தான்.

சிறையில் நிலவும் முறைகேடுகளை எதிர்த்துக் குரல் கொடுத்துக் கொண்டிருந்தேன். மனிதாபிமானத்திற்காக இரண்டு முறை உண்ணாவிரதம் இருந்தேன். இரண்டாம் முறை மரணத்தின் வாசல்வரை போய் விட்டேன். இருந்தாலும் எல்லாம் பழையபடி தான் இருந்தன.

தொடக்கத்தில் என் உதவிக்கு முதல் அமைச்சர் அர்ஜுன்சிங் இருந்தார். எழுதப்படிக்கவும் மற்றவர்களிடம் மரியாதையாக நடந்து கொள்ளவும் அவர் என்னை உற்சாகப்படுத்திக் கொண்டிருந்தார். என் குடும்பத்திற்குத் தேவையானவற்றை எல்லாம் என் அம்மா அவரிடம் கேட்டுப் பெற்றுக் கொண்டாள். ஆனால், நான் சரணடைந்ததற்குப் பிறகு பதினோரு மாதங்கள் மட்டுமே அவர் பதவியில் இருந்தார். அதற்குப் பிறகு அவர் பஞ்சாப் கவர்னராகப் பொறுப்பேற்றுக் கொண்டார். இந்த விவரத்தை அறிந்த பிற கைதிகள் "உதவி செய்ய உங்கள் முதலமைச்சரைக் கூப்பிடுங்கள்" என்று என்னைக் கிண்டல் செய்யத் தொடங்கினர். அதிலிருந்து நான் இன்னும் தனிமையில் கழிக்கத் தொடங்கினேன்.

பிரதமர் இந்திராகாந்தி கொல்லப்பட்ட அன்று நான் துக்கம் தாளாமல் கதறி அழுதேன். அந்த உத்தமப் பெண்மணியை நேரில் பார்த்ததில்லை என்றாலும், அவர் எனக்கும் என் குடும்பத்ினருக்கும் தேவையான நிறைய உதவிகளைச் செய்திருக்கிறார். அவருடைய அரசுக்கும் எனக்கும் ஏற்பட்ட ஒப்பந்தத்தை இனி யாரும் நிறைவேற்றப் போவதில்லை என்பது எனக்கு உறுதியாகிவிட்டது. இந்தியாவினுடைய தாய் மட்டுமல்ல, என்னுடைய தாயும் மேலுலகம் போய்விட்டாள்.

சிறையில் நான் சந்தித்த அரசியல் கைதிகள், தாங்கள் வெளியில் சென்ற பிறகு என் விடுதலைக்காகப் போராடப்போவதாக வாக்குறுதி கொடுத்தனர். அவர்களால் எனக்காக எப்படிப் போராட முடியும் என்று எனக்கு விளங்கவில்லை.

தொடர்ந்த மன உடல் உளைச்சல்கள், காட்டின் முரட்டு வாழ்க்கை, உண்ணாவிரதப் போராட்டங்கள் என எல்லாம் சேர்ந்து என்னைத் தளர்ச்சியுறச் செய்யவும் நோய்வாய்ப்படவும் செய்தன. ஒரு கட்டியை அறுவை சிகிச்சை செய்வதற்காக

குவாலியர் அரசு மருத்துவமனையில் சேர்த்தனர்.

அறுவை சிகிச்சை தொடங்கும் முன்பு ஒருவன் எனக்கு இனிப்பு கொண்டு வந்தான். அவன் யாரென்று எனக்குத் தெரியாது. சிறைக் காவலாளியைப் போலவும் காவல் அதிகாரி போலவும் தோற்றமளித்த அவன், தான் கொண்டு வந்திருந்த இனிப்பை நான் சாப்பிட வேண்டுமென்பதில் மிகுந்த விருப்பம் காட்டினான். அன்று காலை, எனக்கு மயக்க மருந்து தரப்படும் என்றும் அதற்கும் முன்னதாக நான் எந்த உணவையும் சாப்பிடக்கூடாது என்றும் செவிலிப் பெண் கூறியிருந்தாள். எனவே இதில் ஏதோ ஆபத்து இருக்கிறது என்று எனக்கு வழக்கம் போல் சந்தேகம். உதவி செய்யும்படி கத்திக் கொண்டு நான் அறைக்கு வெளியே ஓடினேன். அறுவை சிகிச்சையைப் பின்னர் பார்த்துக் கொள்ளலாம் என்று முடிவு செய்தேன்.

மறுநாள், செய்தித்தாள் ஒன்றில், பூலான் தேவிக்குப் பைத்தியம் பிடித்து விட்டது என்றும், ஒரு பெண் மருத்துவரைத் தாக்கிவிட்டு மருத்துவமனையில் இருந்து ஓடிப் போய்விட்டதாகவும் செய்தி வெளியாகியிருந்தது. அன்று என்னைச் சந்திக்க வந்திருந்த இன்னொரு செய்தியாளர், இந்த சிறையில் இருந்து நான் எப்படியாவது சீக்கிரம் தப்பிவிட வேண்டும் என்றும் அறிவுரை செய்தார். என் உயிருக்கு யாரோ ஐந்து லட்சம் ரூபாய் விலை வைத்திருக்கிறார்கள்.

ஆண்டுகள் பல கடந்து விட்டன. என்னை விசாரணை செய்யவில்லை. எல்லோரும் என்னைப் பற்றி மறந்து விட்டனர் போலத் தோன்றியது. என்னுடன் சரணடைந்திருந்த எல்லாக் கொள்ளைக்காரர்களையும் ஐந்தாறு ஆண்டுகளில் விடுதலை செய்துவிட்ட போதும், என் காரியத்தில் மட்டும் திட்டமிட்ட கவனக்குறைவு இருந்தது. சிறைச்சாலையில் கூட ஒரு பெண் நீதி கிடைப்பதற்காக வெறுப்புடன், நிச்சயமில்லாமல், காத்திருக்க வேண்டிய சூழ்நிலை இருக்கிறது என்று எனக்குத் தோன்றியது. உச்சநீதிமன்றம் தில்லியிலுள்ள மருத்துவமனையில் எனக்கு சிகிச்சை தரவேண்டும் என்னும் ஒரு கருத்தைத் தவிர வேறு ஒன்றும் சொல்லவில்லை.

சிகிச்சைக்காக நான் குவாலியர் சிறையில் இருந்து புறப்பட்ட போது பெண்களும் குழந்தைகளும் கண்ணீருடன் விடை கொடுத் தனர். சில செங்கற்களை அடுக்கி நான் கட்டியிருந்த பூசை

மேடையிலுள்ள துர்கை சிலைக்கு முன்னால் நின்று கொண்டு என்னைக் காப்பாற்றுமாறு மனமுருக வேண்டினேன்.

சிறையின் பெண்கள் பகுதியிலிருந்து அவர்கள் என்னை நள்ளிரவே வெளியில் கொண்டு வந்து விட்டாலும் என்னை அழைத்துச் செல்ல வேண்டிய கவச வாகனம் வரத்தாமதமானதால், நான் மூன்று மணிநேரம் காத்து நின்றேன்.

புகை வண்டிற்குள், நான் சிவப்புப்புடவை அணிந்த ஒரு சாதாரணப் பயணியாய் இருந்தேன். யாருக்கும் என்னை அடையாளம் தெரியவில்லை. ஆனால் எதற்கு இத்தனைக் காவலர்கள் என்றும், நான் எதற்காகத் தேம்பி அழுது கொண்டிருக்கிறேன் என்றும் அவர்கள் வியப்படைந்திருக்கலாம். தில்லியில் உள்ள திகார் சிறையில் என்னைத் தனிமைச் சிறையில் அடைக்கப் போகிறார்கள் என்றும், கற்பழிப்பும் சித்தரவதைகளும் அங்கு மிகச் சாதாரணம் என்றும் குவாலியரில் என்னுடன் இருந்த சக கைதிகள் சொல்லியிருந்தது தான் என் அழுகைக்கான காரணம். அவர்களது கூற்று மிகையானது என்றாலும், எனக்கு நடக்க இருக்கும் அறுவை சிகிச்சை, சொந்த ஊரை விட்டு எங்கோ தொலைவானதோர் இடத்திற்குப் போவது போன்றவையும் அதற்குக் காரணம். பெற்றோரையும், குடும்பத்தினரையும் இனி எத்தனை நாட்கள் கழித்துப் பார்க்கப் போகிறோமோ?...

திடீரென்று, புகை வண்டியில் ஒரு பிச்சைக்காரன், ஆற்றைக் கடக்க துர்காதேவி எனக்கு உதவி செய்வாள் எனப் பொருள்படும் “துர்கா மய்யா கரேஸ்கி பேதாபார்!” என்ற பாடலைப் பாடிக் கொண்டே வந்தான்.

கணப்பொழுதில் என் இதயம் அமைதியடைந்தது. தொடர்ந்து பாடச் சொல்லி நான் அவனுக்கு ஐம்பது ரூபாய் கொடுத்தேன். தில்லியைச் சென்றடைவதற்குள் அவன் மேலும் நான்கைந்து முறை எனக்காக அந்தப் பாடலை மீண்டும் மீண்டும் பாடிக் கொண்டிருந்தான்.

திகார் சிறைச்சாலை முற்றிலும் வேறுபட்டதாக இருந்தது.

பத்தாம் எண்ணுள்ள அறையில் என்னை அடைத்தார்கள். எனக்கென்று தனியாக ஓர் அறை. கான்கிரீட் கட்டில். அதன் மேல் ஒரு சிறு மெத்தை. பெண் சிறைக்காவலர்கள் கொடுத்த ஒரு மர ஸ்டூலின் மேல் ஒரு பூசை மடம் உண்டாக்க அவர்கள்

எனக்கு உதவி செய்தனர். நான் அதில் சில சாமி உருவங்களை வைக்கவும் அவற்றுக்கு பூக்களால் அர்ச்சனை செய்யவும், சாம்பிராணி பற்ற வைக்கவும் செய்தேன்.

அடுத்த நாள் நான் பிரார்த்தனை செய்து கொண்டிருக்கும் பொழுது வெளியில் யாரோ என்னைப் பேர் சொல்லி அழைத் தனர்.

"பூலான், என்ன செய்து கொண்டிருக்கிறாய்!" என்று கேட்டவாறே, கதவை ஒரு முறை தட்டிவிட்டு, ஒரு நல்ல குடும்பப் பெண் போன்ற தோற்றம் கொண்ட ஒருவர் உள்ளே வந்தார். "ஓ! நீங்கள் பிரார்த்தனை செய்து கொண்டிருக்கிறீர்களா? தயவு செய்து மன்னித்து விடுங்கள், பிரார்த்தனையைத் தொடருங்கள்."

பிரார்த்தனையை முடித்துக் கொண்டு நான் அவளைப் பார்த்தேன். அவள் வெள்ளைக் குர்தாவும், சாம்பல் நிறமுள்ள நீளமான ஜாக்கெட்டும் அணிந்திருந்தாள். ஆண்களைப் போன்ற குறுகிய தவிட்டு நிறமுள்ள தலைமுடி. ஒளி பொருந்திய வெள்ளை முகம்.

"வணக்கம்!" என்றேன். என் பழக்க வழக்கங்கள் மாறிவிட்டி ருந்தன. "தங்களுடைய பெயர்?"

"நான் தான் இந்த சிறைச்சாலையின் நிர்வாகி. ஒரு வேளை நீங்கள் என்னைப் பற்றிக் கேள்விப்பட்டிருக்கக்கூடும். என் பெயர் கிரண் பேடி."

அந்தப் பெயரை நான் பலமுறை கேள்விப்பட்டிருக்கிறேன். இருப்பினும் என்னால் அடையாளம் கண்டு கொள்ள முடிய வில்லை. காவல்துறை மற்றும் சிறை அதிகாரிகள் என எல்லோ ராலும் மதிக்கத்தக்கவரான திகார் இன்ஸ்பெக்டர் ஜெனரல் கிரண் பேடி. கூர்மையான அறிவுள்ள ஓர் இரும்புப் பெண்மணியாக அவர் நாடெங்கும் அறியப்பட்டிருந்தார். தேவைப்படும் இடங் களில் மட்டும் அதிகாரத்தைப் பயன்படுத்துவதில் கவனமாக இருந்தார். அப்படித் தலையிடும் பொழுது, அதில் அவர் தோல்வி அடைந்ததே இல்லை.

"பூலான், நீங்கள் பிரார்த்தனை செய்ததைப் பார்க்கும்போது எனக்கு மகிழ்ச்சியாக இருக்கிறது" என்றார் கிரண்பேடி. "நல்ல செயல். உங்களுக்கு இங்கே அனைத்தும் நல்லவிதமாக இருக்கும்.

அது மட்டுமல்ல உங்களைச் சீக்கிரமே விடுதலை செய்து விடுவோம். அதனால், அது குறித்து கவலைப்படாதீர்கள். விசாரணை இல்லாமல், நீண்ட நாள் சிறையில் வைத்திருப்பது இந்திய அரசியல் சட்டத்திற்கு எதிரானது. உங்களுக்காக நான் ஒரு மேல்முறையீட்டு மனு ஒன்றைச் சமர்ப்பிக்கப் போகிறேன்."

நான் கேட்கத் துடித்துக் கொண்டிருந்ததை விட அதிகமாகவே சொன்னார்!

அழகிய முகம் கொண்ட, ஒளி பொருந்திய ஒரு நல்ல பெண்மணி என்னுடைய விடுதலை பற்றிப் பேசுகிறாள்! எனக்குப் பிடித்த உணவுகளைத் தரும்படி உத்தரவிடுகிறாள். என்னைத் தொந்தரவு செய்யக் கூடாதென்றும், பத்திரமாகப் பார்த்துச் கொள்ள வேண்டும் என்றும் தன் கீழ் பணிபுரிபவர்களுக்கு உத்தரவுகள் பிறப்பிக்கிறார்.

என்னை அவர் இண்டியன் இன்ஸ்டிடியூட் ஆஃப் மெடிக்கல் சைன்சுக்கு கொண்டு போகும் பொழுது காவலர் பாதுகாப்பு இருந்தது.

குவாலியரில் என்னை ஒரு மிருகத்தைப் போல நடத்தினர். என் முதல் அறுவை சிகிச்சையின் பொழுது, அவர்கள் என்னை ஓர் எலியைப் போலக் கிழித்துக்குப்பையில் போட்டு விடுவார் கள் என்று நான் நினைத்துக் கொண்டிருந்தேன். ஆனால் இந்த மருத்துவமனை தூய்மையாகவும் அழகாகவும் இருந்தது. பரிசோதனையின் போது எங்கே எனக்கு வலிக்கிறது என்பதை மிகவும் நளினமாக மருத்துவர் ஆராய்ந்தார்.

அவர் என் வாயினுள் ஒரு குழாயைத் தொண்டை வரை நுழைத்தார். குடலைப் பரிசோதிக்கும் ஒரு சின்னக் கேமரா அதில் பொருத்தப்பட்டிருக்கிறது என்று அவர் கூறினார். தொலைக் காட்சித் திரையில் குடல் புண்ணைப் பார்த்தேன்.

மிகவும் மரியாதையும், கருணையும் கொண்ட நல்ல மருத்துவர்கள். அறுவை சிகிச்சைக்கு முன் தாங்கள் என்ன செய்யப்போகிறோம் என்று எளிமையாகவும் விளக்கமாகவும் அவர்கள் எடுத்துச் சொன்னார்கள். மிகத் திறமையாக என் குடல் புண்ணை அறுவை சிகிச்சை செய்து குணப்படுத்தினர். பல நாட்களாக என்னைத் தொந்தரவு செய்து கொண்டிருந்த வலி நின்று விட்டது. அறுவை சிகிச்சைக்குப் பின் அப்படி ஒரு

வலி இருந்தது என்றே நம்ப முடியவில்லை.

ஒரு நாள், உத்தரப்பிரதேச அரசு என்னைக் குற்றவாளி இல்லை என்று அறிவித்ததை நான் வானொலியில் கேட்டேன்.

மிகவும் மகிழ்ச்சியாகவும் வியப்பாகவும் இருந்ததனால் சுற்றுப்புறத்தை மறந்தேன். காண்பது கனவா என்ற சந்தேகத்தில் தலை குலுக்கிப் பார்த்துக் கொண்டேன். வானொலி சரியாக இருக்கிறதா என்று நான் அதை எடுத்துக் குலுக்கிப் பார்த்தேன். பக்கத்து அறைகளில் இருந்த பெண்கள் மகிழ்ச்சியில் ஆனந்தக் கூத்தாடினர். பித்தளைப் பாத்திரங்களால் சிறைக் கம்பிகளைத் தட்டித் தாளம் போடவும் செய்தனர். உற்சாக மிகுதியால் எனக்குப் பைத்தியம் பிடித்து விடுமோ என்று கூட நான் பயப்பட்டேன். பைத்தியம் பிடித்துத்தான் நான் சாவேன் என்று குவாலியர் சிறை அதிகாரி அடிக்கடி சொல்லிக் கொண்டிருந்தது எனக்கு நினைவுக்கு வந்தது.

இல்லை, எனக்குப் பைத்தியம் பிடிக்கவில்லை. வானொலியில் அந்தச் செய்தி பலமுறை வாசிக்கப்பட்டது.

மறுநாள் காலை முறைப்படி விவரத்தைச் சொல்வதற்காக திருமதி கிரண்பேடி வந்தார். "உங்களை விடுதலை செய்வதற்கு ஆறு மாதங்களாகலாம், பூலான். நிறைய நடைமுறைகள் உள்ளன. சிறிது காலதாமதம் ஆகாமல் இருக்காது."

"அப்படியே ஆகட்டும்," நான் பதில் சொன்னேன். உச்சநீதிமன்றம் சொல்லியுள்ளபடி காலம் ஆகட்டும். தேவைப்பட்டால் ஓராண்டு கூட நான் இங்கே இருந்து கொள்ளலாமில்லையா?

அடுத்த சில மாதங்களில், இந்தியாவின் பல இடங்களிலிருந்தும் முகம் தெரியாத, உடன்பிறவா சகோதர சகோதரிகளிடம் இருந்து எனக்கு வாழ்த்துக் கடிதங்களும் தந்திகளும் தொடர்ந்து வந்து கொண்டிருந்தன.

இறுதியாக, 1994 பிப்ரவரியில், நான் சரணடைந்ததற்குப் பிறகு, பதினோரு ஆண்டுகள் கழித்து, தில்லி திகார் சிறைச்சாலையின் பெரும் கதவுகள் எனக்கு வேண்டித் திறந்தன.

என்னைப் பிணையில் விடுதலை செய்து, அரசாங்கம் எனக்கு வீடும், காவலர் பாதுகாப்பும் தந்தது. என் சுதந்திரம் தற்காலிகமானது தான் என்று அவர்கள் புரிய வைத்தார்கள்.

உச்சநீதிமன்றத்தின் இறுதித் தீர்ப்பு வரும் வரை நான் காத்துக் கொண்டிருக்க வேண்டும்.

என் மனதில் இருந்த பழிவாங்கும் எண்ணம் படிப்படியாக மறைந்து போயிருந்தது.

நான் இப்போது மற்றவர்களுக்காக எரியும் ஒரு திரியாக மாறியிருந்தேன்...

தமிழில்: மு.ந. புகழேந்தி

முடிவுரை

எனக்காக நான் பேச ஒருமுறை கூட வாய்ப்புக் கிடைக்கவில்லை. எனினும், என்னைப் பற்றி பலர் பேசியிருக்கிறார்கள். பலபேர் என்னைப் புகைப்படம் எடுக்கவும், அவற்றைத் தங்கள் சுயநலத் திற்காகத் தவறாகப் பயன்படுத்தியும் இருக்கிறார்கள். தாங்க முடியாத துயரங்களை அனுபவித்தவளும், அவமானப்படுத்தப் பட்டவளுமான ஓர் அப்பாவிப் பெண்ணைப் பலரும் திட்டி னார்கள், கேவலப்படுத்தினார்கள், பழித்தார்கள்...

உதவி கேட்டு நான் கைகளை நீட்டினேன் என்றாலும் எவரும் எனக்கு உதவவில்லை. சமூகம் என்னை ஒரு சிறு பூச்சியாகவும், குற்றவாளியாகவுமே பார்த்தது. நான் நல்லவள் என்று சொல்ல வில்லை, ஆனால், நான் எப்பொழுதும் ஒரு குற்றவாளியாய் இருந்ததில்லை. மொத்தத்தில் நான் செய்ததெல்லாம் எனக்கு இழைக்கப்பட்ட கொடுமைகளுக்குப் பழி வாங்கினேன் என்பது தான்.

பலதரப்பட்ட கொள்ளைக்காரர்களை நான் பார்த்திருக்கிறேன். காதகர்கள் என் உயிரை எடுக்கத் துடித்துக் கொண்டிருந்தவர்கள், என் கதைக்காகத் தூக்கமிழந்த செய்தியாளர்கள், என் வாழ்க் கையைத் திரைப்படம் எடுக்க முயற்சி செய்த சினிமாக்காரர்கள். கொள்ளைக்காரர்கள் என் உடலைத்தான் சித்ரவதை செய்தார்கள்,

ஆனால் மற்றவர்களோ என் ஆன்மாவில் கைவைத்தார்கள்.

இப்பொழுது, இந்த நூலின் மூலமாக, என் சமூகத்தைச் சேர்ந்த ஒரு பெண், தன் வாழ்க்கை உண்மைகளை, தான் அனுபவித்த அநீதிகளை, மனம் திறந்து சொல்ல ஒரு வாய்ப்புக் கிடைத்துள்ளது. என் அனுபவம் அவமானப்படுத்துகின்ற மற்ற பெண்களுக்கும், என் சகோதரிகளுக்கும், சுரண்டப்படுகின்ற என் சகோதரர்களுக்கும் உதவிகரமாய் இருக்கும் என்று நான் நம்புகிறேன்.

எங்கு பிறந்தவர்களாயினும், எந்தச் சாதியைச் சேர்ந்தவர் களாயினும் சரி, தோலின் நிறம் அல்லது எப்படிப்பட்ட உருவம் கொண்டவர்களாய் இருந்தாலும் சரி, ஒவ்வொருவருக்கும் சுயமரியாதை இருக்கிறது என்பதைத் தெளிவுபடுத்தத்தான் நான் விரும்பினேன்.

மனித மரியாதையைக் காப்பாற்றுவதற்காகத் தான் நான் போர் செய்தேன்.

பூலான் தேவியும் ஒரு மனிதப்பிறவி தான் என்று பிறர் சொல்வதைக் கேட்க வேண்டும் என்று துடித்தேன் நான். ஆனால், மற்றவர்களைப் பற்றியும் அவர்கள் அப்படித்தான் சொல்வார்கள் இல்லையா. நான் சிறையிலிருந்து வெளியே வந்த அன்று ஒரு புதிய போராட்டம் தொடங்கியது. ஆமாம், வித்தியாசமான இன்னொரு போராட்டம். இப்பொழுதுங் கூட எனக்குப் படிக்கத் தெரியாது. ஆனால் வாழ்க்கையை முழுமையாய் எப்படி வாழ வேண்டும் என்று இப்போது நான் கற்றுக் கொண்டேன். சிற்றூர்களிலும் அடர்ந்த காடுகளிலும் வாழ்ந்திருக்கிறேன். இந்தப் பெரிய நகரங்களில் வாழவும், ஏழைகளுக்கு உதவவும் என்னைத் தகுதியுடையவளாக்கிக் கொள்ளவும் வேண்டும் என்று இறைவனிடம் இடைவிடாது வேண்டிக் கொண்டிருக்கிறேன்...

என் அடுத்த பிறவியிலாவது, அப்படி ஒன்று இருக்குமானால், விதி இவ்வளவு குரூரமாய் இல்லாமல் இருக்க வேண்டும்...

துர்காதேவி என் வேண்டுகோளுக்கு செவிசாய்க்கட்டும்.
என் குற்றங்கள் மன்னிக்கப்பட்டாலும்...
என் ஆன்மா சாந்தியடைய அருளினாலும்...

வணக்கம்!